விதியினும் வலியது காதல்

கவிதா அன்புசெல்வன்

Made with ♥ on the Notion Press Platform
www.notionpress.com

பொருளடக்கம்

முன்னுரை v

1. அத்தியாயம் 1 1

2. அத்தியாயம் 2 13

3. அத்தியாயம் 3 25

4. அத்தியாயம் 4 39

5. அத்தியாயம் 5 53

6. அத்தியாயம் 6 68

7. அத்தியாயம் 7 83

8. அத்தியாயம் 8 96

9. அத்தியாயம் 9 105

10. அத்தியாயம் 10 115

11. அத்தியாயம் 11 126

12. அத்தியாயம் 12 135

13. அத்தியாயம் 13 148

14. அத்தியாயம் 14 158

15. அத்தியாயம் 15 166

16. அத்தியாயம் 16 175

17. அத்தியாயம் 17 183

18. அத்தியாயம் 18 191

19. அத்தியாயம் 19 201

20. அத்தியாயம் 20 208

21. அத்தியாயம் 21 216

22. அத்தியாயம் 22 226

23. அத்தியாயம் 23 234

பொருளடக்கம்

24. அத்தியாயம் 24 241

25. அத்தியாயம் 25 252

26. அத்தியாயம் 26 268

27. அத்தியாயம் 27 276

முன்னுரை

எதிர்பாராத திருப்பங்களோடு நகரும் அழகிய காதல் கதை.

அழகுப் புயலான நாயகியைக் கல்லூரியில் சேர்க்க விரும்பாமல் பள்ளிப் படிப்போடு நிறுத்தி விடுகிறார் அவளுடைய அப்பா. அந்தத் துருதுரு சேட்டைக்காரியோ தன் படிப்பைத் தொடர்வதற்காக என்னவெல்லாம் செய்யப் போகிறாள் தெரியுமா?. அப்பாவின் எஜமானியும் தன் தோழியுமான துளசியிடம் கொஞ்சிப் பேசி அவர் புதல்வனைத் திருமணம் செய்யத் துணிகிறாள்.

படிப்பிலும் பொறுப்பிலும் முதலில் நிற்பவன் நிச்சயம் அப்பாவியாய் இருப்பான் என்றெண்ணி அவள் இந்த ஆபத்தான பாதையைத் தேர்ந்தெடுத்துத் தொலைக்கிறாள். காரணம் நாயகன் மும்பையை ஆட்டுவிக்கும் அதிபயங்கரமானவன். அவனின் வலையில் அவள் மாட்டிக்கொள்ள, அவளின் பூங்கரத்தில் அவன் சிக்கிக்கொள்ளக் காதல் களைக்கட்டுகிறது. தனக்கிருக்கும் இடர்களை உடைத்து நாயகியோடு இணைவானா நம் நாயகன்?

வாசித்து மகிழுங்கள் விதியினும் வலியது காதல்.

அன்புடனும் நட்புடனும்
கவிதா அன்புசெல்வன்

1

அத்தியாயம் 1

மாலை நேரத்துக் கதிரவன் தங்கக் குழம்பை ஊற்றியது போல், மேற்கில் பளீரென்று வானத்தை மின்னச் செய்து கொண்டிருந்தது. அதன் வெளிச்சத்தை எந்தக் கட்டிடமும் முன் வந்து மறைத்திடாத, அழகான கிராமம் அது. அந்த ஊரின் எல்லைக்கு அப்பால் பறந்து விரிந்திருந்த வயல் வெளியில், வேலை செய்பவர்கள் மாலை வெளிச்சம் மங்குவதைக் கண்டதும் வேகமாக வேலை செய்ய ஆரம்பித்தார்கள்.

காலையிலிருந்து தொட்டுத் தொட்டு, மெதுவாக நகர்ந்து கொண்டிருந்த வேலைகள் அனைத்தும், வீட்டிற்குப் போகும் நேரம் வந்ததும் படு உற்சாகமாகக் களைகட்டியது.

அவரவர் தனிப்பட்ட அரட்டைகளை நிறுத்தி விட்டு கடமையே கண் என்பதைப் போல வேலை செய்து கொண்டிருந்தார்கள்.

கண்ணுக்கு எட்டிய தூரம் வரைக்கும் விரிந்து கிடக்கும் அந்த வயல்களுக்கெல்லாம் சொந்தக்காரி துளசி. அவரைத் துளசியம்மா என்று பாசத்தோடு அந்தக் கிராமமே கொண்டாடியது.

அதற்குக் காரணம் துளசியைப் போலவே அவரும் அன்பும் கருணையும் நிறைந்த குணத்தைக் கொண்டவர். விரோதி என்றாலும் உதவி என்று வாய் திறந்து கேட்டுவிட்டால் ஓடியோடிச் செய்யும் பச்சைப் பிள்ளையின் மனம் படைத்தவர்.

அந்த ஊரின் முக்கால் வாசி நிலம் அவருடையதுதான். பண்ணையார் வீட்டு மருமகளாக வந்த பெண்ணைப் பத்து வருடங்களுக்கு முன்பே கணவன் கைவிட்டு இறந்துவிட்டார்.

கருவேப்பிலை கொத்தாய் ஒற்றைப் பிள்ளையோடு தன் எதிர்காலத்தை அந்த ஊர் மக்களை நம்பித்தான் துவங்கினார்.

ஆரம்பத்தில் பிள்ளை, வீடு, நிலம் என்று மூன்று பக்கம் ஓட முடியாமல் தவித்தவர், நிலத்தை எல்லாம் யாராவது சிலரிடம் குத்தகைக்கு விட முடிவு செய்தார்.

ஊரில் அவரைவிட நில புலன்கள் எல்லாம் குறைவாக வைத்திருக்கும் ஆட்கள், தமது நெருங்கிய உறவினர்களுக்கும் தத்தமது ஜாதியைச் சேர்ந்த ஆட்களுக்கும் நிலத்தைக் குத்தகைக்கு விட்டனர்.

ஆனால் துளசியம்மாள் வெளியூரில் இருந்து பிழைப்பு தேடி அந்த ஊருக்கு வந்த பொன்னுச்சாமியின் நேர்மை குணத்தைப் பார்த்து பிடித்து, தன் நிலத்தை அவரிடம் குத்தகைக்கு விட்டார்.

பெண்ணாய் இருந்தும் துணிச்சலாய் முடிவெடுத்ததால், ஊருக்குள் அவரின் நன் மதிப்பு பன்மடங்காய் உயர்ந்தது. பொன்னுச்சாமியைப் பொறுத்தவரை துளசியம்மாள் தெய்வத்திற்கும் ஒரு படி உயர்வானவர்.

சொந்த ஊரில் பிழைப்பு நடத்த முடியாமல் கஷ்டத்துடன் தன் குடும்பத்தை அழைத்துக் கொண்டு பொன்னுசாமி இந்த ஊருக்கு வந்து, முழுதாக ஐந்து வருடங்கள் கடந்து ஓடியிருந்தது.

வெறுங்கையோடு வந்த பொன்னுச்சாமி, மூன்று நேரமும் வயிறார சாப்பிடுகிறார் என்றால் அதற்குக் காரணம் துளசியம்மாள் மட்டுமே. அதனாலேயே துளசியம்மாவின் மேல் அவருக்கு மிகுந்த மரியாதை, அவர் ஒரு வார்த்தை சொல்லிவிட்டால் அதைப் பொன்னுச்சாமி மறுத்து பேசுவதே கிடையாது.

துளசிக்கும் பொன்னுச்சாமியின் நேர்மையான குணம் பிடித்து இருந்ததால், அவரைத் தன் சொந்த தம்பியாகவே பாவித்து அவர் குடும்பத்திற்கு வேண்டியது எல்லாவற்றையும் இன்றுவரை செய்து கொடுத்தார்.

ஆனால் பொன்னுச்சாமியோ துளசியம்மாளிடம் உடையும் உணவையும் தவிர வேறு எதையும் வாங்கக் கூடாது என்பதில் உறுதியாய் இருந்தார். அதனாலேயே துளசிக்கு அவரை ரொம்பப் பிடித்தது.

பொன்னுச்சாமியை விடவும் துளசிக்கு ரொம்பப் பிடித்த ஒரு ஆள் என்றால் அது பொன்னுச்சாமியின் மகள் சம்யுக்தா தான்.

சந்தன நிறத்தில், கை கால் முளைத்த முருங்கைக்காய் போலப் பம்பரமாய்ச் சுழன்றடிக்கும் சூறாவளி அவள். சின்ன இடையும், செதுக்கிய சிற்பம் போன்ற உடலுமாய், ஊரை வலம் வந்த அந்தப் பேரழகியை

துளசி அம்மாளுக்குப் பார்க்கப் பார்க்கத் தெவிட்டாது.

துளசியம்மாளின் மகன் படிப்புச் சம்பந்தமாக வெளியூர் போனது முதலே, தன் துணையாய் எந்நேரமும் அவளைத் தன் வீட்டிலேயே இருத்தி வைத்துக் கொள்ள ஆரம்பித்தார். அந்த அளவிற்கு இருவருக்-கும் கருத்து ஒற்றுமை உண்டு..

சம்யுக்தா வயதுக்கு வந்ததும், சொல்லும் படியாகக் குண்டுமணித் தங்கமும், சடங்குகளைச் செய்யச் சொந்த பந்தங்களும் இல்லையே என்று வாடியிருந்தது பொன்னுச்சாமியின் முகம்.

ஊர் மெச்சும் அளவுக்கு மாமன் முறை சீர் செய்து, ஒற்றை ஆளாய் அவரின் தலையை நிமிரச் செய்தார் துளசியம்மாள்.

அதில் முழுக்க முழுக்கச் சம்யுக்தா மீதான பாசத்தைத் தவிர வேறு எந்த உள் நோக்கமும் இல்லை என்பதைப் பொன்னுச்சாமியும் அறிந்தி-ருந்தார்.

'ஊரைக் கட்டியாளும் அவர் குடும்பமும், அவர் இட்ட பிச்சையில் இன்று தலை நிமிர்ந்திருக்கும் தன் குடும்பமும் ஒன்றாகிடுமா?' என்று தெள்ளிய அறிவு இருந்ததால், அவரின் பாசத்தை வேறு எந்த நினைப்-பாலும் கலங்கப் படுத்தாமல் இன்று வரை காப்பாற்றி வருகிறார்.

வருடங்கள் கடந்தோட, துளசியும் நிர்வாகப் பொறுப்புகளை இப்-போது தானே திறம்படச் செய்ய ஆரம்பித்துவிட்டார். துளசியின் மகனும், வெளியூரில் படிப்பை முடித்துவிட்டு அங்கேயே தன் சொந்தக் காலில் வேலை பார்த்துக் கொண்டு நின்று விட்டான்.

வழக்கம் போல வயல் வேலைகளை எல்லாம் மேற்பார்வை பார்த்து-விட்டு, மாலை மங்கி இருள் சூழத் துவங்கிய நேரம் வீடு திரும்பினார் துளசியம்மாள்.

பத்துப் பதினைந்து பேர் தன் வீட்டு வாசலில் குழுமி இருப்பதைக் கண்டதும், "என்னப்பா, எல்லாரும் ஒன்னு கூடி வந்திருக்கீங்க? எதாவது விஷேசமா?" என்று கேட்டபடி வாசல் பகுதியில் இருந்த, தேக்கு மரச் சேரை இழுத்துப் போட்டு உக்கார்ந்தார்.

வெளி ஆட்கள் அனைவரும் உட்காருவதற்கு என்றே கட்டமைக்கப் பட்டிருந்த உள் வாசல் திண்ணையில் வந்தவர்கள் அனைவரும் ஆளுக்கொரு இடம்பிடித்து அமர்ந்தனர்.

கூட்டத்தில் வயது முதிர்ந்தவராய் இருந்த மாணிக்கம் தொண்டை-யைச் செருமிக் கொண்டு பேச ஆரம்பித்தார்.

"துளசியம்மா இந்தச் சம்யுக்தா பொண்ணு அட்டகாசத்த எங்களால தாங்க முடியல. ஊருக்குள் இருக்குற நாலஞ்சு பொடிப் பசங்களைக் கூட்டு சேர்த்துக்கிட்டு எவ்வளவு அழிச்சாட்டியம் பண்றா தெரியுமா?

இன்னிக்கி என்னோட தோட்டத்தில விளைஞ்சிருந்த கடலைச் செடியைப் பிடுங்கி, அங்கேயே உக்காந்து தீமூட்டி சுட்டுச் சாப்பிட்டி-ருக்கா. காவக்காரன் பார்த்துச் சத்தம் போட்டதுக்கு, அவன் மேல கல்-லுவிட்டு அடிக்கிறாளாம்.." என்று சொல்லி முடித்தார்.

இன்னொருவரோ, "இப்படித்தான் போன வாரம், அந்தப் பொண்ணும் அவ கூடச் சேர்ந்து சுத்துற வானரங்களும் எங்க மாடசாமி மச்சான் வயல்ல புகுந்து குச்சிக் கிழங்கைப் பிடுங்கிச் சாப்பிட்டிருக்காங்க.

அடுத்த வாரம் சந்தைக்கு விக்க ரெடியா வெளைஞ்சிருந்த செடி-யிலிருந்து காயைப் பறிச்சுக் கொண்டுபோய் நாடார் கடையில் வித்தி-ருக்காங்க. அந்தக் காச வச்சு அடுத்தநாள் மேட்னி ஷோ படத்துக்குப் போய்த் தியேட்டரெல்லாம் அட்டகாசம்னு ஊரே அவ புராணந்தான் பாடுச்சு."

மூன்றாம் நபர், "அந்தப் பொண்ணு ஊருக்குள்ள யாரையும் மதிக்க மாட்டேங்குது அம்மா. தினமும் என் வீட்டு ஆட்டுக் குட்டியோட கயித்த அவுத்து விட்டுட்டுப் போயிடுறா, அது நேரா என் சண்டைக்காரன் வீட்-டுச் செடிய மேஞ்சிடுச்சு.

அவன் என்னடான்னா ஆடு கடிச்சுத் தின்ன ரெண்டு இலையால அவன் சொத்தே அழிஞ்ச மாதிரி தெருவுல நின்னு கத்துறான். அந்தப் பொண்ண இப்படி செய்யாதனு சொன்னா,

"ஆட்டுக்கு நீ ஒழுங்கா தீனி போட்டா நான் ஏன் அவுத்து விடப் போறேன்னு" எதிர் கேள்வி கேக்குறா. அவளால என் நிம்மதியே போச்சு."

நான்காம் நபர், "இவங்க கொடுமை எல்லாம் விட என் கொடுமை ரொம்ப மோசமா இருக்குமா. முந்தா நாள் அந்த மூணாவது தெருவுல இருக்குற வடைக்காரியோட புடவை துணி மணியெல்லாம் எடுத்துக்-கொண்டு வந்து என் வீட்டுல போட்டுட்டு போயிட்டா.

எம் பொண்டாட்டி அவளுக்கும் எனக்கும் கள்ளத் தொடர்பு இருக்-குனு சொல்லி ஊரக்கூட்டி பஞ்சாயத்து வைக்கப் போறா. அந்த வடைக்காரி வேற நான் ரொம்ப நாளா குறி வைச்சு அவளோட துணி-மணிய திருடுனதா வாசல்ல நின்னு கத்தி மானத்த வாங்குறா.

அஞ்சாயிரம் ரூபா பணம் கொடுக்கலைனா, போலீஸ்ட்ட போவேன்னு மிரட்டிட்டு போயிருக்கா அந்த வடைக்காரி. இப்ப நான் என் பொண்டாட்டிய சமாதானப் படுத்துறதா? இல்ல அந்த வடை காரி-யச் சமாதானப் படுத்துறதா?" என்றிட ஒட்டுமொத்த கூட்டமும் அவரைப் பார்த்து விழுந்து விழுந்து சிரித்தது.

அடுத்த நபர் குற்றச்சாட்டை முன் எடுத்து வைக்கும் முன்பாகத் துளசியம்மா, "எனக்கு உங்க எல்லாரோட நிலைமையும் நல்லாவே புரி-யுது. தயவு செஞ்சு இது எதையும் யாரும் பொன்னுச்சாமிகிட்ட சொல்-லாதீங்க..

பாவம் அந்தப் பொண்ணு, விவரம் தெரியாம விளையாடியிருக்கு. உங்களுக்கு இதனால் எவ்வளவு நஷ்டமாச்சுன்னு சொல்லுங்க, நானே தந்திடுறேன்.." என்றார்.

"ஐயயோ, அதெல்லாம் ஒன்னும் வேண்டாம் அம்மா, அந்தப் பொண்ணு இனிமேலயும் இப்படி எதுவும் செய்யாம மட்டும் பார்த்துக்-குங்க" என்றனர்.

"அவ ஏன் இப்படி எல்லாம் பண்றான்னு எனக்குத் தெரியும், சீக்கி-ரமே நான் இந்தப் பிரச்சனையைச் சரி பண்ணப் பாக்குறேன்.

அது வரைக்கும் நீங்க எல்லாரும் கொஞ்சம் பொறுத்துக்கோங்க" என்று அந்த அறுந்த வால் பெண்ணிற்காக இவர் மற்றவர்களிடம் மன்-றாடிக் கொண்டிருந்தார்.

"நாங்களும் போனாப் போகுது சின்னப் பொண்ணுனு பார்த்தால் நாளுக்கு நாள் அவ சேட்டை அதிகமாயிட்டே போகுதும்மா. உங்களுக்-காகத் தான் பொருத்துப் போறோம்..

எல்லாரும் எங்கள மாதிரி உங்ககிட்ட பிராது கொடுக்க வர மாட்-டாங்க. பொம்பளப்புள்ள, பாத்து பத்திரமா வச்சுக்கச் சொல்லுங்க.." என்று ஒரு சிலர் மறைமுகமாக எச்சரிக்கை விடுத்தனர்.

'அவள நான் பாத்து இருந்துக்கச் சொல்லுறதா? அவ தெரியாம விளையாட்டுத்தனமா தப்புச் செஞ்சா சொல்லித் திருத்தலாம், அவ ஒரு முடிவோடதான ஊர் முழுக்க வம்பிழுத்துகிட்டு இருக்கா.

அவங்கப்பன் அருவாளுக்கே பயப்படாதவ, நான் சொன்னா மட்டும் கேக்கவா போறா? வேணும்னா நீங்க இனிமே இன்னும் கொஞ்சம் ஜாக்-கிரதையா இருங்க..' என்று மனதில் நினைத்துக் கொண்டவர்,

மக்களின் முன்னால் ஒப்புக்காகச் சரி என்பதைப் போலத் தலையாட்டினார்.

"ரொம்ப நன்றிம்மா, நாங்க கிளம்புறோம்.." என்றவர்கள் எழுந்து கொள்ளவும்,

"இருங்கப்பா காபி குடுச்சுட்டுப் போகலாம்.." என்று சமையலறைக்குச் சென்று அவரே காபி போட்டுக் கொண்டு வந்து கொடுத்தார்.

காபியோடு இந்த வருடத்தின் வெள்ளாமை விளைச்சலைப் பற்றிக் கொஞ்ச நேரம் பேசி விட்டுக் கிளம்பிச் சென்றார்கள்.

அவர்கள் சென்றதும் அடிவயிற்றில் இருந்து ஒரு பெருமூச்சை விட்டவர், "இந்தப் பொன்னுச்சாமி ஏன்தான் இவ்வளவு பிடிவாதமா இருக்கான்?

இந்தக் காலத்தில கூடப் பொண்ணு பையன்னு பிரிச்சு பாக்கறானே.. நானும் எவ்வளவு தூரம் தான் இதுல அவனுக்குப் புத்தி சொல்றது?" என்று சலித்துக் கொண்டார்.

அன்றைய இரவு சமையல் செய்யவே மனம் ஒத்துழைக்கவில்லை. சம்யுக்தா பற்றிய நினைவுகளால் அவருக்கு வேறு எதையும் யோசிக்கக் கூட முடியவில்லை..

அடுத்த நாள் காலையில் எழுந்த துளசியம்மாள், காய்களைப் பறிக்க வயலுக்குச் சென்றார். அங்கே பொன்னுச்சாமி வயலுக்குத் தண்ணீர் பாய்ச்சி கொண்டிருக்க, அவரைப் பார்த்ததும் துளசியம்மாளின் கால்கள் தன்னிச்சையாய் அவர் புறம் சென்றது.

அவர் அருகில் சென்ற துளசியம்மாள், "பொன்னுச்சாமி, இந்தச் சம்யுக்தா புள்ளை எங்க? வீட்டுப் பக்கம் வர்றதே இல்ல? இன்னைக்கு வரச் சொல்றையா?" என்றார்.

"அந்தக் கழுதை எங்க வீட்டுக்கு அடங்குது? எப்பப்பாரு இளந்தாரிப் பயல மாதிரி ஊருக்குள்ள சுத்திகிட்டு திரியறா. எது சொன்னாலும் நம்மகிட்ட எதிர்த்து நிக்கிறா அக்கா.." என்றார் சலிப்புடன்.

"நீ தான் அதுக்குக் காரணங்கிறத மறந்துட்டு பேசுற பொன்னுச்சாமி. ஒரு கண்ணுக்குச் சுண்ணாம்பும், ஒரு கண்ணுக்கு வெண்ணெயும் வச்சா அந்தப் புள்ள எப்படிச் சும்மா இருக்கும்?

அவ என்ன கேக்கறா? காரு கேட்டாளா? பணம் நகை நட்டுனு எதையாவது கேட்டாளா? இல்ல கண்ட கழுதைங்கள மாதிரி கம்மாக்கரை பக்கம் எவன் கூடயாவது சுத்துறாளா?

படிக்க காலேஜ் போகனும்னு தான ஆசைப்படறா? பனிரண்டாவது க்ளாஸ் முடிச்சதிலிருந்து அவளும் இந்த ஒரு வருஷமா உன்கிட்ட எவ்வளவு தூரம் போராடி கிட்டு இருக்கா? கொஞ்சமாவது இறங்கி வர்றியா?

ஏன் அண்ணனை மட்டும் காலேஜ் அனுப்புறனு அவ கேக்கறதுல நியாயம் இருக்குல? அதுவும் இவ அவனைவிட மார்க்கும் அதிகம், நல்லா படிக்கற பொண்ணு.

அவளுக்கும் வாழ்க்கையில ஒரு நல்ல இடத்துக்கு வரணும்னு ஆசை இருக்கும்ல? கொஞ்சம் யோசிச்சுப் பாறேன்யா" என்றார்.

"அக்கா நீங்க எது சொன்னாலும் கேட்பேன், இப்ப அந்தக் கிணத்துக்குள்ள குதின்னு சொல்லுங்க. மறுபேச்சு பேசாம போய்க் குதிக்கிறேன்..

ஆனால் இது மட்டும் வேண்டாம்க்கா, சம்யுக்தாவுக்குத் துடுக்குத் தனம் ரொம்ப அதிகம். எனக்கு அவளை வீட்டில வச்சிருக்கவே மனசுக்குத் திக்குதிக்குன்னு இருக்கு.

புள்ளையோட அழகும் வேற நாளுக்கு நாள் கூடிட்டே போகுது. நம்ம ஊர் பசங்க எத்தன பேர் இவ பின்னாடி நாயா சுத்துறாங்கனு உங்களுக்கே நல்லாத் தெரியும். இதுல இவளை நான் வெளில அனுப்பிப் படிக்க வெச்சாலும் என்னால நிம்மதியா இருக்க முடியாது. எந்தப் புத்துக்குள்ள எந்தப் பாம்பு இருக்கும்னு நமக்கே இன்னும் பிடிபடல. இதுல அந்தப் புள்ளை எப்படி ஆள் பார்த்து பழகும்?

எம்புள்ளைய கௌரவமா கரை ஏத்த முடியுமானு எனக்கு ரொம்பப் பயமா இருக்கு. எங்க அக்கா பையனுக்கு இந்த வருஷமே இவள கட்டி கொடுத்துடலாம்னு நினைச்சுகிட்டு இருக்கேன்." என்றார்.

"உன் அக்கா குடும்பம் இன்னிக்கி வரைக்கும் நீயும் உன் பொண்டாட்டி பிள்ளைகளும் உயிரோட இருக்கீங்களா இல்லையானு எட்டிப் பார்த்தது கூட இல்ல. அங்க கொண்டுபோய் இவள தள்ளுனா என்னடா ஆகும்?" என்றார் துளசி.

"அதெல்லாம் இவ குணத்துக்கு எங்க போனாலும் பொழச்சுக்குவா அக்கா" என்று துளசி எதைச் சொன்னாலும் எதிர் வாதம் செய்தார் பொன்னுச்சாமி.

"அந்த அளவு தைரியமா இருக்கிற புள்ளைய ஏன் நீ வெளியூருக்கு அனுப்பிப் படிக்க வைக்க மாட்டேங்கற? நான் சொல்றதைக் கேளுடா,

நீ உன் பொண்ண முன்ன பின்ன தெரியாத எந்த இடத்துக்கும் அனுப்ப வேண்டாம். உன் மகனை எப்படி என் பையன் காலேஜ்ல சேர்த்து விட்டேனோ, அதே மாதிரி இவளையும் என் மகன்கிட்ட சொல்லி காலேஜ்ல சேர்த்துக்க வைக்கிறேன்.

அவ படிப்பு செலவையும் நானே பார்த்துக்கறேன், அவளுக்கு நான் பொறுப்பு. என்கிட்ட அவள விட்டுடு, மூணு வருஷத்தில அவள பெரிய இடத்துக்குக் கொண்டு வந்து காட்டுறேன்" என்று கெஞ்சிக் கொண்டிருந்தார்.

இதுவரை அவர் எதுக்காவும் இவ்வளவு தூரம் இறங்கிப் பேசியதில்லை என்பது அவர் பேச்சிலேயே பொன்னுச்சாமிக்குத் தெரிந்தது.

படக்கென அவர் காலில் விழுந்த பொன்னுச்சாமி, "அக்கா என்னை மன்னுச்சுக்குங்க, இது மட்டும் வேண்டாம்.." என்று காலைப் பிடித்துக் கெஞ்சிக் கொண்டிருந்தார்.

"நீ இவ்வளவு உறுதியா நிக்கும் போது நான் என்னத்தச் சொல்றது? குறைஞ்சபட்சம் அவளோட கல்யாணத்தையாவது இன்னும் இரண்டு வருஷம் கழிச்சு வைடா.

இப்போ தான் அவளுக்குப் பதினெட்டு வயசாகுது இன்னும் பக்குவமில்லாத இரண்டும் கெட்டான் வயசு. குடும்பம் நடத்த தெரியாது.." என்றார் துளசி.

"இல்லக்கா இதுக்கு மேல அவளை வீட்டில் வச்சிருக்க எனக்கு விருப்பமில்ல. கூலி வேலை பாக்குற எவன் கையிலயாவது பிடிச்சு கொடுத்துட்டா, அவ என் கண் முன்னாடி கவுரவமா குடும்பம் நடத்த ஆரம்பிப்பா. அதுதான் எனக்கும் என் குடும்பத்துக்கும் நிம்மதி" என்று அடித்துப் பேசினார் பொன்னுசாமி.

துளசிக்குக் கோபம் கோபமாக வந்தது.. இனி இவனோடு பேசினால், வீண் விவாதத்தில் போய் முடியும் என்று எண்ணிய துளசியம்மாள், தன் கோபத்தை அடக்கிக் கொண்டு அமைதியாகச் சென்று விட்டார்.

"நம்ம உறவுப் பொண்ணா இருந்தா நாமளும் பேசி ஒரு முடிவெடுக்க முடியும். நம்ம காட்டைக் குத்தகைக்கு எடுத்தவன், நாம சொல்றதை எல்லாம் கேட்பானா?" என்று அறிவிற்குப் புரிந்தாலும், மனசுக்குப் புரியவில்லை.

சம்யுக்தா மீதிருந்த பாசத்தின் காரணமாக, அவர் மனம் மீண்டும் பொன்னுச்சாமியிடம் பேசிப் பார்க்கச் சொல்லி முரண்டு பிடித்தது.

காய்கள் விளைந்திருக்கும் வயலை வேடிக்கை பார்த்து விட்டு வீட்டிற்குச் சென்றார். மதிய நேரத்துச் சமையலை முடித்து விட்டு, வீட்டை பெருக்கிக் கொண்டிருக்கும் போது, துள்ளி குதித்தாடும் மான்குட்டி போல அவர் முன்னால் வந்து நின்றாள் சம்யுக்தா.

பட்டுப்பாவடை கட்டி பறந்து வரும் அந்தப் பட்டாம்பூச்சியின் முகத்தைப் பார்த்த பிறகுதான் போன உயிர் திரும்பி வந்த சந்தோஷம் துளசிக்கு.

"தொல்ஸ் கூப்டியாமே, என்ன விஷயம்?" என்று கேட்டுக் கொண்டே அவள் வர, அவளுக்குப் பின்னால் ஒரு பெரும் படையொன்று உள்ளே நுழைந்தது.

"ஏண்டி வாயாடி, எதாவது விஷயம் இருந்தாத்தான் இங்கே வருவியா? இதுக்கு முன்ன அப்படி இல்லாம இங்கயே படுத்துக் கிடந்தது மறந்து போச்சா" என்றபடி விளக்கமாற்றை அழுத்திப் பிடித்தார்.

வெகு லாவகமாய் அவர் கையிலிருந்த துடைப்பத்தைப் பிடுங்கிய சம்யுக்தா, "அப்ப நான் ஸ்கூலுக்குப் போய்ட்டு வெட்டியா இருந்தேன். அதனால உன் பின்னாடி சுத்தினேன், இப்ப அப்படியா? எனக்குன்னு ஒரு கூட்டமே இருக்கு.." என்றாள்.

"நீ இப்படியே பைத்தியம் புடிச்ச மாதிரி பேசிட்டு இரு, உங்கப்பன் இதுதான் சாக்குனு உன் பைத்தியத்துக்கு வைத்தியமா கல்யாணம் பண்ணி வைக்கப் போறான்.."

"எங்கப்பாவுக்கு எல்லாமே சாக்குதான், எப்படியாவது என்ன தள்ளி விடுறதுல குறியா இருக்காரு.." என்றாள்.

"அது சரி, எதுக்குடி ஊருக்குள்ள இருக்கிறவங்க வயல்ல எல்லாம் போய்க் கடலை பறிக்கற? வேணும்னா என் வயல்ல எல்லாமே கொட்டிக் கிடக்கும். ஒரு நாள் முழுக்க உட்கார்ந்து கடலையையும் காயையும் பிடுங்கித் திங்க வேண்டியதுதான?

இப்படி ஊர் வம்பை விலைக்கு வாங்கிட்டு திரியாதடி. கொஞ்சமாவது வயசுப் பிள்ளையாட்டம், அடக்க ஒடுக்கமா இருக்கப் பாரு. உன் கூடச் சுத்துற உன் கூட்டத்தைப் பார்த்தா ஊரு என்ன சொல்லும்?

எங்க புள்ளைய இவதான் கெடுத்துட்டானு பேசாது? இந்த இலட்சனத்தில உங்க அப்பா வேற உனக்குக் கல்யாண ஏற்பாடு செய்யப் போறேன்னு சொல்லுறான். குடும்பக் கவுரத்தப் பத்திக் கொஞ்சம் யோசிடி.." என்றார் துளசி.

அதிர்ந்த விழிகளுடன், "என்ன தொல்ஸ் சொல்ற? எனக்குக் கல்யாணமா? அப்போ நான் காலேஜ் போகவே முடியாதா? என் படிப்பு என்னாகுறது?" என்றவளின் விழிகளில் நீர் திரண்டிருந்தது.

"நானும் எவ்வளவோ சொல்லிப் பார்த்துட்டேன் டி, உங்க அப்பா கேட்க மாட்டேங்குறானே.. என்னை என்ன பண்ணச் சொல்றே?

இன்னைக்குக் காலையிலே கூட அவ்வளவு தூரம் சொன்னேன். உன் படிப்புச் செலவையும் நானே பார்த்துக்கறேன். உனக்கும் நானே பொறுப்புனும் சொல்லி பார்த்துட்டேன், ம்ஹூம் கேக்க மாட்டேங்கறானே".. என்றார்.

"உனக்குப் பேசத் தெரியலை தொல்ஸ், உன் நிலத்த குத்தகைக்கு எடுத்த ஆள உன்னால பேசிக் கன்வின்ஸ் பண்ண முடியலைனா, உன்ன என்னன்னு சொல்றது?

நான் சொல்றத கேக்கலைனா உன்னையும் உன் பொண்ணையும் ஊரைவிட்டு தள்ளி வச்சிடுவேன்னு உதாரு விடவேண்டாமா?" என்றாள்.

"எல்லாம் பண்ணிட்டேன்டி.." என்றார் சலித்தபடி துளசி.

"எனக்காக இன்னும் கொஞ்சம் பேசிப்பாரு தொல்ஸ், எனக்குக் கல்யாணமெல்லாம் வேண்டாம்..

நியாயப்படி என்னை விட அந்தக் கருவாயன் யுவராஜ் தானே பெரியவன்? அவனுக்கு முதல்ல கல்யாணம் பண்ணச்சொல்லு. அவனைத்தான கஷ்டபட்டுப் படிக்க வைக்கறாங்க? அப்ப கல்யாணத்துலயும் அவனுக்குத்தான் முதல் உரிமை.." என்றாள் கோபமாக.

"நீயும் நானும் சொல்லிக் கேக்குற எல்லைய உங்கப்பன் தாண்டிட்டான்மா. மத்தவங்களால உனக்கு ஏதாவது ஆபத்து வந்திடுமோனு பயப்படுறான்.

நீ இன்னும் ஒரு நாலைஞ்சு வருஷம் பெரிய பொண்ணா இருந்தா, என் பையனுக்குக் கட்டி வெச்சு உன்னை நானே படிக்க வச்சிருப்பேன். என்ன பண்றது, எல்லாம் விதி.." என்றார் துளசி.

"இரு இரு, என்ன சொன்ன? உன் பையனுக்குக் கட்டி வெச்சு என்னைப் படிக்க வைக்கறியா? இது கூட நல்லா இருக்கே தொல்ஸ், நான் உன் பையனையே கல்யாணம் பண்ணிக்கறேன். அப்பாட்ட பேசேன், ப்ளீஸ் தொல்ஸ்.." என்றாள் உற்சாகமாகச் சம்யுக்தா.

அதிர்ந்து போன துளசி, "ஏய் நான் ஒரு பேச்சுக்குச் சொன்னேன்டி, ஆளைப்பாரு.. கொஞ்சமாவது மண்டைல மூளை இருக்காடி உனக்கு? என் பையன் உன்னை விடப் பத்து வயசு பெரியவன், அவனப் போய்க் கல்யாணம் பண்ணிக்கறேன்னு யோசிக்காம சொல்ற?" என்றார் கோபத்-துடன்.

"அதெல்லாம் தெரியாது எனக்கு.. நான் உன் பையனைத் தவிர வேறே யாரையும் கல்யாணம் பண்ணிக்க மாட்டேன். சீக்கிரம் எங்க கல்-யாணத்துக்கு ஏற்பாடு பண்ணு தொல்ஸ்.

ஐ ஜாலி, நான் காலேஜ் போகப் போறேனே.." என்று எதுவும் புரி-யாமல் வேடிக்கை பார்த்துக் கொண்டு நின்ற தன் வானர படையிடம் சொல்லி சந்தோஷப்பட்டுக் கொண்டாள்.

அவள் சந்தோஷம் அவர்களையும் தொற்றிக்கொள்ள, அவ்விடமே கும்மாளமும் கொண்டாட்டமுமாய் மாறிப்போனது.

"தொல்ஸ் சீக்கிரமா கல்யாணத்துக்கு ஏற்பாடு பண்ணு, நான் இந்த வருஷமாவது காலேஜ் போகனும்" என்று சொல்லி அவர் கன்னத்தில் தட்டிவிட்டு தன் படைகளுடன் அங்கிருந்து வெளியேறிச் சென்றாள் சம்-யுக்தா.

"இவகிட்ட போய் இப்படிப் பேசின என்னைத்தான் சொல்லனும். படிக்கறதுல இவ்வளவு ஆர்வமா இருக்கற புள்ளைய, இந்தப் பொன்-னுச்சாமி ஏன் தான் இப்படிப் பண்றானோ?" என்று வேதனையுடன் தலையில் அடித்துக் கொண்டு, தன் வேலைகளைக் கவனிக்கச் சென்றார் துளசி.

அன்றோடு அவர் அந்தப் பேச்சை மறந்துவிட, அடுத்தச் சில நாட்-களிலேயே பொன்னுச்சாமி தன் அக்கா பையனை பொண்ணு பார்க்க வர வழைத்துவிட்டார்.

அவன் வரும் செய்தி தெரிந்த அடுத்த நிமிடமே சம்யுக்தா, கிச்சனே கதியென்று கிடக்கும் தன் அம்மா சுமதியிடம் சென்றாள்.

"அம்மா உன் அண்ணன் பையன் வெள்ளச்சாமியத்தான் எனக்குப் புடிச்சிருக்கு. நான் அப்பாட்ட சொன்னேன், ஆனா அவரு அதுக்கு என்ன பதில் சொன்னார் தெரியுமா?" என்று திரி தூண்டினாள்.

சுமதியும், "என்ன சொன்னாரு?" என்று அவள் விரித்த வலையில் அழகாய் விழுந்தார்.

"அந்தக் குடும்பத்துல உங்க அம்மாவை கட்டி நான் படுறபாடு போதாதா? உன்னையும் அந்தக் குழியில தள்ளனுமா?ன்னு சொல்லிட்-டாரும்மா. அப்பா ஏன் அப்படிச் சொன்னாரு? மாமா நமக்கு என்ன துரோகம் செஞ்சாங்க?" என்று பச்சைப் பிள்ளை போலக் கேள்வி கேட்-டாள்.

வெகுண்டெழுந்த சுமதி, "உங்கப்பா அப்படியா சொன்னாரு? நானும் என் குடும்பமும் அவருக்கு என்ன குறை வச்சோம்ன்னு இப்படி எல்லாம் பேசியிருக்காரு? இப்ப அந்த மனுஷன் எங்க இருக்காரு?" என்று கோபம் கொண்டு கணவனைத் தேடிச் சென்றாள்.

"துளசியம்மாள்" என்று வாய் நிறைய ஊரே செல்லமாகவும், மரி-யாதையோடும் அவரை அழைத்தாலும் இவள் மட்டும் ஏன் "தொல்ஸ்" "தொல்ஸ்" என்று அழைக்கிறாள். சம்யுக்தா பன்னிரண்டு வயதிலிருந்தே துளசி என்கிற வார்த்தையை சுருக்கமாக "தொல்ஸ்" என்று அழைப்-பாள். ஒருவகையில் இதுவும் செல்ல பெயர் தான். துளசியம்மாள் அவளுக்கு அந்த அளவிற்கு உரிமையையும் செல்லத்தையும் கொடுத்து வளர்த்தார். அவள் அப்படி அழைக்கும் போதெல்லாம் தன்னை மறந்த ஒரு பிரியத்திற்குள் தானும் சென்று விடுவார் துளசியம்மாள். இருவரும் அவ்வளவு ஒன்றிருந்தார்கள்.

2

அத்தியாயம் 2

நாட்டின் அரியணை ஆட்சியை நிழலுலகில் இருந்து ஆட்டுவிக்கும் மிகப் பெரிய நெட்வொர்கான மும்பையின் மாபியா கேங்கின் முடிசூடா மன்னன்.

நிஜவுலகில் பிஸ்னஸ்மேன் என்ற போர்வையில் மும்பையே தன் கட்டுப்பாட்டில் வைத்திருக்கும் ஜகஜால கில்லாடி. சமுதாயத்திற்குக் கணக்கு காட்டுவதற்காகப் பல கல்லூரிகள், ஒரு சில கப்பல், உயர்ந்து வளர்ந்த ஷாப்பிங் மால்கள் என்று கோடிக்கணக்கான சொத்துக்களுக்குச் சொந்தக்காரன்.

ஊரே மூக்கில் விரல் வைக்கும் அளவிற்கு, இவ்வளவு விரைவில் இந்த இடத்திற்கு வருவதற்காகப் பல தியாகங்களைச் செய்திருந்த பக்கா கிரிமினல் பிரித்திவிராஜ்.

அரசியல் வட்டத்தில் இந்தியாவை ஆளும் கட்சியின் முக்கியப் பொறுப்பில் இருக்கிறார் அமைச்சர் தணிகாச்சலம். அவருக்கும் அவரைச் சேர்ந்த சில மத்திய அமைச்சர்களுக்கும் கடந்த சில வருடங்களாய் பிருத்விராஜ்தான் அச்சாணி சக்கரமாய்ச் சூழல்கிறான்.

இந்தியாவிற்குள் அவர்கள் கொண்டுவர விரும்பும் ஆயுதங்கள் அத்தனையும், அவனுடைய கப்பல் வழியாகத்தான் துறைமுகப் பாதையில் சுதந்திரமாய் நுழைகிறது.

பிருத்வியின் வேலை அவர்கள் சொல்லும் இடத்தில் ஆயுதங்களைத் தன் கப்பலில் ஏற்றுவதில் ஆரம்பித்து, அவர்கள் சொல்லும் இடத்தில் இறக்கும் வரையிலும் தான். அதற்குப் பிறகான மற்ற வேலைகளை

அமைச்சர்கள் அனைவரும் இரகசியமாக வைத்திருந்தார்கள்.

இது நாள் வரை பிரித்திவியிடம் ஒரு வேலையைக் கொடுத்தால் குறித்த நேரத்தில் பொருள் இடம் தேடி வந்து விடும் என்பது அமைச்-சர்களின் நம்பிக்கை. அந்த நம்பிக்கைக்குப் பாத்திரமாகும் மாதிரி தான் அவனும் எங்கேயும் சிக்காமல் கடத்தல் பொருட்களைத் தன் ஆட்கள் மூலம், அமைச்சர்கள் கைகாட்டும் இடத்திற்குக் கொண்டு வருவதில் கில்லாடி.

நிழல் உலகில் பெரும் பெயரை சம்பாதித்து இருக்கும் அவனுக்கு, நிஜ உலகில் தன் அனைத்து தொழிலையும் விடக் கல்லூரிகளில் அதிக ஈடுபாடு உண்டு.

மற்ற தொழில் சம்பந்தமான வேலைகளைக் கூடப் பிறர் வசம் ஒப்-படைப்பான். ஆனால் கல்லூரியில் ஒரு சிறு பிரச்சனை என்றாலும் அவனே முன் வந்து பார்த்து சரி செய்வான்..

இதோ இன்றும் கல்லூரியில் அவனுக்கு ஒரு முக்கியமான மீட்டிங் இருக்கிறது. சொன்ன நேரத்திற்கு அவன் கார் கல்லூரி வளாகத்திற்குள் நுழைந்ததும் அந்தப் பகுதியே பரபரப்பாகச் செயல்பட ஆரம்பித்தது.

பிரித்திவி இப்படி அடிக்கடி தனக்குச் சொந்தமான கல்லூரிகளைப் பார்வையிட வந்து செல்வான் என்பது அங்கிருக்கும் அத்தனை பேரா-சிரியர்களும் மாணவர்களும் அறிந்த செய்தி.

அவனது நிழல் உலக வாழ்க்கையைப் பற்றி மக்கள் அரசல் புரசலாக அறிந்திருந்ததால், அவனுக்குச் சொந்தமான எந்தக் கல்லூரியிலும் ரேக்-கிங்கோ ஸ்டிரைக்கோ நடப்பதில்லை.

மதக் கலவரங்களுக்குப் பெயர் பெற்ற மும்பை மாநகரில், ஊருக்குள் எவ்வளவு பிரச்சனை இருந்தாலும், பிரித்வி கல்லூரியில் பயிலும் மாண-வர்கள் காலேஜ்க்கு வருவதும் தெரியாது, போவதும் தெரியாது.

அந்த அளவுக்கு ஆரம்பம் முதலே கட்டுப்பாடு முக்கியம் என்பதில் தெளிவாய் இருந்தான் பிரித்வி.

அதே போலப் பிரச்சனை செய்யும் நோக்கோடு அவன் கல்லூரிக்குள் காலெடுத்து வைக்கும் துணிச்சல், இதுவரை எவனுக்கும் வந்தது இல்லை என்பதால், கல்லூரியும் அமைதியாகவே இருக்கும்.

அந்த அளவிற்குப் பிருத்வி எனும் மாயக்காரன் மும்பை மக்கள் மனதில் தன் மீதான பயத்தினை உருவாக்கி வைத்திருந்தான்.

அவன் வாகனத்தைக் கண்டாலே எதிரே வரும் எந்த ஒரு மனிதனும் அஞ்சி நடுங்கி வழிவிடும் பழக்கத்தை உருவாக்கி விட்டான் பிருத்வி. வாகனத்திற்கு மட்டுமில்லை, அவன் தனிப்பட்ட விஷயங்களிலும் மக்களோ, ஆட்சியில் இருப்பவர்களோ தலையிடுவது கிடையாது. அதே போல அவனும் தேவையில்லாமல் பிறரது தொழில் சம்பந்தப்பட்ட விஷயங்களில் தலையிட மாட்டான். பிரித்வியை மீறி அந்த வர்த்தக மாநகரில் எதுவும் நடக்காது.

ஆனால் பிரித்திவியைப் பார்த்தால் இவ்வளவு தூரம் அடக்கி ஆளும் சாயலே தெரியாது. கதர் வேட்டி கதர் சர்ட்டில் மிகச் சாதாரணத் தோற்றம் கொண்டிருப்பான்.

அவனுடைய உயரத்துக்கும் சிவந்த நிறத்துக்கும், எடுப்பான நாசிக்கும் கச்சிதமான இரும்பை போன்று உறுதியுடன் இருக்கும் உடலுக்கும், வேஷ்டி சர்ட் அவ்வளவு பொருத்தமாக இருந்தது.

கல்லூரி நடத்துவதற்காகவென்றே பத்து பொருத்தமும் பக்காவாகப் பொருந்தி இருக்கும்படியான முகத்தினை, பிரம்மாவை மிரட்டி வாங்கி வந்திருப்பான் போலும்..

வேஷ்டி அணிந்திருக்கையிலேயே வேகவேகமாகக் கல்லூரிக்குள் நுழையும் அவனை, பின் தொடர்ந்து வரும் அவனது ஆட்களே ஈடுகொடுத்து நடக்க முடியாமல் மூச்சு வாங்குவார்கள்.

இது இப்பொழுதும் தனி ஒரு சிங்கமாய்த் தலைவன் சீறி வர, அவனது அடியாட்கள் அரசனின் தேரைச் சுற்றிப் பாய்ந்து ஓடி வரும் குதிரை போல அவனைச் சூழ்ந்தபடி ஓடி வந்தனர்.

கல்லூரி வளாகமே இவன் வரவை எதிர்பார்த்துக் காத்திருந்தார்கள். ஆயினும் அவன் வந்ததும், திடீரென்று உயிரில் உருவான அச்சத்தின் காரணமாய் பிரின்சிபல் முதல் பியூன் வரை லேசான உதறலோடு நின்றிருந்தனர்.

அவர்களை எல்லாம் ஒரு பொருட்டாகக் கூட நினைக்காமல், அதே வேக நடையுடன் உள்ளே சென்று அவனுடைய சுழல் நாற்காலியில் அமர்ந்தான்.

அவன் பின்னே அதேயளவு வேகத்துடன் வந்து நின்றான் ராஜேஷ். அவனுக்கு மட்டும் தலைவனைத் தொட்டுப் பேசுமளவு உரிமை உண்டு என்பதால், பிரித்வியின் அருகே இருந்த ஆசனத்தில் அமர்ந்தான்.

அடுத்த இரண்டு விநாடியில் அந்தக் கல்லூரியில் பணியாற்றும் அனைத்துப் பேராசிரியர்களும், உள்ளுக்குள் பயத்தை வைத்துக் கொண்டே உள்ளே வந்தனர்.

சின்னப்பிள்ளை போல ஆளுக்கொரு சீட் பிடித்துக்கொண்டு, அவனுடைய உத்தரவுக்காகக் காத்து நின்றனர்.

பிரித்வி, உட்காருங்க என்பதைப் போல் கை அசைக்கவும், நுனி நாற்காலியில் அமர்ந்தார்கள் அனைவரும்.

"சொல்லுங்க என்ன விஷயமா வரச் சொல்லி இருந்தீங்க" என்றான்.

பதட்டத்துடன் எழுந்த பிரன்ஸிபல், "சார் கல்லூரில் இன்னும் சில பேராசிரியர்கள் போடணும், அதைப் பத்தின டிடெயில்ஸ் இந்த டாக்கு-மெண்ட்ல இருக்குது சார்" என்று ஒரு கோப்பினை காண்பித்தார்.

எந்தெந்த டிபார்ட்மெண்ட்டுக்கு புதிய பேராசிரியர்கள் தேவை என்று லிஸ்ட் போட்டிருந்த பைலை, அவர் பிரித்விராஜின் முன்னால் கொண்டு வந்து வைத்தார். அதை எடுத்துப் பார்த்த ராஜேஷ் பிரித்வியிடம் அதி-லிருப்பதைச் சொன்னான்.

"சரி அதுக்கான ஏற்பாட்டை ராகுலிடம் செய்யச் சொல்" என்று கணீரென்று ஒரு வார்த்தையில் ராஜேஷிடம் சொன்னவன்,

"அவ்வளவு தானா? வேறு எதாவது இருக்கா?" என்றான் இறுகிய குரலில்.

"இருக்கு சார்" என்று மெல்லிய குரலில் சொன்ன பிரின்சிபல், மேனேஜ்மென்ட் சம்பந்தப்பட்ட சில தகவல்கலை அவனிடம் சொல்லி, அதற்குத் தேவையான பதிலையும் பெற்றுக் கொண்டார்.

எந்தத் தவறும் செய்யாமல், வெறுமனே தகவல்களை மட்டும் அவனிடம் சொல்லி முடிப்பதற்குள்ளாகவே அவருக்கு மூச்சு முட்டியது.

"எனித்திங்ஸ்?" என்றிட, அந்த அறையே குண்டூசி கீழே விழுந்தா-லும் கேட்கும் அளவிற்கு நிசப்தமாய் இருந்தது.

பிரித்திவி எல்லாரையும் அழுத்தமாகப் பார்த்து விட்டு, வந்த வேகத்-திலேயே திரும்பி சென்று விட்டான்.

ராஜேஷ் பொறுமையாக இருந்து, பேப்பரில் விளம்பரம் கொடுப்பதற்-காகப் பைலில் சில சந்தேகங்களைக் கேட்டு விட்டுச் சென்றான்.

பிரித்திவி அந்தக் கட்டிடத்தை விட்டு வெளியே சென்று விட்டான் என்று தெரிந்த பிறகு தான், அங்கே இருந்தவர்கள் பதட்டம் தனிந்து ஆழ்ந்து சுவாசித்தவர்கள்.

தங்களுக்கு முன்னால் இருந்த தண்ணீரை எடுத்து குடித்து விட்டு, தமது நாற்காலிகளில் கொஞ்சம் ரிலாக்ஸாக அமர்ந்து ஒவ்வொருவரும் அடுத்தவரை பார்வையாலேயே ஆறுதல் படுத்திக் கொண்டார்கள்.

பிரித்திவி காரில் பின் சீட்டில் அமர்ந்திருக்க, முன்பக்கம் ராஜேஷ் ஏறிக்கொண்டான்.

"இவ்வளவு நேரமாடா சீக்கிரமா வரமாட்டியா?" என்றான் எரிச்சலுடன் பிரித்வி.

"புது பேராசிரியர் போடுறதில் இருந்த சந்தேகம் எல்லாம் கேட்டு விட்டு வந்தேன். உன்னை மாதிரி அரக்கப் பரக்க எல்லாம் ஓடி வரமுடியாதுடா" என்றான் அவனும் கடுப்புடன்.

பிரித்வி அவனை முறைக்கக் கண்டு கொள்ளாமல் டிரைவரைப் பார்த்தான்.

டிரைவர் ராஜேஷைப் பார்க்க, "உனக்கு வேற தனியா சொல்லனுமா? வீட்டுக்குப் போ" என்றான் ராஜேஷ்.

அவன் காரின் முன்னாடியும் பின்னாடியும் பாதுகாப்பு வாகனங்கள் செல்ல, கார் மும்பையின் அவுட்டரில் இருக்கும் காட்டுப்பகுதியில் நுழைந்தது. சிறிது தூரத்தில் பிரித்திவியின் வீடு வந்துவிட அங்கே காவலுக்கென இருந்த இவனுடைய ஆட்கள் தாங்கள் இருந்த இடத்தில் இருந்தே ரிமோட்டை இயக்க, கேட் ஆட்டோமேடிக்காகத் திறந்தது.

அந்த வீட்டைச் சுற்றிலும் கட்டப் பட்டிருந்த பெரிய மதில் சுவர் வானத்தைத் தொடுமளவு உயரமாக இருந்தது. அதன் உயரமும் வண்ணமும் பார்க்கவே பயத்தைக் கொடுக்கும் அளவிற்கு இருந்தது.

உள்ளே என்ன நடந்தாலும் வெளியே தெரிய வாய்ப்பே இல்லை. அப்படி இருந்துமே ஆங்காங்கே ஆட்கள் காவலுக்கு இருந்தார்கள்.

அவர்களை மீறி ஒரு ஈ எறும்பு கூட உள்ளே வருவதோ, வெளியே செல்வதோ சாத்தியமில்லை என்பது, அந்தக் கோட்டையின் வெளிப்புறத்தைப் பார்த்தாலே தெரிந்தது.

உள்ளே வெகுதூரம் சென்ற பிறகு பெரிய பங்களா, அதை விட்டுக் கொஞ்ச தூரம் தள்ளி குட்டி, குட்டி வீடுகளும் இருந்தது. அந்தப் பங்களாவின் முன்பு காரைக் கொண்டு போய் நிறுத்தினான் டிரைவர்.

கீழே இறங்கி வேகநடையுடன் உள்ளே சென்றான் பிரித்திவி. அங்கே மருந்துக்குக் கூட ஒரு பெண் இல்லை, பெண் வாசனையே அறியாத ஒரு பெரிய சாம்ராஜியமே செயல்பட்டுக் கொண்டிருந்தது.

பிரித்வி வீட்டிற்குள் நுழைந்ததும் ஆபீஸ் அறையிலிருந்த ராகுல் வந்து, "போக்குவரத்துத் துறை அமைச்சர் தணிகாச்சலம் உன்னைப் பார்க்க வந்திருக்கார், ரொம்ப நேரமா காத்திருக்கார்" என்றான்.

"அவர வெய்ட் பண்ணச் சொல்லுடா வறேன்" என்று தன் அறைக்குச் சென்றான்.

அங்கிருந்து தன் கப்பலின் கேப்டனுக்குத் தொடர்பு கொண்டு, சில விஷயங்கள் பேசி முடித்தவன் ஆபீஸ் அறையை நோக்கிச் சென்றான்.

"வாங்க தம்பி உங்களுக்காகத் தான் ரொம்ப நேரமா காத்திருக்கேன், பொண்ணுக்குக் கல்யாணம் வெச்சிருக்கேன் நீங்க கட்டாயம் வரனும்" என்று அவர் பணிவுடன் பத்திரிக்கையைக் கொடுத்தார்.

வாங்கிப் படுச்சு பார்த்தவன், "கண்டிப்பா வறேன் சார், எதாவது சாப்டீங்களா? டேய் ராகுல்" என்று அருகில் இருந்தவனை அழைத்தான்.

"ஐயோ! அதெல்லாம் அப்பவே ஆச்சு தம்பி. நம்ம இடத்துக்கு வந்துட்டு அதெல்லாம் இல்லாம நகரமுடியாதே" என்று சிரிப்புடன் சொன்னவர், "தம்பி அப்படியே நம்ம சரக்கு எல்லாம்" என்று மென்று முழுங்கினார்.

"இப்ப தான் பேசிட்டு வரேன் இன்னும் ஒரு வாரத்தில் வந்துரும் கவலைப் படாதீங்க, உங்க பொருள் என் கப்பலில் இருக்கும் வரை எந்தப் பயமும் வேண்டாம் அதுக்கு நான் உத்திரவாதம்" என்றான்.

"ஐயோ! உங்களிடம் போய் நான் அப்படிக் கேட்பேனா? உங்களைப் பற்றி எனக்குத் தெரியாதா? நான் சீக்கிரம் வந்தால் பொண்ணு கல்யாணத்துக்குள்ள இந்த வேலைய முடுச்சறலாம்ன்னு பார்த்தேன்" என்றார் தயக்கத்துடன் தணிகாச்சலம்.

"ஓ" என்று கொஞ்ச நேரம் அமைதியாகப் பேப்பர் வெயிட்டை உருட்டிக் கொண்டிருந்தவன், "சரி நீங்க கல்யாண வேலையப் பாருங்க இதை எல்லாம் நான் பார்த்துக்கறேன்" என்றான்.

தணிகாசலத்தின் முகம் அவன் முக மாற்றத்தைக் கண்டு அதிர்ச்சிக்கு மாறி பின் சமாளித்து இயல்புக்கு வந்து, "உங்களுக்கு எதுக்குத் தம்பி வீண் சிரமம்" என்றார்.

"இதிலென்ன சிரமம் சார் உங்க பொருளை இவ்வளவு நாளா கப்பல்ல கொண்டு வந்தேன். இப்ப இங்கேயும் சப்ளை பண்ணப் போறேன். நானா செய்யறேன் என் ஆட்கள் தான் செய்யப் போறாங்க" என்றான்.

அவன் வார்த்தைகள் நிமிடத்திற்கு நிமிடம் உக்கிரமாய் மாறிக் கொண்டு வர அவருக்கும் வேறு வழியில்லாமல் போனது.

அதிகாரத்தின் உச்சியில் அமர்ந்து இருப்பவனிடம் இதற்கு மேல் மறுத்தால் நன்றாக இருக்காது என்பதை உணர்ந்தவர், "ரொம்ப நன்றி தம்பி மத்த விவரமெல்லாம் உங்களுக்கு ஆள் மூலமா கொடுத்து அனுப்பறேன்" என்று சொல்லிவிட்டு மறுபடியும் கல்யாணத்திற்கு வருமாறு பணித்து விட்டுச் சென்றார்.

பிரித்திவி கொஞ்ச நேரம் அங்கேயே பேப்பர் வெயிட்டை உருட்டிய படி ஆழ்ந்த யோசனையில் இருந்தான்.

அவன் அருகில் வந்த ராஜேஷ், "என்னடா யோசனை பலமா இருக்கு?" என்று கேட்டுக் கொண்டே அங்கிருந்த சேரில் அமர்ந்தான்.

"இந்த அமைச்சர் நாம பொருளை டெலிவரி பண்றோம்னு சொன்னதும், உடனே முகம் அதிர்ச்சியானதைக் கவனிச்சயா? அதான் யோசிச்சுட்டு இருக்கேன்" என்றான் பிரித்திவி.

"இதில் யோசிக்க என்ன இருக்கு அவர் டெலிவரி பண்ற இடம் நமக்குத் தெரிந்தால் நாமளே நேரடியா தொழிலில் இறங்கிடுவோம்ன்ற பயம் இருக்கும்ல. இல்லைனா இதைப் பத்தி தெரியக் கூடாதுன்னு மேல் இடத்தில ஏதாவது பிரஷர் இருக்கும்" என்றான் ராஜேஷ்.

"எனக்கு அப்படித் தோனலைடா நம்ம மேல எப்படியோ சந்தேகம் வந்திருக்கும்ன்னு நினைக்கறேன். அவருடைய பணிவே இன்னைக்கு அதிகமா இருந்துச்சு பார்த்தியா?" என்றான்.

"ஆமாம் டா நானும் கவனிச்சேன். வந்ததிலிருந்து என்கிட்டயும் குடைஞ்சு குடைஞ்சு கேள்வியா கேட்டுத் தள்ளினார்.

அதெப்படி நீங்க கொண்டு வர சரக்கை மட்டும் யாருமே பிடிப்பதில்லை, அப்படியே பிடிச்சாலும் விட்டுடுடறாங்க. நீங்க பெரிய ஆள் தான் உங்க திறமை வேறு யாருக்கும் வராது. என் ஆட்கள் எல்லாம் வேஸ்ட் இப்படி எல்லாம் பேசி, போட்டு வாங்கப் பாக்கறார் தெரியுமா?" என்றான் ராகுல்.

பிரித்திவி ஒரு புதைக்கப்பட்ட புத்தகம் போல. அவன் செயல்படுத்தும் நிழலுலக விஷயங்கள் ராஜேஷையும் ராகுலையும் தவிர யாருக்கும் தெரியாது. அவனைத் தொடர்பு கொள்ள முடியாத நேரங்களில் இவர்கள் இருவரிடமும் தான் பேசுவார்கள் அவனுடைய ஆட்கள்.

"சரி பார்த்துக்கலாம் விடு எங்கே போயிரப் போறார்" என்று சொல்லி விட்டு எழுந்து ஆபீஸ் அறையிலிருந்து தன்னுடைய அறைக்குச் சென்-றான் பிரித்திவி.

கைப்பேசியைத் தூக்கி கட்டிலில் போட்டுவிட்டு ஒரு குளியல் போட்-டால் நன்றாக இருக்கும் என்று தோன்ற குளியலறைக்குள் புகுந்து கொண்டான்.

குளித்து விட்டு வெளியில் வரும் போது ராகுல் அங்கே இருந்தான். என்ன என்பது போல் பார்க்க, "சாப்பிட போகலாம் வா" என்றான்.

"நீ போ வறேன்" என்றான் பிரித்திவி.

"நீ வா முதல்ல, நான் காலையிலிருந்து சாப்பிடலை பசி உயிர் போகுது" என்றான் ராகுல்.

"உனக்குப் பசிக்குதுங்கறக்காக நான் இப்படியே அரையும் குறையுமா வரட்டுமா?" என்று பிரித்திவி அவனை முறைத்தபடி கேட்க,

ஹிஹி என்று சிரித்த ராகுல், "எனக்கு ஒன்னும் பிரச்சனை இல்லை இப்படியே வா" என்றான்.

"எதுக்கு எல்லாரும் என்னை வேடிக்கை பார்க்கவா? நீ மட்டும் பார்த்துக்கோ" என்றவன்,

டவளை கழட்டி அவன் முகத்தில் வீசி விட்டு உடை மாற்றிக் கொண்டான் பிரித்திவி.

"டேய் டேய் இதெல்லாம் ஓவர்டா கொஞ்சம் கூட வெக்கமே இல்-லையா?" என்று ராகுல் கத்த,

அப்போது வந்த ராஜேஷ், "கருமம் கருமம் என்னடா பண்றீங்க ரெண்டு பேரும், ஆபீஸ் ரூம்ல ஆளக் காணும்ன்னு பார்த்துகிட்டு இருந்தா, இங்கே கொஞ்சிகிட்டா இருக்கீங்க?" என்றான்.

"யாரை இவனையா? கொஞ்சிட்டாலும், எந்நேரம் முகத்தில் கரு-வேல முள்ளை கட்டி வெச்ச மாதிரி இருக்கற இவன் கிட்ட போனாலே வர்ர மூடும் போயிரும் போடா" என்றான் ராகுல்

முகத்தை அஷ்ட கோணலாக வைத்துக் கொண்டு.

முறைத்துக் கொண்டு அவன் அருகில் வந்த பிரித்திவி, "நான் என்ன பொண்ணா என்னைப் பார்த்ததும் உனக்கு மூடு வர, வாடா" என்று சொல்லி விட்டு முன்னால் சென்றான்.

தலையில் அடித்துக் கொண்டு அவன் பின்னாடி சென்றார்கள் இரு-வரும். மூன்று பேரும் அமைதியாக உணவருந்தி விட்டு வெளியில் வந்-

தார்கள்.

ராஜேஷும் ராகுலும் அப்போதைக்குப் பொறுப்பேற்றுக் கொண்ட ஒரு சில வேலையைச் செய்து முடிக்கும் நோக்கோடு அவரவர் அறைக்குச் செல்ல, பிரித்திவி வெளியில் எங்கோ கிளம்பிச் சென்றான்.

கால்நடையாகத் தன் பங்களாவிலிருந்து வெளியில் வந்தவன், வீட்டை சுற்றிப் படர்ந்திருக்கும் காட்டுப்பகுதி எல்லாம் சுற்றிக் கொண்டு வந்தான்.

இரவு நேரத்தில் இப்படிப் பேய் மாதிரி உலாவுவது எப்போதும் நடப்பது தான், நள்ளிரவு வரை உலாவிவிட்டுத் தூங்கச் செல்வான். இதனால் உடலுக்கும் நல்லது. மனசும் லேசான மாதிரி இருக்கும். காவலை அப்போது கண்காணிப்பது போலவும் இருக்கும் என்பதால் இவ்வாறு அவ்வப்போது செய்து கொள்வான்.

கூடவே அங்கே காவலுக்கு இருப்பவர்களிடம் சாதாரணமாகப் பேச இந்த நேரத்தைப் பயன்படுத்திக் கொள்வான். இராத்திரி பகலாய்க் கஷ்டப்படும் அவர்களின் நிறைகுறை கேட்டறிந்து, அவர்கள் நலனுக்குத் தேவையான முடிவுகளையும் உடனுக்குடன் எடுத்துவிடுவான்.

அதனாலயே அவனுடைய ஆட்கள் அவனிடம் மிகுந்த விசுவாசமாக இருந்தார்கள்.

'இந்தியாவில் இருக்கும் பெரும் புள்ளிகளோடு பழக்கம் கொண்ட ஒரு ஆள், மும்பையே பார்த்து நடுங்குகிற டான், தங்களிடம் வந்து சாதாரணமாகப் பேசராறே' என்று அவனுக்காக எதையும் செய்யத் துணிந்திருந்தார்கள்.

ஆனால் பிரித்திவி தண்ணீரில் இருந்து வெண்ணெய் எடுக்கும் அதிமேதாவி. அவன் யாரிடம் பேசினாலும் அவர்கள் மனதிலிருப்பதைத் தெரிந்து கொள்ளத் தான் முயற்சிப்பான்.

இந்தத் தொழிலில் எதிரி எங்கு வேண்டுமானாலும் இருக்கலாம். மயிரிலையில் மரணம் நிச்சயம், எனக்கோ என்னைச் சேர்ந்த ஆட்களுக்கோ எந்த ஒரு சின்னப் பாதிப்பும் வந்து விடக்கூடாது என்பதால் சின்ன விஷயத்தில் கூடக் கவனம் செலுத்துவான் பிரித்திவி.

தன் பார்வை வட்டத்திற்குள் வரும் அனைவரின் பலம் பலவீனம் எல்லாம் அறிந்து வைத்துக் கொள்வான்.

ஒற்றைப் பார்வையில் எதிரியை எடை போடுவதில் திறமையானவனாகத் திகழும் புத்திசாலி. ஆதலால் இதுவரை அவனை எந்தக்

கொம்பாதி கொம்பனும் தொடக்கூட முடியவில்லை.

எதிரியின் உடல்மொழி அசைவுகளின் மூலம் அவனின் மனதிலிருப்பதைப் படிக்கத் தெரிந்து வைத்திருந்தான். எவனாவது தனக்கு எதிராகத் தப்புச் செய்ய நினைத்தாலும், அவன் உயிர் அடுத்த நொடியே விண்ணுலகம் சென்றிருக்கும்.

தொழிலில் இறங்குவதற்கு முன்பே எல்லா நெளிவு சுழிவுகளையும் கற்றிருந்ததால் தான் அவனை யாரும் நெருங்க முடியாத உயரத்தில் இருந்தான். அவன் செய்யும் இந்த இல்லீகல் கடத்தல் தொழிலில் அவனை வெல்ல இதுவரை யாரும் இல்லை.

ராஜேஷ் ராகுல் இருவரும் கல்லூரியிலிருந்து அவன் கூடவே இருப்பதால், அவர்களிடம் மட்டும் நெருக்கமாகப் பழகுவான். அவர்கள் இருவருக்கு மட்டும் பிரித்திவியைப் பற்றி முழுமையாகத் தெரியும்.

காடு முழுவதும் சுற்றி விட்டு மணி பனிரெண்டை நெருங்கும் போது தன் அறைக்குள் நுழைந்தான் பிரித்திவி.

தூக்கம் அவனை அழைக்க அப்படியே கட்டிலில் விழுந்தவன் உறங்கிப் போனான்.

கொஞ்ச நேரத்தில் தன் மேல் கணமாக ஏதோ விழ கண்ணைத் திறந்து பார்த்தான்.

ராகுல் வந்து இவனை அணைத்தபடி படுத்திருந்தான். "டேய் நீ இன்னும் தூங்கலையாடா? உன் ரூமில் தூங்க வேண்டியது தானே, ஏன் என் தூக்கத்தைக் கெடுக்க வந்திருக்க" என்றான் பிரித்திவி.

"பேசாம தூங்குடா எனக்குத் தூக்கம் வருது" என்று அவனை அணைத்தபடியே தூங்கினான். தலையில் அடித்துக் கொண்ட பிரித்திவி தானும் தூங்க முயற்சித்தான்.

காலையில் கண் விழித்த ராஜேஷ் காபி குடிப்பதற்காகப் பிரித்தியியை அழைக்கச் சென்றான்.

சமையல் செய்யும் ஆட்கள் காபி டீ இரண்டையும் கொண்டு வந்து ஆபீஸ் அறைக்கு அருகில் இருக்கும் வரவேற்பறையில் வைத்து விடுவார்கள். அங்கே அன்றைய பேப்பர் எல்லாம் இருக்கும், இவர்கள் மூன்று பேரும் போய் காபி அருந்திக் கொண்டே பேப்பர் பார்த்தபடி பேசிக் கொண்டிருப்பார்கள்.

இன்றும் அதற்காக வந்தவன் ராகுல் பிரித்திவியை அணைத்துக் கொண்டு படுத்திருப்பதைப் பார்த்து விட்டு, அருகில் போய் இரண்டு

பேரையும் ஒரு அடி சுளீரென்று போட்டான்.

திடுக்கிட்டு எழுந்தவர்கள், "என்னடா" என்றார்கள்.

"இதென்னடா கருமம் புடுச்சவன்களா வேற யாராவது வந்து பார்த்தா என்னன்னு நினைப்பாங்கடா" என்றான் ராஜேஷ்.

"அதை அவன்கிட்டச் சொல்லு அவன் தான் வந்து என் தூக்கத்-தைக் கெடுக்கறான்" என்று சொல்லிக் கொண்டு குளியல் அறைக்குள் புகுந்து கொண்டான் பிரித்திவி.

ராஜேஷ் ராகுலை கோபத்துடன் பார்க்க, "டேய் விடுடா ஏதோ அவனோட படுத்தா நல்லா தூக்கம் வருதுன்னு வந்து படுத்தேன், இதுக்கு இந்த அலப்பறை பண்ணுவியா?" என்றான் ராகுல் கூலாக.

"பாக்குற வேலைக்கும் பண்ற சேட்டைக்கும் ஏதாவது சம்பந்தம் இருக்கா? உன்னையெல்லாம் கூடச் சேர்த்து வைச்சுகிட்டு என் உசுர வாங்குறான், இரு இன்னிக்கு உன்ன காளிக்கு பலி கொடுக்கிறேன்" என்று அவனை அடிக்கத் துரத்தினான் ராஜேஷ்.

ராகுல் அவன் கைக்குச் சிக்காமல் துள்ளிக் குதித்து ஓடியபடி, அந்-தப் பெரிய ரூமில் அவனுக்கு விளையாட்டுக் காட்டிக் கொண்டிருந்தான்.

குளியல் அறையிலிருந்து வெளியில் வந்த பிரித்திவி இதைப் பார்த்து விட்டு, ராகுலை பிடுச்சு குளியல் அறைக்குள் தள்ளி, "ஃபிரெஷாயிட்டு வாடா காபி குடிக்கப் போகலாம்" என்றான்.

"இன்னும் இவன் விளையாட்டு பையனாவே இருக்கான் டா" என்-றான் ராஜேஷ் குறையாக.

"விடுடா மத்தவங்ககிட்ட எல்லாம் சீரியசாகத் தான் இருக்கான், நம்-மகிட்ட தான் இந்தக் கொஞ்சல் எல்லாம். இவனுக்குன்னு ஒரு கல்யா-ணத்தைப் பண்ணி வெச்சுட்டா நம்மளைத் தொந்தரவு பண்ணமாட்டான்" என்று கண்ணசைத்துச் சிரித்தான் பிரித்திவி.

"இதெல்லாம் இப்ப நடக்கற காரியமா? நம்மளோட இந்த ஆப்ரே-ஷனை முடுச்சா தான் நாம வீட்டுப் பக்கம் போகனும்னு முடிவெடுத்தது உனக்கு மறந்து போச்சா?" என்றான் ராஜேஷ் அவன் முகத்தைப் பார்த்-துக் கொண்டே.

"எனக்கு என்னமோ சீக்கிரமா முடுஞ்சுடும்னு தோனுது பார்க்கலாம். நீங்களாவது இந்த ஐந்து வருஷத்துல இரண்டு முறை வீட்டுக்கு போயிட்டு வந்துட்டீங்க, நான் எங்க அம்மாவைப் பார்த்தே ஐந்து வரு-ஷமாச்சு நெனைச்சாலே மனசு கணத்துப் போகுதுடா.

பாவம் ஒத்த மனுஷியா எனக்காக எவ்வளவோ கஷ்டப்பட்டாங்க, அவங்களை வயசான காலத்துல என் கூட வெச்சுப் பாத்துக்க முடியலையே" என்றான் வேதனை நிறைந்த குரலில் பிரித்திவி.

"எங்களை மாதிரி உனக்கு வீட்டுல நிறைய ஆட்கள் இல்லை, அம்மா மட்டும் தானே இங்கே கூட்டிட்டு வந்துருலாம்ல, நாம எல்லாம் அவங்களை நல்லா பார்த்துக்கலாம்" என்றான் ராஜேஷ்.

"அவங்க இதை எல்லாம் பார்த்துப் பயப்படுவாங்க, கடைசிக் காலத்துல நிம்மதி இல்லாம இருக்கற மாதிரி சூழ்நிலை என்னால வருக்கூடாதுன்னு நினைக்கறேன்" என்று சொல்லிக் கொண்டிருக்கும் போது, ராகுலும் வர மூன்று பேரும் காபி அருந்த சென்றார்கள்.

அன்றைய தினசரியைப் புரட்டிக் கொண்டே பேசியபடி காபியை சுவைத்தார்கள் மூன்று பேரும்.

3

அத்தியாயம் 3

அப்பொழுது தான் வயலில் இருந்து வந்த பொன்னுச்சாமியிடம் சுமதி கோபத்துடன், "என் அண்ணன் பையனை சம்யுக்குக் கல்யாணம் பண்ணி வைக்கலாம்ன்னு நினைக்கறேன். நாளைக்கு நல்ல நாளா இருக்கு வாங்க ஒரு எட்டுப் போய்ச் சம்பந்தம் பேசிட்டு வந்துடுவோம்" என்றாள்.

"என்னடி உளர்ற? யாரை அந்த வெள்ளைச் சாமியையா? அவனும் அவன் மூஞ்சியும் பாக்கச் சகிக்காது. கிளிய வளர்த்துப் பூனை கையில கொடுத்த கணக்கா போயிடும்.

அவனுக்குத் தான் நம்ம பொண்ணக் கொடுக்கணும்னு நினைப்பு இருந்தா ஆரம்பத்திலேயே என்கிட்ட சொல்லி இருக்க வேண்டியது-தானே?

இத்தனை நாள் என்ன பண்ணின? தூங்குனியா?" என்று எரிந்து விழுந்தார் பொன்னுசாமி.

"அதெல்லாம் தெரியாது. என் அண்ணன் பையனுக்குச் சம்யுவை கல்யாணம் பண்றதுக்குச் சம்மதிப்பீங்களா? மாட்டீங்களா?" என்று சண்-டைக்கு நிற்பவளைப் போல் நின்று கேட்கவும்,

"எங்க அக்காவை வரச்சொல்லிட்டேன்டி, இப்ப நான் அவகிட்ட என்ன சொல்றது, உங்க அண்ணன் பையனுக்குச் சம்யுவை கட்டனும்னு நினைப்பு இருக்கறவ முதல்ல நான் உன்கிட்ட சொல்லும் போதே சொல்லி இருக்கனும்.

உன்னைக் கேட்டுட்டுத் தானே எங்க அக்காவை வரச்சொன்னேன். இப்ப நான் இதை அவகிட்ட சொன்னா உறவுமுறையில் விரிசல் விழுந்துரும்டி. ஏற்கனவே பல வருஷமா பிரிஞ்சிருந்த குடும்பம், இந்தக் கல்யாணத்திலதான் ஒன்று சேரப் போகுது. எதையாவது பேசிக் கெடுத்து விட்ராத" என்று தன்மையாகப் பேசினார்.

மகள் மந்திரித்து விட்டது உச்சந்தலையில் நங்கூரம் விட்டிருக்க, கணவன் சொல்வதைக் காதிலேயே வாங்காமல்,

"அதெல்லாம் எனக்குத் தெரியாது உங்க அக்காவை வரவேண்டாம்ன்னு சொல்லுங்க, எங்க அண்ணனை வரச்சொல்லலாம்" என்று சம்யுவைப் போலவே பிடிவாதம் பிடித்தாள் சுமதி.

அதைச் சரியாகக் கணித்தவர், "உம் பொண்ணுக்குப் பிடிச்சிருக்கற பேயி உன்னையும் பிடிச்சிருக்கா என்ன? அவளை மாதிரியே உனக்கும் அறிவில்லைடி, எதை வேண்டாம்ன்னு சொல்றோமோ அதைப் பிடுச்சுகிட்டுத் தான் தொங்கறீங்க. உங்க இஷ்டத்துக்கு எல்லாம் என்னால ஆட முடியாது. போய்ப் பொழப்பைப் பாரு. வந்துட்டா லூசு மாதிரி பேசிகிட்டு.

ஒரு லூசை வெச்சு சமாளிக்கறதே முடியாத காரியம். இதுல ரெண்டு லூசையும் ஒரே வீட்டுக்குள்ள வெச்சுகிட்டு எப்படித் தான் கல்யாணத்தை நல்லபடியா பண்ணி முடிப்பேனோ, ரெண்டும் சொதப்பாம இருந்தா சரி" என்று முணுத்துக் கொண்டே உள்ளே சென்றார்.

"யாரு லூசு நீங்களும் உங்க பையனும் தான் லூசு" என்று சத்தமாகச் சொன்னவள், கோபத்துடன் மகள் அறைக்குச் சென்றாள்.

எல்லாம் கேட்டுக் கொண்டிருந்தவள் வேண்டுமென்றே எதுவும் தெரியாதவள் போல, "என்னமா ஆச்சு உன் முகமே வாடிப் போய்க் கிடக்குது" என்று கழுத்தைக் கட்டிக் கொண்டு கேட்டாள்.

சுமதி தன் கணவனுடன் நடந்த வாக்கு வாதத்தைச் சொல்லவும், "நீ கவலைப் படாத அம்மா அவர் அப்படியா சொன்னார், வரட்டும் அவங்க அக்காவும், அக்கா மகனும். நாம அவங்களை ஓட ஓட விரட்டுவோம் சரியா?" என்று அம்மாவை கூட்டணியில் சேர்த்துக் கொண்டாள்.

"என்னடி செய்யப் போற? உங்க அப்பாவுக்குத் தெருஞ்சுது நம்ம ரெண்டு பேரையும் உண்டு இல்லைன்னு ஆக்கிருவார். அவரை எதிர்த்து நாம யாரு கிட்ட உதவி கேட்க முடியும். இப்போதைக்கு எந்தச் சேட்டையும் பண்ண வேண்டாம், பேசாம அப்பா சொல்றபடியே கேளு"

என்று பயத்துடன் சொன்னாள் சுமதி.

"என்னம்மா இதுக்கெல்லாம் பயந்துகிட்டு, இந்த வீட்டு மாப்பிள்ளையா உன் அண்ணன் பையன் வந்தா எப்படி இருக்கும், எனக்கும் அவரைத் தான் பிடிச்சிருக்கு. அப்பா தகவல் சொல்லிட்டாருன்றதுக்காக என்னோட எதிர்காலத்தைப் பாழாக்கிக்க முடியுமா? என்னோட ஆசை எதையுமே அப்பாவும் நீயும் மதிக்க மாட்டீங்களா?

நீ எதுவும் சொல்ல வேண்டாம், நான் எது சொன்னாலும் ஆமாம் என்று தலையை மட்டும் ஆட்டு. மத்ததை நான் பார்த்துக்கறேன்" என்றாள் சம்யுக்தா.

"என்னமோ பண்ணு என்னை மட்டும் மாட்டி விட்டுறாதே, அப்பறம் என் அண்ணன் பையனோட சேர்ந்து நானும் அவன் வீட்டுக்குப் போக வேண்டியது தான்" என்று பொருமியபடி சமையலறைக்குச் சென்றாள்.

இவர்களின் இந்தத் திட்டம் தெரியாத பொன்னுச்சாமி அடுத்த ஒரிரு நாளிலேயே அக்கா குடும்பத்தை வரவழைத்தார்.

அவர் ஆசைப்பட்டபடியே அக்கா குடும்பமும் உறவுகளும் வர சந்தோஷத்துடன் வரவேற்றார் பொன்னுசாமி.

சுமதி வேண்டா வெறுப்பாகப் பேருக்குக் கொஞ்சம் சிரிப்புடன் வரவேற்றாள். "என்னடா உன் பொண்டாட்டி முகத்துல அப்படி ஒன்னும் சந்தோஷத்தைக் காணாம்" என்று வந்ததும் நாத்தனார் ஆயுதத்தைக் கையில் எடுத்தார்.

அதில் இன்னும் எரிச்சலடைந்த சுமதி மனதில் திட்டிக் கொண்டே வெளியில் சிரித்தபடி, "அப்படி எல்லாம் இல்லை அண்ணி. இவ்வளவு நாளா பாசமா வளர்த்த பொண்ணுக்கு இப்ப கல்யாண வயசு வந்து நிக்குதேன்ற நினைப்புதான். இன்னும் ஒரு வாரமோ பத்து நாளோ, எங்கள மறந்துட்டு தன் குடும்பம் தன் வாழ்க்கையினு மாறப்போறா. அதான் மனசுக்கு ஒரு மாதிரி இருக்கு.." என்று சமாளித்தாள் சுமதி.

அவள் சொல்வது அத்தனையும் உண்மை என்று நாத்தனார் நம்பினாலும், பொன்னுசாமிக்கு வீட்டில் நடந்த அத்தனை கூத்துக்களும் தெரியும் தானே?

சுமதி வாய் திறந்து ஏதாவது தப்பான வார்த்தையை விடும் முன்பாக அவரை அங்கிருந்து அனுப்ப நினைத்து, "மசமசன்னு பராக்கு பார்த்துட்டு நிற்காம போய் எங்க அக்காவுக்கு எதாவது குடிக்கக் கொண்டு வா" என்றார் மனைவியைப் பார்த்து அதிகாரமாக.

பெனாயில் இருக்கு உங்க அக்காவுக்குக் கொண்டு வந்து தரட்டுமா? அதைக் கொடுத்து இதுங்க செத்துட்டா ஒரே கல்லில் மூன்று மாங்காய் அடிக்கலாம். என்று மனதில் நினைத்துக் கொண்டு கோபத்துடன் சென்-றாள் சுமதி.

அப்போது அவருடைய அக்கா மகன் உதய், "மாமா எங்க சம்யுவ காணாம் நான் போய்ப் பேசிட்டு வரட்டுமா?" என்றான் அவளைப் பார்க்கும் ஆர்வத்தில்.

அவனின் அம்மா, "ஏன்டா மானத்த வாங்குற? பொண்ணு இங்க தானே வரப்போகுது? அப்ப பாருடா" மாப்பிள்ளை வீட்டு கெத்துக் காட்ட முயன்றார்.

வீட்டிற்கு வரப்போகும் மருமகனது ஆசையை நிராகரிக்க மனம் இல்லாத பொன்னுச்சாமி, "விடுக்கா, நாம என்ன முன்ன பின்ன தெரி-யாத ஆளுங்களா? அங்க இங்க வரக்கூடாதுன்னு சொல்லித் தடுக்க? என் அக்கா பிள்ளைக்கு இல்லாத உரிமை வேற யாருக்கு இருக்கு?

அவன் என் பொண்ணச் சின்ன வயசுல பார்த்தது. இனிமே வாழ்க்கை முழுக்க வச்சு வாழப் போறவன் அவன் தானே, உள்ள போய்ப் பார்க்கட்டுமே? அதுக்கப்புறம் முறைப்படி சம்யுவ காபி கொடுக்க வரச் சொல்லுறேன்.

நீ போய்ப் பாரு ராசா உள்ளதான் உக்காந்திருக்கா. நீ போய்ப் பாருப்பா, மகளைப் பார்க்க என்ன அனுமதி எல்லாம் கேட்டுகிட்டு" என்றார் சிரித்துக் கொண்டு.

அவள் அழகைப் பற்றி அரசல் புரசலாகத் தெரிந்திருந்த உதய்யும், மாமா தன் பக்கம் பேசியவுடன் சந்தோஷமாகச் சிரித்துக் கொண்டே சம்யு அறைக்குச் சென்றான். உள்ளே நுழையும் போது பேச்சுக் குரல் கேட்டு அப்படியே அதிர்ந்து நின்றான்.

அங்கே அவளுடைய வானரப் படையிலிருந்த ஒரு சிறுவன், "அக்கா அப்போ நீங்க தினமும் பேசுவீங்கள்ள அந்த அண்ணனைக் கல்யாணம் பண்ணிக்க மாட்டீங்களா?" என்றான்.

இன்னொருவன், "அக்காவுக்கு அந்த அண்ணாவைத் தான்டா பிடிக்கும் இல்லையா அக்கா" என்றான்.

"ஆமாண்டா உனக்குத் தெரியுது எங்க அப்பாவுக்குத் தெரியலையே!! சொந்தம் விட்டுப் போகக் கூடாதுன்னு இந்த விஷயம் தெரிந்ததிலிருந்து அக்கா பையனுக்குக் கல்யாணம் பண்ணிக் கொடுக்கலாம்ன்னு முடிவு

பண்ணிட்டார்.

எனக்கு விவரம் தெரிஞ்ச நாள்ல இருந்து எங்க அப்பாவும் அம்மா-வும், எங்க அம்மாவோட அண்ணா பையனுக்குத்தான் என்னைக் கல்-யாணம் செஞ்சு கொடுக்கணும்னு ஆசைப்பட்டாங்க.

ஆனா நான் காதலிக்கிற விஷயம் அவங்க வீட்டுக்கு எப்படியோ தெரிஞ்சிடுச்சு, அதனால என்ன பொண்ணு பார்க்க வர மாட்டேன்னு சொல்லிட்டாங்களாம்.

அப்பாவுக்கு அந்தப் பையனத்தான் ரொம்பப் பிடிக்கும். ஏன்னா அவன் பொறுப்பா வேலைக்குப் போய்ச் சம்பாதிக்கிறான். பொண்ணை நல்லாப் பாத்துக்குவான்னு அவனுக்குத் தான் கல்யாணம் பண்ணி கொடுக்கணும்னு ரொம்ப வருஷமா பேசி வச்சிருந்தாங்க.

நான் இப்படி வேற பையனைக் காதலிக்கறது தெருஞ்சதும், அவங்க நேரடியாவே கல்யாணம் எதுவும் வேண்டாம்னு விலகி போயிட்டாங்க. அதனால எங்க அப்பா இதுவரைக்கும் தன்னோட பேசாம இருந்த அக்-காவ கூப்பிட்டு அவங்க பையனுக்குக் கட்டி வைக்கப் போறாரு.

ஏன்னா இவன் சரியான அடி முட்டாளாம், எந்த வேலை வெட்-டிக்கும் போகாம தினமும் ஊரைச் சுத்திப் பொழுது போக்குறானாம். பொண்ணு அழகா இருந்தாப் போதும் வேற எதுவும் எனக்கு வேண்-டாம்னு கல்யாணம் பண்ணிக்குவானாம்.

அதுனால எங்கப்பா எங்க பேச்சைக் கேட்காமல் அவங்கள வரச் சொல்லிட்டாரு. இவன் என்னைக் கல்யாணம் பண்ணினாலும், வாய்ப்பு கிடைக்கும் போது நான் என் காதலனோட ஓடிப் போய்டுவேன்" என்று தேம்பி அழுவதைப் போலச் சொன்னாள்.

"ஐயோ பாவம்க்கா நீ, பேசாம இந்த மாப்பிள்ளை தலையில் அம்-மிக்கல்லைப் போட்டுக் கொன்னுடு. உனக்கு நாங்க அந்த அண்ணா-வையே கல்யாணம் செஞ்சு வைக்கிறோம்" என்று அவளுக்காக வானரப் படைகள் இறக்கப்பட, இதை எல்லாம் கேட்ட உதய் வந்த வேகத்தில் வெளியில் சென்றான்.

அவன் வெளியே சென்றதும் இதுக எல்லாம் ஹைபை கொடுத்துச் சிரித்துக் கொண்டது.

ஒருவன் மட்டும், "ஏங்க்கா, மாமா உன்னத் திட்ட மாட்டாறா" என்-றான்.

"நீங்க இங்கே வந்தது தெரிந்தால் கண்டிப்பா திட்டுவாங்க வந்த வழியிலேயே யாருக்கும் தெரியாம ஓடிருங்க. இனிமே நடக்கவேண்டியது எல்லாத்தையும் நான் பாத்துக்கிறேன்" என்று அவர்கள் அத்தனை பேரையும் பின் வாசல் வழியாக வெளியே துரத்தி விட்டு விட்டு நல்ல பிள்ளை போல் அமர்ந்திருந்தாள்.

வெளியில் சென்ற உதய்க்கு ஆத்திரம் கண்ணை மறைக்க, "எனக்கு இந்தக் கல்யாணம் வேண்டாம் அம்மா வாங்க போகலாம்" என்று அழைத்தான்.

"என்னாச்சுடா உனக்கு எதுக்கு இவ்வளவு கோபம்" என்றார் பொன்னுசாமியின் அக்கா.

"உதய் என் பொண்ணு எதாவது சொன்னாளா? சொல்லு நான் பேசிக்கறேன்" என்றார் பொன்னுசாமி.

கூட வந்த உறவுகளும், "என்ன உதய் எடுத்தோம் கவிழ்த்தோம்ன்னு பேசற என்னாச்சுன்னு சொல்லு" என்றார்கள்.

"மாமா வேறு ஒருத்தனைக் காதலிக்கற பொண்ணை எனக்கு எப்படிக் கல்யாணம் பண்ணி கொடுக்கப் பார்த்தீங்க, நீங்க இப்படிப் பண்ணுவீங்கன்னு நான் கொஞ்சம் கூட எதிர்பார்க்க வில்லை" என்றான் உதய்.

"என்னடா சொல்ற என் பொண்ணு அப்படி எல்லாம் பண்ணமாட்டா, உனக்குப் பிடிக்கலைனா பிடிக்கலைன்னு சொல்லிட்டுப் போ. அதுக்காக என் பொண்ணு மேல வீண்பழி போடாதே" என்றார் கோபத்துடன்.

"நான் எதுக்கு உங்க பொண்ணு மேல பழி சொல்றேன் நீங்களே கூப்பிட்டுக் கேளுங்க. சின்னப் பசங்ககிட்ட அவ இப்ப சொல்லிட்டிருந்ததை நானே கேட்டேன்.

ஊர் முழுக்க அவ லட்சணம் தெரியும்னு சொல்லுறா, அத்தை வழியில இருக்கிற பையன் இதனால தான் கல்யாணம் வேண்டாம்னு போனதா சொல்றா.

கல்யாணத்துக்கு அப்புறம் வீட்டை விட்டு ஓடி போகணும்னு சொல்றா. இப்படி ஒரு பொண்ண யாரு கல்யாணம் பண்ணுவாங்க?" என்றான்.

பொன்னுச்சாமி கோபத்துடன் "சம்யுக்தா" என்று வீடே அதிரும்படி கத்தினார்.

வெளியில் நடப்பதை எல்லாம் சந்தோஷத்துடன் கேட்டுக் கொண்டிருந்தவள், அவர் அழைத்ததும் ஒன்னும் தெரியாதவள் போல, "என்-

னப்பா" என்று வந்து நின்றாள்.

கோபத்துடன் அவளைப் பார்த்துக் கொண்டே, "உதய் சொல்றது உண்மையா?" என்று கேட்டார்.

"அவரு என்ன சொன்னாரு?" என்றதும் உதை அத்தனையையும் மறுபடியும் ரீப்ளே செய்து ஓட்டினான்.

"அப்பா அவர் சொல்றது எல்லாம் பொய் இவ்வளவு நேரம் நானும் அம்மாவும் தான் பேசிட்டிருந்தோம். அதுவும் நான் கட்டியிருக்கற புடவை நல்லா இல்லை, அத்தைக்கு இந்தக் கலர் பிடிக்காது, பச்சை கலர்ல இருக்கற புடவையை எடுத்து கட்டிட்டு வான்னு அம்மா திட்டிகிட்டு இருந்தாங்க. நீங்க வேணா அம்மாவைக் கூப்பிட்டுக் கேளுங்க" என்றாள்.

கருப்பண்ணசாமி போலக் கோபத்தில் கொந்தளித்துக் கொண்டிருந்த பொன்னுச்சாமி இங்கு நடந்த எதுவும் தெரியாமல் கிச்சனில் காபி போட்டுக் கொண்டிருந்த சுமதியை வெளியே அழைத்தார்.

அவர் வந்ததும் வராததும், "இவ சொல்றது எல்லாம் உண்மையா?" என்றார்.

என்ன பண்ணி வெச்சாளோ தெரியலையே என்னையும் சிக்க விடப்போறா என்று மனதில் நினைத்துக் கொண்டவள், "ஆமாம்ங்க" என்றாள்.

உதய் அதிர்ந்து நிக்க, "நீ கிளம்பலாம் உதய், இதுக்கு மேல உனக்குப் பொண்ணு கொடுக்க எனக்கு விருப்பம் இல்லை" என்றார் இறுகிய குரலில் பொன்னுசாமி.

"டேய் தம்பி என்ன இப்படிப் பேசற" என்று பதட்டத்துடன் அவருடைய அக்கா கேட்கவும், அவர் முகத்தைத் திருப்பிக் கொண்டார்.

கூட வந்த உறவுகள் சமாதானப் படுத்த பார்க்க, "இதுக்கு மேல இந்தப் பேச்சு வேண்டாம், முதல்லயே சந்தேகம் வந்துருச்சு இந்தக் கல்யாணம் நடந்து அதுக்குப் பிறகு இப்படிச் சந்தேகப்பட்டால் என் பொண்ணோட வாழ்க்கை என்னாவது.

உங்களுக்கு வேறு ஒரு பொண்ணு கிடைக்காதா? எங்களுக்குத்தான் வேறு ஒரு பையன் கிடைக்காதா? இந்தப் பேச்சை இதோடு முடுச்சுக்கலாம்" என்றார்.

"கூப்பிட்டு வெச்சு அவமானப்படுத்தரையா? உனக்கு இந்த அக்காவோட உறவு வேண்டாம்னு முடிவு பண்ணிட்டியா?" என்றவர், "என்னடா

நடந்துச்சு உதய் உனக்குப் புடுச்சு தானே பொண்ணு பார்க்க வந்த" என்று தன் மகனிடம் கேட்டார்.

"அம்மா இங்கே என்ன நடக்குதுன்னு எனக்கே ஒன்னும் புரியலை, வாம்மா போகலாம்" என்று அவரை அழைத்துக் கொண்டு, குழப்பத்துடனேயே சுமதியைத் திரும்பி பார்த்துக் கொண்டே சென்றான் உதய்.

சம்யுக்தாவை பார்க்கச் செல்லும் போது அத்தை சமையலறையில் தானே இருந்தாங்க, பார்த்து விட்டுத்தானே சென்றேன் ஏன் பொய் சொன்னாங்க.

எனக்குப் பொண்ணைக் கொடுக்க விருப்பம் இல்லையோ, நான் கொஞ்சம் அவசர பட்டிருக்கக் கூடாது. இன்னும் கொஞ்சநாள் போகட்டும் மாமாகிட்ட பேசலாம், இப்ப கோபத்தில் இருப்பார் என்ற எண்ணத்துடன் சென்றான் உதய்.

அப்பாவியாக முகத்தை வைத்துக் கொண்டிருந்த மகளைப் பார்த்தவர், இவ எதாவது பண்ணி இருப்பாளோ என்று தோன்ற, அப்படி இருந்தாலும் மனைவி பொய் சொல்ல மாட்டா என்ற நம்பிக்கையில் கோபத்துடன் வயலுக்குச் சென்றார்.

"ஏய் என்னடி பண்ணுன உங்கப்பா போற கோபத்துல உண்மை தெருஞ்சா" என்று பயத்துடன் நடுங்கிக் கொண்டே கேட்டாள் சுமதி.

"நான் பார்த்துக்கறேன் விடுமா" என்று அசால்டாகச் சொன்னவள், "நான் தொல்ஸ் வீட்டுக்குப் போறேன், இங்கே நடந்த இந்தச் சந்தோசமான விஷயத்தை உடனே நான் அவங்களுக்குச் சொல்லியாகணும்" என்று சொல்லி விட்டுச் சென்றாள்.

"ஏண்டி உங்க அப்பா திட்றதுக்கும் தகுந்த மாதிரி நீ அடங்கி இருக்க மாட்டியா?" என்று திட்டிக் கொண்டே தன் வேலையைப் பார்க்கச் சென்றாள்.

"தொல்ஸ்" என்று கத்திக் கொண்டே அவருடைய வீட்டுக்குள் நுழைந்தாள் சம்யு.

"மெதுவாகத்தான் பேசேன்டி எப்பப் பாரு வாயில் விசிலை முழுங்கிய மாதிரி சத்தம் போட வேண்டியது" என்று சொல்லிக் கொண்டே அவள் அருகில் வந்தவர்,

"என்னடி பொண்ணு பார்க்க உங்க அத்தை வீட்ல இருந்து வராங்கன்னு உங்க அப்பா சொன்னான், வந்துட்டு போய்ட்டாங்களா? இந்தப் புடவையில் அழகா இருக்க! என் கண்ணே பட்ரும்டி" என்று அவள்

முகத்தில் கை வைத்து திரிஷ்டி கழித்தார்.

"வந்தார்கள் சென்றார்கள்" என்றாள் சம்யுக்தா கேலியாக,

"என்ன இப்படிச் சொல்ற உனக்கு மாப்பிள்ளையைப் பிடுச்சிருக்குத் தானே? சின்ன வயசுல பார்த்துப் பழகின பையன் தான் பிடிக்காம எங்க போகும்" என்றார் துளசி.

"எனக்குப் பிடிக்கலை, வீட்டுக்கு வந்தவனை ஓட ஓட விரட்டி விட்-டுட்டு வந்திருக்கேன்" என்றாள்.

"என்னடி சொல்ற" என்று அதிர்ச்சியுடன் அவளைப் பார்த்தாள் துளசி.

"எதுக்கு இவ்வளவு அதிரிச்சியாகற? நான் உன் பையனைத் தான் கல்யாணம் பண்ணிக்கப் போறேன். உன் வீட்டு மருமகளிடம் அவனைப் பிடுச்சிருக்கா, இவனைப் பிடுச்சிருக்கான்னு கேக்கற, போய்ப் பசிக்குது சோறு போட்டுட்டு வா, என்ன குழம்பு வெச்ச?

காரியம் முடிகிற வரைக்கும் பச்சைத் தண்ணி பல்லுல படக்கூடாதுனு நான் காலையில இருந்து எதுவும் சாப்பிடலை" என்றாள் சம்யுக்தா.

அதில் மேலும் உறைந்து போய் நின்ற துளசி, "என் மகனை நீ பார்த்திருக்கியா? நீங்க இங்க வந்த பிறகு அவன் ஒரு முறை கூட இங்கே வந்ததில்லை.

அவனுக்கு வயசு அதிகம் இப்படி எந்தப் பொருத்தமும் இல்லாத ஒருத்தனை உனக்குக் கல்யாணம் பண்ணி வெச்சு, என் மருமகளாக்கிக் கொள்ள எனக்கு விருப்பமில்லை" என்றார் கோபத்துடன்.

அவர் அருகில் சென்று கோபமாக அவரையே பார்த்துக் கொண்-டிருந்தவள், மெல்ல சிரித்துவிட்டு, "உன் பையனைத்தான் கல்யாணம் பண்ணிபேன்னு முடிவு பண்ணிட்டேன். இனி யார் வந்தாலும் இன்-னைக்கு மாதிரி துரத்தித் தான் விடுவேன். வயசக் காரணம் காட்டி இந்-தக் கல்யாணத்தைத் தடுக்கலாம்னு பார்க்காதே, நான் முழு மனசோட தான் சொல்றேன்.

என் தொல்ஸ்சோட பையன் எனக்குப் பிடிச்ச மாதிரி தான் இருப்-பான். நான் பார்க்கனுங்கற அவசியமே இல்லை. உனக்கு இருக்கற இந்த மனசு அவனுக்கும் இருக்கும், அது போதும் எனக்கு. மத்ததை நான் பார்த்துப்பேன்" என்று அவருடைய கண்ணத்தைத் தட்டி, "இந்த ஜென்மத்தில் நான் தான் உன் மருமகள் தொல்ஸ்" என்று சொல்லி விட்டுச் சிட்டாகப் பறந்து விட்டாள்.

துளசி அப்படியே சிலையாகிப் போனார். என்ன பண்றது பத்து வயசு சின்னப் பெண்ணை எப்படிக் கல்யாணம் பண்ணி வைக்கறது.

காதலிச்சிருந்தாக் கூடச் சரி போ

மனசு ஒத்து போச்சு வேற என்ன வேணும்னு கல்யாணம் பண்ணலாம்.

என் பையனும் நான் எப்ப கேட்டாலும் வேலை இருக்கு அம்மா, அக்ரிமெண்ட் போட்டிருக்காங்க அப்படி எல்லாம் விடமாட்டாங்கன்னு சொல்றான்.

இப்ப அவனுடைய குணம் எப்படி இருக்குமோ தெரியலை. இவ ஒன்னும் தெரியாத பச்ச மண்ணு. பத்து வயசு அதிகமா இருக்கறவனுக்குக் கல்யாணம் பண்ணி வெச்சா சரியா வருமா? ஆத்துல ஒன்னும் சேத்துல ஒன்னும் இழுக்குமே என்ன பண்றது.

இவ படிக்கனும்ங்கறதுக்காக இப்படி ஒரு வழியத் தேர்ந்தெடுத்திருக்காளே நான் என்ன பண்ணுவேன்.

இந்தப் பொன்னுச்சாமி ஏன் தான் இப்படி அடம்பிடிக்கறானோ தெரியலை. என் பொறுப்பில் விட்டால் எத்தனை இலட்சம் வேணாலும் இவளுக்காக நான் செலவு பண்ணி படிக்க வைக்கத் தயாரா இருக்கேனே.

நானே நல்ல பையனா பார்த்துக் கல்யாணம் பண்ணியும் வைக்கிறேன்னு சொன்னாலும் கேக்காம அடம் பிடிக்கிற அவ அப்பன என்னதான் பண்றது?

ஆனா அவன் சொல்வதும் ஒரு விதத்தில் பார்த்தால் சரியாகத்தான் தோணுது, இருந்தாலும் இவ இவ்வளவு அழகா இருக்கக் கூடாது. எந்த ஆம்பளைக்கும் இவளைப் பார்த்தாளே கட்டிக்கனும்னு ஆசைவரும். தெரியாத ஊருக்கு அனுப்பி எதாவது ஏடாகூடமா நடந்தால் நம்ம தலை உருளும்.

இந்தப் பொண்ணு வச்சுக்கிட்டு முன்னாடியும் போக முடியலை, பின்னாடியும் போக முடியலை. என்ன தான் பண்றது என்று அவருடைய எண்ணங்களின் பின்னால் ஓடிக்கொண்டிருந்தார் துளசி.

பொன்னுச்சாமி அடுத்த வாரத்திலேயே டவுனில் இருந்து இன்னொரு மாப்பிள்ளையைக் கொண்டு வந்து இறக்கினார்.

காலையில் தான் சம்யுக்தாவிடம் சொன்னார் பொன்னுசாமி. அதிர்ந்து போனவள் அதுக்குள்ள அடுத்த மாப்பிள்ளையா? இவருக்கு

இவ்வளவு அவசரம் ஆகாது. இப்ப எப்படி இதைத் தடுப்பது என்ற யோசனையுடனே ரெடியானாள்.

சுமதி வரும் மாப்பிள்ளை வீட்டுகாரர்களுக்குப் பலகாரம் செய்து கொண்டிருந்தாள்.

அவ மனசு முழுவதும் இந்த மனுஷனுக்கு என்ன கிறுக்கா பிடிச்சிருக்கு. என் அண்ணன் பையனைப் பார்க்கலாம்ன்னு சொன்னேன், அதைக் காதுல வாங்காம வேற மாப்பிள்ளை பாத்திருக்கார், என்று தனக்குள்ளயே புலம்பிக் கொண்டிருந்தாள்.

மாப்பிள்ளை வீட்டிலிருந்து பத்துப் பேருக்கு மேல் வந்திருந்தார்கள். பொன்னுசாமியும் சுமதியும் அவர்களை வரவேற்றார்கள்.

கொஞ்ச நேரம் சம்பிரதாயமாகப் பேசிக் கொண்டிருந்தார்கள். சுமதி சம்யுவிடம் காபி கொடுத்து அனுப்பவும் அமைதியாகக் கொண்டு வந்து கொடுத்தவள், அங்கிருந்த சேரில் அமர்ந்து கொண்டாள்.

மாப்பிள்ளைக்கும் அவர் குடும்பத்துக்கும் பெண்ணை ரொம்பவே பிடித்துப் போனது.

சம்யு, "நான் மாப்பிள்ளையிடம் பேசலாமா?" என்றாள்.

"என்ன பேசப் போற உள்ள போ" என்றார் பொன்னுசாமி கோபமாக.

"பேசட்டும் விடுங்க இப்ப எல்லாம் பொண்ணுங்க பையன் கூடப் பழகிப் பார்த்துத் தான் கல்யாணம் பண்ணிக்கறாங்க, நீ பேசுமா" என்று எதார்த்தமாக மாப்பிள்ளையோட அம்மா சிரித்துக் கொண்டே சொன்னார்.

"தேங்ஸ் ஆண்டி" என்றவள், மாப்பிள்ளையைப் பார்த்து, "நீங்க தண்ணியடிப்பீங்களா?" என்றாள்.

அவளை நேராகப் பார்த்த மாப்பிள்ளை சிரிப்புடன், "சீ.. சீ.. தண்ணியடிக்க மாட்டேன்" என்றான்.

"தம்" என்றாள்.

இல்லை என்பது போல் தலையாட்டினான் மாப்பிள்ளை.

"வேலைக்குப் போய்ட்டு எத்தனை மணிக்கு வருவீங்க" என்றாள் சம்யு.

"ஆறு மணிக்கு வந்துவிடுவேன்" என்றான் அந்த மாப்பிள்ளை.

"சோ அப்போ உங்களுக்கு எந்தக் கெட்ட பழக்கமும் இல்லை. வேலையுண்டு வீடுண்டுன்னு இருக்கற ஆள் சரியா?" என்றாள்.

அவளின் கேள்வித் தொனியே ஒரு மாதிரி இருக்க யோசனையுடன், "ஆமாம்" என்றான் அந்த மாப்பிள்ளை.

"அப்பறம் கல்யாணம் பண்ணி என்ன பண்ணப் போறீங்க, எனக்கு உங்களைப் பிடிக்கலை" என்றாள் சம்யுக்தா.

எல்லாரும் அதிர்ந்து பார்க்க பொன்னுச்சாமி, "சம்யு என்ன பேசற" என்றார் கோபத்துடன் சத்தமாக.

அதைச் சட்டையே செய்யாமல், "இங்க பாருங்க எனக்கு மாப்பிள்ளையா வர்ரவர் தண்ணியடிக்கனும், தம்மடிக்கனும் நைட் குடுச்சுட்டு வந்து என்னைச் சித்திரவதை செய்யனும்.

சிகரெட்டால் சூடு வைக்கனும், அப்ப தான் வாழ்க்கை சுவாரஸ்யமா இருக்கும். நைட் ஒரு மணிக்குத் தான் வீடு வரனும், வந்ததும் தூங்க விடாம அவர் கட்டி இருக்கற பெல்டால என்னை அடிக்கனும். நான் விடிய விடிய தூங்காம அழனும், அதைப் பார்த்து அவர் கோபப்பட்டு என்னைத் தூக்கிப் போட்டு மிதிக்கனும், இப்படி எனக்குன்னு நிறையக் கனவு இருக்கு" என்றாள்.

எல்லாரும் முகத்திலும் ஈயாடவில்லை. என்ன பொண்ணு என்பதைப் போலப் பார்த்துக் கொண்டிருக்க, பொன்னுச்சாமி அவளை இழுத்துக் கொண்டு போய் அறைக்குள் தள்ளினார்.

"அப்பா இன்னும் இருக்குப்பா" என்று அவள் கத்த, "நீ பேசி கிழிச்சது போதும் என்னைக் கொலைகாரன் ஆக்கி விடாதே" என்றார்.

சுமதி கோபத்தில் கொந்தளித்துக் கொண்டிருந்தாள். அவளை உள்ளே அழைத்துச் சென்றதும் போய் ஒரு அறை விட்டாள்.

"என்னடி பேசற சுயநினைவோட தான் இருக்கியா?" என்று கத்தினாள்.

பொண்ணுக்கு ஒரு வேளை கிறுக்குப் பிடித்திருக்கும் போல என்று பயந்து போன மாப்பிள்ளை வீட்டுகாரர்கள் சொல்லியனுப்புவதாகச் சொல்லி விட்டு, தப்பித்தோம் பிழைத்தோம் என்று அங்கிருந்து ஓடிச் சென்றார்கள்.

உள்ளே வந்த பொன்னுசாமி, "பொண்ணாடி பெத்து வெச்சிருக்க, இவ பேசனதைக் கேட்டால் ஊரே காரியத் துப்பும்" என்று மகளை அடிக்க முடியாத ஆத்திரத்தில் மனைவியை அடித்தார்.

இருவருக்கும் இடையில் போய் நின்றவள், "தப்பு செய்தது நான் எதுக்கு அம்மாவை அடிக்கறீங்க என்னை வேணா உங்களுக்குக் கோபம்

தீரும் வரை அடிங்க அம்மா பாவம்" என்றாள் சம்யு.

"நான் உன்கிட்ட பேச விரும்பலை நீ பேசுனதை எல்லாம் நினைச்சுப்பாரு கொஞ்சமாவுது புத்தியோட தான் பேசுனியா?" என்றார் கோபத்துடன்.

"ஆமாம் புத்தியோட தான் பேசினேன் நான் தொல்ஸ்ஸோட பையனைத் தவிர வேறு யாரையும் கல்யாணம் பண்ணிக்க மாட்டேன். நீங்க எத்தனை மாப்பிள்ளை பார்த்தாலும் இப்படித் தான் பண்ணுவேன்" என்று கத்தினாள்.

சுமதியும் பொன்னுச்சாமியும் அதிர்ந்து போனார்கள்.

சுமதி, "அவரை நீ எங்கே பார்த்த? நாங்களே இன்னும் பார்த்தது இல்லையே" என்றாள்.

"நான் பாக்கல, ஆனா தொல்ஸ்ட்ட பேசிட்டேன். அவங்களும் சரின்னு சொல்லிட்டாங்க. நீங்க போய்ப் பேசுங்க" என்று அடுத்தடுத்து அணுகுண்டுகளைப் போட்டாள் சம்யுக்தா.

"அவங்களை அண்டிப் பிழைப்பு நடத்தறவங்க நாம, அவங்க பையன் மேல ஆசைப்பட்டிருக்கியே நான் இனி எப்படி துளசிக்கா முகத்துல முழிப்பேன். உனக்கு இந்த அளவுக்குத் தைரியம் எங்கிருந்து வந்துச்சு" என்று அவளைக் கண்ணத்தில் மாறிமாறி அறைந்தார்.

சுமதி குறுக்கே வந்து தடுத்தவள், "ஏண்டி இப்படிப் பிடிவாதம் பிடிச்சு அடிவாங்கற அப்பா சொல்றபடி தான் கேளேண்டி" என்றாள் அழுது கொண்டே.

"நான் என்ன தவறு செய்தேன்? இது வரை என்னுடைய ஆசையை நிறைவேத்தி இருக்கீங்களா?, எப்ப பாரு உங்க பையனுக்கு மட்டும் அவன் ஆசைப்பட்டது எல்லாம் செய்யறது.

யார் என்ன சொன்னாலும் நான் கேட்க மாட்டேன். பிரித்திவியைத் தான் கல்யாணம் பண்ணிப்பேன். இல்ல முடியாது நடக்காதுனு ஏதாவது சொன்னீங்கன்னா ஆத்துல குளத்துல அவன் பேர எழுதி வச்சிட்டு குதிச்சுடுவேன்" என்றாள் பிடிவாதமாக.

அப்படியே தளர்ந்து போய்த் தரையில் சரிந்து அமர்ந்தார் பொன்னுச்சாமி. சுமதி அவர் அருகில் அமர்ந்து அழுது கொண்டிருந்தாள்.

"இப்ப நான் என்னன்னு போய் துளசிக்காட்ட பேசறது நம்ம குடும்பத்தைப் பத்தி என்ன நினைப்பாங்க" என்று புலம்பினார்.

மகளின் பிடிவாதத்தை அறிந்தவள், "வேறு வழி இல்லைங்க போய்ப் பேசிப்பாருங்க, அவளைப் பத்தி தான் தெரியுமே.

இனி யாரையும் கல்யாணம் பண்ணிக்க மாட்டாள், ஊருக்குள்ள விஷயம் தெரிவதற்கு முன்னாடி அண்ணிட்ட சொல்லுங்க. என்ன சொல்றாங்கன்னு பார்க்கலாம்" என்றாள் சுமதி.

மனைவி சொல்வது சரியாகப் பட, துளசி அக்காவின் வீட்டை நோக்கிச் சென்றார் பொன்னுசாமி.

4

அத்தியாயம் 4

துளசியின் வீட்டிற்கு வந்து தலைகுனிந்தபடி அமர்ந்து இருந்தார் பொன்னுசாமி.

"என்னாச்சு பொன்னுசாமி ஏன் இப்படி உட்கார்ந்திருக்க" என்றார் பதட்டத்துடன் துளசி.

"வேற என்ன அக்கா பண்ணச் சொல்றீங்க? யார் பேச்சையும் கேட்காத புள்ளையப் பெத்து வெச்சிருக்கேனே. சொந்த பந்தம் எல்லாம் வீட்டுக்கு வந்து நிக்கும் போது அந்தக் கழுத இப்படி என்ன தலை குனிய வெச்சுட்டாளே" என்றார் வேதனையுடன்.

"என்ன பேசற சம்யு மாதிரி ஒரு பொண்ணு கிடைக்க நீ கொடுத்து வெச்சிருக்கனும். அருமையான பொண்ணப் பெத்திருக்க நீ ஏன் தலை குனியனும்?" என்றார் ஆறுதலாகத் துளசி.

"அட நீங்க வேறக்கா, மாப்பிள்ளை வீட்டுக்காரங்க அத்தனை பேருக்கும் முன்னால அவ என்ன பேச்சுப் பேசினா தெரியுமா?

எனக்கு வரப்போற புருஷன், தண்ணி அடிக்கணும், தம் அடிக்கணும், தினமும் என்ன பெல்ட்டால அடிக்கணும், சிகரெட்டால சூடு வைக்கணும்னு பைத்தியக்காரத்தனமா பேசிட்டா.

எங்களுக்கு ஒரு நிமிஷம் இது எங்க பொண்ணு தானா? இல்லையான்ற சந்தேகம் வந்துடுச்சு. மாப்பிள்ளை வீட்டுக்காரங்க என்ன செய்வாங்க? வந்த வேகத்திலேயே கிளம்பி போய்ட்டாங்க.

இனி இந்தப் பக்கம் எவன் வந்தாலும் நான் இப்படித்தான் பேசுவேன்றா. நேத்து பொண்ணு பார்க்க வந்தவங்க எல்லாரும் போனதுக்கு

அப்புறம் அவ கிட்ட ஏன் இப்படித் தேவையில்லாதது எல்லாம் பேசி துரத்தி விட்டுட்டனு கேட்டேன்.

அவ என்னடான்னா நான் துளசிமா பையனைத் தான் கட்டிப்பேன். அதுக்காகத்தான் இப்படி எல்லாம் செஞ்சேன், இனிமே எவனையாவது மாப்பிள்ளைன்ற பெயரில் வீட்டுக்குக் கூட்டிட்டு வந்தா இன்னிக்கு நாலு சுவத்துக்குள்ள பேசின எல்லாத்தையும் தெருவுல நின்னு பேசுவேன்னு பயமுறுத்துறா.

உங்க பையனை நானே பார்த்தில்லை. அவ எப்ப பார்த்தாள்ன்னு எனக்குப் புரியல. அக்கா, உங்க கிட்ட இப்படிக் கேக்கறேன்னு தப்பா நினைக்காதீங்க. உங்க வசதிக்கும் என் வசதிக்கும் ஏணி வெச்சாலும் எட்டாது.

உங்களை அன்டி பிளைப்பு நடத்தறவங்க நாங்க, ஆனா என் பொண்ணு உங்க வீட்டுக்குத் தான் மருமகளா வருவேன்னு பிடிவாதம் பிடிக்கறா. அவ பண்ற வேலை எல்லாம் பார்த்தா எனக்கு உண்மையி-லேயே பயமா இருக்கு. நான் என்ன பண்ணட்டும் அக்கா?" என்றார் வேதனையுடன்.

"என்ன பேசற பொன்னுசாமி? வசதிங்கறது இன்னைக்கு வரும் நாளைக்குப் போகும், உன் பொண்ணு என் வீட்டுக்கு மருமகளா வந்தா அதை விடச் சந்தோஷம் எனக்கு வேற என்ன வேணும். நான் யோசிக்கறதெல்லாம் நம்ம சம்யு என் பையனை விடப் பத்து வயசு குறைவு, என் பையனையும் அவ பார்த்ததே இல்லை. ரெண்டு பேருக்-கும் பொருத்தமா இருக்குமா இருக்காதானு தான் என் யோசனைகள் எல்லாம் போகுது.

சம்யு சின்னப் புள்ள இன்னிக்கி ஏதோ அவசரத்துல முடிவு எடுத்-துட்டு நாளைக்கு, நான்தான் அறிவில்லாமல் கேட்டேன், உங்களுக்கு எங்க போச்சு புத்தினு மாத்தி பேசிடக்கூடாது.

மத்தபடி வேற எந்த வருத்தமும் அவ மேலயோ உன் மேலயோ எனக்கு இல்லை" என்றார் துளசி.

ஆழ்ந்த மூச்சை இழுத்து விட்டு பொன்னுசாமி, "அவளே கல்யா-ணம் பண்ணிக்கிறேன்னு சொல்லும் போது, எனக்கும் இதை விட்டா வேற வழி தெரியல அக்கா. அவளோட பிடிவாதத்தைப் பத்தி தான் உங்களுக்குத் தெரியுமில்ல. நான் யாரை மாப்பிள்ளைன்னு கூட்டி வந்து நிக்க, அவ சொன்னமாதிரியே தெருவுல நின்னு தப்புப் தப்பா பேசி

விட்டுட்டானா அதுக்கப்புறம் என் பொண்ண யார் கட்டுவா?

உங்களுக்குச் சம்மதம்னா நம்ம தம்பிக்கே அவளக் கல்யாணம் பண்ணிறலாம். எனக்கு இவள கல்யாணம் பண்ணி கரை ஏத்தி விடுற வரை நிம்மதி இல்லை. சீக்கிரமா எதாவது பண்ணுங்க அக்கா."

"சரிப்பா.."

"நாமளா முடிவு எடுக்கிறோம். தம்பி இதுக்குச் சம்மதிக்குமா? அவருகிட்டயும் கேக்கனுமில்லை, அவருக்குனு தனிப்பட்ட ஆசை ஏதாவது இருந்தா, அவர கட்டாயப்படுத்த வேண்டாம்" என்றார் தயங்கிக் கொண்டு.

ஆயிரம் தவறுகள் செய்தாலும் தன் பிள்ளை போகும் இடத்தில் நல்ல படியாக வாழவேண்டும் எனும் கவலை பொன்னுச்சாமியின் முகத்தில் அப்பட்டமாகத் தெரிந்தது.

"என் பையனைப் பத்தி பிரச்சனை இல்லை பொன்னுசாமி. அவன் எப்பவும் என் பேச்சை மீறி எதுவும் செய்ய மாட்டான். இந்த வயசு தான், எனக்குள்ள இருந்த ஒரே ஒரு உறுத்தல்.

சரி விடு, கடவுள் என்ன எழுதியிருக்காறோ அதான் நடக்கும். நீ கல்யாணத்துக் வேண்டிய ஏற்ப்பாட்டை பண்ணு, நான் தம்பிய வரச்சொல்றேன்" என்றார் துளசி.

கண்கலங்க கையெடுத்துக் கும்பிட்டவர் அவரிடம் விடைபெற்றுக் கொண்டு வயலுக்குச் சென்றார்.

மும்பை

"ராஜேஷ் கப்பல்ல வந்த சரக்கெல்லாம் சரியான நேரத்துக்குச் சரியான இடத்துல டெலிவரி பண்ணியாச்சாடா? என்றான் பிரித்திவி.

"எல்லாம் பண்ணியாச்சு" என்றான்.

"டெலிவரி பண்ணுன இடத்தை எல்லாம் கவனிச்சியா? அட்ரெஸ் எனக்கு அனுப்பு" என்றான் பிரித்திவி.

"அதுல எனக்கு ஒரு சந்தேகம் பிரித்திவி. நாம டெலிவரி பண்ணுன ஆட்கள் எல்லாம் இதை ரெகுலரா வாங்கும் பார்ட்டி மாதிரி தெரியலை, எனக்கு ஏதோ சந்தேகம் வருது. இந்த அமைச்சர் ஏதோ கோல்மால் வேலை பண்ணியிருப்பாரோன்னு லைட்டா பொறி தட்டுதுடா" என்றான் ராஜேஷ்.

"எத்தனை கன் இருந்துச்சு?" என்று அதைப் பற்றி எல்லாம் கேட்டவன் யோசனையுடன் அவனிடம் அட்ரஸ் வாங்கிப் பார்த்தான்.

"அப்போ இவங்களைத் தற்காலிகமா போட்டு இவங்க மூலமா சேர-வேண்டிய இடத்துக்குப் பொருள் போயிருக்கும். இந்த அமைச்சர் அவ்-வளவு கில்லாடியா? அதையும் தான் பார்க்கலாம், எவ்வளவு தூரம் போவாருன்னு" என்றவன்,

குரூரச் சிரிப்புடன் அந்த அட்ரஸை லாரன்ஸ்க்கு அனுப்பியவன், "சேர்க்க வேண்டிய இடத்தில் சேர்த்து விடு" என்ற மெஸெஜையும் தட்டி விட்டான்.

உடனே போன் வரவும் எடுத்தான், "கொஞ்சம் விட்டுப் பிடிக்கலாமே அவசரமா பண்ணனுமா?" என்றான் லாரன்ஸ்.

"அவருக்குச் சந்தேகம் வந்துருச்சுடா அது தான் ஆட்களை மாத்தி விட்டு நம்ம கண்ணுல மண்ணைத் தூவியிருக்கார். நீ அனுப்புப் பார்த்-துக்கலாம்" என்று சொல்லி விட்டுப் போனை வைத்தான் பிரித்திவி.

"என்னடா பண்ணுன?" என்று கேட்டான் ராஜேஷ்.

"அதை அப்பறமா சொல்றேன் கிளம்புங்க கல்யாணத்துக்குப் போய்ட்டு வந்துரலாம்" என்றான் பிரித்திவி.

"இன்னும் கொஞ்சம் நேரம் கழிச்சுப் போகலாம்டா அமைச்சர் வீட்-டுக் கல்யாணம் கூட்டம் அலைமோதும்" என்றான் ராகுல்.

"அப்போ ஒன்பது மணிக்குப் போகலாம் சரியா?" என்று சொல்லி விட்டுத் தன்னுடைய அறைக்குச் சென்றான் பிரித்திவி.

அவனுடைய பர்ஸ்னல் போன் அடிக்கவே, அம்மாதான் கூப்பிட-றாங்க என்று ஆர்வத்துடன் எடுத்தவன் உற்சாகமாக, "அம்மா" என்-றான்.

"பிரித்திவி எப்படி இருக்கற கண்ணா?" என்ற பாச அழைப்பில் நெகிழ்ந்து போனவன், "நான் நல்லாருக்கேன் அம்மா, நீங்க எப்படி இருக்கீங்க?" என்று குரல் தளும்பக் கேட்டான்.

"நான் நல்லாதான் இருக்கேன். இன்னும் எவ்வளவு நாளைக்குத் தான் நீ இங்கே வராம, என்னைப் பார்க்காம நானும் உன்னைப் பார்க்-காம இருக்கறது.

எனக்கு ஒன்னும் புரியலை கண்ணா, நீ ஏன் இப்படிப் பண்றன்னு கேட்டால் என்னோட பாதுகாப்புக்குன்னு சொல்லுவ, ஏதோ அக்ரி-மெண்டு அனலைஸ்னு எனக்குப் புரியாத வார்த்தையா கலந்து பேசுவ.

என் புள்ள என் பக்கத்துல இருக்கும் போது என்னை யார் என்ன பண்ணிற முடியும்? நீ நேரத்துக்குச் சாப்பிட்டாயா? தூங்கினாயா? நீ

தங்கி இருக்கிற இடம் உனக்கு வசதியா இருக்கா இதெல்லாம் ஒரு தடவையாவது நான் பார்க்கனும்பா.." என்றார் மனக்குறையுடன்.

"அம்மா நீங்க எனக்கு எவ்வளவு முக்கியம் தெரியுமா? என்னோட சூழ்நிலை இப்ப உங்களிடம் எதுவும் சொல்ல முடியவில்லை. மத்தபடி எனக்கு இங்க எந்தக் குறையும் இல்லை, என்னை நம்புங்க அம்மா.

என் கூட எப்பவும் என் ப்ரெண்ட்ஸ் இருப்பாங்க. நான் நல்லாத்-தான்மா இருக்கேன். உங்கள இங்க கூட்டிட்டு வர்றதுக்காண சந்தர்ப்-பம் கிடைச்சதும், நானே உங்கள கூட்டிட்டு வருவேன். அதுவரைக்கும் கொஞ்சம் பொறுத்துக்கோங்க அம்மா" என்றான் பிரித்திவி வேதனையு-டன்.

"நீ ஆயிரம் சொன்னாலும் எனக்குத் திருப்தி இல்லப்பா"

"உங்களுக்குத் திருப்தி வர்றதுக்கு நான் என்ன பண்ணனும் சொல்-லுங்க, இப்பவே பண்றேன்."

"எனக்காக நீ ஒரே ஒரு காரியம் மட்டும் செய்து கொடு கண்ணா. அதுக்கப்புறம் உன்னை எப்பவும் இப்ப மாதிரி தொந்தரவு பண்ண மாட்-டேன்" என்றார் துளசி.

"நீங்க சொல்லி செய்யாம இருப்பேனா சொல்லுங்க அம்மா என்ன செய்யனும்" என்றான்.

தயக்கத்துடன், "கண்ணா நான் உனக்குக் கல்யாண ஏற்பாடு செய்து விட்டேன். இந்த வாரத்தில் உனக்குக் கல்யாணம் இன்னும் இரண்டு நாளில் நீ இங்கே இருக்கனும்" என்றார்.

அதிர்ச்சியுடன், "அம்மா" என்று கத்தினான்.

"ஏன் அம்மா இப்படிச் செய்தீங்க? என்னை ஒரு வார்த்தை கேட்டி-ருக்கலாம்ல" என்றான் கோபத்துடன்.

"கேக்குற நிலையில் நான் இல்லை உன்னை நம்பி வாக்குக் கொடுத்துட்டேன். வேறு வழியில்லை என் மானத்தைக் காப்பாத்த வேண்டியது உன் பொறுப்பு.

நம்மள நம்பி அந்த மனுஷன் ஊரெல்லாம் பத்திரிக்கை அடிச்சு கொடுத்துட்டாரு. இப்ப முடியாதுன்னு சொன்னால் மொத்தக் குடும்பமும் நாண்டுகிட்டு செத்துப் போய்விடும்" என்றார்.

"அம்மா என் நிலமைய உங்களுக்கு எப்படிச் சொல்லிப் புரிய வைப்-பேன், இப்படிப் பண்ணிட்டீங்களே" என்று இறுகிய குரலில் சொன்ன-வன், "பிளீஸ் இதை நிறத்த முடியாதா?" என்று வேதனையுடன் கேட்-

டான்.

"அதான் எல்லாத்தையும் சொல்லிட்டேனேப்பா, என் பையன் நான் சொன்னால் கேட்பான்னு தைரியமா அவருக்கு வாக்குக் கொடுத்துட்-டேன். இதுக்கப்புறம் என்னால எதையும் மாற்ற முடியாது, நீ எப்ப கிளம்பி வர்றனு சொன்னால் நான் மத்த ஏற்பாட்டைக் கவனிக்க ஆரம்-பிப்பேன்" என்றார் கண்டிப்புடன் துளசி.

" எப்பக் கல்யாணம்" என்று எரிச்சலுடன் கேட்டவன், "வரேன்" என்று மட்டும் சொல்லி விட்டுப் போனை வைத்தான்.

இங்கே கத்தி முனையில் நின்று கொண்டு இருப்பவனுக்கு இன்னும் இரண்டு நாளில் கல்யாணம்..

அதை நினைக்க நினைக்கக் கோபம் அவனுக்குத் தலைக்கேறியது. வந்த கோபத்துக்கு யாரை திட்டுவது என்று தெரியாமல் அங்கிருந்ததை எல்லாம் போட்டு உடைத்தான்.

அம்மா, பாசம் மரியாதை எனும் வார்த்தைகளால் சுற்றி வளைத்து மதில் சுவர் கட்டிய பிறகு மேற்கொண்டு என்ன செய்வதென்று தெரியா-மல் அப்படியே கட்டிலில் விழுந்தான் பிரித்திவி.

வேலை வேலை என்று எப்பொழுதும் அதே சிந்தனையில் வாழ்ந்-தவன் அவன். அவனால் வேறு எதையும் யோசிக்க முடியவில்லை "எனக்குக் கல்யாணமா" என்பதே அவனுக்குப் பெரும் அதிர்ச்சியாக இருந்தது.

'இதை எப்படிச் சமாளிப்பது? அம்மா இதற்கு முன் எந்த விஷ-யத்திலும் இவ்வளவு வற்புத்தியது இல்லை. ஐந்து வருடங்களாக நான் அவர்களைப் பார்க்க வரமுடியாது, வீடியோ கால் செய்யவும் முடியாது என்பதைச் சொல்லும் போது கூடப் புரிந்து கொண்டார்கள்.

இப்பொழுது வாக்கு கொடுத்திருக்கேன்னு சொல்றாங்கன்னா யாருக்கு வாக்கு கொடுத்திருக்காங்க, ஒன்னும் புரியலையே திடீர்ன்னு கல்யாணம்னு சொல்றாங்கன்னா என்ன நடந்திருக்கும்?'

என்று அவனுக்குள்ளயே யோசித்துக் கொண்டிருந்ததால் நேரம் போனதே தெரியவில்லை.

ராஜேஷும் ராகுலும் ரெடியாகி பிரித்திவி அறைக்கு வந்தார்கள். அவன் அப்படியே படுத்துக் கிடப்பதைப் பார்த்து விட்டு வியப்புடன், "டேய் கல்யாணத்திற்கு ரெடியாகாம என்னடா கனவு கண்டுகிட்டுப் படுத்திருக்க" என்றார்கள்.

"போகலாம்டா" என்று சலிப்புடன் எழுந்து, பாத்ரூமுக்குள் நுழைந்தவன் குளித்து விட்டு ரெடியாகி வர மூவரும் கல்யாணத்திற்குச் சென்றார்கள்.

திருமண மண்டபத்திற்குள் மூவரும் நுழைய பொதுமக்கள் அனைவரும் இவர்களைப் பார்த்ததும் பயத்துடன் ஒதுங்கி வழிவிட்டார்கள்.

வெள்ளை வேட்டி சர்ட்டில் அங்கினுப்பவர்களை விட உயரமாக, ஆளை அசத்தும் கம்பீரமும் அழகுடனும் வந்தவனை, அங்கிருந்த கன்னிப் பெண்கள் தமது பயத்தையும் மீறி இரசித்துப் பார்த்துக் கொண்டிருந்தார்கள்.

மணமக்களோடு மேடையில் நின்று கொண்டிருந்த அமைச்சருக்குப் பிரித்திவியைப் பார்த்ததும் பெருமையாக, அங்கிருந்து இறங்கி ஓடி வந்து மூவரையும் வரவேற்று மணமக்களிடம் அழைத்துச் சென்றார்.

அவரின் அசைவுகளின் மூலம் அவர் ஆழ்மனதைப் படிக்க நினைத்த பிரித்வி, அழுத்தமாகப் பார்த்துக் கொண்டே அவரைப் பின் தொடர்ந்தான். ஆனால் மற்றவர்களின் பார்வையில் அவன் உள் மனம் நினைப்புகள் தெரியாததால், அவன் சிரிப்புடன் அவர் பின்னே மேடை ஏறுவதாய் நினைத்துக் கொண்டிருந்தனர்.

முக்கியப் புள்ளிகள் என்பதால் மூன்று பேரையும் மணமக்களுடன் நிறுத்திப் போட்டோ எடுத்தார்கள்.

கீழே வந்ததும் அமைச்சர் தன் மகனை தனியே அழைத்து, "இவங்கள பார்த்துக்கடா" என்று சொன்னவர், இவர்களிடம் திரும்பி "மூன்று பேரும் சாப்பிட்டுத் தான் போகனும்" என்றார் அமைச்சர்.

பிரித்திவி, "நாங்க பார்த்துக்குறோம் நீங்க போய் மத்தவங்களைக் கவனிங்க" என்று சொல்லி அமைச்சரையும் அவர் மகனையும் அனுப்பினான்.

ஆனாலும் அமைச்சரின் மகன் தூரத்திலிருந்தே மூவரையும் கண்காணித்துக் கொண்டிருந்தான். அது புரிந்த பிரித்வி தன் நண்பர்களோடு கடைசி வரிசை இருக்கைக்குச் சென்றான்.

ஒரு இடத்தில் மூன்று பேரும் அமர்ந்து கொண்டார்கள். அங்கே வந்த நிறைய அரசியல் வாதிகள் பிரித்திவியிடம் ஒரு முறை பேசிவிட்டுச் செல்வதையே பெருமையாகக் கருதினார்கள். சம்பிரதாயத்திற்காகக் கொஞ்ச நேரம் வந்தவர்களிடம் பேசிக் கொண்டிருந்தவர்கள், சரியான நேரம் கிடைத்ததும் மண்டபத்திலிருந்து வெளியில் வந்து காருக்குச்

சென்றார்கள் மூன்று பேரும்.

"டேய் கல்யாணச் சாப்பாடு டேஸ்டா இருக்கும் ஏண்டா சாப்பிடாம கூட்டி வந்த" என்று சின்னக் குழந்தை போலச் சிலிர்த்துக் கொண்டு நின்றான் ராகுல்.

"நம்ம வீட்ல சமைக்கறதும் தான் டேஸ்டா இருக்கு அதைச் சாப்பி-டலாம் வா" என்றான் பிரித்திவி.

"அதெல்லாம் தினமும் சாப்பிடறது தான் எனக்குக் கல்யாணச்சாப்-பாடு தான் வேணும்" என்று குழந்தை போல் பிடிவாதம் பிடித்தான்.

"கல்யாணச் சாப்பாடு தான் வேணும்னா நீ கல்யாணம் பண்ணிக்க, நிறையச் சாப்பாடு கிடைக்கும் ரெண்டு நாளைக்கு மூக்கு முட்ட தின்-னுட்டு நல்லா தூங்கு. ஆனா பொண்ணு உன்னை நாலே நாள்ல இவன் வேண்டாம்ன்னு டைவர்ஸ் பண்ணிட்டு போயிரும்" என்றான் ராஜேஷ் கேலியாக.

பிரித்திவி சிரிப்புடன், "அப்ப தாண்டா இன்னொரு கல்யாணம் பண்ண முடியும் இன்னொரு முறை கல்யாணச் சாப்பாடு சாப்பிட முடி-யும்" என்றான்.

அவர்கள் இருவரையும் முறைத்த ராகுல், "அடுத்தவன் கல்யாணத்-துக்குப் போனால் சோறு தான் முக்கியம். என் கல்யாணத்துல வயிறு முட்ட சாப்பிட்டு தூங்க நான் என்ன லூசாடா, சாப்பாடா முக்கியம்" என்று கண்ணடித்துச் சிரிக்க,

இருவரும் அவனை மொத்தினார்கள்.

"இவன விளையாட்டுப் பிள்ளைனு நாம இவ்வளவு நாளா தப்பா நினைச்சுகிட்டு இருந்திருக்கோம்டா. பயபுள்ளை இதுல எல்லாம் வெவ-ரம் தான்" என்று கேலி செய்தான் ராஜேஷ்.

"ஆமா நான் மட்டு தான் விவரம். நீங்க ரெண்டு பேரும் வாயில விரலை வெச்சாக் கூடக் கடிக்கத் தெரியாத பச்சை மண்ணு தான் போங்கடா" என்றான் ராகுல்.

இப்படி வீட்டிற்கு வரும் வரை கேலி கிண்டலாக இருந்தவன், வீட்-டிற்கு வந்ததும் அம்மாவின் நினைவு வர ஆழ்ந்த யோசனைக்குச் சென்-றது அவன் மனம்.

தன் அறைக்குள் நுழைந்த பிரித்திவி அரை மணி நேரம் ஆன பிற-கும் மனம் சமன் படாமல் உளன்ராான்.

"ரெண்டு பேரும் என் ரூமுக்கு வாங்கடா" என்று தன் இரு நண்பர்களுக்கும் அழைப்பு விடுத்தான்.

இந்நேரத்திற்கு இவன் அழைக்க மாட்டானே என்று தெரிந்த அவனின் நண்பர்கள் இருவரும் அந்த அறைக்குள் நுழைந்ததும் டென்ஷனாக, "பிரித்திவி எதாவது பிரச்சனையா?" என்றனர்.

ஆமாம் என்று தலையாட்டியவன், "அம்மா போன் பண்ணியிருந்தாங்க வர்ற ஞாயிற்றுக்கிழமை எனக்குக் கல்யாணம், நான் நாளைக்கே ஊருக்கு கிளம்ப வேண்டும்" என்றான்.

இருவர் முகத்திலும் சந்தோஷம் அதிர்ச்சி இரண்டும் போட்டி போட்டுக் கொண்டு வந்தது.

"டேய் உண்மையாகவா சொல்ற? எங்களால் நம்ப முடியலை, எப்படித் திடீர்ன்னு" என்றான் ராகுல்.

"அம்மா ஏற்பாட்டைப் பண்ணிவிட்டு விஷயத்தைச் சொல்றாங்க, வேற என்ன பண்றதுன்னு தெரியலை. அவங்க மனசு நோகும் படியோ எதிர்த்துப் பேசி பழக்கமில்லை. இப்ப நான் பேச ஆரம்பிக்க முன்னாலேயே, வாக்குக் கொடுத்துவிட்டேன் குடும்பக் கௌரவம் முக்கியம்னு ரொம்ப அழுத்திப் பேசுறாங்க. என்னால ஒரு வார்த்தை கூடப் பேச முடியல" என்றான் பிரித்திவி.

"அப்போ நம்ம வீட்டுக்குப் புதுசா ஒரு பொண்ணு வரப்போறான்னு சொல்லு. ஆமா பொண்ணு எப்படின்னு ஏதாவது சொன்னாங்களா?" என்றான் ராஜேஷ்.

"இருந்த டென்ஷன்ல பொண்ணு பத்தி எதுவும் கேட்கல. எங்க அம்மா சொல்லும்போது எங்களோட கிராமத்துல இருக்கிற பொண்ணுனு சொன்னாங்க. எங்க ஊர்ல லேடீஸ் எல்லாம் ரொம்ப அமைதியா இருப்பாங்க, வாயே பேசமாட்டாங்க.

வீட்டு ஆம்பளைங்களத் தவிர வேற ஆம்பளைங்க முன்னால வந்து நின்னு பேசவே தயங்குவாங்க.

அப்படி வளர்ந்த பொண்ண இங்கே கூட்டிட்டு வந்து என்ன பண்றது? அதுவும் நம்ம பண்ற வேலை எல்லாம் அந்தப் பொண்ணு பார்த்துட்டா அவ்வளவு தான்.

அதனால அவள அம்மாட்ட விட்டுட்டு நான் மட்டும் தான் வருவேன். என்ன ஒரு பிரச்சனைனா இனிமேல் அப்பப்ப ஊருக்கு போகனும். இல்லனா தப்பாயிடும், அதுக்குத்தான் என்ன பண்றதுன்னு

யோசிக்கறேன்" என்றான் பிரித்திவி.

"கல்யாணம் பண்ணினா பொண்டாட்டிய பார்க்கப் போய்த் தான் ஆகனும், இதெல்லாம் ஒரு கவலையா பேசாம இங்கே கூட்டி வந்துரு. அதான் வாயே பேசமாட்டாங்க அடக்க ஒடுக்கமா இருப்பாங்கன்னு சொல்றையே, அந்தப் பொண்ணுக்கும் தனியா ஒரு ரூம் ஒதுக்கிடலாம்.

எங்களைப் பார்க்க சங்கடமா இருந்தால் நீ உன் ரூம்க்கு உள்ளேயே இருந்துக்கோமானு சொல்லிடுவோம். தேவைப்பட்டா அந்தப் பொண்ணுக்கு வேணுங்கிற பொருள் எல்லாம் வாங்கித் தந்து விடுவோம்.." என்றான் ராகுல்.

"ம்ச்சு, அது செட்டாகாதுடா. நான் எங்க அம்மா கிட்ட ஒரு மேன்ஷன்ல தங்கி இருக்கிறதா சொல்லி இருக்கேன். அதனாலதான் அவங்க இவ்வளவு நாளா இங்க வரலை.

இப்போ இந்தப் பொண்ணு இவ்வளவு பெரிய வீடு இருக்கிறத பார்த்தா முதல்ல நம்மள பாத்து பயந்துடுவா. அடுத்த நிமிஷமே அம்மாவுக்குப் போன் போட்டு அழுத்திட்டாள்னா என் கதை முடிஞ்சது..

அப்படியே எதையும் கண்டுக்காம அமைதியா இருந்தாலும் அவளுக்குத் துணைக்கு இங்கே ஒரு லேடி வேலை ஆளு கூட இல்லை. நாளப்பின்ன உடம்பு சரி இல்லாம போனா நாம அவள வச்சு சமாளிக்க ரொம்பக் கஷ்டப் படணும்.

ஒரு பொய்யை மறைக்க ஓராயிரம் பொய் சொல்லவேண்டிய சங்கடம் நமக்கு எதுக்கு? அதான் அவள அங்கயே விட்டுட்டு வந்துறேனு சொல்லுறேன்.

சிரமம் பார்க்காம இரண்டு மூணு மாசத்துக்கு ஒரு முறை ஊருக்குப் போய்ட்டு வர வேண்டியது தான்" என்றான் பிரித்திவி.

அவன் சொல்வது அனைத்தையும் செவி மடுத்து கேட்ட பிறகு, ராகுல் அதை ஆமோதிக்கும் விதமாய்த் தன் கட்டை விரலை உயர்த்திக் காண்பித்தான்.

"நீ முடிவு பண்ணிட்ட, பாத்துப் பதமா செஞ்சிட்டு வா. அது கிடக்கட்டும் உங்க ஊர் பொண்ணுனா உனக்குத் தெருஞ்ச பொண்ணாத்தான இருக்கும். பாக்க எப்படி இருப்பா? அம்மா இவ்வளவு கட்டாயப் படுத்துக்கங்னா அவ ரொம்ப அழகா இருப்பாளோ?" என்று ஆர்வமாகக் கேட்டான் ராஜேஷ்.

"யாருக்குத் தெரியும்? அம்மா சொன்ன விஷயத்தைக் கேட்டதும் முதல்ல எனக்குக் கோபம் தான் வந்தது. அதனால பொண்ணைப் பத்தி எந்தத் தகவலும் நான் கேட்கல, அவங்களும் அவ பேர் கூட எதுவும் சொல்லலை" என்றான் பிரித்திவி.

"அப்படினா கல்யாணம் முடிஞ்சு ஃபர்ஸ்ட் நைட்லதான் நீ அவள பத்தின எல்லாத்தையும் தெரிஞ்சுக்கப் போற, அப்படித்தான?" என்று ராஜேஷும் ராகுலும் அவனைக் கொஞ்ச நேரம் கலாய்த்தவர்கள்.

அவர்களின் வரைமுறை இல்லா பேச்சினால் கடுப்பான பிரித்வி, தான் இல்லாத நேரத்தில் அவர்கள் இருவரும் என்ன செய்ய வேண்டும் யாரைப் பார்க்க வேண்டு என்று பேச ஆரம்பித்தான்.

அனைத்து திட்டங்களையும் சொல்லி முடித்த பிறகு, "நான் இங்க இல்லாததைக் காட்டிக்காதீங்க" என்றான் பிரித்திவி.

"சரி பிரித்திவி நீயும் நாளைக் கடத்தாம சீக்கிரமா வரப் பாரு" என்று சொல்லி விட்டு ராஜேஷ் அவன் அறைக்குச் சென்றான்.

ராகுல் அமைதியாக நிற்க, "நீ போகலையா?" என்றான் பிரித்திவி.

"நான் இங்கயே படுத்துக்கறேன் இனி இப்படி ஒரு சான்ஸ் கிடைக்குமா?" என்றான் ராகுல் வருத்ததுடன்.

"ஏண்டா இப்படிச் சொல்ற கல்யாணம் பண்ணினாலும் அவளை அங்கே விட்டுட்டு தான் வருவேன், நீ தாராளமா என் அறையில வந்து தூங்கலாம். இதுக்கெல்லாம் வருத்தப்படுவியா?" என்றான் ஆறுதலாக.

"அதில்லைடா, விரும்பிக் கல்யாணம் செஞ்சாலும் விரும்பாமல் கல்யாணம் செஞ்சாலும் முதல் இரவுன்னு ஒண்ணு நடந்துட்டா அதுக்கப்புறம் நீ வலையில மாட்டுன மீன் மாதிரி.

கல்யாணத்துக்குப் பிறகு நான் உன் பக்கத்துல படுத்து, நீ தூக்கத்துல பொண்டாட்டின்னு நினைச்சு எக்குதப்பா என்னை எதாவது பண்ணிட்டினா அதான் இன்னிக்கி ஒரு நாள் மட்டும் நான்" என்று இழுக்க.

"அட நாயே நினைப்பு போகுது பாரு" என்று அவனை அடிக்கத் துரத்த, "உண்மையத் தான்டா சொன்னேன்" என்று கத்திக் கொண்டே ஓடினான் ராகுல்.

"நீ பண்ற லொல்லுக்கு உன்னை அப்படிப் பண்ணினாலும் தப்பில்லை" என்றான் சிரித்துக் கொண்டே.

"அப்படினா உங்க அம்மாட்ட சொல்லிட்டு பேசாம என்னையே கல்யாணம் பண்ணிக்க. எனக்கு நல்லா தெரிஞ்ச ஒரு டாக்டர் இருக்-

காரு, உனக்கு எப்ப அப்பாயிண்ட்மெண்ட் இருந்தா கரெக்டா இருக்-கும்னு சொல்லு, கேட்டு வாங்கித் தரேன்.

வேணும்னா உனக்கான ஆப்பரேஷன் செலவைக் கூட நானே பாத்-துக்கிறேன் மச்சி.." என்று அவனை வம்பிழுக்க, அந்த இரவு நேரத்தில் இருவரும் அங்கே ஓடிப்பிடித்து விளையாடிக் கொண்டிருந்தார்கள்.

சத்தம் கேட்டு வெளியில் வந்த ராஜேஷ், "இன்னும் தூங்கப் போக-லையாடா? டேய் பிரித்திவி உன்னை இந்தக் கோலத்துல பார்த்தா யாரும் சத்தியம் பண்ணுனா கூட டான்னு நம்ப மாட்டாங்கடா" என்-றான்.

"என்னை என்ன பண்ணச் சொல்ற இப்படி ஒரு கழுதைய பக்கத்தில் வெச்சுகிட்டு என்னால நிம்மதியா இருக்க முடியுமா? ராகுல் எனக்குதான் கல்யாணமாகப் போகுது. இனி அவனோடு போய்த் தூங்கு" என்று ராகுலை பிடித்து ராஜேஷ் பக்கம் தள்ளி விட்டான்.

"அய்யோ என்கிட்ட வேண்டாம் சாமி உன்மேல கையப் போடற மாதிரி என் மேல போட்டான்னா நான் சும்மா இருக்க மாட்டேன். நாளை-பின்ன எதாவது எக்குத்தப்பா நடந்தா நான் பொறுப்பில்ல" என்றான் ராஜேஷ் சிரித்துக் கொண்டு.

பிரித்திவிக்கும் சிரிப்பு வர ராகுல் இருவரையும் முறைத்துக் கொண்டு நின்றான்.

"சரி வாடா மச்சான் கோபப் படாதே" என்று அவன் தோளில் கை போட்டு தன் அறைக்கு இழுத்துச் சென்றான் பிரித்திவி.

இருவரும் பேசிக் கொண்டே அவர்களையும் அறியாமல் உறக்கத்-திற்குச் சென்றார்கள்.

அங்கே ஹாஸ்டலில் ஒருத்தன் உறக்கத்தை முற்றிலும் தொலைத்து விட்டு நிம்மதி இல்லாமல் செய்வதறியாது விழித்துக் கொண்டிருந்தான்.

யுவராஜ்க்கு அவனுடைய அப்பா பொன்னுசாமி போன் பண்ணி கல்-யாணத்தைப் பற்றிச் சொன்னதும் அவனுக்கு அதிர்ச்சியாகிப் போனது.

மாப்பிள்ளை துளசியம்மா பையன் என்றதுமே புரிந்து விட்டது தன் கல்லூரிக்குச் சொந்தக்காரன், தன்னை இந்தக் கல்லூரியில் பணமில்லா-மல் படிக்க வைப்பவன் இந்த மும்பையே பார்த்துப் பயப்படும் பிரித்திவி தான் என்பது.

இதை எப்படி அவன் வீட்டில் சொல்வான். கல்லூரியில் கொண்டு வந்து சேர்த்ததும் பிரித்திவி இங்கே நடப்பது நம்ம ஊரில் யாருக்கும்

தெரியக் கூடாது.

குறிப்பா எப்பவும் என் அம்மாவுக்குத் தெரியவே கூடாது, என் அம்மா சொன்னதால் தான் உன்னைப் படிக்க வைக்கறேன், நீ என்ன படிக்கனும்னு ஆசைப்படறையோ அதைப் படி. ஆர்வக்கோளாறுல ஏதாவது ஒரு விஷயம் உன்னால வெளியில போச்சுனாலும், உன்னை-யும் உன் குடும்பத்தையும் துளி மிச்சமில்லாம பண்ணிடுவேன்.

நீ விரும்பினால் இங்கயே வேலையில் சேர்ந்துக்கோ, நம்ம ஊர் பையனாச்சே என்று வாஞ்சையுடன் பேசிவிட்டுச் சென்றான்.

ஆனால் இப்ப அவனே என் தங்கச்சிக்கு மாப்பிள்ளை என்ற போது அவனுக்குப் பயமாக இருந்தது.

எப்படிக் கல்யாணத்தை நிறுத்துவது உண்மையச் சொன்னால் குடும்-பத்தையே முடுச்சுருவாங்க, என்ன செய்வது என்று தெரியாமல் தூக்க-மின்றித் தவித்தான்.

அப்படியே கல்யாணத்தை நிறுத்தினாலும் அவனுக்கு இருக்கும் செல்வாக்குக்கு என் தங்கச்சிய தூக்கிட்டுப் போய்க் கல்யாணத்தை நடத்திக் கொள்வான். அதுக்குப் பிறகு எங்க அம்மா அப்பாவின் நிலை என்னாவது?

இவனை எதிர்த்து அரசியல்வாதிகளே எதுவும் செய்ய முடியாமல் நிற்கும் போது, அவன் தயவில் படிக்கும் என்னால் என்ன செய்ய முடி-யும்?

பேசாம சம்யுட்ட பேசி பார்க்கலாம், அவளுக்கு விஷயம் தெரிஞ்சா எப்படியாவது தன்னைத்தானே காப்பாத்திக்குவா என்று எண்ணியவன் தன் வீட்டு செல் போனுக்கு அழைப்பு விடுத்தான்.

ஒரு வார்த்தைகூடப் பேசியிருக்க மாட்டான், அதற்குள் அந்த வாயாடி காலை கட் செய்து விட்டாள். அடுத்து அவன் எத்தனை முறை முயன்றாலும் அதே நிலை தான் அவனுக்கு.

பொறுத்து பொறுத்து பார்த்த சம்யுக்தா யுவராஜ் அடங்காத கார-ணத்தால் செல்போனை சுவிட்ச் ஆப் செய்து விட்டாள்.

யுவராஜிற்கு ஊரில் அம்மா அப்பாவையும் துளசி அம்மாவையும் தவிர வேறு யாரும் பழக்கமில்லாததால், மேற்கொண்டு எதுவும் செய்ய முடியவில்லை.

பிரித்வியை மீறி மூச்சு விடவே பயப்படும் மக்கள் வாழும் ஊரில் நிற்கும் யுவராஜ், அமைதியாக ஊருக்குப் புறப்பட்டான். யாருக்கும் காத்-

திருக்காமல் நேரம் அதன் வேலையைச் செவ்வனே செய்து கொண்டிருந்தது.

வீட்டிற்குப் போனதும் யுவராஜ் தன் தங்கையிடம் தனியாகப் பேச எவ்வளவோ முயற்சி செய்தான். அவன் மட்டும் கல்லூரியில் படிக்கிறான் என்று ஏற்கனவே அவன் மேல் கோபத்தில் இருந்தவள், அவனிடம் முகம் கொடுத்துக் கூடப் பேசவில்லை.

ஆள் இல்லாத நேரம் பார்த்து யுவராஜ் அவளை நெருங்கும் போதெல்லாம் ஏதோ நெடுங்கால முன்பகை இருப்பதைப் போலத் தெனாவெட்டாகப் பார்த்தாள்.

இவ ஒருத்தி நேரம் காலம் தெரியாம முறைச்சுகிட்டு நிற்கறாளே, நான் சொன்னால் கூட நம்ப மாட்டாளே.

"ஏதோ இவ கல்யாணத்தைக் கெடுக்குறதுக்கு நான் திட்டம் போட்டுச் சொல்வதாக நினைப்பாள். வீம்பு புடுச்சவ" என்று புலம்பிக் கொண்டிருந்தான் யுவராஜ்.

எவ்வளவோ முறை முயற்சி செய்து பார்த்தவன், ஒரு கட்டத்தில் அலுத்துப் போனான். இதற்கிடையில் அம்மாவும் சம்யுவின் சமீப காலச் சாதனைகள் அனைத்தையும் பட்டியலிட்டு யுவராஜிடம் ஒப்புவித்தார்.

இந்தத் திருமணம் தடைப்பட்டால் அப்பாவின் நிலை என்ன ஆகும் என்ற தயக்கமும் யுவராஜ் மனதினை கரும் புகை போலச் சூழ்ந்து கொண்டது.

"இனி என்ன நடந்தாலும் சரி, பார்த்துக்கலாம். இதுவரை பெண்கள் விஷயத்தில் பிரித்திவி சாரை யாரும் தப்பாகப் பேசியதில்லை. அந்த மட்டும் ஒழுக்கமாகத்தான் இருக்கார்" என்று நினைத்து மனதை திடப்படுத்திக் கொண்டு, கல்யாண வேலையைப் பார்த்தான் யுவராஜ்.

5

அத்தியாயம் 5

மும்பையிலிருந்து திருமணத்திற்கு முதல்நாள் மாலை வந்து இறங்குபவனை அவனுடைய அம்மா துளசி பிடிபிடி என்று பிடித்துக் கொண்டாள்.

"வயசான காலத்தில் என்னை ஏன் கண்ணா இவ்வளவு டென்சன் பண்ற, என்னால பொண்ணு வீட்டுகாரங்ககிட்டயும் நம்ம உறவினர்கள் கிட்டயும் பதில் சொல்லி மாளவில்லை.

உன்னைக் கேட்காதவங்களே இல்லை, இப்படி என்னை ஒரு தர்மசங்கடமான நிலமையில் தள்ளுவேன்னு நினைச்சுப் பார்க்கவே இல்லை.

நேரமாக எனக்கே பயமா இருந்துச்சு, எங்க நீ வராம போயிருவியோன்னு" என்று அதுவரை இருந்த படபடப்பு டென்சனில் மகனிடம் கோபத்தில் திட்டினார்.

"அம்மா" என்று அவரை அணைத்துக் கொண்டவன்,

"எத்தனை வருஷத்துக்குப் பிறகு எங்க அம்மாவைப் பார்க்கிறேன், பெத்த பையன்னு கொஞ்சமாவது பாசம் இருக்கா? உங்களத் தேடி ஓடி வந்த புள்ளைய இப்படித் திட்டிறீங்களே?" என்று செல்லமாகக் கோபித்துக் கொண்டவன், அவருடைய கன்னத்தில் அழுந்த முத்தமிட்டான்.

"இல்லை கண்ணா ஊரையே கூட்டி வெச்சுட்டேன், நல்ல நேரம் பார்த்துக் கல்யாண மண்டபத்துக்குப் பொண்ணு போயாச்சு. மாப்பிள்ளை இன்னும் வீட்டுக்கு வரலைனா எனக்கு எப்படி இருக்கும் சொல்லு.

அப்படி நீ என்ன தான் பண்ற அதைக் கேட்டாளும் நேரம் வரும் போது சொல்றேன்னு சொல்லுவே, எனக்குனு இருக்குறது நீ மட்டும்

தானடா? இனியாவது கொஞ்சம் பக்குவத்தோடு புரிஞ்சு நடந்துக்கோ" என்று தன் குழந்தையைப் பெரிய மனிதனாக்கும் முயற்சியில் ஈடுபட்டி-ருந்தார் அந்தத் தாய்.

"நீங்க முன்னாலேயே சொல்லி இருந்தால், அப்படி இப்படின்னு ஏதாவது லீவு கேட்டு வாங்கி இருப்பேன். முக்கியமான வேலை நடந்து-கிட்டு இருக்கும்போது திடீர்னு ரெண்டு நாள் லீவு கேட்கிறது எவ்வளவு கஷ்டம் தெரியுமா?"

"எந்தக் கேள்வி கேட்டாலும் என் வாய அடைக்கிற மாதிரி ஒரு பதில் சொல்லிடு.."

"அதான் வந்துட்டேன் இல்ல, இன்னும் ஏன்மா கோபமாகவே பேசு-நீங்க? எனக்கு ரொம்பப் பசிக்குதுமா, சாப்பிட ஏதாவது இருக்கா?" என்-றதும் துளசிக்கு மற்ற அத்தனையும் மறந்து போனது.

அடுத்த நொடியே அவனைக் கிச்சனுக்கு அழைத்துச் சென்று, போதும் போதும் எனும் அளவு சாப்பாடு போட்டார்.

"ட்ராவல் டயர்டுக்கு உடம்பெல்லாம் வலிக்குதுமா, நான் போய்ப் படுத்து தூங்குறேன். ஆமா காலைல எத்தனை மணிக்கு முகூர்த்தம் வச்சு இருக்கீங்க?"

"எட்டு மணிக்குப்பா?"

"எட்டுக்கேவா?"

"ஆறுக்கு வைக்கலாம்னு இருந்தேன், நீ பாவம்னு எட்டு மணிக்கு மாத்தி வச்சேன். பொண்ணோட அப்பாவும் அம்மாவுந்தான் எல்லா வேலையும் பாக்குறாங்க. நான் இப்ப பொண்ணுக்குத் துணையா தங்க மண்டபத்துக்குப் போகணும். நீ ஒழுங்கா எழுந்து வந்திடுவ இல்ல?" என்று குற்றவாளி போலக் கொலை மிரட்டல் விடுத்தார்.

"வந்திடுவேன்மா" என்று கொஞ்சிக் கொண்டே மாடியில் இருக்கும் தன் அறைக்குச் சென்றான் பிரித்வி.

அவன் அம்மா சந்தேகப்பட்டது போலவே, முகூர்த்ததிற்கு ஒரு மணி நேரத்திற்கு முன்பு தான் தூங்கி எழுந்தான். அவசர அவசரமாய்ச் செல்-போனை எடுத்துப் பார்க்க அது தன்னால் முடிந்த அளவு பலமுறை அலாரத்தை அடிக்கச் செய்ததால் ஓய்ந்து போய்க் கிடந்தது.

கூடுதல் இணைப்பாய் கடந்த அரை மணி நேரத்தில் அம்மா வேறு ஐந்து முறை அழைத்திருந்தார். அம்மாவிடம் பேசி காரணத்தை விளக்குவதற்குப் பதிலாகக் கடகடவெனத் தயாராகிய மாப்பிள்ளைக்கு

வெளியே காரும் காத்திருக்க, நேராக மண்டபத்திற்கு விரைந்தான்.

சாதாரணக் காட்டன் வேஷ்டி சட்டையிலேயே ராஜாதி ராஜன் போல நடந்து வரும் தன் பிள்ளையைக் கண்டு மெய் சிலிர்த்த துளசிக்கு அவனைத் திட்ட மறந்து போனது.

அவனோ ரொம்பவும் நல்ல பிள்ளை போல அம்மாவின் அருகே வந்து நின்று, "அம்மா சாரிம்மா, அலாரம் வச்சேன். அசதியால அலார சத்தமே கேக்கல, மன்னிச்சிடும்மா, எதுவும் லேட் ஆகலையில?" என்று அவர் திட்டுவதற்கு எடுத்துக் கொடுத்தான்.

"கல்யாணம் உனக்குத் தான் அப்படின்ற நினைப்பு கொஞ்சமாவது உனக்கு இருக்கா கண்ணா?" என்று பாசத்தோடு துளசி திட்டிக் கொண்டிருக்கும் போது பொன்னுச்சாமி வந்து, "அக்கா முகூர்த்திற்கு நேரமாச்சு தம்பிய வரச்சொல்லுங்க" என்றார்.

"இதோ அனுப்பறேன் பொன்னுச்சாமி. கண்ணா இவர் தான் உன் மாமனார்" என்று அறிமுகம் செய்ய, அவரும் கையெடுத்து கும்பிட இவனும் கையெடுத்துக் கும்பிட்டான்.

பிரித்திவியைப் பொன்னுச்சாமிக்குப் பார்த்ததும் பிடித்துப் போனது.

"தம்பி இந்தக் காலத்தில் கூட அம்மா பேச்சைகேட்டுப் பொண்ணைக் கூடப் பார்க்காம கல்யாணம் பண்ணுறீங்களே,

உங்களை மாதிரி ஒரு பையனை நான் பார்த்ததில்லை நானும் தான் ஒன்னு பெத்து வெச்சிருக்கேனே எங்காவது அடங்குதா" என்றார்.

"உனக்கு வேற வேலையே இல்லையாடா எப்ப பாரு அந்தப் புள்ளைய குறை சொல்லி கிட்டு. அந்தப் புள்ளையோட அருமை இனிமே தான் உனக்கும் உன் பொண்டாட்டிக்கும் தெரியப் போகுது" என்றார் துளசி.

"அம்மா யாரைச் சொல்றாங்க?" என்று குழம்பிப் போய்க் கேட்டான் பிரித்திவி.

"நீ போய் முகூர்த்த டிரஸ்ஸ போட்டுகிட்டு வா, மத்ததை அப்பறமா பேசிக்கலாம்" என்றவர் அவனை அங்கிருந்து அப்புறப்படுத்தினார்.

மணமகன் அறையில் இருந்த கபோடில் மாப்பிள்ளை அணிந்துகொள்ள வேண்டிய பட்டு வேஷ்டியும் சர்ட்டும் இருந்தது. திட்டிய பிறகும் தாமதிக்க அவன் என்ன முட்டாளா?

கடகடவென்று தயாராகியவன் மேடைக்கு வந்து அமரவும், யுவராஜ் வந்து அவனுக்கு நடுங்கும் கரத்துடன் செயின் மோதிரம் பிரேஸ்லெட்

எல்லாம் போட்டு விட்டான். அவனையே யோசனையுடன் பார்த்துக் கொண்டிருந்தான் பிரித்திவி.

இவன் எதுக்கு இதெல்லாம் எனக்குப் போட்டு விடறான் என்று அருகில் நின்று கொண்டிருந்த மாமனாரைப் பார்க்க,

அவர், "இதுதான் என் மகன் தம்பி நீங்க தான படிக்க வைக்கறீங்க" என்றதும் அவன் அதிர்ச்சியுடன் யுவராஜைப் பாரத்தான்.

அவன் சிரிக்கவும் முடியாமல் அழவும் முடியாமல் ஏதோ ஒரு வித அவஸ்தையில் இருப்பதைப் போல இருந்தான்.

பொண்ணை அழைத்து வரவும் மற்ற சடங்குகளும் தொடங்க, பிரித்திவி அந்த யோசனையைக் கைவிட்டவன் ஐயர் சொன்னதைச் செய்ய ஆரம்பித்தான்.

சம்யுவை அழைத்து வந்தவர்கள் அவன் அருகில் அமரவைக்க, அவளும் ஒன்னும் தெரியாத பதுமை போல அமர்ந்தாள்.

முகூர்த்த நேரத்தில் ஐயர் தாலி எடுத்துக் கொடுக்க, பிரித்திவி பொண்ணு கழுத்தில் கட்டும் போது தான் அவளைப் பார்த்தான்.

சந்தன நிற சிலை ஒன்று ஜவ்வாது வாசம் வீசியபடி, புன்னகை எனும் மின்னலால் காண்போரை வீழ்த்தி அடித்துக் கொண்டு ஒய்யாரமாய் அவன் எதிரில் அமர்ந்து இருந்தது.

அதே நேரம் சம்யுவும் அவனைப் பார்க்க, சம்யு அவனுடைய உயரத்திலும் கம்பீரத்திலும் விழி உயர்த்திப் பார்க்க,

பிரித்திவி அவளுடைய ஆளை அசத்தும் அழகில் வியப்புடன் அசைய மறந்து இருந்த வேலை, அவன் புறம் திரும்பிய அவளின் விழிகள் அவனது விழிகளுடன் கலந்து, ஒரு வித சிலிர்ப்பை உடல் முழுவதும் ஏற்படுத்த, அந்த விழிகளிலிருந்து தன் விழிகளைப் பிரிக்க முடியாமல் தவித்தான்.

முதல் பார்வையிலேயே ஒருவரை ஒருவர் ஈர்த்ததால் பிடித்தமான மனநிலையில் அவன் தாலிகட்ட, நிறைவான மனதுடன் அதைப் பெற்றுக் கொண்டாள் சம்யு.

"அம்மா உண்மையிலேயே வானத்திலிருந்து ஒரு தேவதையைப் பிடித்துக் கொண்டு வந்துவிட்டாரா?" என்ற சந்தேகத்தோடு பிரித்திவியின் விழிகள் அவளைப் பார்க்கவே அடிக்கடி திரும்பிக் கொண்டிருந்தது.

அதைக் கட்டுப் படுத்த முடியாமல் தவித்த பிரித்வி, 'ஒரு மணி நேரத்துக்கு முன்பு வரை யாரென்றே தெரியாத ஒரு பெண்ணிடம் தன் மனம் இப்படிச் செல்கிறதே' என்ற எரிச்சலுடன் அங்கிருந்த கூட்டத்தின் புறம் தனது பார்வையைத் திருப்ப முயன்று கொண்டிருந்தான்.

அப்போதுதான் அவனுடைய அம்மா சந்தோஷத்துடன் ஓடியாடி எல்லாரிடமும் பேசுவதையும் உபசரிப்பதையும் பார்த்தான். நெடு நாட்களுக்குப் பிறகு தன் அம்மா இவ்வளவு சந்தோஷமாக இருப்பதைக் கண்ட அவனுக்கும் சந்தோஷமாக இருந்தது.

அவன் அருகில் இருந்த சம்யுவோ ஒரு சாம்ராஜ்யத்தைக் கட்டி ஆளும் அவனைத் தன் மனதிற்குள் முடியுமான மட்டும் கேவலப்படுத்திக் கொண்டு இருந்தாள்.

'இவனென்ன இவ்வளவு வளர்ந்திருக்கான்? இவன்கிட்ட நான் பேசனும்னா எப்படிப் பேசறது நான் பென்ச் மேல் நின்னாத்தான் இவன் முகமே எனக்குத் தெரியும்,

இந்த யுவராஜ் குரங்கு எவ்வளவு மெதுவா வளருது? அப்படி வளரதுக்கென்ன' என்று மனதில் அர்ச்சனை பண்ணிக் கொண்டிருந்தாள்.

எல்லா உறவினர்களும் சென்றிருக்கப் பொண்ணு மாப்பிள்ளையைத் துளசி வீட்டுக்கு அனுப்பி வைத்தாள்.

அங்கே நெருங்கிய உறவினர்கள் அவர்களுக்கு ஆரத்தி எடுத்துப் பால் பழம் கொடுத்தார்கள்.

முதலில் மாப்பிள்ளைக்குக் கொடுக்க வெடுக்கென்று பறித்துக் கொண்டவள் பாதியைக் குடித்து விட்டு மீதியைத் தந்தாள்.

அதுவரை எதுக்குப் பிடுங்கறா என்று பார்த்துக் கொண்டிருந்தவனுக்கு, ஓ என் எச்சில் சாப்பிடாமல் இருக்கத்தான் இப்படிச் செய்தாளா விவரம் தான் என்று நினைத்துக் கொண்டு வாங்கிக் குடித்தான்.

பழத்தையும் அவள் சாப்பிட்ட பிறகே அவனுக்குக் கொடுத்தாள் "என்ன பொண்ணு வழக்கத்தையே மாத்துது" என்று அங்கிருந்த பெண்கள் பேசிக்கொண்டார்கள்.

"நான் எந்த வழக்கத்தையும் மாத்தலை பால்ல சர்க்கரை சரியா போட்டிருக்கீங்களான்னு குடுச்சுப் பாத்துட்டுக் கொடுத்தேன்,

பழமும் கெட்டுப் போயிருக்கான்னு சாப்பிட்டுப் பார்த்துக் கொடுத்தேன்" என்று அவள் சொன்னதைக் கேட்டவனுக்கு மயக்கமே வந்தது.

"எங்க ஊரு பொண்ணுங்க புருஷனை மீறி ஒரு வார்த்தை கூடப் பேச மாட்டாங்க" என்று தன் நண்பர்களிடம் பெருமை பேசியது எல்லாம் அவன் மனக்கண்ணில் நிழல் படமாய் இப்பொழுது வந்து போனது.

அவள் அருகில் குனிந்து, மெதுவாக அவளுக்கு மட்டும் கேட்கும் குரலில் "உண்மையச் சொல்லு நீ அதுக்காகத் தான் குடிச்சியா" என்று கொஞ்சம் முறைக்கும் பார்வையோடு பிரித்திவி கேட்டான்.

'ஐயோ, இவனுக்குத் தெருஞ்சிருச்சு போல' என்று உதட்டைக் கடித்-துக் கொண்டாள்.

அவளும் அவனுக்கு மட்டும் கேட்கும் விதமாக "நான் சொன்னதை அவங்க நம்பினாங்கள்ல. அது மாதிரி நீயும் நம்பனும், இல்லை நம்பற வரை அடுத்தடுத்து எதாவது சொல்லிட்டே இருப்பேன். உங்களுக்கு எப்-படி வசதி?" என்று எந்தப் பயமும் இல்லாமல், அவனை மிரட்டும் வித-மாகப் பேசினாள்.

முதல்முறையாகத் தன் பார்வைக்கு அஞ்சாமல் துணிச்சலோடு திரும்ப மிரட்டும் அந்த அழகியை ஆச்சரியமாகப் பார்த்தவன் "எப்படி நம்பற மாதிரி சொல்லுவ?" என்றான்.

"அதுவா பாலில் விஷமிருக்கான்னு குடுச்சுப் பார்த்தேன். என்ன இருந்தாலும் நீங்க பணக்கார வீட்டுப் பையன். நான் ஏழை வீட்டுப் பொண்ணு, உங்களுக்குப் பொண்ணு கொடுக்கணும்னு குறைந்தது ஒரு பத்து குடும்பமாவது எதிர்பார்த்து இருந்திருக்கும்.

திடீர்னு அவங்க ஆசையில நாம மண்ணள்ளிப் போட்டால் நம்ம மேல அவங்களுக்குக் கோபம் வருமா இல்லையா?" என்றாள் ஒரு பக்க புருவத்தை உயர்த்தி.

அரைகுறை புத்திசாலி தான், என்றாலும் அவள் சாதுரியம் கண்டு கரைந்து போனவன், சில நிமிடங்களுக்குத் தனை மறந்து சிலையாகிப் போனான்.

அமைதியான பெண்ணை எதிர்பார்த்து வந்தவனுக்கு, இப்படி அதி-ரடியாக இருந்தவளை அதிர்ச்சியுடன் பார்த்துக் கொண்டிருந்தான்.

எப்படிப் பேசறா? மாமனார் என் பேச்சை கேட்கிறது இல்லைன்னு அம்மாட்ட புலம்பினது இவளைப் பத்தி தானோ? அப்படினா இவ யார் பேச்சையும் கேட்க்கமாட்டாளா?

யம்மோய் நான் உன்னை நம்பி இங்க வந்ததுக்கு என்ன தலைகுப்புற கவுத்துட்டயே! பார்த்து ஒரு மணி நேரம் கூட ஆகாதவன்கிட்டயே இந்-

தப் பேச்சு பேசுறவ இனி எப்படி எல்லாம் பேசப் போறாளோ?! என்று அம்மாவைத் திட்டியபடியே அவளைப் பார்த்துக் கொண்டிருந்தான்.

"எதுக்கு என்னை வச்ச கண்ணு வாங்காம பாக்கற? மரியாதைக்குத் திரும்பி பார்க்கணும்னு எனக்கும் ஆசைதான், ஆனா உன்னைப் பார்த்தால் எனக்குக் கழுத்து வலி வந்துரும் போல இருக்கு.

கொஞ்சம் பொருமையாகத்தான் வளர்றது? மரம் மாதிரி நெடு நெடுன்னு வளர்ந்து நிக்கற? இனிமே ஏதாவது சொல்ல நெனச்சா, முதல்ல என்னைத் தூக்கி இடுப்புல வச்சுக்க..அப்ப தான் உன் முகத்தைப் பார்த்து பேச முடியும்" படபடவென்று பொறிந்தாள்.

அவ பேசுவதைக் கேட்க கேட்க பிரித்திவிக்கு மூச்சடைக்க ஆரம்பித்தது. அதன்பின் ஒரு நொடி கூடத் தாமதிக்காமல் தன் அறைக்கு விரைந்தான்.

'எதுக்கு ஓடறான்? நாம இன்னும் சகஜமா பேசவே ஆரம்பிக்கலையே?' என்று குழப்பத்துடன் அவனையே பார்த்துக் கொண்டிருந்தாள் சம்யு.

அதற்குள் மண்டபத்தைக் காலி செய்துவிட்டு எல்லாரும் வீட்டுக்கு வந்திருக்க, அக்கா "மாப்பிள்ளையும் பொண்ணையும் நம்ம வீட்டுக்கு அழைச்சிட்டுப் போய்ட்டு வரட்டுமா" என்றார் பொன்னுசாமி.

"இதையெல்லாம் இனிமேல் நீ எங்கிட்ட கேட்கணுமா தம்பி? தாராளமா உன் மருமகன கூட்டிட்டு போய்ட்டு வா. நைட்டுக்கு நம்ம வீட்லயே சமையல் செய்யச் சொல்றேன், எல்லாரும் நேரத்துக்கு வந்துடுங்க" என்ற துளசி மகனை அழைத்தார்.

அம்மாவின் சத்தம் கேட்டு தன் அறையிலிருந்து வந்தான்.

அதே நேரம் சம்யுவும் தனக்கான அறையில் இருந்து வெளியே வர அவளிடம், "என்னடி நினைச்சதைச் சாதிச்சுட்ட மிதப்பில் இருக்கறையா? என்கிட்ட பேசவே இல்லையே?" என்று கேலி பேசினார் துளசி.

'என்ன நினைச்சதைச் சாதிச்சுட்டாளா என்ன நினைச்சா?' என்று யோசனையுடன் பார்த்துக் கொண்டிருந்தான் பிரித்திவி.

"என்ன தொல்ஸ் இப்படிச் சொல்ற? நீதான் வேலை செய்து கலைச்சுப் போய்த் தெரியற? நான் வேற பேச ஆரம்பிச்சா எனக்குப் பதில் சொல்லியே உனக்குப் பசி வந்துவிடும்.

அதான் உன்ன டிஸ்டர்ப் பண்ணாம உட்கார்ந்து வேடிக்கை பார்த்துகிட்டு இருந்தேன்" என்று அவள் சகஜமாய்த் தன் அம்மாவிடம் பேசு-

வதைக் கேட்டவனுக்கு, அதிர்ச்சியில் கண்கள் விரிந்தது.

'இவ என்ன சொல்லிக் கூப்பிட்டா, எங்கம்மாவை கொஞ்சம் கூட மரியாதையே இல்லாம, இப்படி எல்லாம் பட்டப்பெயர் வச்சு கூப்பிடறா? மாமியார்ன்ற பயமும் இல்லை, சுத்தம்.. பிரித்திவி சிக்கிட்டயேடா' என்ற நினைவுடன் அவளையே பார்த்துக் கொண்டிருந்தான்.

"அம்மா நீ இங்க தங்கி எங்களுக்கு நைட்டுக்குச் சாப்பாடு செய். நான் தொல்ஸோட வீட்டுக்குப் போய்ட்டு வறேன். உனக்கு ஹெல்ப்புக்கு ஆள் வேணும்னா உன் புருஷனை காய் அறிய வெச்சுக்க. நீ தெண்டமா வளர்த்தி வெச்சிருக்கியே ஒரு பையனை அதை மத்த எடுபிடி வேலைக்கு வெச்சுக்க" என்று சொல்லிவிட்டு, "வா தொல்ஸ் நாம அங்க போலாம்" என்று அவருடைய கழுத்தைச் சுற்றி கைப் போட்டு இழுத்துச் சென்றாள்.

"பாத்தியாடி உன் பொண்ணுக்கு எவ்வளவு கொழுப்புன்னு? சும்மாவே நாம ஒன்னு சொன்னா ஏறுக்கு மாறா செய்வா. இனி இவளை கையிலையே பிடிக்க முடியாது" என்றவர் தன் தலையைப் பற்றிக்கொண்டு அங்கிருந்த சோபாவில் அமர்ந்து கொண்டார்.

நடப்பது அத்தனையையும் நம்ப முடியாமல் பிரித்திவி நடு ஹாலில் அம்போ வென்று சிலை போல நின்று கொண்டிருக்க, அதைப் பார்த்த சுமதி "யுவராஜ் நீ மாப்பிள்ளைய கூட்டிட்டு போடா" என்றாள்.

நல்ல வேலை நம்ம மாமியாருக்காவது நம்மளை பார்த்து இரக்கம் வந்துச்சே என்று நினைத்தவன், யுவராஜ் பின்னாடி சென்றான்.

வெளியில் சம்புவும் துளசியும் பேசிச் சிரித்துக் கொண்டிருப்பதைப் பார்த்தவன் யுவராஜிடம், "இவ உனக்கு அக்காளா?" என்றான்.

"இல்லை தங்கச்சி" என்றான் மெதுவாகப் பயத்துடன்.

பிரித்திவி அதிரிச்சியுடன் "என்னடா சொல்ற? நீயே காலேஜ் பைனல் இயர் தானே படிக்கற? அப்போ உன் தங்கச்சிக்கு என்னடா வயசு?" என்றான்.

"அவளுக்குப் பத்தொன்பது" என்றான் தயக்கத்துடன்.

கோபத்தில் "என்னது? இவ்வளவு சின்னப் பொண்ணா? எப்படிடா இவ்வளவு வயசு வித்தியசாத்துல கல்யாணம் பண்றீங்க? உங்க யாருக்குமே அறிவு இல்லையா?" என்றான் கொதித்துப் போய்.

ஏற்கனவே பயத்திலிருந்தவனுக்கு வாயெல்லாம் தந்தியடிக்கப் பதில் சொல்ல முடியாமல் விழித்தான்.

இதற்குமேல் இவனிடம் கேள்வி கேட்டால் இங்கேயே அழுது விடு-வான் என்று புரிந்த பிரித்திவி கோபத்துடன் தன் அம்மாவிடம் சென்று, "அம்மா இவளுக்கு வயசு என்ன?" என்றான்.

அவர் பதில் சொல்லும் முன், "தொல்ஸ் உனக்காகப் பாக்கறேன் இந்த மாதிரி என் முன்னாடி அதிகாரம் பண்ணினா உனக்குப் பையன் இல்லை. சொல்லி வை" என்றாள்.

பிரித்வி, "ஏய், நான் ஒன்னும் உன் கிட்ட கேட்கல, என் அம்மா கிட்ட தான் பேசுறேன்" என்றான் அவளை முறைத்தபடி.

அவள், "ஆனா என்ன பத்தி தானே பேசுற? என் வயசு உனக்கு எதுக்கு?" என்றாள்.

"என்னம்மா இந்தப் பொண்ணு இப்படிப் பேசறா? உங்களை எதுக்கு தொல்ஸ்ன்னு கூப்பிடறா? பெரியவங்கன்ற மரியாதையே கொடுக்காம வார்த்தைக்கு வார்த்தை தரக்குறைவா பேசறா. நீங்களும் அவளுக்குச் சரிக்குச் சமமா பேசிட்டு இருக்கீங்க" என்றான் கோபத்துடன்.

"கண்ணா அவ சின்னப் பொண்ணுடா, அஞ்சு வருஷமா நான் தூக்கி வளர்த்த பொண்ணு. கொஞ்சம் குறும்பு அதிகம் மத்தபடி தங்க-மான குணம்டா.

உனக்கும் அவளுக்கும் வயசு வித்தியாசம் இருக்கு தான். அவளே அதைப் பெருசாக எடுத்துக்காம உன்னைக் கல்யாணம் பண்ணிப்பேன்னு பிடிவாதமா இருந்தா. அதான் நானும் ஒத்துக்கிட்டேன்" என்றார்.

"அம்மா இதை நீங்க ஆரம்பத்திலேயே என்கிட்ட சொல்லியிருக்-கனும். இவ்வளவு சின்ன வயசுப் பொண்ணு கூட நான் எப்படிக் குடும்-பம் நடத்தரது? ஏம்மா இப்படிச் செஞ்சீங்க?" என்றான் எரிச்சலுடன்.

அவன் அருகில் வந்தவள் அவனுக்கு மட்டும் கேட்க்கும் விதமாக "நீ என் கூடக் குடும்பம் நடத்தாட்டி போ, நான் உன் கூடக் குடும்பம் நடத்துவேன்" என்று சொல்லி சிரிக்க, அவளை வித்தியாசமாகப் பார்த்-தான்.

மீண்டும் சம்யு தன் தொல்ஸ் தோளில் கை போட்டுப் பேசிக்-கொண்டே நடக்க, பிரித்திவியால் எந்தப் பதிலும் பேச முடியவில்லை. இங்க வந்திதிலிருந்து அவனுக்கு அதிர்ச்சி மேல் அதிர்ச்சியாக இருந்-தது.

அதுவும் இவ்வளவு வாயடிக்கும் ஒரு பெண்ணைத் தன் வாழ்க்-கையிலேயே பார்த்திராதவனுக்கு, 'இவ நம்ம சொல்பேச்சு கேட்பாளா?

இவள வச்சுகிட்டு இனிமே நாம எப்படிச் சுதந்திரமா நம்ம வேலையைச் செய்ய முடியும்?' என்ற எண்ணம் தான் வந்தது.

நடுவில் திடீரென, 'என்னை இவ பார்த்தே இருக்க மாட்டாள். அப்புறம் எதுக்கு என்னைக் கல்யாணம் பண்ணிப்பேன்னு சொன்னாள்?!' என்று அவனுக்குக் குழப்பமாக இருந்தது.

அதற்குள் அவர்கள் வீடு வர அங்கிருந்த உறவினர்கள் அவர்களுக்கு ஆரத்தி கரைத்து உள்ளே அழைத்தார்கள்.

உள்ளே வந்ததும் "தொல்ஸ் இந்தச் சேரியை மாத்தட்டுமா முடியலை எவ்வளவு வெய்டா இருக்கு தெரியுமா?

என்னோட வெயிட்டை விட நான் போட்டிருக்கும் இந்த நகையும் புடவையும் அதிக வெய்ட் இருக்கும்" என்றாள்.

"இருடி நம்ம வீட்ல போய் மாத்திக்கலாம் உன் துணி எல்லாம் எடுத்து பேக் பண்ணி வெச்சுட்டியா?" என்றாள் துளசி.

"பின்ன இன்னும் இங்க என்ன வேலை? எங்க அப்பா அவரோட பையனையே கட்டிகிட்டு அழட்டும், அவன் தானே நாளைக்குச் சோறு போடப்போறான், அப்ப பாத்துக்கறேன்" என்றாள் கோபத்துடன்.

பிரித்திவிக்குத் தலையும் புரியாமல் வாலும் புரியாமல் அவர்களின் பேச்சைக் கேட்டுக் கொண்டிருந்தான்.

"சம்யு அப்படிப் பேசக்கூடாதுடா, பொன்னுசாமி காரணமில்லாம இப்படி எல்லாம் பண்ணலை" என்று அவருக்குத் துளசி சப்போர்ட் பண்ணினார்.

"தொல்ஸ் நீ உன் தொம்பிக்கி சப்போட் பண்ணுன உன்னையும் உன் பையனையும் நடு ரோட்டுக்குத் தொரத்தி விட்டுடுவேன். நான் சொல்றதை மட்டும் கேளு" என்றவள்,

பாவமாக ஓரத்தில் ஒடுங்கி நின்று கொண்டிருந்த யுவராஜை விரலைச் சொடுக்கு போட்டு அழைத்து, "நீ அண்ணன்னு எனக்கு எதுவுமே செய்யலை.

போய் ரூம்ல நான் பேக் பண்ணி வெச்சிருக்கற என் பொருளை எல்லாம் எங்க வீட்ல கொண்டு போய் வெச்சுட்டு வா. இனி இந்த வீட்ல உன் ராஜ்யம் தான். உன் இஷ்டத்துக்கு என்ன வேணாலும் செஞ்சுக்கோ" என்றாள்.

அவளை முறைத்தவன், பக்கத்திலிருந்த பிரித்திவியைப் பார்க்க, அவனும் கண் ஜாடையால் அவள் சொன்னதைச் செய்யச் சொன்னான்.

‘சப்பரமே குப்புற சாய்ந்து விட்டது, இனி எனக்கென்ன மரியாதை தரப்போகிறாள்’ என்று நினைத்துக்கொண்டே அவளுடைய பேக்கை எடுக்க அறைக்குச் சென்றான்.

ஆனாலும் அவனின் அடி மனதின் ஓரத்தில் தங்கை மீதான பாசம் கொஞ்சம் ஒட்டி இருக்க, ‘உன் வாய்க்கு நல்லா மாட்டிகிட்ட. உன்னை நினைச்சா எனக்குப் பாவமா இருக்கு, இனி இவர்கிட்ட என்ன பாடு படப் போறையோ.

இவருடைய இன்னொரு முகத்தைப் பார்த்தா சம்யு நிலமை என்னாவது? எல்லாத்துக்குக் காரணம் இந்த அப்பா தான். பேசாம இவளை காலேஜ்ல சேர்த்து விட்டிருந்தா இவ கல்யாணத்தைப் பத்தியே நினைச்சிருக்க மாட்டாள்’ என்று அப்பாவின் மீது கோபமாக வந்தது அவனுக்கு.

அவள் எடுத்து வைத்திருந்ததைப் பார்த்தவனுக்கு மலைப்பாக இருந்தது. இனி இங்கே வராத மாதிரி, தன் பேஸ்ட் பிரஷ் முதல் பழைய நோட்டு புக் வரை எல்லாம் மூட்டை கட்டி வெச்சிருக்கா என்று நினைத்துக் கொண்டே அந்த மூட்டைகளை அள்ளிக்கொண்டு சென்றான்.

சம்பிரதாயத்திற்காக அங்கே கொஞ்ச நேரம் இருந்தவர்களுக்கு ஸ்வீட் காரம் கொடுத்த பின், உறவினர்கள் அங்கிருந்து அழைத்துக் கொண்டு மாப்பிள்ளை வீட்டிற்குக் கிளம்பினார்கள்.

துளசியும் சம்யுவும் முனுமுனு என்று மெதுவாகப் பேசிக் கொண்டு வர, அவர்கள் இருவரின் அன்னியோனியத்தைப் பார்த்துக் கொண்டு அவர்கள் பின்னாடியே சென்றவன், எங்கம்மாவை கல்யாணம் பண்ணிக்கிட்டாளா? என்னைக் கல்யாணம் பண்ணிக்கிட்டாளா? என்ற கோபம் வந்தது.

அவனுடைய மனத்திரையில் அமைச்சர் வீட்டுக் கல்யாணத்தில் பொண்ணும் மாப்பிள்ளையும் இந்த மாதிரி இரகசியம் பேசி சிரித்துக் கொண்டது ஞாபகம் வர, இங்கே நடப்பதையும் பார்த்துச் சத்தமாகச் சிரித்து விட்டான்.

பின்னாடி திரும்பி விழி உயர்த்தி என்ன என்பது போல் பார்த்த அவள் விழிகளைத் தன் விழிகளால் தீண்ட, "என்ன சிரிப்பு? தனியா சிரிச்சுகிட்ட வர? மும்பையில இருக்கும்போது முன்ன பின்ன ஏதாவது ஆகிடுச்சா?" என்றாள்.

"கூட வர வேண்டிய நீ தான் எங்கம்மா கூடப் போறையே, அப்ப தனியாதான் சிரிக்க முடியும்" என்றான்.

"பார்த்தியா தொல்ஸ் வந்ததும் நம்மளை பிரிக்கப் பாக்கறான்" என்றவள்.

இன்னும் தோளில் இறுக கைபோட்டுக் கொண்டு, "நம்மளை யாரும் பிரிக்க முடியாது இல்லையா தொல்ஸ்" என்றாள் சம்யு.

"கொஞ்ச நேரம் அமைதியா வாடி, எதையாவது பேசப் போய் அவன் உன்னை இங்கயே விட்டுட்டு போயிரப் போறான்" என்றார் மருமகளிடம் ரகசியமாக.

"அய்யோ என் படிப்பு என்னாவது? உன் பையன் அப்படி விட்டுட்டு போகட்டும் அப்பறம் தெரியும் இந்தச் சம்யு யாருன்னு" என்று முனுமுனுத்தாள்.

அவர்கள் இருவரையும் பார்த்துக் கொண்டே சென்றவனுக்கு இதே மாதிரி நம்மளிடம் பேசினால் குறைந்தா போய் விடுவாள் என்று கோபம் வர, அந்த நினைவே அவனுக்கு அதிர்ச்சியாக இருந்தது.

இவ என்கிட்ட பேசினால் என்ன பேசாவிட்டால் என்ன, நான் ஏன் இப்படி நினைக்கறேன் எனக்கு இன்னைக்கு நாளே சரியில்லை. என்னென்னமோ நடக்குது என்று நினைத்துக் கொண்டு சென்றான் பிரித்திவி.

வீட்டிற்கு வந்ததும் "அம்மா சமையல் முடுச்சுட்டியா நான் மண்டபத்துல சரியாகவே சாப்பிடலை பசிக்குது" என்றாள்.

"எல்லாம் ஆச்சு மாப்பிள்ளையைக் கூட்டிகிட்டு வா" என்றாள் சுமதி.

"மாப்பிள்ளை வந்தால் தான் சாப்பாடு போடுவியா எங்கே அவன்?" என்றிட சுமதி அவள் தலையில் நங்கென்று ஒரு கொட்டு வைத்து அனுப்பினாள்.

அதற்கெல்லாம் அசரும் பிறவியா அது? தலையைத் தேய்த்துக் கொண்டே ஹாலில் சுற்றும் பார்த்தவள் அங்கே காணாமல் அவனைத் தேடிச் சென்றாள்.

வீட்டின் பின்பக்கத்தில் பூச்செடிகளுக்குப் பக்கத்தில் நின்றுகொண்டிருந்த பிரித்திவி, காலையிலிருந்து நடந்த சம்பவங்களை அசைபோட்டுக் கொண்டிருந்தான்.

மெதுவாகப் பூனை போல் ஊர்ந்து சென்றவள், அவன் பின்னே சென்று பே என்று கத்தி அவனை ஒரு உலுக்கு உழலுக்க, எப்போதும் எதிரிகளோடு சண்டை போட்டே பழகிய அவன், சடுதியில் அட்டாக் மோடுக்கு மாறிவிட்டான்.

திடுக்கிட்ட சம்யு தடுமாறி விழப்போய், சமாளித்து நின்றுகொண்டு, தன் தன்மானம் அடிவாங்கிய கோபத்தை அவனிடம் காட்ட ஆரம்பித்-தாள்..

"தனியா இங்க என்ன பண்ணிட்டு இருக்க? நான் உங்க ஊருக்கு வந்து கிட்டத்தட்ட அஞ்சு வருஷத்துக்கு மேல ஆச்சு. உன்ன இதுவ-ரைக்கும் இங்க நான் பார்த்தில்லை, இப்பத் தான் வந்திருக்க.

இப்படிப் பல வருஷம் கழிச்சு வீட்டுக்கு வந்த மனுஷன் தன் அம்-மாட்ட ஆசையா நாலு வார்த்தை பேசுவோம்ன்னு இல்லாம தனியா வந்து நெட்டை பனைமரமாட்டம் நிக்கற?" என்றாள்.

அவளையே பார்த்தவன் "எங்கம்மா கூட நீ எப்படி நெருக்கமான" என்றான்.

"அதுவா நான் ஸ்கூல் படிக்கும் போதிருந்து இங்க தான் தங்குவேன். இங்கிருந்து தான் ஸ்கூலுக்குப் போவேன். புதுப் பொண்ணுன்றதால ஸ்கூல்ல யாரும் என் கூட ப்ரெண்டா இல்ல. தொல்ஸூம் தனியா இருந்ததால அவகிட்டவே பேசிப் பழகி இருக்க ஆரம்பிச்சேன். அப்ப-டியே நாங்க ரெண்டு பேரும் கிளோஸ் பிரெண்ட் ஆகிட்டோம்" என்-றாள்.

இத்தனை வருடங்களாக அம்மா எப்படித் தான் இல்லாமல் தனியாக வாழ்ந்தார் என்று அவன் மனம் கொண்டிருந்த கேள்விக்கு விடை இப்-பொழுது அவன் எதிரே அழகிய உருவமாய் நின்று இருந்தது.

"என்னைப் பார்க்காம எப்படிக் கல்யாணத்துக்குச் சம்மதம் சொன்ன?" என்று அவனை உறுத்திக் கொண்டிருந்த அந்தக் கேள்வி-யைக் கேட்டான்.

"தொல்ஸ்ஸோட பையன் தொல்ஸ் மாதிரியே நல்ல குணத்தோட இருப்பான். அவளை மாதிரியே என்னைப் பார்த்துப்பான்ற நம்பிக்கை-யில் தான்" என்றதும் அவன் மனம் பூவாய் மலர்ந்து போனது.

மனசெல்லாம் பரவசமாக அவளை அழுத்தமாகப் பார்த்தவன் "ஆமா கொஞ்ச நேரத்துக்கு முன்னாடி என்னமோ சொன்னியே, நீ குடும்பம் நடத்தாட்டி நான் நடத்தறேன்னு. உனக்குக் குடும்பம் நடத்த

தெரியுமா?" என்றான் கேலியாகப் புன்னகைத்தபடியே.

"ஏன் தெரியாம அதான் பாக்கறேனே தினமும் எங்கம்மா குடும்பம் நடத்தற இலட்சணத்தை. அவங்கள விட நல்லாவே சமைக்கக் கத்துக்குவேன். இன்னும் ஏதாவது தேவைனா நான் யூடிப்ல பாத்துப் படிச்சுக்குவேன்" என்றாள் வீம்பாக.

சரியாப் போச்சு நான் என்ன கேக்கறேன் இவ என்ன பதில் சொல்றா என்று நினைத்துக் கொண்டு, "உனக்குச் சமைக்கத் தெரியாதா?" என்றான் பிரித்திவி.

"நல்லா சாப்பிடத் தெரியும், நான்வெஜ் ரொம்பப் பிடிக்கும். அதுலயும் நம்ம சைடு பண்ற தலைக்கறிக்கு நான் அடிமை" என்று அவளுக்குப் பிடித்ததைச் சொல்லிக் கொண்டிருந்தாள்.

நான் என்ன கேக்கறேன் இவ என்ன பதில் சொல்றா என்று அவளைப் பார்த்துக் கொண்டிருந்தவன், "அவ்வளவு தானா இன்னும் எதாவது பாக்கி வெச்சிருக்கியா?" என்றான் .

"அதெல்லாம் ஊருபட்டது கிடக்கு இஷ்டம் இருந்தா கேளு இல்லைனா போ" என்றாள்.

இவ கூடப் பேச ஆரம்பிச்சா என் புத்தியும் மாறிப் போய்விடும் என்று நினைத்த பிரித்திவி அமைதியாக மீண்டும் பூக்களை வேடிக்கை பார்க்க ஆரம்பித்தான்.

"எனக்குப் பசிக்குது, நீ இந்தப் பூவெல்லாம் வேடிக்கைப் பார்த்து முடிச்சுட்டுக் கொஞ்சம் சீக்கிரமா உள்ள வா. உன்னைக் கூட்டி வந்தால் தான் எனக்கும் சோறு போடுவாங்களாம்.

முண்டாசு கவிஞரே பெண்களை எல்லாம் எப்படிக் கொடுமை படுத்தறாங்க பார்த்தியா? நீ மட்டும் இப்ப இருந்திருந்தா எங்களுக்கு இந்த நிலமை வந்திருக்குமா?" என்று ஏற்ற இறக்கத்தோடு வசனம் பேசிவிட்டுப் போனதும் பக்கென்று சிரித்து விட்டான்.

அவர் வந்தா இவகிட்ட இருந்து என்னைத் தான் காப்பாத்தனும் என்று நினைத்துக் கொண்டே அவள் பின் சென்றான்.

இருவரையும் ஒன்றாக அமர வைத்து இரவு உணவை பறிமாறினார் சுமதி..

"அம்மா இன்னைக்கு அதிசயமா நல்லா சமைச்சிருக்கியே, உன் மாப்பிள்ளைக்காகவா? பொன்னுச்சாமி கொடுத்து வெச்சது அவ்வளவு தான். சப்ப சாப்பாடு சாப்பிடனும்னு அவர் தலை எழுத்து என்ன பண்-

றது" என்று சாப்பிட்டுக் கொண்டே வம்பிழுத்தாள்.

"ஏண்டி பேசாம சாப்பிட மாட்டியா? எதுக்கு அவளை வம்பிழுக்கற?. கல்யாண அலைச்சலில் நேத்துல இருந்து ஒத்தக் கண்ணு உறங்காம இருந்தாலும் நீ கேட்டேன்ற ஒரே காரணத்துக்காக உனக்குச் சோறாக்கி போடறாள்ள. அதை வக்கனையா தின்னுட்டு அவளையே பேசுவியா?" என்று துளசி அதட்டினார்.

"தொல்ஸ் ஒரு அம்மா பொண்ணுக்கு சோறாக்கிப் போட்டால் மட்டும் போதுமா? எனக்காக நீ போறாடுன அளவுக்கு எங்கம்மா எதுவுமே பண்ணலையே?.

இந்தச் சோறு யாருக்கு வேணும். போற போக்குல நாலு காட்ல கடலையப் பிடுங்கி தின்னா வயிரு நிரம்பிடும். ஆனா மனசு?" என்று கண்கலங்கச் சொன்னவள் எழுந்து சென்று விட்டாள்.

எல்லாரும் அவள் பேச்சைக் கேட்டு உறைந்து நின்றார்கள். பிரித்திவிக்கு அவள் ஏதோ ஒரு விஷயத்தால் தன் குணம் மாறி இருக்கிறாள் என்று புரிந்து போனது. அவளின் அந்த இன்னொரு முகம் ரொம்பப் பாதிப்பைக் கொடுத்தது.

அந்தச் சிரிப்பையும் குறும்பையும் பறித்துக் கொண்ட இந்தச் சாப்பாடு எனக்கும் வேண்டாம், என்று அவனது மனம் அடம்பிடிக்க அதுக்கு மேல் சாப்பிட முடியாமல் எழுந்து கைகழுவச் சென்றான்.

சுமதி பதறியடித்துக் கொண்டு, "ஐயோ மாப்பிள்ளை நீங்க ஏன் எந்திரிச்சு போறீங்க?" என்றார்.

"எனக்கும் பசிக்கல" என்றவன் அடுத்து அவர் பேசும் பேச்சு எதையும் காதில் கேட்காமல் விரைந்து சென்று விட்டான்.

அங்கு எதுவுமே நடக்காதது போலச் சாப்பிட்டுக் கொண்டிருந்த துளசியிடம், "அண்ணி, தம்பி சாப்பிடாமலே போகுது, நான் கூப்பிட கூப்பிட நிக்க மாட்டேங்குறாரு. நீங்க ஒரு தடவை கூப்பிட்டுப் பாருங்களேன்.." என்று கெஞ்ச ஆரம்பித்தார்.

"நீ அவன் சாப்பிடலைனு வருத்தப்படுற. நான் இப்பதான் என் பையன் சம்புவ தன் மனசுல பொண்டாட்டியா நிறுத்த ஆரம்பிக்கிறான்னு நினைச்சி சந்தோச படுகிறேன்.." என்றார்.

6

அத்தியாயம் 6

இரவு உணவுக்குப் பின் சம்யுக்தாவின் கலங்கிய முகம் எல்லாரையும் திணறடித்தாலும் வேறு வழியில்லாமல் சம்பரதாயத்தைச் செய்து தானே ஆக வேண்டு என்று அவர்களுக்கான அறையை அலங்கரித்தனர்.

பிரித்திவியை முதலில் அறையில் விட்டுவிட்டு சுமதி, சம்யுக்தாவை துளசி பார்த்துக்கொள்வார் என்று நினைத்துக் கொண்டே தங்கள் வீட்டிற்குச் செல்ல கிளம்பினாள்.

"சுமதி நீ சம்யு பேசினதை மனசுல வெச்சுக்காதே ஏதோ வருத்ததுல சொல்லிட்டா" என்று ஆறுதல் சொன்னார் துளசி.

"அவ சொன்னதில் ஞாயம் இருக்கு அண்ணி. அவ படிப்புக்கு நீங்க எவ்வளவோ முறை அவர்கிட்ட பேசி இருக்கீங்க. ஆனா நான் அப்படிப் பேசாம போயிட்டேனே, அதை எல்லாம் எப்படி ஞாபகம் வெச்ச பழி தீர்த்திருக்கா?

அவரு இவளுக்குத் தேவையான ஒன்றைத் தராம, தேவையில்லாத எத்தனையோ வாங்கிக் குவிச்சார். ஆனா அவள் மனம் அந்தத் தேவையானதிலேயே நின்னு போச்சு" என்று கண்கலங்க சொன்னாள்.

"சுமதி அவ சின்னப் பொண்ணு இதைப் பெருசா எடுத்துட்டு ரெண்டு பேரும் சாப்பிடாம இருப்பீங்களா, வா நாம சாப்பிடலாம். பொன்னுசாமி வா, அதான் உன் மாப்பிள்ளை படிக்க வைக்கறானே? யார் படிக்க வெச்சா என்ன? அவ ஆசைய எப்படியோ நிறைவேத்திட்டோம்ல. படிக்க ஆரம்பிச்சதுக்கு அப்புறம் அவ மனசு தன்னால பழையபடி சாந்தமா மாறிவிடும்" என்றார்.

அவர் கையைப் பிடித்துக் கொண்ட பொன்னுசாமி "அக்கா இவளை வேற யாருக்காவது கல்யாணம் பண்ணிக் கொடுத்திருந்தா, அவ பண்ற வம்புக்கு இந்நேரம் எங்க மானம் மரியாதை எல்லாம் கப்பலேறிப் போய் இருக்கும்.

படிக்க முடியாத கோவத்துல அவளும் எங்கள வெறுத்து ஒதுக்கி இருப்பா. உங்களாலதான் எங்க பொண்ணோட வாழ்க்கையும், எங்க மானமும், நல்ல படியா இருக்கு. இதை எப்பவும் மறக்க மாட்டேன் அக்கா" என்றார்.

"இன்னொரு தடவை இப்படி எல்லாம் பேசாத தம்பி, இனிமே நாம எல்லாரும் ஒரே குடும்பம். நம்ம பிள்ளைகளுக்கு நல்லது கெட்டதை நாமதான் பாக்கணும். என்னால முடிஞ்சத நான் செஞ்சேன், உன்னால முடிஞ்சத நீ செய்யுற. அப்புறமென்ன? வா சாப்பிடலாம்" என்று உத்தரவிட அவரைப் பின் தொடர்ந்து இரண்டு பேரும் உணவருந்த சென்றார்கள்.

மணப்பெண் அலங்காரத்தில் இருந்து தேவதையின் அலங்காரத்திற்கு மாறிய சம்யுக்தாவை, உறவுப் பெண்கள் அனைவரும் சேர்ந்து முதலிரவு அறைக்குக் கொண்டு போய்த் தள்ளினர்.

ஆயிரம்தான் வீர தீரப் பெண் என்றாலும் அந்த அறைக்குள் நுழையும் பொழுது அவளையும் அறியாமல் ஒருவித தயக்கம் அவளின் இளநெஞ்சைச் சூழ்ந்து கொண்டது. அறைக்குள் கொஞ்சம் தயக்கத்துடன் வந்தவளை விழியகலாமல் பார்த்துக் கொண்டிருந்தான் பிரித்திவி.

ஒவ்வொரு நிமிஷமும் ஒவ்வொரு விதமா தெரியிறா. இவள் குழந்தையா குமரியான்னு புருஞ்சுக்கவே முடியலையே? என்ற நினைவுடன் அவளையே பார்த்துக் கொண்டிருந்தான்.

இப்போதும் பட்டுப் புடவை கட்டி, மார்பைத் தாண்டி தொங்கும் ஆரம் அணிந்து, தளர சடை பின்னி தலை நிறைய மல்லிகைப்பூ வைத்து, தென் பக்கத்து தேவதைகளுக்கே உரிய பேரழகோடு மிளிர்ந்தாள்.

அவன் விழிகளை நகர்த்த முடியாமல் மாசுமரு இல்லாத அந்த முகத்தையே பார்த்துக் கொண்டிருந்தான்.

ஏன் இப்படிப் பார்க்கறான் என்று நினைவுடன் கட்டிலுக்கு வந்து அமர்ந்தவள், "நீ கீழே படுத்துக்க, எனக்குத் தூக்கம் வருது, குட் நைட்" என்று தலையணையையும் ஒரு போர்வையும் எடுத்து கொடுத்து விட்டு

அவள் மெத்தை மேல் ஏறி சுருண்டு படுத்துக் கொண்டாள்.

அவள் பேசியதைக் கேட்டு இன்றைய நாளின் கடைசி முறையாக அதிர்ச்சியைக் கொடுத்தது பிரித்திவிக்கு.

என்ன தைரியம் என்னைப் பார்த்து கீழே படுன்னு சொல்றா என்று நினைத்தவன், "ஏன் அதான் கட்டில் பெருசா இருக்கே நான் படுத்தால் என்ன?" என்றவன் தன் தலையணை போர்வையைத் தூக்கி கட்டில் மேல் போட்டான்.

அதை மீண்டும் கீழே தள்ளி விட்டவள், "நான் தனியாகத் தான் தூங்கிப் பழக்கம், நீ இங்க படுத்தா எனக்குத் தூக்கம் வராது.

அதுவுமில்லாம நீ கிட்ட வந்து எனக்குக் குழந்தை வந்துட்டா, என் படிப்பு என்னாவது? நீ கீழயே படு" என்றாள்.

அவனுக்கு அதிர்ச்சிக்கு மேல் அதிரிச்சியாகக் கொடுத்துக் கொண்டிருந்தவளைப் பார்த்து, 'இதிலெல்லாம் நல்ல விவரமாத் தான் இருக்கா' என்று நினைத்துச் சிரித்துக் கொண்டவன் "ஆமா நீ என்ன படிக்கற?" என்றான்.

"நான் எங்கே படிச்சேன்? காலேஜ் போக எங்க அப்பா விட மாட்டேன்னு சொல்லிட்டார். எவ்வளவு ட்ரை பண்ணியும் என்னால காலேஜ் போக முடியவில்லை. போதாக்குறைக்கு அத்தை பையன், மாமா பையன்னு இங்கிருந்து மாப்பிள்ளை எல்லாம் பிடிச்சுக் கொண்டு வந்து இறக்க ஆரம்பிச்சுட்டாரு.

அவங்கள வீட்டை விட்டு விரட்ட நான் எவ்வளவு தில்லாலங்கடி வேலையெல்லாம் பார்த்தேன் தெரியுமா? இனி எனக்கு எந்தப் பிரச்சனையும் இல்லை. என்னோட தொல்ஸ் என்னைப் படிக்க வைக்கும், எங்கப்பாவால எந்தக் கேள்வியும் கேட்க முடியாது" என்றாள் சம்யு.

'அதான் காரணமா, அப்ப படிக்கறக்கறக்காகத் தான் இந்தக் கல்யாண டிராமாவா?. என் கிட்ட ஒரு வார்த்தை முன்னாலேயே சொல்லி இருந்தால் நான் காலேஜ்ல சேர்த்துவிட்டு இருப்பேனே? எங்கம்மாவும் இந்த அரைலூசும் சேர்ந்து இந்த சப்பை மேட்டருக்கு என்னைப் பலி கொடுத்து விட்டார்களா?' என்று நினைத்தவனுக்கு அந்த நினைவே கசந்தது.

"உனக்கும் எனக்கும் எவ்வளவு வயசு வித்தியாசம் இருக்கு இதனால நம்ம ரெண்டு பேருக்குள்ளும் பிரச்சனை வர வாய்ப்பிருக்கு. எனக்குப் பிடிச்சது உனக்குப் பிடிக்காது உனக்குப் பிடிச்சது எனக்குப் பிடிக்காது.

உனக்குப் புரியற மாதிரி சொல்லனும்னா, எனக்கு ஒரு பாட்டு பிடிச்சிருந்தா அது உனக்குப் பழைய பாட்டா தெரியும் புடிக்காது. உனக்கு ஒரு பாட்டு பிடிச்சிருந்தா அது இந்தக் காலத்துப் பாட்டா இருக்கும் அதை நான் விரும்ப மாட்டேன். அப்படி இருக்கும் போது நமக்குள்ள எப்படி மத்த விஷயமெல்லாம் ஒத்துப் போகும்?

வாழ்க்கையோட ஒரு பகுதிதான் படிப்பு, படிப்புக்காக யாராவது வாழ்க்கையவே பணயம் வைப்பாங்களா? இந்த விஷயத்தை என் அம்மா மூலம் எனக்குத் தெரியப் படுத்தி இருந்தா நான் வந்து உங்க அப்பாட்ட பேசி உன்னைப் படிக்க வெச்சிருப்பேனே?

ஏன் இப்படி அவசரப்பட்டு முடிவெடுத்த? இதனால உன் வாழ்க்கையும் போய் என் வாழ்க்கையும் போச்சு" என்றான் அவளுக்குப் புரியும் விதமாக பக்குவமாகப்

"பேசி முடுச்சுட்டியா?, நீ நினைக்கற அளவுக்கு நான் ஒன்னும் தெரியாத பெண் இல்லை. ஊரே மதிக்கிற ஆளு உங்க அம்மா, அவங்க சொல்லியே கேட்காத என் அப்பா, எங்கிருந்தோ வந்த உன் பேச்சை கேட்பாரா? நீ என்ன அவ்வளவு பெரிய அப்பாடக்கரா?" என்றிட பிரித்திவி அவளைச் செய்வதறியாது பார்த்துக் கொண்டிருந்தான்.

"நான் எடுத்ததும் இந்த முடிவுக்கு வரலை. என்ன படிக்க வைக்க முடியாதுன்னு எங்க அப்பா முடிவா சொன்ன போது கூட, என் படிப்புக்காக ஊர்காரங்ககிட்ட வம்பிழுத்து எதையாவது செய்து எங்கப்பாவ சீண்டி விட்டுட்டே இருப்பேன்.

அப்பவாவது என் தொல்லை தாங்காமல் காலேஜ்ல சேர்த்துவாங்களான்னு பார்த்தேன். மாப்பிள்ளைன்ற பேர்ல வீட்டு வாசற்படியை மிதிச்ச அத்தனை பேரையும் ஓடவிட்டேன். இன்னும் எத்தனை வருஷம் என்னை எங்கப்பா வீட்டில் வெச்சிருந்தாலும் அவரால என்னைக் கல்யாணம் பண்ணிக் கொடுக்க முடியாது.

எதையாவது செய்து அவரா படின்னு சொல்ற மாதிரி பண்ணத்தான் ஆசைப்பட்டேன். ஆனா அது அவ்வளவு சுலபத்தில் நடக்கல. கடைசில இந்தக் கல்யாணங்கிற அஸ்திரம் மட்டும்தான் என் கையில மிச்சமா நின்னது. அதுக்காக வாழ்க்கைய பணையம் வைக்கிறேன்ற தெல்லாம் டூ மச்,.

நீ சொன்ன ஜென்ரேஷன் கேப் ஒரு பெரிய விஷயமே இல்லை. வயசு வித்தியாசம் அதிகம் இருந்தால் என்ன இப்ப? நாம என்ன தேச

துரோகமா பண்ணிட்டோம்?

முதலில் உனக்கு என்னைப் பிடிக்கனும் எனக்கு உன்னைப் பிடிக்கனும். அப்படிப் பிடுச்சுப் போச்சுனா உனக்குப் பிடிச்சதெல்லாம் எனக்கும் பிடிக்க ஆரம்பிச்சுரும், அதே மாதிரி தான் உனக்கும் எனக்குப் பிடிச்சதை எல்லாம் விரும்ப ஆரம்பிச்சுருவ.

இப்ப அஞ்சு வருஷத்துல எனக்கு தொல்ஸ்ஸ ரொம்பப் பிடிக்கும்ல, அது மாதிரித்தான் இதுவும். அவளோட பையன்கிறக்காகவே உன்னைப் பிடிச்சுது. கொஞ்ச நாள் ஆச்சுனா உன்னை எனக்கு முழுசா பிடிக்கும். அப்பங்கம்போது எதுவும் பெருசா தெரியாது" என்று அவள் பேச்சில் அப்படியே கட்டுண்டு போனான்.

'அடிப்பாவி, என்ன தெளிவா பேசறா? நாம தான் குழப்பிட்டோமா?!' என்ற வில்லாதி வில்லனுக்கே குழப்பங்களைக் கொடுத்து கொண்டிருந்தாள் அந்தச் சின்னஞ்சிறு பூஞ்சிட்டு.

"எதுக்கு அப்படிப் பாக்கற? திரும்பு உன் பார்வையே சரியில்லை" என்றாள்.

சிரித்துக் கொண்டே "என் பார்வைக்கு என்னடி குறைச்சல்? தாலி கட்டின பொண்டாட்டியை நான் பார்க்க கூடாதா?" என்றான்.

"இப்ப தான் நான் சின்னப் பொண்ணுனு சொன்ன, அதுக்குள்ள இப்படிப் பாக்கற? மாத்தி மாத்தி பேசுறியே உனக்கு வெட்கமா இல்ல?" என்றாள் தயக்கத்துடன்.

"அப்ப சின்னப் புள்ளையாதாண்டி தெருஞ்ச, நீ பேசுன பேச்செல்லாம் கேட்டதுக்கு அப்புறம் அப்படி இல்லைன்னு தெருஞ்சு போச்சு" என்று அவள் அருகில் சென்றான்.

"அப்போ நானா தான் வாயை கொடுத்து மாட்டி கிட்டேனா? அவ்.." என்றவள் அவன் கிட்டே வருவதற்குள், "எனக்குத் தூக்கம் வருது" என்று போர்வையைப் போர்த்திக் கொண்டு கண்ணை மூடிக்கொண்டாள்.

"ஏய் உசுப்பேத்தி விட்டுட்டு நடிக்காதடி" என்று அவள் அருகில் போய்க் குனிய அவள் இறுக கண்ணை மூடிக் கொண்டாள்.

அவன் பார்வை அவள் முகம் கண் என்று இரசனையோடு பார்த்தது. அவள் காது மடலில் அவன் பார்வை பதிய, வெட்கத்தால் சிவந்து இருந்த காது மடல்களின் நிறத்திற்கும் அவள் போட்டிருந்த ஜிமிக்கிக்கும் அவ்வளவு எடுப்பாக இருந்தது.

ரோஜா இதழ் போல மடித்து வைக்கப்பட்டிருந்த காது மடலில், கலகலவென ஆடிடும் கல் வைத்த தோடு அவன் உள்ளத்தைக் கொள்ளை கொண்டது.

அதில் பிரித்வி தன் முரட்டு இதழைப் பதித்ததும், அவன் மீசை தந்த குறுகுறுப்பால் கூச்சத்துடன் கண்விழித்து அவனைப் பார்த்தாள். உறவு எனும் மந்திர கட்டு இருவரது உயிரிலும் கலந்து மாயங்களை உருவாக்-கிக் கொண்டிருக்க, இரண்டு கண்ணிலும் தீப்பொறிப் பறந்தது.

சம்யு அவன் விழியைப் பார்க்க முடியாமல் தாழ்த்திக் கொள்ள, அவள் கண்ணில் முத்தமிட்டவன், "தூங்கு" என்று சொல்லி விட்டுத் தன் தலையணை போர்வையை எடுத்துக் கொண்டு கீழே படுக்கச் சென்-றான்.

ஒரே நாளில் அளவிடமுடியாத மாற்றங்களைத் தன் மனசு சந்தித்த-தால், இதற்கு மேல் எதுவும் தாங்காது சாமி என்று போர்வையை விரித்-துக் கீழே படுத்தான்.

இது வரை கீழே படுத்து பழக்கமில்லாதவனுக்கு, அந்தத் தரை அதி-கச் சில்லென்று இருப்பது போல் இருந்தது.

விழி உயர்த்திக் கட்டிலை பார்க்க அவள் கூச்சத்துடன் அவனைப் பார்த்துக் கொண்டிருந்தாள்.

"ஏன் தூக்கம் வரலையா பக்கத்துல வரட்டுமா?" என்றதும் கண்ணை மூடிக் கொண்டாள்.

அவனுக்குச் சிரிப்பு வர எழுந்து அவளைப் பார்த்தபடி அமர்ந்தவன்,

'எனக்கு இப்படி ஒரு மனைவியா? நம்ம கிராமத்து பொண்ணு, அதிகம் பேசமாட்டான்னு பார்த்தா, இவ எனக்கும் சேர்த்துப் பேசுவா போலயே?

இனி அடுத்து என்ன செய்வது, நாம இங்கே இருக்கச் சொன்னாள் இருப்பாளா? நான் விரல் அசைச்சா ஒரு ஊரே ஒட்டுமொத்தமா உச்சா போய் விடும். இவளுக்கு நான் மிரட்டினாலும் கொஞ்சமாவது பயமி-ருக்கா பாரு?

மரியாதையே தராமல் இஷ்டத்துக்குப் பேசறா? இதுல எங்க அம்-மாவை வேற தொல்ஸ்ன்னு கூப்பிடறா? நானே இப்படி எல்லாம் அம்-மாவை கூப்பிட்டது இல்லை,

அவங்க ஒரு வார்த்தை சொன்னா அதுக்குள்ள அடங்கி நிற்பேன். இவ என்னடான்னா எங்க ஆயா மாதிரி, வார்த்தைக்கு வார்த்தை அம்-

மாவை அவ இவ னு உரிமையா பேசுறா' என்ற நினைவுடன் அமர்ந்திருந்தவனுக்கு அவளின் அழகு அவன் மனதை அசைத்தது.

நேற்று வரை தோன்றாத சலனம் இன்று தோன்றியது.

மனைவி என்பதாலா, ஒரு அறையில் முதல்முதலாக உரிமையான பெண்ணுடன் இருப்பதாலா? இல்லை அந்த அறை முழுவதும் காற்றில் கலந்திருக்கும் பூக்களின் நறுமணத்தாலா? என்று காரணம் தெரியாமல் அவன் மனம் அவளின் அருகாமையை நாடியது.

அவளுடைய செவ்விதழில் அவனுடைய பார்வை பதிந்து அவனை மோகம் கொள்ள வைக்க, இது நமக்கு முதல் இரவு தானே நாம ஏன் தள்ளிப் படுக்கனும்? என்ற எண்ணம் எழ,

இது சரியில்லை இது வரை பிரித்திவின்னா எல்லாருக்கும் பயம் தான் வந்திருக்கு. நான் யாரு? எவ்வளவு பெரிய ஆளு? ஒரு சின்னப் பொண்ணு உசுப்பேத்தி விட்டதற்காக இப்படிச் சலனப்படக் கூடாது என்று நினைத்துக் கொண்டவன் திரும்பி படுத்து உறங்க முயற்சித்தான்.

ஆனால் தூக்கம் அருகிலே கூட வராமல் விடிய விடிய விழித்திருந்தான், புரண்டு புரண்டு படுத்துக் கொண்டிருந்தான்.

நேரம் அதிகாலை நெருங்கும் பொழுது அதற்கு மேல் விழித்திருக்க முடியாத அவனின் விழிகள் சோர்வடைந்து உறக்கம் அவனை ஆட்கொண்டது.

காலையில் பிரித்திவி தான் முதலில் கண் விழித்தான் எழுந்ததும், அவனுக்கு மும்பை நினைவு வந்து அவனுடைய நேற்றைய மயக்கத்தைக் கலைத்தது.

நம்ம கூடப் பேச முடியாத ராஜேஷும் ராகுலும் என்ன பண்றாங்களோ? நாம இன்னைக்குக் கிளம்ப வேண்டும்.

அம்மாட்ட என்ன சொல்றது என்று நினைத்துக் கொண்டு எழுந்து குளியல் அறைக்குச் சென்றவன், உறங்கிக் கொண்டிருந்த மனைவியைப் பார்த்ததும் கொஞ்சம் தயங்கி நின்றான்.

பின் மீண்டும் அவனுக்குள் பழைய பிரித்திவி வேர் விட ஆரம்பிக்க, குளியல் அறைக்குள் புகுந்து கொண்டான்.

குளித்து விட்டு வந்தவன் ரெடியாகி வெளியே செல்லும் போது அவனுக்குத் தயக்கமாக இருந்தது, இதுவரை தன் இஷ்டப்படி எதையும் யோசிக்காமல் செய்தவனுக்கு,

‘இப்ப வெளியில் போகலாமா கூடதான்னு தெரியலையே? இவ வேற இன்னும் தூங்கிட்டு இருக்காளே, என்ன செய்வது?’ என்ற எண்ணம் அவனை வெளியேற விடாமல் தடுத்தது.

அதற்குள் கதவு தட்டும் ஓசை கேட்க மனைவியை எழுப்ப அருகில் சென்றான். அப்போது தான் அவளுடைய பேர் என்னவா இருக்கும்? எல்லாரும் சம்யுன்னு கூப்பிட்டாங்களே என்று நினைத்தவன் தலையில் அடித்துக் கொண்டான், பேரைக் கூடக் கேட்காத தன் முட்டாள் தனத்தை எண்ணி.

தன் இயல்பிலிருந்து இந்தத் திருமணம் தன்னை மாற்றுது என்ற கோபம் வேறு துளிர்த்தது பிரித்திவிக்கு.

எல்லாம் இவளால் என்று நினைத்தவன் அவளை உளுக்கி எழுப்பினான்.

இன்னமும் தன் வீட்டில் இருப்பதாக நினைத்துக் கொண்டு, கண்களை மூடியபடியே மெல்ல உடம்பை வளைத்து நெளித்து அவள் செய்த சேட்டைகளைப் பார்த்தவனுக்கு மனம் தரிகெட்டு ஓட, "ம்ச்சு, ஏய், இங்க பாரு, சீக்கிரமா எழுந்திரு, கதவை தட்றாங்க பாரு" என்றான்.

பிபி எகிறிப் போய் நடுக்கத்தோடு நின்றிருந்த பிரித்திவியிடம் சம்யு சாதாரணக் குரலில், "இதுக்கு ஏன் நீ இவ்வளவு டென்சனாகற? தொல்ஸ்க்கு இங்கிதம் தெரியும். தட்டமாட்டா, எங்க வீட்ல இருக்கறவங்க தான் இந்த வேலை எல்லாம் செய்வாங்க, இருவரேன்" என்று எழுந்து போய்க் கதவைத் திறக்கப் போனாள்.

என்ன பேச்சு பேசறா எங்கம்மாவை இவ்வளவு நாளா பிரிஞ்சிருந்ததுக்கு என்னை நல்லா மாட்டி விட்டுட்டாங்க போலயே! என்று புலம்பியவன், வெளியில நிக்கிற ஆளுங்கள அவ என்ன சொல்லி சமாளிக்கப் போறா என்று தெரிந்து கொள்ளும் ஆர்வத்துடன் ஒட்டுக் கேட்டான்.

கதவைத் திறந்தவள் எதிரில் சுமதி இருந்ததைப் பார்த்து விட்டு "எதுக்கு இவ்வளவு அவசரமா கதவைத் தட்டறம்மா? தூக்கம் தெளிஞ்சா நாங்களே எழுந்து வரமாட்டோமா?" என்றாள்.

நம்ம வீட்ல தான் உன் இஷ்டத்துக்குத் தூங்கி எழுந்த, இது உன் மாமியார் வீடு கொஞ்சம் சீக்கிரமா எழுந்து வாசல் தெளித்துக் கோலம் போடக்கூடாதா?" என்று கடிந்து கொண்டாள்.

"எது இது ஒன்னும் என் மாமியார் வீடு இல்லை. இது தான் என் வீடு, உங்க வீடு தான் எனக்கு மாமியார் வீடு, அதுலயும் உன் புருஷன்

தான் எனக்கு மாமியார். தொல்ஸ் என்னோட பெஸ்ட் பிரண்டு, என்ன கஷ்டப் படுத்துற மாதிரி எதுவும் சொல்ல மாட்டா.

நம்ம வீட்ல நான் என் இஷ்டத்துக்கு எழுந்திருக்கலாம், ஏன்னா அங்க தனியா தூங்கினேன். இங்கே அப்படி என் இஷ்டத்துக்கு வெளி-யில வர முடியுமா? உன் மருமகன் என்ன விட்டா தானே எழுந்து வர" என்றாள்.

"கருமம் கருமம் பேச்சைப் பார், உனக்குப் புத்தி சொல்ல வந்தேன் பார் என்னைச் சொல்லனும். வேற யார்கிட்டயும் இப்படிப் பேசி தொலைக்காதடி எரும" என்று தலையில் அடித்துக் கொண்டு சென்றாள் சுமதி.

அதைப் பார்த்து நமட்டுச் சிரிப்போடு இனி வந்து இப்படி எழுப்புவ என்று நினைத்துக் கொண்டு உள்ளே வந்தவள்,

கைகட்டி வாய் பொத்தி நின்று கொண்டு தன்னையே பார்த்தபடி இருக்கும் கணவனைப் பார்த்து, 'எல்லாத்தையும் கேட்டுட்டானோ?' என்ற தயக்கத்துடன் தலையைச் சொறிந்து கொண்டே அவனைக் கடந்து செல்லப் பார்த்தாள்.

எட்டி அவளைப் பிடித்தவன் தன் அருகில் இழுத்து இடுப்பில் கைபோட்டு இறுக்கியபடி "உங்க அம்மாட்ட என்னடி சொன்ன?" என்-றான்.

"அது வந்து சும்மா" என்று நாக்கு குழறியவள் அவன் பிடியில் நிற்க முடியாமல் உடலை நெளித்துக் கொண்டிருந்தாள்.

முதல் முறை இவ்வளவு நெருக்கமாய் ஒரு ஆணின் ஸ்பரிசம் உரு-வானதில், உடல் சிலிர்க்க உயிர் உறைய தன் நிலையில் இல்லாமல் தவித்தாள்.

ஊர் முழுக்க வம்பிழுத்து விட்டு எதுவும் தெரியாதது போல் நடிக்கும் அந்தக் கண்ணாடி கண்கள் இப்பொழுது பட்டாம்பூச்சியாகப் படபடக்க, அவள் உடல் நடுக்கம் அவனுக்கு மேலும் கிளர்ச்சியைக் கிளப்பியது.

"நீ ரொம்ப அழகா இருக்கத் தெரியுமா?" என்று சொல்லிக்-கொண்டே அவள் விழியில் முத்தமிட்டவன், மேலும் முன்னேற நினைத்து அவள் முகத்தை உயர்த்த,

அவன் விழியைப் பார்க்க முடியாமல் பயந்து தன் கண்களை மூடிக்-கொண்டே, "வேண்டாம் எனக்குக் குழந்தை பொறந்திடும், நான் படிக்-கனும்" என்றாள்.

அவளின் ஒவ்வொரு பரிணாமமும் அவனைப் போதை கொள்ள வைக்க, ஆழ்ந்து மூச்சை இழுத்து விட்டுத் தன்னைச் சமாளித்தவன், "சரி போ" என்றான்.

விட்டதும் சிட்டாகப் பறந்து பாத்ரூமிற்குள் புகுந்து கொண்டாள்.

கொஞ்ச நேரத்தில் குளியலறையிலிருந்து கண்ணா என்று அழைப்பு வர, அவள் தன்னைக் கண்ணா என்று அழைத்ததில் அப்படியே உறைந்து போய் நின்றான்.

மாற்று உடை எடுத்து வராததால் அவனை அழைத்தவள், அவன் அப்படியே சிலை போல் நிற்பதைப் பார்த்தாள்.

'இதுதான் சமயம்' என்று அவளின் உள்ளுணர்வு எடுத்து உரைக்க, பழைய உடையை சுற்றிக் கொண்டு வந்தவள், வேறு உடை எடுத்துச் சென்றாள்.

மனசெல்லாம் நெகிழ்ந்து போய் அப்படியே நின்றவனை, குளித்து விட்டு சம்யு வந்து தான் சுயத்திற்கு இழுத்தாள்.

"ஏன் இப்படி இருக்க? அப்ப இருந்து கூப்பிடறேன் காதுல விழ-லையா?" என்றவள், "வா போகலாம், தொல்ஸ் என்னைக் காணோம்னு தேடிக்கிட்டு இருப்பா" என்றாள்.

"நீ என்னை எப்படிக் கூப்பிட்ட?" என்றான்.

"ஏன் கண்ணான்னுதான் கூப்பிட்டேன்" என்றாள் சர்வ சாதாரண-மாய்.

"என் பேர் உனக்குத் தெரியாதா?" என்றான்.

"தெரியுமே பிரித்திவிராஜ், ஏற்கனவே தொல்ஸ் சொல்லி இருக்கா. ஆனா தொல்ஸ் இப்படித் தான் கூப்பிடுவா அது தான் நானும் அப்ப-டியே கூப்பிடறேன்" என்றாள் சம்யு.

"ஏய் கண்ணானு கூப்பிடாதடி சின்னப் பையனைக் கூப்பிடற மாதிரி எங்கம்மா கூப்பிடுவாங்க, நீ அப்படிக் கூப்பிட்டா எனக்கு என்னமோ மாதிரி இருக்குடி" என்றான்.

இந்த வார்த்தைக்காகவே காத்துக் கொண்டு இருந்தவள் போல, "அப்படியா? என்னைச் சின்னப் பொண்ணுனு சொன்னில்ல? இனிமே எனக்கு நீ சின்னப் பையன் தான், சரியாடா கண்ணா? வாடா கண்ணா சாப்பிட போகலாம்" என்றாள்.

அவளின் அந்தச் சீண்டலிலும் சின்னப்பையன் என்றதிலும் அவனுக்குச் சிரிப்பு வர "உன்னை எப்படி உன் வீட்டுல இத்தனை வரு-

ஷம் சமாளிச்சாங்க? எனக்கு ஒரு நாளில் கண்ணக் கட்டுதே,

உலகத்தோட பார்வையில ஒருத்தன் எப்பேர்ப்பட்டவனா இருந்தாலும் உன்னை மாதிரி ஒரு பொண்ணு பக்கத்துல இருந்தா அவன் ஜீரோ தான். இன்னும் ரெண்டு நாள் போனா என்னை முழுசா முழுங்கிருவ போல" என்றான்.

"உன்னை விழுங்க நீ என்ன பூரியா? பேசாம வா" என்று முன்னே செல்ல பார்த்தவளை நிறுத்தி "உன் பேர் என்ன" என்றான். அவள் விழுந்து விழுந்து சிரித்தாள்.

"இத்தன நாளும் என் பேர் கூடத் தெரியாம தான் சுத்திட்டு இருக்கியா? இந்த இலட்சணத்துல நம்ம ரெண்டு பேருக்கும் கல்யாணமாகி நமக்குப் பர்ஸ்ட் நைட் வேற நடந்துச்சு" என்றாள் சிரித்துக் கொண்டே.

"பர்ஸ்ட் நைட் எங்கேடி நடந்துச்சு? அதான் நீ கும்பகர்ணி மாதிரி தூங்குனியே?" என்றான் கிறக்கத்துடன்.

"அப்போ நான் தூங்காம இருந்தா நடந்திருக்கும்கற? நல்ல வேலை தூங்கிட்டேன், கடவுள் இருக்கான் குமாரு" என்றவள் ஏதேதோ பேசி டாப்பிக்கை மாற்ற,

"பேர் சொல்லுடி, வெளில யாராவது எங்கிட்ட கேட்டுட்டா எனக்கு அசிங்கமா இருக்கும்"

"என் பேர் சம்யுக்தா"

"நல்ல பேர்"

"இதுக்கு மேல இங்க நின்னு நீயும் நானும் ஆராய்ச்சி பண்ணிக்கிட்டு இருந்தா உன் மாமியார் துடைப்ப கட்டைய எடுத்துகிட்டு வருவாங்க பரவாயில்லையா?" என்றாள்.

"உன்னை அடிக்கத் தானே, வரட்டும் அப்படியாவது நீ வாய் பேசாம இருக்கியான்னு பார்க்கலாம்" என்றவன் முன்னே நடக்க அவனோடு சென்றாள்.

இருவரும் வெளியில் வரவும், "சம்யு காபி போட்டு வெச்சிருக்கேன் எடுத்துட்டு வந்து ரெண்டு பேரும் குடிங்க.

உங்க வீட்ல இன்னைக்கு விருந்து, நான் முன்னாடி போறேன் நீங்க ரெண்டு பேரும் வாங்க" என்றார் துளசி.

"அம்மா நான் இன்னைக்கு நைட் ஊருக்குக் கிளம்ப வேண்டும் அதுக்குள்ள என்ன செய்யனுமோ செஞ்சுக்குங்க" என்றான் பிரித்திவி.

"அதுக்குள்ளயா! இன்னும் இரண்டு நாள் இருந்துட்டு போகலாம்ல அப்பறம் எப்படியாவது நம்ம சம்யுவ உங்க காலேஜ்ல சேர்த்துப் படிக்க வெச்சிரு. அவ என்ன படிக்க ஆசைப்படறாளோ அதை எல்லாம் நிறைவேத்தறதா சொல்லி இருக்கேன்" என்றாள்.

"என்னம்மா சொல்றீங்க நான் இவளை எங்கூடக் கூட்டிகிட்டுப் போய்ப் படிக்க வைக்ககவா? இங்கயே இருந்து படிக்கட்டும், நான் அடிக்கடி வந்து பார்த்துக்கறேன்" என்றான்.

"இவளை இங்கே விட்டுட்டு உனக்கு அங்கே என்ன வேலை? என்னை மாதிரின்னு நெனைச்சியா, நீ எது சொன்னாலும் பூம்பூம் மாடு மாதிரி தலையாட்ட? இவளை விட்டுட்டு போனைனா நாளைக்கே உன் போட்டோவ காணவில்லை போஸ்ட்ல டிவில ஒளிபரப்புவா உன் பொண்டாட்டி, ஞாபகம் வெச்சுக்க" என்றார் துளசி.

"அப்போ தெருஞ்சே தான் என்னை வசமா இவகிட்ட சிக்க வெச்சிருக்கீங்க? உங்களுக்கு ஏன்மா என் மேல இப்படி ஒரு கோபம்" என்றான்.

"பின்ன பெத்த தாயை வருஷக்கணக்கா விட்டுட்டு போற உனக்குச் சாதாரணப் பெண்ணைக் கட்டி வெச்சா அவளும் என்னோடு சேர்ந்து இந்த வீட்ல குப்பை கொட்டனும். இதே சம்யுவா இருந்தா, நீ எத்தனை கிரகம் தாண்டி போனாலும் உன் கூடத்தான் இருப்பா. நீயே என் கூட வராதனு சொன்னாலும் கேட்க மாட்டா, அதான் எனக்கு வேணும்" என்றார் துளசி.

அம்மா தன் நலனுக்காகத்தான் இவ்வளவு கஷ்டப்பட்டிருக்காங்க என்று அவருடைய பேச்சில் அறிந்து கொண்டவன் அமைதியானான்.

"என்ன கண்ணா இவளையும் கூட்டிகிட்டுப் போற தானே?" என்றார் துளசி.

"அதான் சொல்லிட்டீங்களே விட்டுட்டு போனா என் பேரை டிவில ஒளிபரப்பி விடுவான்னு, எதுக்கு வம்பு கூட்டிட்டே போறேன்" என்றான் பிரித்திவி.

அது வரை அமைதியாக இருந்த சம்யுவுக்கு அப்போது தான் மூச்சே வந்தது. எங்கே விட்டுட்டு போய், இங்கே நாம இருந்தா எங்க அப்பா அதிகாரத்துல மறுபடியும் காலேஜ் போக முடியாம போயிருமோ என்று பயந்தவள் அவன் கூட்டிகிட்டு போறேன்னு சொன்னதும் சந்தோஷமானாள்.

"ரெண்டு பேரும் பேசினது போதும் வாங்க போகலாம் பசிக்குது" என்றாள்.

"ஏண்டி உனக்காக நான் இவன்கிட்ட வாதாடிகிட்டு இருக்கேன், உனக்குச் சோறு தான் முக்கியமா?" என்றார் கடுப்புடன் துளசி.

அவரைக் கட்டிக் கொண்டவள் "தொல்ஸ், எனக்காகப் பேசிப்பேசி நீ டயர்டாகிட்ட, அதான் சாப்பாட்ட போட்டு தேத்துவோம்ன்னு உன்னைச் சாப்பிட கூப்பிட்டா, என்னைப் போய்த் தப்பா சொல்றியா" என்றாள் வராத கண்ணீரை வரவழைத்துக் கொண்டு.

'எப்படி எல்லாம் என் அம்மாவை கைக்குள்ள போட்டு வெச்சி-ருக்கா? கத்துக்கணும் இவள பார்த்து அம்மாவை ஏமாத்த நானும் கத்-துக்கணும்' என்று அவளையே பாரத்துக் கொண்டிருந்தான்.

"சரி சரி கிளம்பு போகலாம்" என்று மூன்று பேரும் அங்கிருந்து பொன்னுசாமி வீட்டிற்குக் கிளம்பினார்கள்.

மூன்று பேரும் நடந்து செல்ல "தொல்ஸ் இன்னும் எவ்வளவு நாளைக்கு நான் இந்த மாதிரி புடவை கட்டனும்?" என்றாள் சம்யு.

"இன்னைக்கு மட்டும் கட்டுடி போதும், ஊருக்கு போகும் போது உன் இஷ்டத்துக்கு என்னத்தையோ போட்டுக்கோ. இல்லைனா இந்தச் சும-தியும் பொன்னுச்சாமியும் உன்னை ஒரு வழி பண்ணிடுவாங்க, உனக்குச் சப்போர்ட் பண்ற பாவத்துக்கு என்னையும் ஒரு வழி பண்ணிடுவாங்க" என்றாள் துளசி.

"தொல்ஸ் நான் உன்னை எப்படி விட்டுட்டு இருப்பேன்? பேசாம நீயும் என் கூட வர்றயா? நாம ரெண்டு பேரும் ஜாலியா இருக்கலாம்" என்றாள் தோளில் கைபோட்டுக் கொண்டு.

"இவளை கூட்டிட்டு போறதுக்கே என்ன பண்றதுன்னு தெரியாம யோசிக்கறேன், இதுல எங்கம்மாவையும் வேற கூட்டு சேர்க்கிறாளே. நான் தொலைஞ்சேன், ஒரே நாள்ள என் வாழ்க்கை இப்படித் தலைகீழா மாறனுமா ஆண்டவா?" என்று நினைத்தவன்,

"அம்மாவை மறுபடியும் வரும்போது கூட்டிட்டுப் போகலாம். இப்ப நீ மட்டும் வா, இல்லைனா நீயும் அம்மா கூட இங்கயே இரு. பக்கத்து ஊர்ல உனக்குக் காலேஜ்ல சீட் கிடைக்க ஏற்பாடு பண்றேன்" என்றான்.

"இல்லை இல்லை நான் மட்டும் வர்றேன், எக்குத்தப்பா ஏதாவது முடிவெடுத்து என்ன எங்க அப்பா கிட்ட கோர்த்து விட்டுடாதீங்க" என்-றாள் சம்யு.

வெகு நேரமாய் அவளைக் கட்டுப்படுத்தும் கயிறு கிடைக்காமல் தவித்துக் கொண்டிருந்த பிரித்திவி இந்த வாய்ப்பை சரியாகப் பயன்படுத்திக்கொண்டு, "அப்ப பேசாம வா இல்லைனா, விட்டுட்டு போயிருவேன்" என்றான்.

அதுக்கு மேல் வாய் திறக்க அவளுக்கென்ன பைத்தியமா பிடுச்சிருக்கு? அமைதியாகச் சென்றார்கள் மூன்று பேரும்.

மூவரையும் அமரவைத்த சுமதி சம்பிரதாயத்திற்காகத் தண்ணீர் கொண்டு வந்து தந்தார்.

சம்யு, "அப்பப்பா ரொம்ப வேக்குது ஏன் தொல்ஸ் உன் தம்பி வீட்ல ஏசி, ப்ரிட்ஜ் இதெல்லாம் இல்லையா? ஏன் நம்ம லெவல்க்கு இல்லாத இவங்களோட எல்லாம் நீ ஃப்ரெண்ட்ஷிப் வச்சிருக்க?" என்றாள்.

பிரித்திவி தண்ணி குடித்துக் கொண்டிந்தவனுக்குப் புறையேற, அதை அப்படியே வைத்து விட்டு அவளைப் பார்த்தான்.

"ஒரே நாளில் தன் சொந்த அம்மா அப்பாவையே முன்பின் தெரியாதைப் போலப் பேசும் வித்தையை எங்குக் கற்றுக் கொண்டு வந்தாள்? ஆனாலும் சும்மா சொல்லக்கூடாது, வார்த்தைக்கு வார்த்தை சவுக்கடி தான். உடம்பை இரும்பாக்கிக்கடா பிரித்வி" என்று தனக்குத் தானே உறுதிமொழி எடுத்துக் கொண்டிருந்த பிரித்வியைப் பார்த்து கண்ணடித்தாள்.

இத்தனை பேர் முன் அந்தத் திமிரெடுத்த ராங்கிக்காரி செய்த செய்கை, அவனுக்கு ஒரு வித மயக்கத்தைத் தர அவளையே பார்த்துக் கொண்டிருந்தான்.

தன் மருமகள் பொன்னுச்சாமியைக் குறை சொன்னதும் பொங்கி எழுந்த துளசியோ, "என் தம்பி கஷ்டபட்டு உழைச்சு சம்பாதிக்கறாண்டி, இனிமேல் தான் ஒவ்வொன்னா வாங்குவான். நீங்க இப்ப உன் புருஷனோட போயிட்டு அடுத்த முறை வரும்போது, இங்க ஏசி ப்ரிட்ஜ் எல்லாம் வாங்கிப் போட்டு வைக்கச் சொல்றேன்" என்றார்.

"எப்படியோ அடுத்த முறை ஏசி இருக்கனும். சரி சமையல் என்ன செய்யறாங்க? நான்வெஜ்ஜா? இல்லைனா என் புருஷனுக்குக் கோபம் வந்து நேத்து மாதிரி சாப்பிடாம எழுந்து போயிருவான். அந்தச் சுமதிய கூப்பிட்டு என்ன செய்யனும் எப்படிச் செய்யனும்னு சொல்லு தொல்ஸ்" என்றாள்.

"சுமதி வரைக்கும் வாயி நீளுதா? இதோ வறேன்" என்று துளசி எழுந்து வரவும், தனக்குத் திருமணம் ஆகிவிட்டது என்பதை மறந்து துள்ளி குதித்து வெளியே ஓடியே விட்டாள்.

இதை எல்லாம் ஓரமாக அமர்ந்து பார்த்துக் கொண்டிருந்த பொன்னுசாமி கண்கலங்கிப் போனார்.

அவர் அழுவதாய் நினைச்சுப் பிரித்வி, "மாமா அவ விளையாட்டுக்குச் சொல்றா, நான் எதா இருந்தாலும் சாப்பிடுவேன். நேத்து நடந்தத நினைச்சு வருத்தப்படாதீங்க" என்றான்.

"அதில்லை மாப்பிள்ளை, இனி இவ இல்லாத இந்த வீடு பாழடைஞ்ச மாதிரி தான் இருக்கும். பொறந்ததுல இருந்தே அவ ஒரு நிமிஷம் கூடச் சும்மா இருக்க மாட்டா. எதையாவது பேசி எங்கள வெறுப்பேத்திட்டு, காலில் சக்கரம் கட்டிகிட்டு ஓடிட்டு இருப்பா.

அதுனாலதான் அவள படிக்க அனுப்ப பயந்தேன். பக்கத்துக்குள்ள கல்யாணம் பண்ணி வைக்க நினைத்தேன். அவ இல்லாம நாங்க எப்படி இருக்கப் போறோமோ தெரியல" என்றார் கண்ணீர் மாலைமாலையாகப் போனது.

"விடுடா, உன் சந்தோசத்திற்காக இத்தனை வருஷம் அவ இங்க இருந்தா. இனிமே அவ ஆசைபட்ட படிப்பைப் படிக்கட்டும், எங்க இருந்தாலும் நல்லா இருக்கனும்னு சாமியைக் கும்பிடு" என்று ஆறுதல் சொன்னார் துளசி.

கணவன் அழுவதைப் பார்த்து சுமதியும் சமையலறை வாசலில் நின்று அழுது கொண்டிருந்தார்.

பிரித்விக்கு என்ன பேசறதுன்னு தெரியாம அமைதியாக இருந்தான். இந்த மாதிரி ஒரு உணர்ச்சிகரமான நிலையை அவன் இதற்கு முன்னால் சந்தித்ததில்லை.

ஆனால் இவர்கள் அழுவதில் ஞாயம் இருப்பதாகப்பட்டது. ஒரு நாளுக்குள்ள என்னையவே இவளை மறக்க முடியாதளவுக்குப் பண்ணிட்டா, இத்தனை வருஷம் கூடவே இருந்தவங்க நிலை கஷ்டம் தான் என்று நினைத்தான்.

உள்ளே அனைவரையும் கலங்கடித்து விட்டு வெளியில் நண்டு சுண்டுகளிடம் அமைதிப் பேச்சுவார்த்தை நடத்திக் கொண்டிருக்கும் தன் மனைவியின் குறும்பை அசைபோட்டபடி அமைதியாகிப் போனான் பிரித்திவி.

7

அத்தியாயம் 7

இரவானதும் பரபரப்பாக உடைமைகள் எல்லாம் எடுத்து வைத்துக் கொண்டிருந்தாள் சம்யு. துளசியும் அவளுக்கு ஓடி ஓடி உதவி செய்து கொண்டிருந்தார்.

பொன்னுச்சாமியும் சுமதியும் "மாப்பிள்ளை, சம்யுவ நல்லபடியா பார்த்துக்குங்க, கொஞ்சம் வாய் அதிகம் பேசுவாளே தவிர மத்தபடி நல்ல பொண்ணு. வீட்டு வேலை எதுவும் செஞ்சு பழக்கம் இல்லை, ஆனா அவ புத்திசாலி. ஒரு தடவ கத்துக்கிட்டா அதுக்கப்புறம் எப்பவும் யார் உதவியும் கேட்க மாட்டா.

நான் படிக்க வைக்கலைங்கற கோபத்துல என்கிட்ட இப்படி எல்லாம் நடந்துக்கறா. என்னால உங்ககிட்ட எதாவது கோபமாகப் பேசினாலும் நீங்க கொஞ்ச நாளைக்கு அனுசருச்சுப் போங்க மாப்பிள்ளை" என்று ஒரு தந்தையாக அவனிடம் கெஞ்சிக் கேட்டுக் கொண்டிருந்தார்.

"நீங்க இவ்வளவு தூரம் சொல்லணும்னு அவசியம் இல்லை. என்னால அவளோட குணத்தைப் புரிஞ்சுக்க முடியுது. நான் பாத்துக்கறேன் மாமா, நீங்க கவலைப் படாதீங்க" என்றவன்

"யுவராஜ் ரெடியா" என்றான்.

அவன், "நான் போய்க் காருக்குப் பக்கத்துல நிக்கிறேன்" என்றான்.

அதற்குள் எல்லாம் எடுத்து வைத்ததும் "தொல்ஸ் நான் உனக்கு அடிக்கடி போன் பண்றேன், லீவு கிடைச்சதும் இங்கே வந்துவிடுவேன், நீயும் அப்பப்ப அங்க வா, உன்ன விட்டுட்டு ரொம்ப நாள் என்னால இருக்க முடியாது.

நீதான எனக்கு எல்லாமே, எப்படியாவது அங்க வரப்பாரு, உனக்கு உடம்பு சரியில்லனா உன் பையன ஏமாத்துற மாதிரி என்ன ஏமாத்தாத. உண்மையச் சொல்லு, உடனே வந்திடுறேன்.." என்று அவருடைய தோளில் சாய்ந்து கொண்டு கண்ணீர் மல்க பேசியவளை, சுமதி பொறா-மையுடன் பார்த்துக் கொண்டிருந்தாள்.

"நல்லா படி, முதல் தடவையா நம்ம ஊர விட்டு வெளியில போற. கவனமா இரு, உன் அழகே உனக்கு ஆபத்தா முடுஞ்சுருமோன்னு பயந்து தான் உங்க அப்பா காலேஜ் அனுப்பலை. இப்பவும் அதுதான் சொல்றேன், பசங்ககிட்ட தள்ளியே இரு. யாரு எப்படிப்பட்ட ஆளுன்னு அவங்க முகத்தில தெரியாது, அதனால தேவையில்லாமல் யார் கூடவும் பேசாத" என்று அறிவுரை சொன்னவர்,

"கண்ணா அவ எது செய்தாலும் பொருத்துப் போ, உன்னை விட ரொம்பச் சின்னப் பொண்ணு. அவளுக்குச் சரிக்கு சரியா நீயும் நிக்காத, அவசரப்பட்டு எதையும் பேசாத. வார்த்தைய வீசுறது கண்ணாடி உறவுல கல்லு விழுற மாதிரி. ரெண்டு பேரும் பார்த்துப் பத்திரமா இருக்கணும்" என்றார்.

'அவ போட்டிருக்கற சுடிதார பார்த்தாலே தெரியுதே, இவ சின்னப் பொண்ணுன்னு. புடவை கட்டியிருந்தப்ப கூட ஓரளவுக்குப் பெரிய பொண்ணு மாதிரி தெருஞ்சா. இப்ப ஸ்கூல் படிக்கிற புள்ளைய கல்யா-ணம் பண்ணி கூட்டு வந்துட்டேன்னு எவனும் என்னைப் பிடிச்சு உள்ள வெக்காம இருந்தா சரி' என்று நினைத்துக் கொண்டிருந்தான் பிரித்திவி.

அப்பா அம்மாவிடம் வந்தவள், "நான் போயிட்டு வரேன் அப்பா, என் தொல்லை இல்லாம நிம்மதியா இருங்க. அப்படியே என் தொல்-லையும் பார்த்துக்குங்க, அவங்களுக்காகத்தான் உங்கள நான் இந்த அளவுக்குக் கம்மியா செஞ்சிருக்கேன்.." என்றாள்.

சுமதியைக் கண்டதும் சொல்ல நினைத்தது அனைத்தும் மறந்து போக அப்படியே தன் அம்மாவின் தோள்களைக் கட்டிக் கொண்டாள்.

நேற்று வரை குழந்தையாய் பார்த்த அவளை இன்று பிரியும் சூழ்-நிலை உணர்ந்து அவர் அழ, இவளும் நன்றாக அழுதாள் "நான் இல்-லாம நீ மட்டும் தனியா இருக்கப்போற. இந்த அப்பா உன்னை மிரட்-டுனா நீ தொல்ஸ் வீட்டுக்கு வந்துருமா.

நீயும் தொல்ஸும் இருந்துக்குங்க, அவருக்குச் சாப்பாடு இல்லாம பட்டினி கிடந்தா தான் உன் அருமை தெரியும். எப்ப பாரு பொம்-

பளைங்கள இளப்பமா நினைக்கிறாரு, ரெண்டு நாளாவது பட்டினியா கிடக்கட்டும்" என்றாள் அழுது கொண்டே.

பொய் வார்த்தைகள் தான் என்றாலும், இதற்கு முன்னால் சகட்டு மேனிக்கு திட்டி பேசிய பொன்னுச்சாமியால் இப்பொழுது முடியவில்லை.

'போகும் போது கூட எப்படிப் போட்டுக் கொடுத்துட்டுப் போறா பாரு, விட்டா இவ எங்களை இங்கேயே பிரிச்சு வெச்சி டைவர்ஸ் வாங்கித் தந்திருவா போல இருக்கு. பேசாம இவள வக்கீலுக்குப் படிக்க வெச்சி-ருக்கலாமோ?' என்று நினைத்தார் பொன்னுசாமி.

தன் மாமியாருக்கு மனைவி சொல்லிக் கொடுத்ததைப் கேட்டுக் கொண்டிருந்தவனுக்கு, இவ எப்படி இவ்வளவு நாள் இவங்க அப்பா-வையும் அம்மாவையும் பிரிக்காம வெச்சிருந்தாள், என்ற பெருத்த சந்-தேகம் வந்து அவனைப் புன்னகை கொள்ள வைத்தது.

அனைவரிடமும் சொல்லிக் கொண்டு காரில் முன் சீட்டில் பிரித்தி-விக்குப் பக்கத்தில் அவள் உட்கார்ந்து கொள்ள, யுவராஜ் பின் சீட்டில் பயத்துடன் சீட்டின் நுனியில் அமர்ந்து கொண்டான்.

கார் மும்பையை நோக்கிப் பயணமானது கண்ணாடியில் யுவராஜைப் பார்த்த பிரித்திவி,

"நல்லா உட்கார் யுவராஜ் நாம் இன்னும் போக வேண்டிய தூரம் நிறைய இருக்கு அதுவரை இப்படியே உட்கார்ந்து வருவியா?" என்றான்.

பயந்துகொண்டே தலையாட்டிய யுவராஜ் கொஞ்சம் தள்ளி அமர்ந்து கொண்டான். திரும்பி அவனைப் பார்த்து முறைத்த சம்யு, அவன் தன்-னைப் பார்த்து தான் பயப்படுவதாக நினைத்துக் கொண்டாள்.

'எனக்கே இப்படிப் பயப்படுறான், இவனெல்லாம் எப்படித் தான் காலேஜ்ல இத்தனை நாளா குப்பை கொட்டுனானோ?' என்று நினைத்-தபடி, திரும்பி வெளியில் வேடிக்கை பார்த்துக் கொண்டு வந்தாள்.

இரவு நேரப் பயணம் ஆள் அரவமற்ற அமைதியான ரோடு, அவளுக்கு ரொம்பப் பிடிச்சிருந்தது.

இதற்கு முன் எங்கேயும் இப்படிப் போய்ப் பழக்கம் இல்லாத சம்யு-வுக்கு இந்தப் பயணம் அளவில்லாத உற்சாகத்தைக் கொடுத்தது.

அதுவுமில்லாமல் தான் காலேஜில் படிக்கப் போறோம் என்பதே அவளுக்கு மனசு நிறைத்திருக்க,

சந்தோஷத்துடன் வெளியில் வேடிக்கை பார்த்துக் கொண்டு வந்-தாள்.

"இவ்வளவு வேகமாப் போற, உனக்குக் கார் ஓட்றதுக்குப் பயமா இல்லையாடா?, எனக்கும் இப்படி ஓட்டிப் பழக்கி விடு.

நான் இவனை மாதிரி இல்லை, ஏழு கழுதை வயசாகியும் இன்னும் சைக்கில் கூட ஓட்டத் தெரியாம இருக்கான். என்னை மட்டும் இவனை மாதிரி வெளியில விட்டால், கார், ட்ரெயின், பிளைட் எல்லாம் ஓட்டிப் பழகி இருப்பேன்" என்றாள்.

அவளின் அந்த ஆர்வம் அவனுக்குப் பிடிச்சுப் போனது. எல்லாத்தையும் கத்துக்கனும்னு நினைக்கறவளைப் போய் வீட்டுக்குள்ள அடச்சு வெச்சிருக்காங்க, அதான் அவ எல்லாரையும் இப்படிப் பேசறா என்று நினைத்துக் கொண்டான்.

அதே சமயம் அவன் மனம் நம்ம வீட்டைப் பார்த்தால், இவளுக்குச் சந்தேகம் வரும் எங்கம்மாட்ட சொல்லிட்டா என்ன பண்றது?.

இவ அண்ணனுக்குத் தெரியும். அவன் யாருகிட்டயும் எதுவும் சொல்லாம எப்படி அமைதியாக இருந்தான். அதே மாதிரி இவளும் இருந்துட்டா பிரச்சனையே இல்லயே. ஆனா இவ சும்மா இருக்க மாட்டாளே என்ற நினைவுடன் காரை ஓட்டிச் சென்றான்.

கொஞ்ச தூரம் சென்றதும் "யுவராஜ் நீ படிக்கற காலேஜ்லயே உன் தங்கச்சியும் சேர்த்து விடலாமா?" என்றான் பிரித்திவி.

"வேண்டாம் சார்" என்று பதட்டத்துடன் ஒலித்தது அவன் குரல்.

"என்ன சாரா அத்தான்னு கூப்பிடுடா லூசு. உறவு முறை கூடத் தெரியாத நீயெல்லாம் என்னத்த படுச்சு கிழிச்சயோ?" என்றாள் அவனின் தங்கை.

அவளின் துடுக்கான பேச்சில் "அண்ணன்கிட்ட இப்படித் தான் பேசுவியா யுக்தா?" என்றான்.

"இதுவே இவனுக்கு அதிகம், சரியான சுயநலம் பிடுச்சவன். என்னையும் பிள்ளைனு எங்க வீட்ல யாரும் நினைக்கிறதில்ல" என்று முனுமுனுத்தாள் சம்யு.

"பரவாயில்லை சார், அவ எப்பவும் பேசறது தான். எனக்கும் பழகிடுச்சு" என்றான் யுவராஜ்.

நல்ல அண்ணன் தங்கச்சி என்று நினைத்துக் கொண்டு, "உன் தங்கச்சி சொல்ற மாதிரியே கூப்பிடு யுவராஜ். இவ்வளவு நாள் எப்படிக் கூப்பிட்டிருந்தாலும் இனி அத்தான்னே கூப்பிடு" என்றான் பிரித்திவி.

சரிங்க என்பது போல் யுவராஜ் தலையாட்டினான்.

"நீயும் இனி வீட்டிலிருந்து காலேஜ் போ, ரெண்டு பேரும் ஒன்னா போயிட்டு வாங்க" என்றான் பிரித்திவி.

யுவராஜ் பதட்டத்துடன், "நான் ஹாஸ்டல்லயே தங்கிக்கறேன் அத்-தான்" என்றான்.

"டேய் ஓவரா சீன் போடாதே அதான் கண்ணாவே தங்கிக்கச் சொல்றான்ல, பேசாம வீட்டுக்கே வந்துரு. உன்கிட்ட தீர்க்கவேண்டிய பழைய பகை நிறைய எனக்கு இருக்கு.." என்றாள் சம்யு.

'அடிப்பாவி அவனுக்குப் பாவம் பார்த்து ஒரு வேலை செஞ்சா, அதையே தனக்குச் சாதகமா மாத்துறாளே. இவகூட எப்படித்தான் இவன் இனி காலம் தள்ள போறானோ?' என்று எண்ணிய பிரித்விக்கு, தன் எதிர்காலத்தைப் பற்றி அப்பொழுது தெரியவில்லை.

யுவராஜ், "ம்ச்சு, அவர ஏன் இப்படிப் பேர் வச்சு கூப்பிடுற? மரியா-தையா பேசு" என்றான்.

"ஏன் நான் என் புருஷன எப்படிக் கூப்பிட்டா உனக்கு என்ன?" என்றாள்.

தன் மானத்திற்காகத் தன் மச்சான் மன்றாடுவது தெரிந்த பிரித்திவி, "அவன் கேட்கிறது சரி தான். நான் என்ன குழந்தையாடி? கண்ணான்னு கூப்பிட்டு மானத்தை வாங்கற, இனி அப்படிக் கூப்பிடாதே. எனக்கே நான் குழந்தையோன்னு பீல் ஆகுது" என்றான் கோபத்துடன்.

"சரிடா கண்ணா" என்றாள் வேண்டுமென்றே.

"உன்னை" என்று அவன் அவள் கைகளைப் பிடிக்க, "சரி விடு பேபின்னு கூப்பிடறேன்" என்றாள்.

"என்னது பேபியா" என்று முகத்தை அஷ்டகோணலாகச் சுழித்த-வன், "புண்ணியத்துக்குக் கண்ணானே கூப்பிடுடி இந்தப் பேபி காபி எல்-லாம் வேண்டாம், சகிக்கலை" என்றான்.

"அதான் நானும் சொன்னேன், கண்ணா எவ்வளவு நல்லா இருக்கு. எனக்கும் கண்ணான்னு கூப்பிட்டு கொஞ்சறதுக்கும் வசதியா இருக்கும்" என்றவள், பின் சீட்டில் யுவராஜ் இருப்பதைப் பார்த்து நாக்கை கடித்துக் கொண்டாள்.

அவளின் பதிலிலும் நாக்கை கடித்ததிலும் கிறங்கிப் போனவன், அவளை மையலுடன் பார்த்துக் கண்ணசைத்தான்.

அவள் சொன்ன கொஞ்சறதுக்கு என்ற பதிலில், அவனுக்கு அவள் கண்ணா என்று கூப்பிட்டுக் கொஞ்சினால் எப்படி இருக்கும், என்ற

நினைவே பித்தம் கொள்ள வைத்தது

அதைப் பார்த்தவளுக்கு வெக்கம் வர ரோட்டைக் கவனிப்பது போல முகத்தைத் திரும்பிக் கொண்டாள்.

இவர்களுடைய ஊடலைப் பற்றி ஒன்றும் தெரியாதவன், இவ என்னையும் சிக்க வெக்காம விடமாட்டா, எல்லாருக்கும் எப்படித் தங்கச்சி கிடைச்சிருக்கு? எனக்கும் வந்து வாய்ச்சிருக்காளே.

ஒருவேளை காலேஜ் போக ஆரம்பிச்சதுக்கு அப்புறம் மறுபடியும் என் கூட முன்ன மாதிரி நல்லா பேசுவாளோ என்னமோ? என்று நினைத்து பெருமூச்சு விட்டான் யுவராஜ்.

விடியக் காலை நேரத்தில் தான் வீட்டுக்கு வந்து சேர்ந்தான் பிரித்திவி. இவனைப் பார்த்ததும் அவசரமாக வந்து ரிமோட் உதவியுடன் கேட்டைத் திறந்தனர் காவலாளிகள்.

தலையசைத்து விட்டு பங்களா முன் காரைக் கொண்டு வந்து நிறுத்தி விட்டு பின்னாடி திரும்பி பார்த்தவன், 'அவனும் தூங்கிட்டானா? இவங்க இரண்டு பேரையும் வெச்சுகிட்டு நான் என்னத்தைப் பண்ணப்பேறேனோ', என்று புலம்பிக் கொண்டே யுவராஜை எழுப்பினான்.

"யுவராஜ்.." என்று பிரித்வி உயர்த்திய ஓரே சத்ததில் எழுந்து அமர்ந்து கொண்டான் அவன்.

அவனை இறங்கச் சொல்லி விட்டு இவனும் இறங்கியவன், காரைப் பார்த்ததும் ஓடி வந்த ஆட்களிடம் காரின் பின் பகுதியில் இருக்கும் தங்களுடைய பேக்கை எடுத்துப் போகச் சொன்னான்.

முன் கதவைத் திறந்து தூங்கும் தன் மனைவியைப் பார்த்தவனுக்கு எவ்வளவு அமைதியாகத் தூங்கறா,

இதே விழிச்சிருந்தால் எப்படிப் பட்டாசாகப் பொறிகிறாள். இப்ப பாரு இந்தப் பூனையும் பால் குடிக்குமாங்கற கணக்கா தூங்கறா, இவளிடம் வாய் பேசி யாராலையும் ஜெயிக்க முடியாது,

என்று மனைவியின் அமைதி ததும்பும் அழகான முகத்தைப் பார்த்துக் கொண்டிருந்தவன், அப்படியே தூக்கிக் கொண்டான்.

"வா யுவராஜ்" என்று அழைத்து விட்டு முன்னாடி சென்றான்.

அவனுக்கு அவளைத் தூக்குவது குழந்தையைத் தூக்கும் பீல் தான் வந்தது. திடகார்த்திரமான அவன் கைக்குள் கருவறைக் குழந்தையாய் சுருண்டிருந்தாள் சம்யு.

அங்கிருந்தவர்கள் எல்லாம் இவர் எதுக்கு ஒரு பெண்ணைத் தூக்கிட்டுப் போறார். அதுவும் அந்தப் பொண்ணு பாக்குறதுக்கு ரொம்பச் சின்னப் புள்ளை மாதிரி தெரியுது, இதையும் காலேஜ்ல சேர்த்து விடவா இருக்குமோ? என்று ஆச்சிரியத்தோடு பார்த்தார்கள்.

தன் அறைக்கு வந்தவன் அங்கிருந்த கட்டிலில் அவளைக் கிடத்தி விட்டு, தன் ஆட்களிடம் யுவராஜ்க்கு ஒரு அறை ஒதுக்கித் தரச்சொன்னான்.

அவர்கள் பின்னாடி சென்ற யுவராஜ்க்கு, தனக்காகக் கொடுத்த அறையும் ஆடம்பரமாக இருக்க, அதைப் பார்த்ததும் பயம் தான் வந்தது.

இந்த இடம், பிரித்திவி பங்களா, சுற்றி நிற்கும் ஆட்கள், அவன் அறை எல்லாம் அவனுக்கு ஏதோ மாய லோகத்துக்கு வந்த உணர்வைக் கொடுத்தது.

பிரித்திவி சம்யுவை தூக்கம் கலையாமல் தூக்கிச் சென்றது, அவனுக்குப் பிடித்திருந்தது. அவள் இந்த அளவிற்குப் பாடாய் படுத்தியும், பிரித்வி எதுவும் பேசாமல் இருப்பதும், அதீத அளவிற்கு அக்கறை காட்டுவதும் யுவராஜ் கண்களுக்குப் பளிச் என்று தெரிந்தது.

'இந்த மட்டிலும் பொறுத்துப் போகின்றாரே, இது போதும். இனி எப்படியாவது பிழைத்துக் கொள்வார்கள்' என்று அதே நினைவுடன் உறங்கிப் போனான் யுவராஜ்.

பிரித்திவி போய் வண்டி ஓட்டி வந்த அசதி தீரக் குளித்தவன், வெளியில் சென்று இரண்டு நாளாகத் தான் இல்லாமல் தன் இடம் பாதுகாப்பாக இருக்கிறதா? எதாவது மாற்றம் தெரிகிறதா? என்று சுற்றிப் பார்த்தான்.

அவனுடைய ஆட்கள் இடைவெளி விட்டு நின்று அவர்களுடைய பாதுகாப்பு பணியைச் செவ்வனே செய்து கொண்டிருந்தார்கள்.

அவர்களிடம் கொஞ்ச நேரம் பேசிக் கொண்டிருக்கும் போது, கிழக்கில் வானம் சிவந்து சூரியன் எட்டிப் பார்ப்பதற்கான அறிகுறிகள் தெரிந்து கொண்டிருந்தது.

நேரமானதை உணர்ந்தவன் வீட்டிற்கு வர, இவன் காரைப் பார்த்து வந்ததைத் தெரிந்து கொண்ட சமையல்காரர் காபியை எடுத்து வந்து கொடுத்தார். இருவர் கண்களும் ஒரு சேர உரசிச் சென்றது நொடிக்கும் குறைவான நேரத்தில் பின்,

அதை வாங்கிக் கொண்டவன் ஆபிஸ் ரூமில் போய் அமர்ந்து கொண்டான். அங்கிருந்த கம்பியூட்டரை இயக்கி, இங்கிருந்து புறப்படு-வதற்கு முன்பாகத் தான் சொல்லி வைத்திருந்த வேலைகள் எல்லாம் சரியாக முடிந்திருக்கா என்று பார்த்துக் கொண்டிருந்தான்.

அப்போது எழுந்து வந்த ராஜேஷும் ராகுலும் இவனைப் பார்த்ததும் சந்தோஷம் கரைபுரள, "புதுமாப்பிள்ளை எப்படா வந்த? என்ன வேலை பார்க்க வேண்டிய நேரத்துல, என்ன வேலை பார்த்துகிட்டு இருக்க?" என்று கேட்டுக் கொண்டே ஓடி வந்து அணைத்துக் கொண்டான் ராகுல்.

"பார்த்துடா என்னமோ வருஷக்கணக்கா வெளியூர்ல இருந்த புரு-ஷன் வந்த மாதிரி சீனைப் பாரு" என்றான் ராஜேஷ் கேலியாக.

"டேய் அவன் எவ்வளவு பாசமா ஓடிவரான், அதை ஏண்டா கிண்-டல் பண்ற?" என்றான் பிரித்திவி ராஜேஷிடம்.

"சரி கல்யாணமெல்லாம் எப்படி நடந்துச்சு? உனக்குப் பொண்ணு பிடிச்சிருந்துச்சா?" என்று அவர்கள் கேட்க, பிரித்திவி பதில் சொல்-லாமல் வேலையைக் கவனித்துக் கொண்டிருந்தான்.

"நாங்க கேக்கறது உன் காதுல விழலையா?" என்று இருவரும் ஆளுக்கொருபுறம் அவனைத் தாக்க, "விடுங்கடா எல்லாம் நல்லபடியா நடந்துச்சு, பொண்ணு எப்படின்னு இன்னும் கொஞ்ச நேரத்துல தூங்கி எழுந்து வரும்போது நீங்களே பார்த்து தெருஞ்சுக்குங்க, போதுமா?" என்-றான்.

இரண்டு பேரும் அதிர்ந்து போனவர்கள், "இங்கே கூட்டிட்டு வந்தி-ருக்கியா?" என்றார்கள் கோரஸாக.

"ம்" என்றான் பிரித்திவி.

"வாடா போய்ப் பார்க்கலாம்" என்று இழுத்தார்கள் இருவரும்.

"அசந்து தூங்கிட்டு இருக்காடா, எழுந்ததும் வந்து பாருங்க. இனிமே இங்கதான இருக்கப் போறா, ஒரு அஞ்சு நிமிஷம் வெயிட் பண்ண உங்களால் முடியாதா?" என்றான் பிரித்திவி.

"என்னடா இப்படிச் சொல்ற? நீயா இப்படிப் பேசற, இந்நேரம் ரெண்டு அறை விட்டு எழுப்பி உட்கார வெச்சிருக்க மாட்ட?.. நீயும் கல்யாணத்துக்குப் பிறகு மாறிட்டயா?" என்றான் ராகுல்.

அவனை முறைத்த பிரித்திவி, "வந்து தொலைங்க" என்று அழைத்-துச் சென்றான்.

இவன் போய்க் கதவைத் திறக்கவும் அதுவரைக்கும் கதவைத் தட்டிக் களைத்துப் போய் இருந்த சம்யு, இவன் கதைத் திறந்ததும் கோவத்துடன் அவன் மேல் பாய்ந்தாள்.

"கதவுல தாழ்ப்பாள் எங்கடா? இருக்கு. இதெல்லாம் என்ன கதவுன்னு வெச்சிருக்கு? உடைச்சு தூக்கி தண்ணி காயவெக்கற அடுப்புல போடு. நாலு நாளைக்குத் தண்ணி காயவைக்காவாவது ஆகும்.

நல்ல தாழ்ப்பாள் இருக்கற கதவா வாங்கி மாட்டு" என்று பட்டாசாகப் பொறிந்தவளைப், பார்த்து ராஜேஷும் ராகுலும் அப்படியே பேய் அறைந்ததைப் போல் நின்றார்கள்.

"என்னது தண்ணி காயவைக்கப் போடறதா? இதோட விலை தெரியுமாடி உனக்கு?" என்றான்.

"பொல்லாத விலை, தாழ்ப்பாள் இல்லாத கதவு எவ்வளவு விலையா இருந்தாலும், உன்னை மாதிரி லூசு தான் வாங்குவான். உன்னை யாரோ நல்லா ஏமாத்திட்டாங்க,

இதுக்குத் தான் பெரியவங்க கூட இருக்கனும்னு சொல்றது, இதே தொல்ஸ் இருந்தா உன்னை இப்படி யாராவது ஏமாத்த விட்டிருப்பாளா?

இன்னும் என்ன வெல்லாம் ஏமாந்தையோ!! யாரெல்லாம் உன்னை ஏமாத்தினாங்களோ!! தெரியலையே" என்று புழம்பிக் கொண்டிருந்தாள்.

"ஆமான்டி வர்றவன் போறவனெல்லாம் என்னை ஏமாத்திட்டு தான் இருந்தாங்க. நீ வந்துட்டில்ல இனி யாரும் ஏமாத்தாம பார்த்துக்க" என்றான் கேலியாக.

"இதுக்குத் தான் உன்னைக் கண்ணான்னு கூப்பிட்டேன், அது உண்மையாயிருச்சு பார்த்தியா? நீ சின்னப் பையன்டா உன்னை எல்லாரும் ஏமாத்தராங்க, அது தெரியாம" என்றவள் வாயைப் பொத்தியவன்,

"போதும்டி இதுக்கு மேல பேசினா என் மானம் கப்பலேறிடும், இது ஆட்டோ மேடிக் லாக்டி நான் தான் நீ தூங்கிட்டு இருந்ததால் லாக் பண்ணிட்டுப் போனேன்" என்றான் பிரித்திவி.

"என்னது என்னை ரூமுக்குள்ள வெச்சு பூட்டிட்டு போனேன்னு என்கிட்டயே சொல்ற? உனக்கு எங்கப்பாவே தேவலையாட்ட இருக்கே, போனைக் குடு தொல்ஸ்கிட்டச் சொல்றேன்" என்றாள் கோபத்துடன்.

"ஏய் வாயை மூடுடி இங்க இருக்கிற எதைப் பத்தியாவது அம்மாவுக்குப் போன் பண்ணிச் சொன்ன, எனக்குக் கெட்ட கோபம் வந்துரும். அதுக்கப்புறம் எக்காரணம் கொண்டும் உன்னைக் காலேஜ் அனுப்ப

மாட்டேன். ஏற்கனவே எனக்கு என் மாமனார் சப்போர்ட் இருக்கு பாத்-துக்கோ" என்றான் பிரித்திவி.

அப்போது எழுந்து வந்த யுவராஜ் தங்கையின் சத்தம் கேட்டு அவளுக்குத்தான் ஏதோ பிரச்சனை என்று ஓடி வந்தவன், அவளே பிரச்சனை பண்ணிக் கொண்டிருப்பதைப் பார்த்து விட்டு அப்படியே நின்று விட்டான்.

"இந்த மிரட்டல் உருட்டலுக்கு எல்லாம் நான் பயப்பட மாட்டேன். நீ அனுப்பாட்டி போ, தொல்ஸ்ஸை இங்கே வரவச்சு நானும் தொல்ஸ்-ஸும் தனி வீடெடுத்து தங்கி காலேஜ் போவேன். இந்தப் பயமுறுத்துற வேலை எல்லாம் இனி என்கிட்ட வேண்டாம். நடு ரோட்டுல இறங்கி தர்ணா பண்ண கூடத் தயங்க மாட்டா இந்தச் சம்யு" என்றாள், இன்னும் கோபத்துடன்.

"ஐயோ நான் சும்மா விளையாட்டுக்குச் சொன்னேன்டி, நீ என் தங்-கம்ல அந்தக் காலேஜ்ஜே உன்னோடது தான். எப்ப வேணாலும் போ வா யாரு கேக்கப் போறாங்க? நீ போய் ரெடியாகுடி செல்லம்" என்றான்.

"ம் அந்தப் பயம் இருக்கனும்" என்றவள், "நான் போய் ரெடியா-கறேன் சீக்கிரமா என்னைக் காலேஜ்ல கொண்டு போய் விடு" என்று சொல்லி விட்டு பாத்ரூமுக்குள் சென்றவள், பின்னங்கால் பிடறியில் ஓடி வந்து, "எதுக்குடா இத்தைனை பைப் இருக்கு எதுல தண்ணி வரும்" என்றாள்.

"ஸ் அப்பா முடியலையே கண்ணைக் கட்டுதே" என்று புலம்பியவன், "எல்லாத்திலயும் தண்ணி தாண்டி வரும், பைப்ல வேற என்ன வரும் திறந்து பார்க்க வேண்டியது தானே" என்றான் பிரித்திவி.

"அப்ப எதுக்குடா லூசு மாதிரி இத்தனை பைப் போட்டிருக்க, ஒரு பைப்ல தண்ணி வந்தா பத்தாதா பாத்ரும்ல குடித்தனமா நடத்தப் போற?" என்றாள்.

"ஏன் பாத்ரூம்ல குடித்தனம் நடத்தினா நீ வரமாட்டியா?" என்றான் எரிச்சலுடன்.

"சீசீ என்னடா உன்னோட டேஸ்ட் இவ்வளவு மட்டறகமா இருக்கு" என்றவள், கதவுக்குப் பின்னால் ஏதோ நிழலாட வெளியே எட்டிப் பார்த்-தாள். கொஞ்சம் தள்ளி நின்ற ராஜேஷையும் ராகுலையும் பார்த்து விட்டு, "கண்ணா இவங்க யாரு" என்றாள்.

"உள்ள வாங்கடா" என்று அழைத்தவன், "இவங்க ரெண்டு பேரும் என் பிரண்ட்ஸ்" என்று அவர்கள் இருவரையும் அறிமுகம் செய்தான்.

யோசனையுடன் அவங்களைப் பார்த்தவள், "இவங்க இங்க தான் இருப்பாங்களா?" என்று கேட்டவள் வெளியே சென்று பார்த்தாள்.

அந்த வீட்டின் அமைப்பு அதிலிருந்த உயர்தரமான வெளிநாட்டுப் பொருட்கள், எல்லாம் பார்த்துவிட்டு அறைக்குள்ளும் விழிகளைச் சுழற்றினாள்.

அதுவரை அறையைச் சரியாகக் கவனிக்காமல் கதவைத் திறப்பதே குறியாக இருந்தவளுக்கு, இப்பொழுது அதிலிருந்த ஆடம்பரம் எல்லாம் தெரிந்தது.

"இது யார் வீடு" என்றாள்.

"நம்ம வீடு தாண்டி" என்றான் பிரித்திவி.

"இவ்வளவு அழகான வீடு இருக்கே, அப்புறம் ஏன் என்னோட தொல்லை நம்மளோட நீ கூட்டிட்டு வரலை. வீடெல்லாம் ரொம்ப ஆடம்பரமா இருக்கு, ஒவ்வொரு பொருளும் குறைந்தது லட்ச கணக்கில் இருக்கும் போலத் தெரியுது. நீ என்ன வேலை செய்யற" என்று சந்தேகத்தோடு கேட்டவளை சமாளிக்க வழி தெரியாமல்,

"காலேஜ்க்கு நேரமாச்சு, முதல் நாளே லேட்டா போகணும்னு ஆசை படுறியா? சீக்கிரம் ரெடியாகு, நைட் வந்து எல்லாத்தையும் விவரமா சொல்றேன்" என்றவன்,

அவளை அழைத்துப் போய்ப் பாத்ரூமில் பைப்பை திறந்து எதில் சுடு தண்ணி எதுல பச்சைத் தண்ணி எல்லாம் சொல்லிக் கொடுத்து விட்டு வந்தவன், தொப்பென்று அங்கிருந்த கட்டிலில் விழுந்து தலையைப் பிடித்துக் கொண்டான்.

அதுவரை பேச்சே வராமல் நின்றவர்கள், "டேய் பிரித்திவி இங்கே இவ்வளவு நேரம் என்ன நடந்துச்சு. என்னமோ எங்க ஊர் பொண்ணு வாயே பேசமாட்டான்னு சொன்ன, இவ வாயே மூடலையேடா.

நீயும் அவ சொல்றதை எல்லாம் கேட்கற, உன்னை அவளும் இஷ்டத்துக்கும் பேசறா. அதுசரி யாருடா அந்தத் தொல்ஸ்" என்றார்கள்.

"எங்க அம்மாவைத் தான் அப்படிச் சொல்றா, இவ எங்கம்மாவுக்கு ரொம்ப க்ளோஸ்டா. நான் எதாவது சொன்னா எங்கம்மாட்ட போட்டுக் கொடுத்துருவாளோன்னு பாக்கறேன்" என்றான் பிரித்திவி.

"என்னடா ஓரே நாள்ள இப்படி மாறிட்ட எங்களால நம்ப முடியலை. ஆனா பொண்ணு செம அழகுடா, சான்ஸே இல்லை. உங்கம்மா தேவதை மாதிரி ஒரு பொண்ணைத் தான் கல்யாணம் பண்ணி வெச்சிருக்காங்க. அதான் அவ எவ்வளவு டார்ச்சர் பண்ணினாலும் எதிர்த்துப் பேசாமல் மயங்கி கிடக்குறியா?" என்றான் கேலியா ராகுல்.

"டேய்.. ஸ்கூல் படிக்கற பொண்ணாட்ட இருக்காளேடா, இவ வயசு என்ன" என்றான் ராஜேஷ்.

"பத்தொம்பதுடா" என்றதும், இன்னும் அதிர்ந்து போனவர்கள், "எப்படிடா இவ்வளவு சின்ன வயசுல கல்யாணயம் செஞ்சீங்க? அந்தப் புள்ளைக்குதான் விவரம் தெரியலைனா நீ எதுக்குடா சம்மதிச்ச?" என்றார்கள்.

"ஏண்டா நீங்க வேற? யாரு இவளுக்கா விவரம் தெரியாது, பாக்கத்தானே போறீங்க. நானே நேத்துல இருந்து இவளால மந்திருச்சு விட்ட கோழியாட்டம் திரியறேன் போங்கடா" என்றான் பிரித்திவி.

"அப்படியா டா? எதை வச்சு மந்திருச்சாளாம்?" என்று இருவரும் கேலியாகக் கேட்கவும்.

"என்கிட்ட உதவாங்காம இருக்கமாட்டீங்க பேசாம போங்கடா, நானே இவளைச் சமாளிக்க வழி தெரியாமல் இருக்கேன். இந்த வீட்டுக்கே இவ்வளவு கேள்வி கேட்கிறா. இன்னும் மத்த விஷயமெல்லாம் தெரிஞ்சா என்னென்ன கேட்கப் போறாளோ?" என்றான் கவலையாகப் பிரித்திவி.

"அது சரி, காலேஜ்ல சேர்க்கறேன்னு சொன்னையே, என்ன படிக்கறா?" என்றான் ராஜேஷ்.

"இப்ப தாண்டா பர்ஸ்ட் இயர் சேர்க்கனும். யுவராஜ் சேர்த்தோமல்ல அவனோட தங்கச்சி தான் இவ, காலேஜ்க்குப் போன் பண்ணிச் சொல்லுங்கடா எனக்கு வேலை இருக்கு, இவளை யுவராஜ் கூட அனுப்புவோம்" என்றான்.

"அவனும் இங்க வந்திருக்கானா?" என்ற கேட்டான் ராகுல்.

"ஆமாம் இங்க தான் ஒரு ரூம்ல தங்க வெச்சிருக்கேன். அவன் என்னைப் பார்த்தாலே பயந்து நடுங்குறான். ஒரே வார்த்தை சொன்னாலும் அதை மீறி விரலைக்கூட அசைக்க மாட்டேங்குறான்.

ஆனா இவ என்னைக் கண்டு கொஞ்சம் கூடப் பயப்பட மாட்டேங்கறா, ஏதாவது சொன்ன என் சொல் பேச்சும் கேட்க மாட்டேங்கறா. அவ இஷ்டத்துக்கு எதையாவது பண்ணி வெக்கறா, அவனுக்கு இப்படி

ஒரு தங்கச்சி" என்று சலிப்புடன் சொன்னான் பிரித்திவி.

இருவரும் சிரித்துக் கொண்டு, "குடும்பஸ்தனாயிட்டே, வாழத்துக்கள் ஆனாலும் ஒரே நாள்ல உன்கிட்ட இவ்வளவு மாற்றத்தை எதிர்பார்க்-கலை" என்றார்கள்.

"நான் எங்கே மாறினேன்? அப்படியே தான் இருக்கேன்" என்று சமாளித்தவன், "போங்கடா போய் வேலையப் பாருங்க" என்றான்.

"சரி நாங்க போய்க் குளிச்சிட்டு வரோம் மத்ததை அப்பறமா பேசிக்-கலாம்" என்று சொல்லி விட்டுச் சென்றார்கள் இருவரும்.

இதை எல்லாம் பார்த்து விட்டு அறைக்குப் போன யுவராஜ்க்குச் சிரிப்பு வந்து விட்டது.

'நாம இவளைப் பாவம்ன்னு நினைச்சா இந்த அத்தான் தான் பாவம்.

ஊருக்குள்ள சிங்கம் மாதிரி சுத்திகிட்டு இருக்காரு அது தெரியாம அவரை என்னமா விரட்டுறா?

எப்படியோ எங்கப்பா தப்பிச்சுட்டாரு அத்தான் மாட்டிகிட்டாரு' என்று நினைவுடன் குளிக்கச் சென்றான் யுவராஜ்.

8

அத்தியாயம் 8

சம்யு காட்டன் சுடிதாரில் லூஸ் ஹேர் பறக்க விட்டு, நெற்றியில் சின்னப் பொட்டு நெற்றி வகிடில் குங்குமம், கழுத்தில் இவன் போட்டு விட்ட ஒற்றைத் தாலிச் செயின் மஞ்சநூல் சகிதமாக, தேவதை போல் வருபவளை வாய் திறந்து பார்த்துக் கொண்டிருந்தான் பிரித்திவி.

ஏற்கனவே இவ அழகு, இதில் இப்படிக் காலேஜ் போனால் என்னாவது? இவங்கப்பா நினைக்கற மாதிரி இவளை எல்லாம் வீட்டில் போட்டு பூட்டி வைத்தால் தான் பாதுகாப்பு.

நம்ம காலேஜ் பசங்க தூக்கத்தை எல்லாம் கெடுக்கப் போறா என்று அவன் மனதில் தோன்றிய எண்ணத்தை எல்லாம் மூட்டை கட்டி வைத்து விட்டு "கிளம்பிட்டயா" என்றான்.

"நான் ரெடி நீ கூட வருவீல்ல" என்றாள். "இல்லை யுக்தா நீ உங்க அண்ணா கூடப் போ. நான் போன் பண்ணிச் சொல்லிர்றேன் மத்த பார்மாலிட்டிஸ் எல்லாம் நான் ஈவினிங் வந்து முடுச்சு கொடுத்துக்கறேன்" என்றான்.

"என்ன அவன் கூடவா" என்று அவள் முகம் அஷ்டகோணலாக மாறியது. "என்னைக் காலேஜ் கூட்டிப் போறதை விட நீ என்ன வேலை வெட்டி முறிக்கற. நான் அவன்கூட எல்லாம் போகமாட்டேன் காலேஜ்க்குள்ள இந்த உறவு முறை எல்லாம் சொல்லிகிட்டு இருக்க முடியாது என் இமேஜ் என்னாவது" என்றாள் சம்யு.

கொய்யாலே பட்டிக்காட்டில் இருந்து வந்துட்டு லண்டன்ல இருந்து வந்த மாதிரி சீனைப்பாரு, இவளுக்கு இருக்கும் அழும்புக்கு அளவே

இல்லாம போச்சு.

இதே மத்த பெண்களா இருந்தால் சீனியர் பையனோடு போனா பாதுகாப்புன்னு எவ்வளவு சந்தோஷமாப் போவாங்க,

இவ என்னடான்னா இப்படிச் சொல்றாளே என்ற எண்ணம் தோன்ற, இப்போதைக்கு எதையாவது சொல்லி அவளோட நல்ல மூடைக் கெடுக்க வேண்டாம் என்று நினைத்துக் கொண்டு, "சாப்பிடப் போக-லாமா" என்றான்.

"அதுக்கு எங்க போகனும்? யாரு சமைக்கறாங்க? முதல்ல இது எந்த இடம். வீடு எப்படி இருக்குன்னு பாக்கனும். நான் எப்படி ரூமுக்கு வந்-தேன் காரில் தூங்கினதா ஞாபகம்" என்றாள்.

அவள் கேட்ட கேள்வியில் அவன் மனம் அவளிடம் விளையாடிப் பார்க்க ஆசைப்பட்டது.

அதை நிறைவேற்றும் பொருட்டு "அட உனக்குத் தெரியாதா அப்போ நைட் நமக்குள்ள நடந்தது எதுவும் உனக்கு ஞாபகம் இல்-லையா" என்றான் ஹஸ்க்கியான வாய்சில்.

பயத்துடன் "என்ன நடந்துச்சு இல்லையே அப்படி எல்லாம் எதுவும் நடக்கலை" என்று கண்களிலிருந்து கண்ணீர் வரும் நிலையில் உதட்டை பிதுக்கிக் கொண்டு சொன்னவளைப் பார்த்து அவனுக்குத் தான் பித்தம் கொள்ள வைத்தது.

அவளின் செவ்விதழின் சுவையை அறிந்து கொள்ள அவன் மனம் அவனிடமே போராடித் தோற்றது.

அப்படியே அள்ளி அணைக்கப் பரபரத்த கையை அடக்கிக் கொண்டு "நான் உண்மையத் தாண்டி சொல்றேன் நம்பறதும் நம்பாததும் உன் இஷ்டம்.

"உனக்கு எங்க எங்க மச்சம் இருக்குன்னு சொன்னா நம்புவியா" என்று அவன் குழைந்த குரலில் கேட்டான்,

அப்படிக் கேட்டு விட்டானே தவிர அவனுடைய மனசும் அதை எல்லாம் எப்பத் தெரிந்து கொள்வது, அவளுக்கு எங்கெல்லாம் மச்சம் இருக்கும் என்று நினைக்கும் போதே, உடம்பெல்லாம் குப்பென்று சூடே-ரியது.

அவனால் ஒரு நிலையாக இருக்க முடியவில்லை. அவளையும் நேரடியாகப் பார்க்க முடியாமல் தவித்துக் கொண்டிருக்கும் போது,

"டேய் உன்னைக் கொள்ளாம விடமாட்டேன்" என்று அவள் அவனை அடிக்கத் துரத்த, அவன் அவளிடம் சிக்காமல் ஓடினான். இரண்டு பேரும் மேல் மாடி முழுவதும் ஓடிப்பிடித்து விளையாடுவதை அதிர்ச்சியுடன் பாத்துக் கொண்டே வந்தார்கள் ராஜேஷும் ராகுலும்.

அவர்கள் இருவரையும் பார்த்ததும் "அண்ணா அவனைப் பிடிச்சுக் கொடுங்க பிளீஸ்" என்று அவள் கெஞ்சல் குரலைக் கேட்டவர்களுக்கு, மதிமயங்கி நண்பனையே பிடித்துக் கொடுக்க முன் வந்தார்கள். அவர்கள் இருவரும் துரத்தி அவனைப் பிடித்துக் கொள்ள,

கிட்டே ஓடி வந்தவள் "அப்படித் தான் பிடிச்சுக்குங்க அண்ணா" என்றவள் அவன் உச்சந் தலை முடியை ஒரு கையால் பிடித்துக் கொண்டு அடி பின்னி எடுத்தாள்.

"விடுடி விடுடி" என்ற அவன் குரலைக் காதுலயே வாங்காமல் "உண்மையச் சொல்லு என்னை என்ன பண்ணுன

சொல்லுலீனா இன்னைக்கு உன்னைக் கொன்னே போடுவேன்" என்று அடித்துக் கொண்டு மிரட்டும் அவளைப் பார்த்து,

"உண்மையத் தாண்டி சொன்னேன் அதை எல்லாம் மறுபடியும் சொல்ல முடியாது செஞ்சு வேணா காண்பிக்கறேன்" என்றான் சிரிப்புடன்.

இன்னும் கோபம் வர "அண்ணா எனக்குக் கை வலிக்குது அவனை அடிங்க "என்றாள்.

அவர்கள் இருவரும் என்னது அவனை நாங்க அடிக்கறதா என்று அதிர்ச்சி ஆனவர்கள் "ஏன்மா நாங்க உயிரோடு இருக்கறது உனக்குப் பிடிக்கலையா" என்று கேட்டு விட்டு.

"என்னடா செஞ்ச அவ இப்படித் துரத்தி துரத்தி கும்மறளவுக்கு" என்றார்கள். பிரித்திவி அவர்கள் இருவரையும் பார்த்துக் கண்ணடித்துச் சும்மா என்று சைகை செய்தவனை,

"டேய் ராகுல் இத்தனை நாளா இந்த முகத்தை எங்கே வெச்சிருந்தான் பொண்டாட்டி வந்ததும் இந்தத் துள்ளு துள்றான்" என்றான்.

"நானும் அதைத்தாண்டா நினைச்சுகிட்டு இருக்கேன்" என்று இருவரும் பேசிக் கொள்ள.

அடுச்சு ஓய்ந்து போனவள் "உண்மையச் சொல்லுடா" என்றாள் கண்ணில் கண்ணீர் தேங்கி நின்றது.

அவளுக்கு மட்டும் கேட்கும் விதமாக "அதுக்குத் தானடி கல்யாணம் பண்ணுனாங்க இதெல்லாம் உனக்குத் தெரியாதா? அப்பறம் எப்படிக் கல்யாணம் பண்ணிக்கிட்ட" என்று கேட்டான்.

"தெரியும் ஆனா நான் படிக்கனும் குழந்தை வந்தால் நான் எப்படிக் காலேஜ் போறது" என்றாள் கவலை தேய்ந்த முகத்துடன்.

"அதைப் பத்தி நீ ஏன் கவலைப் படற உன்னைப் படிக்க வைப்பது என் பொருப்பு நான் பார்த்துப்பேன்" என்றான் குழைந்த குரலில்.

அவள் பேசாமல் தலைகுனிந்தபடியே இருக்க, அவளை விழிகளால் வருடிக் கொண்டிருந்தவனுக்கு அவளைப் பார்க்கவே பாவமாக இருக்க, "அப்படி எதுவும் நடக்கலைடி உன்கிட்ட சும்மா விளையாடினேன்

காரில் வரும் போது நல்லா அசந்து தூங்கிட்ட, உன் தூக்கத்தைக் கலைக்க மனசு வரலைடி. அதான் தூக்கி வந்து ரூமில் படுக்க வெச்சேன், அவ்வளவு தான் நடந்துச்சு" என்று உண்மையை ஒத்துக் கொண்டான்.

"நான் பயந்துட்டேன் நீ கொஞ்சம் நல்ல பையனாத் தான் தெரியற" என்றாள் நிம்மதியுடன். "நான் உனக்குப் பையனாடி புருஷன்னு கொஞ்சம் கூட மரியாதை கொடுக்க மாட்டயா?" என்றான் கேலியாக.

"சரிங்க அத்தான் உங்களுக்கு அத்தான் மரியாதை அத்தான் தரேனுங்க அத்தான் போதுமாங்க அத்தான்" என்றாள் சிரிப்புடன்.

"இதுக்கு நீ என்னை வாடா போடான்னே கூப்பிடு அதே நல்லாருக்கு" என்று தலையில் அடித்துக் கொண்டு எழுந்தான்.

அவன் இருபுறமும் வந்து நின்ற ராகுலும் ராஜேஷும் "இவ்வளவு நேரம் ரெண்டு பேர் மட்டும் பேசிட்டீங்களே என்ன பேசுனீங்க

அதெப்படி உனக்கு இப்படி ரகசியமா எல்லாம் பேசத்தெரியுமா?" என்றார்கள்.

"டேய் புருஷன் பொண்டாட்டி பேசறதை கேக்கறீங்களே உங்களுக்கு வெக்கமா இல்லையா" என்றான் முறைத்துக் கொண்டே பிரித்திவி.

"இருக்கு தான் ஆனா அதை விடத் தெரிந்து கொள்ளும் ஆர்வம் அதிகமா இருக்கு. சரி பேசினதைச் சொல்லாட்டி போ அவ எதுக்கு உன்னை இப்படிப் போட்டு அடுச்சா அதைச் சொல்லு உனக்குக் கோபமே வரலையா?

இந்நேரம் வேற யாராவது உன் மேல கை வெச்சிருந்தா அவங்க தலை உடம்பில் இருக்குமா" என்றார்கள் இருவரும்.

"பொண்டாட்டிக்கும் மத்தவங்களுக்கும் வித்தியாசம் இல்லையாடா, அதுமட்டுமில்ல இவகிட்ட நம்ம வேலையக் காட்டுனா தூங்கும் போது கல்லத் தூக்கி தலைல போட்டுக் கொன்னுருவா நான் இவ கூடத்தான் தூங்கனும் என் உயிர் எனக்கு முக்கியமில்லையா" என்றான் சிரிப்புடன்.

"எது எப்படியோ உன்னோட இந்தச் சிரித்த முகத்தைப் பார்க்கும் போது சந்தோஷமா இருக்கு. இதுக்கு முன்னே எப்ப பாரு முகத்தை உர்ருன்னு வெச்சுகிட்டு இருப்ப" என்றார்கள் இருவரும்.

"எனக்குக் காலேஜ்க்கு நேரமாச்சு அங்க என்ன வெட்டியா பேசிட்டு இருக்க" என்றவள், திரும்பி பார்க்க, அவளுடைய அண்ணன் உறைந்து போய்க் கால் வெடவெடக்க நின்று கொண்டிருந்தான்.

சம்யு பிரித்திவி சட்டையைப் பிடித்துத் தன் பக்கம் இழுக்க "சட்டைய விடுடி கசங்குது பார்" என்றான்.

"ஆமா பொல்லாத சட்டை, நாலு கலரத் தவிர வேறு கலர்ல சட்டையே இல்லை. இதுக்கே இந்த அளப்பறை இன்னும் எங்க துணி மாதிரி விதவிதமா வந்திருந்தா, உன்னை எல்லாம் கையிலயே பிடிக்க முடியாது" என்றவள் வேண்டுமென்றே சட்டையைப் போட்டு கசக்கி விட்டாள் அவன் கத்தியதைக் காதிலே வாங்காமல்.

அவளை முறைத்துவிட்டு "எதுக்குக் கூப்பிட்ட" என்றான். அவளுடைய அண்ணனைக் காட்டி, "அவன் ஏன் அப்படி நிக்கறான்" என்றாள்.

அவள் கைக்காட்டிய திசையில் யுவராஜ் நின்றதைப் பார்த்தவர்களுக்குச் சிரிப்பு வந்தது.

"அதுவா நீ புருஷனைப் போட்டு அடுச்சியே அதைப் பார்த்து உன் அண்ணன் பயந்திருப்பான் போய்த் தெளிய வை" என்றான் பிரித்திவி மென் புன்னகையில்.

"நான்லாம் போய்க் கூப்பிட மாட்டேன் உன் மச்சினன் தானே நீயே போய்க் கூப்பிடு" என்று சொன்னவள்,

"பசிக்குது சமையலறை எங்கே என் அம்மா திட்டிகிட்டாவது என் வயித்தை நிறப்பி விட்ரும் இங்கே என் வயிரை கவனிக்க ஆளே இல்லை என்று வயிற்றை ஒரு கையில் துளாவியவள்

"இருடா செல்லம் உன்னைக் கவனிக்கவே தனியா ஒரு ஆள் போடறேன். உன்னை எந்நேரம்மும் கவனிக்கற மாதிரி" என்று வயிரோடு உறையாடிக் கொண்டிருந்தவளை ஒரு மாதிரி பார்த்து விட்டு, யுவராஜ்

அருகில் சென்றான் பிரித்திவி.

அவன் போய் உழுக்கவும் "சாரி அத்தான் அவ சின்னப் பொண்ணு தெரியாம அடுச்சிருப்பா" என்று உழறினான்.

"இங்க பாரு கண்டபடி உளறாதே அவ என் பொண்டாட்டி அடிப்பா திட்டுவா, அதைப் பத்தி நீ கவலைப்படாதே. உன் படிப்பை மட்டும் பார். இப்ப வா சாப்பிடலாம்" என்றான்.

அனைவரும் டைனிங் ஹாலுக்குச் செல்லவும் டிபன் தயாராக இருந்தது. சம்யுவே அனைவருக்கும் போட்டுக் கொடுத்தவள், ஒரு தட்டில் போட்டு பிரித்திவியிடம் கொடுத்து "உன் மச்சினனுக்குக் கொடு" என்று அவன் பக்கம் நகர்த்தி விட்டாள்.

பிரித்திவி அவனிடம் தட்டை கொடுத்தவன் "உனக்கும் அவனுக்கும் என்னடி சண்டை அவன்கிட்ட பேசமாட்டியா" என்றான்.

"நான் சுயநலக்காரங்ககிட்ட எல்லாம் பேச மாட்டேன்" என்றாள் வீம்பாக. "அவனைப் பார்த்தால் அப்படித் தெரியலையே மா அப்படி என்னத்த பண்ணினான்" என்று ராஜேஷ் கேட்டான்.

"அவன் மட்டும் படித்தால் போதும்ன்னு காலேஜ்ல சேர்ந்துட்டான். என் அப்பாகிட்ட சொல்லி என்னையும் சேர்த்து விட்டிருக்கனும், இல்லை அவனும் படிக்காம ஸ்ரைக் பண்ணி இருக்கனும்.

அவனுக்குத் தான் தெரியலை. நானே சொல்லிக் கொடுத்தேன் ஒரு பத்து நாளைக்கு நீ காலேஜ் போகமாட்டேன்னு சொல்லு, அப்பா கேட்டா சம்யுவையும் காலேஜ்ல சேர்த்துங்கன்னு டிமாண்ட் வை என்று சொல்லிக் கொடுத்தால், இந்தப் பக்கி செய்யமாட்டேன் அப்பா பேச்சை மீறமாட்டேன் அப்பா எனக்குத் தெய்வம்ன்னு சினிமா வசனம் பேசுது" என்றாள்.

ராகுலுக்கும் ராஜேஷுக்கும் சிரித்துப் புரை ஏறிவிட்டது. அவர்களுக்குத் தண்ணி கொடுத்தவள் தலையில் தட்டினாள்.

பிரித்திவி யுவராஜைப் பாவமாகப் பார்த்தான். இப்படி ஒரு தங்கச்சிக்கு அண்ணனா பிறந்துட்டயே கொஞ்சமாவது அவளைச் சமாளிக்கத் தெரிந்திருக்க வேண்டாமா? என்று நினைத்தான்.

இனி இவளைப் பார்த்துக்கறதை விட, இவகிட்ட இருந்து இவனைக் காப்பாத்தறது தான் பெரிய வேலையா இருக்கும் போல, பேசாம இவன் படிக்காமயே இருந்திருக்கலாம் என்று யோசினையுடன் இருந்தவன் நேரமாவதை உணர்ந்து,

"யுக்தா கார்ல டிரைவர் உங்க ரெண்டு பேரையும் கூட்டிகிட்டு போவார் இன்னைக்குப் போய்ச் சேர்ந்துக்கோ. நீயும் பிஈ தானே படிக்கற இல்லை எம் பிபிஎஸ் படிக்கரையா?" என்றான்.

"ஐயோ இரத்தம்னாலே எனக்கு அலர்ஜி நான் பிஈ தான் சேரப் போறேன். காலேஜ்க்கு முன்னாடியே இறக்கி விட்றனும் அங்க எல்லாம் இவன் யாருன்னே எனக்குத் தெரியாது சரியா" என்றாள்.

"உனக்குப் பாதுகாப்பு வேண்டாமா அவனுடைய தங்கச்சின்னு சொல்லி சீனியர் கூடப் போனாலே மரியாதை தான்" என்றான் ராகுல்.

"யாரு இவன் எனக்குப் பாதுகாப்பா அதை எல்லாம் நான் பாத்துப்-பேன் எனக்கு யாரோட உதவியும் தேவையில்லை" என்றாள் வீராப்பாக.

"உன் புருஷனோட உதவியும் வேண்டாமா?" என்றான் ராஜேஷ்.

"என்ன அண்ணா இப்படிச் சொல்றீங்க அவனை எனக்கு உதவி செய்யத்தான் தொல்ஸ் கட்டி வெச்சதே" என்றவள் நாக்கை கடித்துக் கொண்டவள், "அட மறந்தே போயிட்டேன் தொல்ஸ்கிட்டப் பேசவே இல்லை எல்லாம் உன்னால தான். என்னை டென்சன் பண்ணி எல்லாம மறக்கடுச்சுட்ட, எனக்கு போன் பண்ணித்தா. எனக்குத் தனியா ஒரு போன் வாங்கிக் கொடு" என்றாள் அதிகாரமாக.

"காலேஜ் போயிட்டு வா போன் வாங்கி வைக்கறேன் நைட் வந்து அம்மாட்ட பேசிக்கலாம் இப்ப லேட்டாகுது பாரு முதல் நாளே லேட்டா போவியா" என்றான் பிரித்திவி.

"சரி மறக்காம நைட் தொல்ஸ்கிட்ட பேசனும்" என்று சொல்லி விட்டு உணவை முடித்துக் கொண்டு கிளம்பியவளை கிட்டே இழுத்த-வன், "இப்படியேவா போகப் போற" என்றான்.

"ஆமாம் ஏன் நல்லா இல்லையா" என்று ஒரு சுற்றுச் சுற்றிக் காட்-டியதும் குடையாக விரிந்த துணி அவளைத் தேவதையாகக் காட்ட, "ம் அதுக்கொன்னும் குறைச்சல் இல்லை

இந்த மஞ்சநூல் வேண்டாம் பசங்க புள்ளைங்க கிண்டல் பண்ணு-வாங்க, உன்கிட்ட பழகச் சங்கடப் படுவாங்க" என்று அதைக் கழட்டப் போக,

"ஏய் என்ன பண்ற" என்று அதிர்ந்து போனவள் கண்கலங்க "உனக்கு அறிவிருக்கா போடா அந்தப் பக்கம்" என்று கயிறை இறுக பிடித்துக் கொண்டாள்.

"நிஜமாத்தாண்டி சொல்றேன் அதான் தாலி போட்டிருக்கியே, வேணா இதையும் கழட்டி அதுலயே கட்டி விடறேன் சரியா" என்றதும் கொஞ்ச நேரம் யோசித்தவள் "இது தப்பிள்ளையா?" என்றாள் தயக்கத்துடன்.

"எல்லாம் மனசு தான் காரணம்" என்று அதைக் கழட்டி அவள் தாலியை வெளியில் எடுத்து அதில் கட்டி விட்டவன் அவள் நெற்றியில் இருந்த குங்குமத்தை அப்படியே எடுத்து அதில் வைத்து விட்டான்.

"இனி இப்படிப் பழனி படிக்கட்டு மாதிரி அடுக்கடுக்கா பொட்டெல்லாம் வெச்சுகிட்டு போகாதே, உன்னைத் தனியா கவனிக்கற மாதிரி எதுவும் செய்யாதே சரியா? கிளம்பு" என்றான்.

"தொல்ஸ்க்கு அம்மாவுக்கும் தெரிந்தால் என்னைத் திட்டுவாங்க உனக்குப் பயமா இல்லையா?" என்றாள்.

"எனக்கு எதுக்குப் பயம்" என்றான் கேள்வியாக "இதைக் கழட்டினா உனக்கு எதாவது ஆகிருச்சுனா" என்று இழுத்தவளை "ஆமாம் என் உயிரை இந்த மஞ்ச நூல்ல தான் ஒளிச்சு வெச்சிருக்காங்க போடி பேசாம" என்றான் சிரிப்புடன்.

"பெரியவங்க காரணமில்லாம எதையும் சொல்லமாட்டாங்க. எதுக்கும் வா சாமி கும்பிட்டுக்குவோம். சாமி ரூம் எங்க இருக்கு?" என்றாள்.

பிரித்திவி திருதிரு என்று விழிக்க, மத்தவங்களைப் பார்த்தாள் அவர்களும் அதே ரியாக்சன் கொடுக்க.

"சாமி ரூம் இல்லாம ஒரு வீடா, நான் காலேஜ் விட்டு வரக்குள்ள சாமி ரும் இருக்கனும்" என்று சொல்லி விட்டு கோபத்துடனே கிளம்பினாள்.

முதல் நாளே கோபமாகப் போவதை நினைத்து வருந்தியவன் அவள் கூடவே கார் வரை சென்றான்.

வெளியில் வந்தவள் வீட்டையும் அந்த இடத்தையும் பார்த்து விட்டு ஒரு முறை சுற்றி வந்தவள், அதனுடைய பிரம்மாண்டத்தில் அங்கங்கே நிறைய ஆண்கள் நடமாடிக் கொண்டிருக்க, யோசனையுடன் பிரித்திவியைப் பார்த்தாள்.

அவளைத் தான் பார்த்துக் கொண்டிருந்தான் பிரித்திவியும். கார் வந்து நிற்கவும், அதில் டிரைவரைப் பார்த்தாலே பத்து பேரை அசால்டா அடித்துத் தூக்குவது போல் இருந்தான். அவன் பக்கத்தில் இன்னொரு ஆளும் அதைவிட முரடனாக இருந்தான்.

இதைப் பார்த்தவள் மிரண்டு பிரித்திவியிடம் நெருங்கி நின்று அவனுடைய சட்டையை இறுக பிடித்துக் கொண்டாள்.

"இவங்கெல்லாம் யாரு நான் இவங்க கூடப் போக மாட்டேன் எனக்-குப் பயமா இருக்கு" என்றவளை அணைத்துக் கொண்டான்.

அவள் உடல் நடுங்குவது அவன் கையும் உடலும் உணரந்தது. "இவங்கெல்லாம் என் ஆளுங்க தாண்டி மீதி எல்லாம் நைட் சொல்றேன் இப்ப கிளம்புடி" என்றான்.

அவனே கார் கதவைத் திறந்து அவளை அமரவைத்தான் அவள் கன்னத்தைத் தட்டி, "கவனமா இரு" என்றான். அவ அருகில் அமர்ந்த யுவராஜிடம்,

"சாயந்தரம் வரும் போது உன் ரூமை காலி பண்ணி எல்லாம் எடுத்து வந்துரு" என்றான் பிரித்திவி.

"சரிங்க அத்தான்" என்றான் யுவராஜ். முன்னாடி திரும்பி "நான் சொன்னது ஞாபகம் இருக்கல்ல இவங்க இரண்டு பேரும் உங்க பொருப்பு எங்க போனாலும் கூடவே இருங்க' என்று சொல்லி கிளம்பச் சொன்னான்.

அவன் மனைவி தவிப்புடன் அவனையே பார்த்துக் கொண்டு சென்-றாள். அவனும் கார் மறையும் வரை அவளையே பார்த்துக் கொண்டு இருந்தான்.

9

அத்தியாயம் 9

மனைவியை அனுப்பிட்டு உள்ளே வந்த பிரித்திவிக்கு, தன் குழந்தையை முதல்முதலாகப் பள்ளிக்கு அனுப்புவது போல் தவிப்பாக இருந்தது.

எந்த வேலையும் ஓடாமல் சமாளித்து விடுவாளா? நம்ம ஆட்களைப் பார்த்தே இப்படிப் பயப்படுறா, வெறும் வாய் தான் எல்லாம் என்று நினைக்கும் போதே, அவளுடைய மிரண்ட விழிகள் அவனை இம்சித்தது.

அப்பொழுது தான் அவன் உணர்ந்தான். யாருன்னே அறியாத ஒரு பெண், மூன்று நாளாக அவள் நினைவுகளை மட்டும் சுமக்கும் படி செய்துவிட்டாளே!!

என்று நினைக்கும் போது வியப்பாக இருந்தது. அப்போது அவனைப் பிடித்து உழுக்கிய ராகுல் "என்ன நினைபில் டா இருக்க,

நாங்க ரெண்டு பேரும் அப்ப இருந்து கத்திகிட்டு இருக்கோம் கொஞ்சம் கூடச் சட்டையே பண்ணாமல் அப்ப இருந்து ஏதோ கனவில் மிதப்பது போல இருக்க" என்றான்.

அசடு வழிய சிரித்த பிரித்திவி "ஒன்னுமில்லைடா" என்றான்.

"உனக்குக் கல்யாணம் ஆனதிலிருந்து டீன் ஏஜ் பையனா மாறிட்ட சரியா? இப்ப தான் உனக்குக் காதல் வந்திருக்கு, அதான் நாங்க பேசறது எதுவும் உன் காதில் விழமாட்டேங்குது" என்றான் ராஜேஷ்.

அப்படி இருக்குமோ என்று நினைத்தவன், அதை அவர்கள் முன் காட்டிக் கொள்ள விரும்பாமல், "சும்மா கண்டபடி உளறாம என்ன சொல்ல வந்தீங்களோ அதைச் சொல்லுங்க" என்று எரிந்து விழுந்தான்.

இதற்கு மேல் கேலி செய்தால் தங்களைக் கடித்து விடுவான் என்று உணர்ந்தவர்கள், இவன் ஊருக்குச் சென்ற பிறகு நடந்ததைப் பேசினார்கள்.

"பிரித்திவி நாம டெலிவரி பண்ணின எல்லாக் கன்னும் டம்மின்னு அமைச்சர் செம்ம கோபத்தில் இருக்கார்,

அதுவுமில்லாம நாம டெலிவரி பண்ணின சில பேரை போலீஸ் பிடித்து விட்டார்கள்" என்றான் ராஜேஷ்.

"போலி ஆட்களுக்குப் போலி கன் தானே கொடுக்க முடியும்" என்றான் கொஞ்சம் கூடப் பதட்டமில்லாமல் பிரித்திவி.

"என்னடா சொல்ற" என்று அதிர்ந்தார்கள் இருவரும். "நான் தான் மாத்திட்டேன் எல்லாக் கன்னும் சேரவேண்டிய இடத்தில் பத்திரமா போய்ச் சேர்ந்துருச்சு" என்றான் பிரித்திவி.

"அமைச்சருக்குச் சந்தேகம் வராதா டா?" என்றான் ராஜேஷ்.

"அதெல்லாம் ஏற்கனவே வந்துருச்சு

வா போய் அமைச்சரை பார்த்து விட்டு வருவோம். இல்லைனா அவனுக்கு நம்ம மேல இருக்கும் சந்தேகம் இன்னும் அதிகமாகும்" என்றான் பிரித்வி.

மூன்று பேரும் குளித்து ரெடியாகி சாப்பிட்டு முடித்து விட்டு அமைச்சரைப் பார்க்க கிளம்பினார்கள். போகும் போதே அமைச்சரை தொடர்பு கொண்டவன், "நம்ம ரகசிய இடத்துக்கு வந்துருங்க நான் இப்ப அங்க வந்துட்டிருக்கேன்" என்று சொல்லி விட்டுப் போனை வைத்தான் பிரித்திவி.

அவர்களுடைய இரகசிய இடம் அமைச்சருடைய காட்டு பங்களா அப்படி ஒரு பங்களா இருப்பதே யாருக்கும் தெரியாது.

நட்ட நடுக்காட்டில் அந்தப் பங்களாவை வாங்கிப் போட்டிருந்தார். அந்தக் காட்டுக்குள் இருக்கும் பங்களாவில் தான் அமைச்சர் அவனிடம் பேசுவார்.

பிரித்திவி செல்வதற்கு முன்பே அவர் அந்த இடத்திற்கு வந்திருந்தார். பிரித்திவியைப் பார்த்ததும் கோபத்துடன் "எப்படி எல்லாக் கன்னும் போலியா மாறுச்சு" என்று அவர் நேரடியாக அவனிடம் கேட்டார்.

அதில் கோபமடைந்த பிரித்திவி "என்னைச் சந்தேகப்படறீங்களா?" என்றான் இறுகிய குரலில் அவரை ஊடுருவிப் பார்த்த படி.

"உன்னை நான் சந்தேகப்பட்டால் என்னையே சந்தேகப் படற மாதிரி, நான் கேட்பது நம்ம கன் எப்படி எங்கே போலியாக மாறுச்சு,

எப்படி வெளியில் விஷயம் கசிந்தது. யாருக்கெல்லாம் தெரிந்தது, போலீஸ்க்கு எப்படி விஷயம் தெருஞ்சு அந்த இடத்தை எல்லாம் சரியாக ரெய்ட் பண்ணுனாங்க" என்று அடுக்கடுக்காய் கேள்விக் கணைகளைத் தொடுத்தார்.

அவரையே ஊடுருவிப் பார்த்தபடி இருந்தவனுக்கு அவருடைய நடிப்புத் திறமை அபாரமாகப் பட உள்ளுக்குள் சிரித்துக் கொண்டு,

"எனக்கு விஷயமே இப்ப தான் தெருஞ்சுது கேட்டதும் உங்களைப் பார்க்கத் தான் ஓடி வரேன்" என்றான் பிரித்திவி அதை விடப் பக்காவான நடிப்புடன்.

"அப்போ ரெண்டு நாளா நீ எங்கே இருந்த" என்றார் அமைச்சர்.

"அவசியம் தெரிந்து கொள்ள வேண்டுமா" என்றான் அவரை ஆழமாகப் பார்த்துக் கொண்டே.

"விருப்பமிருந்தால் சொல்" என்றார் அவரும் பிடிவாதமாக அதிலிருந்த உள் அர்த்தம் அவனுக்கு மட்டுமே தெரியும்.

பல யோசனைக்குப் பிறகு ஒரு முடிவிற்கு வந்தவன் "எனக்குக் கல்யாணம் நடந்துச்சு அந்த வேலைல இருந்ததால இது என் காதுக்கு வரலை" என்றான்.

அமைச்சர் முகம் இப்பொழுது தான் தெளிந்திருந்தது இரண்டு நாளா இவன் போன் எடுக்கவில்லை எங்கே போனான் என்ற குழப்பத்தில் இருந்தார். அதுவும் இந்தச் சமயத்தில் அது தான் அவர் கோபமாக இருந்தது.

"உனக்குக் கல்யாணமா சொல்லவே இல்லை சொல்லி இருந்தால் இந்த நாடே வியக்கும் படி கிரேண்டா பண்ணியிருக்கலாமே" என்றார்.

"எனக்கு அதில் விருப்பமில்லை அது தான் யாருக்கும் சொல்லவில்லை சிம்பளா முடுச்சுடேன்" என்றான் பிரித்திவி.

"வரும் போது உன் மனைவியை அழைத்து வந்திருக்கலாமே இந்த வயசானவன் ஆசிர்வாதம் உனக்கு வேண்டாமா?" என்றார் அமைச்சர்.

"கண்டிப்பா கூட்டிட்டு வரேன் உங்க ஆசிர்வாதம் வேணும் சேர்ந்து வந்து வாங்கிக்கறோம்" என்றான் அவனும்.

"சரி பிரித்திவி அடுத்து என்ன பண்ணலாம், உனக்கு எதாவது ஐடியா இருக்கா" என்றார் அவனை ஆழம் பார்த்துக் கொண்டே.

"இப்ப விஷயம் கேள்விப் பட்டதும் நேரா உங்களைப் பார்க்க வந்துட்டேன். வெளில எதுவும் விசாரிக்கலை, இரண்டு நாள் கழிச்சு நானே உங்க கிட்ட பேசறேன்" என்றான்.

"ம் சரி இதைக் கண்டு பிடிச்சாதான் அடுத்த வேலை பார்க்க முடியும், எதிரி எது வரை உள்ள நுழைஞ்சிருக்கான்னு தெரியாம எதுவும் பண்ண முடியாது" என்றார் அமைச்சர்.

"ம்" என்று தலையாட்டினான் கொஞ்ச நேரம் பொதுவாகப் பேசிவிட்டுக் கிளம்பினார்கள்.

காரில் வரும் போது யாரிடமும் எதுவும் பேசவில்லை அமைதியாகவே வந்தான். அவன் மனமெல்லாம் அடுத்து என்ன பண்ணலாம் என்பதிலேயே இருந்தது.

அதுவுமில்லாமல் அமைச்சரோட ஆள் நம்மளை பாலோ பண்ண வாய்ப்பிருப்பதாகத் தோன்றியது பிரித்திவிக்கு.

இந்தத் தொழிலில் எத்தனை வருஷம் கூட இருந்தாலும், நொடிப்பொழுதில் எதிரியாக மாற வாய்ப்பிருக்கு நாம தான் ஜாக்கிரதையா இருக்கனும்.

இப்ப நம்ம கூட இருக்கறவங்க எல்லாரும் நம்பிக்கையானவங்க தான், எதுக்கும் நாமலும் தேடுற மாதிரி யாவது காட்டிப்போம் என்று நினைத்தவன்,

கார் துறைமுகத்தை நோக்கி விரைந்ததும் காரை நிறுத்தி விட்டு, தன் கப்பலுக்குப் பயணமானான் பிரித்திவி.

உள்ளே சென்று ஒரு இடம் விடாமல் சுற்றி வந்தவன் அங்கிருந்த மாலுமிகள் இவனைப் பார்த்து பயத்துடன் ஒதுங்கி நிற்க அவர்களிடம் சென்றவன்,

சாதாரணமாகப் பேச்சுக் கொடுத்தான் கொஞ்ச நேரம் பேசியவன் கப்பலை சுற்றிலும் ஒரு முறை வலம் வந்தான்.

உள்ளே இருந்த மாலுமிகளிடமும் பேசிவிட்டு கேப்டனிடம் தனியாகக் கொஞ்ச நேரம் பேசியவன் கப்பலை விட்டு இறங்கி காருக்குச் சென்றான்.

வழியில் அவனுக்குக் கிடைத்த மரியாதையை ஏற்பது போல் தலையசைத்து விட்டு காருக்குள் வந்தவனிடம்,

அடுத்து எங்க போகனும் பிரித்திவி என்றான் ராகுல் "வீட்டுக்கு போ" என்றான். காரை வீட்டிற்குச் செலுத்தினான் ராகுல்.

வீட்டிற்கு வந்ததும் ஆபீஸ் ரூமிற்குச் சென்றவன் அங்கிருந்து கன் வைக்கப்பட்டிருந்த இடத்தின் சிசிடி புட்டேஜ் எல்லாம் பார்த்தான்.

ராகுலும் ராஜேஷும் "நாங்க விஷயம் தெரிந்ததும் இதைப் போட்டு பார்த்து விட்டோம் சந்தேகப் படுற மாதிரி எதுவுமில்லை" என்றான்.

"அது தெரியும் நாம கன் டெலிவரி பண்ணிய ஆட்கள் எல்லாம் போலியானவங்க, அப்போ இந்தக் கன்னை வாங்கி ஏன் அவங்களே வெச்சிருந்தாங்க உரியவரிடம் சேர்த்திருக்க வேணும்ல, இல்லை அதுக்குத் தனியா ஆள் வெச்சிருக்கானா? இந்த அமைச்சர்.

அவங்க வந்து தான் உரியவங்களிடம் கொடுப்பாங்களா?, அப்படிப் பாதுகாக்கனும்னு நினைக்கற ஆளை இன்னும் நம்மாள கண்டுபிடிக்க முடியலை" என்றான் கோபத்துடன் பிரித்திவி.

"அமைச்சர் ஆட்களை மாத்தி மாத்தி விடறார் எனக்கு என்னமோ இது பெரிய நெட் ஒர்க் மாதிரி தெரியுது டா" என்றான் ராஜேஷ்.

"எவ்வளவு பெரிய நெட் ஒர்க்குன்னு பாத்துறலாம்" என்று சொன்னவன் பேப்பர் வெயிட்டை உருட்ட ஆரம்பித்தான்.

அவனுடைய முகம் கோபத்தில் கணன்றது கன் எங்கயிருந்து வருது யாரிடம் போகுது என்பதே அவனுக்குப் பெரிய கேள்வியாகக் அவன் மனதை வண்டாகக் குடைந்து கொண்டிருந்தது.

அவனின் கோபம் தெரிந்த இருவரும் அமைதியாகத் தங்கள் போனை பார்த்துக் கொண்டிருந்தார்கள்.

கல்லூரி முடிந்து அவன் மனைவி வீட்டிற்குள் நுழைந்தவள், ஆபீஸ் அறையில் அவன் இருப்பதைப் பார்த்து விட்டு அங்கே சென்றவள்.

"டேய் மூளை கெட்டவனே" என்ற அவள் குரலில் திடுகிட்டு திரும்பியவன் அவளைப் பார்த்து முறைத்தான்.

"ஏண்டா காலேஜ் அனுப்புனியே அங்க உங்க அப்பாவா கேண்டீன் வெச்சிருக்காங்க. ஒன்னு காசு குடுத்திருக்கனும், இல்லை எனக்குச் சாப்பாடாவது கட்டி குடுத்திருக்கனும்,

எதுவுமே செய்யாம இந்தச் சின்னப் பிள்ளைய பட்டினி போட்டயே இது தான் நீ என்னைப் பார்த்துக் கொள்ளும் இலட்சணமா? பசி உயிர் போகுது சாப்பாடு போடு வா" என்றாள்.

"அதான் உன் அண்ணன் இருப்பானே அவனிடம் கேட்க்க வேண்டியது தானே" என்றான் பிரித்திவி.

"புலி பசிச்சாலும் புல்லைத் திங்காது அது மாதிரி தான் இந்தச் சம்யுக்தா" என்று அதே மாடுலேசனில் நின்று அவள் சொன்ன வசனத்தைக் கேட்டு சிரித்தவன், "இந்த வாய்க்கு ஒன்னும் குறைச்சலில்லை" என்றான்.

"அது கூடவே பொறந்தது போகவே போகாது" என்று ரஜினி ஸ்டைலில் பேசியவளைப் பார்த்துச் சிரித்துக் கொண்டே,

சமையல் செய்பவருக்குப் போன் பண்ணி, "சாப்பிட என்ன இருக்கு" என்றான் "இனி தான் செய்யனும் தம்பி" என்றார் சமையல்காரர்.

"இப்போ லைட்டா எதாவது செய்து கொடுத்தனுப்புங்க. நாளையிலிருந்து காலேஜ்ல இருந்து வரும் நேரம் சூடா எதாவது செய்து வைங்க" என்று சொல்லி விட்டுப் போனை வைத்தான்.

அதற்குள் சம்யு டேபில் மேல் இருந்ததை எல்லாம் ஓரம் கட்டி விட்டு அது மேல் ஏறி அமர்ந்து கொண்டவள்,

"அண்ணா நான் தான் சாப்பிடலை பசி சோர்வா இருக்கேன் நீங்க ரெண்டு பேரும் சாப்பிடலையா? ஏன் இப்படி இருக்கீங்க" என்றாள்.

ராஜேஷையும் ராகுலையும் திரும்பி பார்த்தான் பிரித்திவி, அவர்களும் அவனைத் தான் பார்த்தார்கள்.

"ஏன் எதாவது தப்பா கேட்டுடேனா? இப்படிப் பாக்கறீங்க சாப்டீங்களா? இல்லையா? எனக்கே எதுவும் தராம பட்டினி போட்டவன், உங்களை மட்டும் சாப்பிடவா விட்டிருக்கப் போறான்" என்று அவள் சொன்னதைக் கேட்டு இருவரும் சிரித்து விட்டார்கள்.

"உண்மையப் புட்டு புட்டி வைக்கறாளே" என்றான் ராகுல். "இன்னவரை நம்மகிட்ட காய்ச்சினானே இப்ப பேச வேண்டியது தானே எல்லாப் நம்மகிட்ட தான்" என்றான் ராஜேஷ்.

அவர்கள் இருவரும் பேசுவதைப் பார்த்ததும் தெரிந்து கொண்டான் தன்னைத் தான் பேசறாங்க என்று, "என்னடா முனுமுனுப்பு" என்று முறைக்கவும் வாயை மூடிக் கொண்டார்கள்.

மறுபடியும் சமையல்காரருக்கு போன் பண்ணி "நாலு பேருக்குக் கொண்டு வாங்க" என்று சொல்லி விட்டு வைத்தான்.

"கண்ணா எனக்குப் பேக் பேனா இந்த மாதிரி எல்லாம் வாங்கனும் எப்ப வாங்கித் தரே" என்று கேட்டாள்.

"காலேஜ் போற உனக்குத்தான் தெரியனும் என்ன கொண்டு போகனும்னு பத்து வருஷத்துக்கு முன்ன படுச்ச எனக்கு எப்படி ஞாபகம்

இருக்கும் இன்னும் என்னென்ன வாங்கனும்னு உன் அண்ணன்கிட்ட கேளு போய் வாங்கிட்டு வரலாம்" என்றான்.

"என்னது அவன்கிட்டயா அதெல்லாம் வேண்டாம். நீயெல்லாம் எப்படித் தான் காலேஜ் நடத்தரையோ? பணத்தை மட்டும் கத்தை கத்தையா வாங்கிப் பெட்டி பெட்டியா அடுக்கி வெச்சுக்க, மத்த எதுவும் தெரியாது" என்றாள்.

"ஆமாண்டி நீதான வந்து எண்ணிக் கொடுத்த, தர்மத்துக்குக் காலேஜ் நடத்த நான் என்ன சோசியல் சர்வீஸா பண்ணிட்டு இருக்கேன்" என்று கேட்டான்.

அவனை முறைத்தவள், "உன் போனைக் குடு" என்று வாங்கியவள், நெம்பரை அழுத்தி "டேய் மக்கு காலுஜ்க்கு என்ன எல்லாம் வாங்கனும்" என்று கேட்டாள்.

அந்தப் பக்கமிருந்து சிலபல பொருட்களைச் சொல்ல, "சரிடா நாளைக்கு நான் இதெல்லாம் புதுசா வாங்கிட்டு வருவேனே உனக்கு எதாவது வேணுமா? சொல்லு வாங்கிட்டு வரேன்" என்றாள்.

"ரெண்டு நோட்டு போதுமா? இன்னும் ரெண்டு சேர்த்தே வாங்கிட்டு வரேன்" என்று சொல்லிவிட்டுப் போனை வைக்க, மூன்று பேரும் அவளையே பார்த்துக் கொண்டிருப்பதைப் பார்த்து "என்னாச்சு" என்றாள்.

"யாருடி இந்த மக்கு, இன்னைக்குத் தானே காலேஜ் போனே அதுகுள்ள எப்படி இவ்வளவு நெருக்கமான பிரண்டு கிடைச்சாங்க, என்னமோ வருஷக் கணக்கா கூடப்படுச்ச மாதிரி பேசற அவனுக்கு நீ எதுக்கு வாங்கித் தரே" என்றான் பிரித்திவி.

"அவன் பேர் மகேஷ் இன்னும் நிறையப் பிரண்டு கிடைச்சிருக்காங்க சஞ்சய் சுஜிதா மயூரி நேத்ரா இவங்கெல்லாம் என் பிரண்ட்ஸ்" என்றாள் உறச்சாகமாக.

அவள் பேசுவதைக் கேட்டுக் கொண்டிருந்த மூன்று பேருக்குமே காலையிலிருந்து இருந்த டென்சன் காத்தாகப் பறந்து போயிருந்தது.

இரண்டு சமையல்காரர் நாலு ப்ளேட்டை எடுத்து வந்தார்கள் டேபிலில் இருந்து இறங்கி அதை வைக்க வழிவிட்டவள், பிரித்திவி அமர்ந்திருந்த சேரின் கைப்பிடியில் அமர்ந்து அவன் மேல் காலைத் தூக்கி வைத்துக் கொண்டாள்.

அவளின் இந்த நெருக்கம் அவனுக்கு என்னவோ போல் இருக்க, அதுவும் நண்பர்கள் முன் அவள் சேட்டை அவனுக்கு வெக்கத்தை வரவழைத்தது.

ஓரக்கண்ணால் நண்பர்களைப் பார்க்க அவர்கள் இருவரும் சிரிப்புடன் இவனைத் தான் பார்த்துக் கொண்டிருந்தார்கள்.

ஐயோ மானத்தை வாங்கறாளே என்று நினைத்தவன், என்ன செய்வது என்று தெரியாமல் விழிக்க,

அதற்குள் சமையல்காரர் இரண்டு பாட்டில் தண்ணீர் கொண்டு வந்து வைத்துவிட்டுச் செல்ல,

தட்டைத் திறந்து பார்த்தாள் சம்யு. அதில் தோசை ஆம்லெட் இரண்டு வகையான சட்னி சாம்பார் இருந்தது.

"அண்ணா இந்தாங்க சூடா இருக்கு" என்று அவர்கள் இருவருக்கும் நகர்த்தி விட்டவள், பிரித்திவிக்கு ஒன்றை வைத்து விட்டு அவள் ஒன்றை எடுத்து சாப்பிட ஆரம்பித்தாள்.

பிரித்திவிக்கு அவளுடைய அதிகபடி நெருக்கத்தால் சாப்பாடு உள்ளே இறங்காமல் மனம் முழுவதும் சில்லென்று உணர்வு தோன்றி இருக்க, அதை ஆழ்ந்து அனுபவித்தபடியே பேருக்கு மெதுவாகக் கொரித்துக் கொண்டிருந்தான்.

இவள் சாப்பிட்டு முடித்து விட்டு அவன் தட்டிலிருந்து ஆம்லெட்டையும் காலி செய்தாள்.

அவள் தன் எச்சிலை எந்த வித தயக்கமும் இல்லாமல் சாப்பிட்டதில், இன்னும் அதிக உணர்ச்சிக் குவியலில் நெகிழ்ந்து போனான்.

கல்யாணத்தன்று பால் பழம் கொடுக்கும் போது, அவன் எச்சிலை சாப்பிடாமல் அவள் முதலில் சாப்பிட்டுத் தந்தது ஞாபகம் வந்தது அவனுக்கு.

அவளின் இந்த மாற்றம் அவனுக்குப் பிடித்திருந்தது.

அவளின் சுட்டித்தனமான செய்கையில் கரைந்து போனவன், இன்னும் பசிக்குது போல என்று நினைத்து, அவனுடைய தோசையையும் அவளுக்கு ஊட்டினான்.

ஒரு வாய் வாங்கிக் கொண்டவள் "நீ சாப்பிடு உனக்குப் பசிக்கும்ல" என்றாள் "பரவாயில்லை சாப்பிடு" என்று அவன் ஊட்டி விட்டான்.

அவர்களுக்கு இடைஞ்சலாக இருக்காமல் இடத்தைக் காலி செய்தார்கள் ராஜேஷும் ராகுலும்.

அவளுக்கே எல்லாம் ஊட்டி விட்டவன், ஒரு வித மோனநிலையில் பிரித்திவி இருந்தான். சம்யுவோ சாதாரணமாகச் சாப்பிட்டு முடித்து விட்டு "வா கடைக்குப் போகலாம்" என்றாள்.

"இருடி இப்ப தான சாப்பிட்டு முடுச்சே கொஞ்சம் ஃபிரெஷாயிட்டு மெதுவா போகலாம் ஒன்னும் அவசரமில்லை" என்றவன், தன்னுடைய ஷாப்பிங் மால் மேனேஜருக்குப் போன் பண்ணி தான் ஷாப்பிங் பண்ண வருவதைத் தெரிவித்தான்.

"யாருக்கு சொல்ற லேட்டா போனா கடை பூட்டிருவாங்க நான் நிறைய வாங்கனும்" என்றாள்.

"எல்லாம் வங்கலாம் கொஞ்ச நேரம் இப்படியே இருடி" என்று அவள் இடையில் கைபோட்டு அவளைத் தன் மடிக்கு மாத்தினான்.

அவன் மடியில் அமர சங்கடப்பட்டவள் நெலிந்து கொண்டே கீழே இறங்கப் பார்த்தாள்.

அவன் கை அவள் இடையை இன்னும் அதிகமாக இறுக்கியதும், அவன் தோளிலேயே சாய்ந்து கொண்டவள் அவனுடைய காதில் "என்னவோ போல இருக்குடா" என்றாள்.

அவளுடைய கிசுகிசுத்த குரல் அவனைச் சிலிர்க்க வைக்க, அந்த உணர்வை அடக்க முடியாமல் அவள் பின் கழுத்தில் முத்தமிட்டான்.

இருவரும் மாய உலகத்தில் சஞ்சரித்துக் கொண்டிருந்தவர்களைப் பிரித்திவியின் போன் அழைத்து எழுப்பியது.

எரிச்சலுடன் எடுத்தவன், "என்னடா" என்றான். "அதென்ன உன்னோட பெட்ரூமா ரூமுக்கு போடா எருமை மாடு" என்றான் ராஜேஷ்.

"உங்க ரெண்டு பேருக்கும் என்னைக் கவனிக்கறதுதான் வேலையா? போய் உங்க வேலையப் பார்த்து தொலைங்கடா எப்ப பாரு என் பின்னாடியே சுத்திகிட்டு" என்று கத்தி விட்டுப் போனை வைத்தான்.

அதற்குள் அவள் டேபில் மேல் ஏறி அமர்ந்திருந்தாள் "ஏண்டி இங்க தான உட்கார்ந்திருந்த அதுக்குள்ள என்ன" என்றான்.

"உன் கை சும்மா இருக்கமாட்டேங்குதே அதான் நான் போய் ரெடியாகி வறேன்" என்று எழுந்தாள்.

"இரு நானும் வறேன்" என்று இருவரும் அறைக்குச் சென்று ரெடியாகி கிளம்பினார்கள்.

அவளை அழைத்துக் கொண்டு தன்னுடைய ஷாப்பிங் மாலுக்குச் சென்றான். அவளுக்குத் தேவையானதை எல்லாம் வாங்கிக் குவித்தான்.

காலேஜ் போடுவதற்கு விலையுயர்ந்த சுடிதாரை அவனே செலக்ட் பண்ணி எடுத்தான்.

இவன் கடைக்குள் சென்றதும் கடை உரிமையாளர்கள் வந்து இவன் பக்கத்தில் பவ்வியமாக நின்றார்கள்.

அவர்களிடம் சாதாரணமாகப் பேச்சுக் கொடுத்துக் கொண்டே, மனைவிக்குத் தேவையானதை வாங்கினான்.

"இதெல்லாம் எதுக்கு என்கிட்ட தான் இருக்கே" என்றவளை "பேசாம இருடி எனக்குப் பிடிச்சதெல்லாம் வாங்கறேன்" என்றான் பிரித்திவி.

"ஒரு நிமிஷம் குனிடா நெட்டையா, உன் காதே தெரியலை" என்றாள் "என்னடி குள்ளச்சி" என்றபடி அவளுடைய முகத்துக்கு அருகே குனிந்தான் "அப்ப வாங்கறதை எல்லாம் நீயே போட்டுக்குவியா? எனக்கு இல்லையா?" என்றாள்.

அவளை முறைத்தவன் "ஆமா நான் போட்டுட்டு உனக்குப் பதிலா காலேஜ் போறேன், நீ எனக்குப் பதிலா என் வேலையப் பார்" என்றான்.

"நீ என்ன வேலை பாக்கறேன்னு தான் தெரிய மாட்டேங்குதே ஆனா இவங்கெல்லாம் உனக்கு இம்புட்டு மரியாதை கொடுக்கறதைப் பார்த்தா" என்று யோசிப்பது போல் பாவனைச் செய்தாள்.

"போதும்டி முடியலை உனக்குத் தேவையானதை வாங்கு வீட்ல வந்து அது இல்லை இது இல்லைன்னு சொன்ன அப்ப இருக்கு உனக்கு" என்றான்.

சம்யு அவனிடம் வம்பு வளர்ப்பதை விட்டுவிட்டுத் தனக்குக் காலேஜ்க்கு என்ன தேவை என்பதை யோசித்து வாங்கினாள்.

10

அத்தியாயம் 10

ஷாப்பிங் போயிருந்த பிரித்திவி சம்யுக்தாவுக்குத் தேவையானது எல்லாம் வாங்கிய பிறகு, ஆண்கள் ரெடிமேட் பகுதிக்குச் சென்றான்.

"இங்க எதுக்கு உனக்கும் துணி எடுக்கறையா? நான் தான் செலக்ட் பண்ணுவேன்" என்று குதித்தவளிடம், "எனக்கு இல்லைடி உன் அண்ணனுக்குத் தான், நீ மட்டும் இத்தனை வாங்கிட்ட அவனும் பாவமில்ல" என்றான்.

"யாரு அவனா பாவம் அதெல்லாம் ஒன்னும் வேண்டாம் அவனுக்கு அவங்கச் செல்ல அப்பாவே வாங்கித் தரட்டும்" என்றாள் பிடிவாதமாக.

"சரிடி நம்ம வீட்ல இருக்கற என் மச்சினனுக்கு நான் எடுக்கறேன். நீ கொஞ்சம் அமைதியா இருக்கறையா" என்றான்.

"நான் உனக்குப் பொண்டாட்டியா? இல்ல அவனா? எப்ப பாரு நீ அவனுக்கே சப்போர்ட்டா பேசற" என்று பொங்கி எழுந்தாள் அவனின் மனைவி.

"ஏய் பேச்சைப் பாரு கொஞ்ச நேரம் வாயை மூடிட்டு வாடி உனக்கும் அவனுக்கும் பிரிச்சனைனா, அதை உங்களோடு வெச்சுகக்குங்க என்கிட்ட கொண்டு வராதீங்க" என்றான் எரிச்சலுடன்.

"சரி எடுத்துக் கொடு அவன காலேஜ்ல போய் வெச்சுக்கறேன். அங்க எப்படி வந்து காப்பாத்தறேன்னு பாக்கறேன்" என்றாள் குரூரச் சிரிப்புடன்.

"ஏய் பாவம்டி அவனை எதுவும் பண்ணிடாதே, உன்னை மாதிரி அவன் இல்லை மீறி எதாவது பண்ணுனா, நான் சும்மா கைகட்டி

வேடிக்கை பார்ப்பேன்னு நினைச்சியா? தொலைச்சுருவேன் ஜாக்கிரதை" என்று மிரட்டியவன், "வா போய் அவனுக்குத் துணி எடுக்கலாம்" என்றான்.

நீ சொன்னா நான் கேட்பேனா பார்த்துக்கறேன் என்று மனதில் நினைத்துக் கொண்டவள், "நீயே போய் எடு நான் இங்கே சுத்திப் பாக்கறேன்" என்றாள்.

"சரி என்னமோ பண்ணு" என்றவன், அவனுக்கு அருகில் ஆட்களோடு ஆட்களாகக் கலந்திருந்த அவனுடைய ஆட்களுக்குக் கண்ணசைவில் அவளைப் பார்த்துக் கொள்ளும் படிச் சொன்னவன் ஆண்கள் பிரிவிற்குள் சென்றான்.

அங்கே காஸ்ட்லியான சட்டை, பேண்ட், பெல்ட் என்று அவனுக்குத் தேவையானதை எல்லாம் வாங்கினான். வெளியில் வந்தவன் ஷு கடைக்குள் நுழைந்து குத்து மதிப்பா ஒரு சைஸ் பார்த்து விதவிதமா எடுத்தான்.

யுவராஜ்க்கு வாங்கும் போது எல்லாம் தாராளமாக வாங்கினான், இவளாவது தேவைனா அதிகாரமா கேட்டு வாங்குவா பாவம் அவன் இருக்கறதை வைத்து சமாளிக்கற மாதிரி தான் தெரியுது.

அவன் ரூமை காலி பண்ணி விட்டு வந்தவர்கள் இரண்டு பேக் துணி, கொஞ்சம் புத்தகம் இது தான் அவனுடைய பொருளாக எடுத்து வந்ததாகச் சொன்னார்கள்.

அதைத் தெரிந்து கொண்டதுமே அவனுடைய மாமனாரைப் பற்றிக் கணித்து விட்டான். பாவம் மனுஷன் பையனை படிக்க வைத்தாலும் அவனுக்கு எதுவுமே வாங்கித் தரவில்லை.

இருக்கற நாலைந்து துணியை மட்டுமே கலேஜ்க்குப் போட்டுப் போறான். அதே யுக்தாவைப் படிக்க வைக்கவில்லையே தவிர விதவிதமா துணி தேவையானதை எல்லாம் வாங்கித் தந்திருக்கார்.

அவதான் இங்கே வரும் போது அத்தனை பேக் எடுத்து வந்தாள், அது இல்லாமல் வீட்டில் பாதி வைத்து விட்டு வந்தாள் இதெல்லாம் இவள் கண்ணுக்கே தெரியவில்லையா?

படிக்க வைக்கலைங்கற ஒரே காரணத்துக்காக அவரை இப்படி எல்லாம் பேசக் கூடாது என்று நினைத்துக் கொண்டே எல்லாம் வாங்கினான்.

வாங்கிட்டு வெளியே வரும் போது அவன் மனைவி ஓடி வந்து "பணம் கொடு" என்றாள்.

"எதுக்குடி அதான் எல்லாம் வாங்கிட்டியே" என்றதும் அங்கே மேக்-கப் செட் நல்லாருந்துச்சு என்றாள்.

"அதெல்லாம் வேண்டாம், நீ ஏற்கனவே அழகாத்தான் இருக்க இதை எல்லாம் வாங்கிப் போட்டுகிட்டு அழகு போட்டிக்கா போற" என்-றான்.

"இல்லை காலேஜ்ல எல்லாரும் போட்டு வந்தாங்க நானும் போடு-வேன்" என்றாள்.

"ஒரு நாள் தான் காலேஜ் போன கட்டிடத்தைச் சுத்தி வரக்கே நேரம் சரியா இருந்திருக்கும் இதுல நீ இத்தனை பிரண்ட புடுச்சு அவங்க போடற மேக்கப் செட் வரை தெருஞ்சுட்டு வந்திருக்க இன்னும் என்ன எல்லாம் தெரியும்" என்றான்.

"அதெல்லாம் நிறையத் தெரியும் உனக்கு மறுபடியும் சொல்றேன் பணம் கொடு" என்றாள்.

"அவங்க எல்லாம் அழகா இல்லாம இருப்பாங்க, அதுக்கு மேக்கப் போடுவாங்கடி நீ இருக்றதுக்கு இன்னும் மேக்கப் போட்டுகிட்டுக் காலேஜ் போனைனு வை. நான் உன்னைப் பாதுக்காக்கவே பத்து ஆட்களை அதிகமா போடனும்டி,

நீ காலேஜ் போனா சும்மாவும் வரமாட்டே இன்னும் கொஞ்ச நாள்ள காலேஜ்ல என்னைத் தெரியாதவங்க இருந்தாலும் இருப்பாங்க, உன்-னைத் தெரியாதவங்க இருக்கமாட்டாங்க. பிரித்திவி பொண்டாட்டி சம்-யுங்கறது போய்ச் சம்யு புருஷன் பிரித்திவின்னு பண்ணாம நீ ஓயமாட்-டேடி" என்றான் எரிச்சலுடன்.

"ரெண்டும் ஒன்னு தான் எப்படிச் சொன்னா என்ன? உன்கிட்டு பேச எனக்கு நேரமில்லை மேக்கப் செட்டுக்கு காசு தருவியா? மாட்டியா?" என்றாள் கராராக.

"தரமாட்டேன் போடி" என்று சொல்லி விட்டு நடக்க முற்பட்டவன் பேண்ட் பின் பாக்கெட்டில் கைவிட்டு பர்ஷை எடுத்தாள்.

"ஏய் என்னடி பண்ற" என்று பதறியவன், சுற்றிலும் பார்த்தான் யாராவது கவனிக்கறாங்களா என்று, அவனுடைய ஆட்கள் தவிர ஒரி-ருவர் பார்த்துக் கொண்டே கடந்து சென்றார்கள்.

சங்கடபட்டவன் "ஏண்டி அறிவிருக்கா இப்படித் தான் பப்ளிக்கல எடுப்பியா" என்றான்.

"பப்ளிக்கா எங்க வேணாலும் எடுப்பேன் என் புருஷன் பாக்கெட்ல இருந்து நான் எடுக்காம வேற யார் எடுப்பாங்க. உன் பாக்கட்ல பர்ஷ் எடுக்க உனக்கு எவ்வளவு உரிமை இருக்கோ, அதை விட அதிகமா எனக்கு இருக்கு" என்று உரிமைக் குரல் எழுப்பி விட்டு.

பணத்தை எடுத்துக் கொண்டு பர்சை அவன் கையில் கொடுக்கப் பார்க்க இரண்டு கையிலும் பை இருந்தது.

"ஆ ன்னு" என்றாள் அவனுக்குப் புரியாமல் அவளைப் பார்த்தவன், எதுக்கு வம்பு வாயைத் திறந்து விடுவோம் இல்லைனா இதுக்கும் எதாவது சொல்வா என்று நினைத்தவன், "ஆன்னு" சொல்லவும் அவன் வாயில் பர்சை திணித்து விட்டு சிட்டாகப் பறந்து விட்டாள்.

இரண்டு கையில் பையோடு வாயில் பர்சோடும் இருந்தவனைப் பார்த்து அவனுடைய ஆட்கள் சிரித்துக் கொண்டே அவனிடம் வந்து பேக்கை வாங்கிக் கொண்டார்கள்.

"இவளால என் மானம் மரியாதை எல்லாம் போகுது. பர்சை கையிலயே கொண்டு போக வேண்டியது தானே அடியேய் லூசுப் பொண்டாட்டி உனக்கு இருக்கு இரு" என்று முனுமுனுத்தவன், என்ன சிரிப்பு என்று அதட்டினான் அவனுடைய ஆட்களை அவனால் அது தான் முடிந்தது.

அவர்கள் வாயைக் கப் என்று மூடிக் கொண்டு பேக்கை வைக்கக் காருக்குச் சென்றார்கள்.

சம்யு மேக்கப் பாக்சை வாங்கிக் கொண்டு வந்தவள், 'எங்கே வாங்கியது எல்லாம்" என்றாள். "காருல வெச்சுட்டு வந்தேன் வாங்கிட்டயா? எதாவது பாக்கி இருக்கா" என்றான் கடுப்புடன்.

"இப்போதைக்குப் போதும் என் பிரண்ட்ஸ் என்ன வெச்சிருக்காங்கன்னு கேட்டுட்டு வந்து வாங்கிக்கலாம்" என்றாள்.

தலையில் அடித்துக் கொண்டவன், "வா போகலாம்" என்று கூட்டிச் சென்றான். அவளை ஹோட்டலுக்கு அழைத்துச் சென்றவன் "என்ன சாப்பிடற" என்று கேட்டான்.

மெனு கார்டை வாங்கிப் பார்த்து விட்டு இது இது என்று அடுக்கினாள், "அத்தனையும் சாப்பிட்ருவியாடி" என்று வியப்புடன் அவளைப் பார்த்தபடியே கேட்டான். "ஏன் நீயும் சாப்பிடு உனக்கும் சேர்த்து தான்

சொன்னேன்" என்றாள்.

"எனக்குப் பசிக்கலைடி, நீ மட்டும் சாப்பிடு" என்றான். "உன்னைப் பாக்க வெச்சுகிட்டு சாப்பிட்டா எனக்கு வயிறு வலிக்கும், நீ சாப்பிட்டா சாப்பிடுவேன் இல்லை எனக்கும் வேண்டாம்" என்று உதட்டை பிதுக்கி-யவள் மெல்லிய முனுங்களுடன் முகத்தைத் திருப்பிக் கொண்டாள்.

அவளின் சிறுபிள்ளைத் தனமான செய்கையில் கரைந்தவன் "சரிடி சாப்பிடறேன் திரும்பி என்னைப் பார்" என்றான்.

அவள் சந்தோஷமாகத் திரும்பவும் "உன் பிடிவாதம் இருக்கே, முடி-யலை இப்பவே கண்ணைக் கட்டுது இன்னும் என்னவெல்லாம் செய்யப் போறையோ உன்னைச் சாமாளிப்பனா, என் வேலையப் பார்ப்பேனா?" என்றான்.

அவனை முறைத்துக் கொண்டிருந்தாள். உணவைக் கொண்டு வரவும் பிரித்திவி அவனுடைய ஆட்களைப் பார்த்தான், அவர்கள் தலையை அசைத்ததும் ஒவ்வொன்றாக நகர்த்தி வைத்தவன் அவளுக்கு முதலில் போட்டுக் கொடுத்தான்.

"நீயும் சாப்பிடு" என்று பிடிவாதமாக இருக்க அவனும் எடுத்துக் கொண்டவன் அவள் சாப்பிடும் அழகைப் பார்த்துக் கொண்டே தன் உணவைச் சுவைத்தான்.

"நீ இங்கே அடிக்கடி வருவியா? இப்படி எல்லாம் சாப்பிட்டதால் தான் நீ இப்படி வளர்ந்துட்ட. உன் முகத்தைப் பார்க்க நான் தலையைத் தூக்கி எனக்குக் கழுத்து வலி வந்துரும்.

என்கிட்ட பேசும் போது உட்கார்ந்து பேசு அப்ப தான் நான் நின்னு பேசும் போது உன் முகம் தெரியும்" என்றவள், அவன் தட்டில் உணவு காலியானதைக் கவனித்து அடுத்ததை எடுத்து பரிமாறினாள்.

"நீ வளரலைடி குள்ளச்சி அதுக்கு என்னை என்ன பண்ணச் சொல்ற நீயும் நல்லா தான் சாப்பிடற, பிறகு ஏன் வளரலை, உடம்பும் வரலை" என்றவன் அவள் உடலில் தன் பார்வையை மேயவிட்டான்.

"கண்ணு வெக்காதடா கண்ண நோண்டிருவேன். பார்ப்பதைப் பாரு" என்று விழிகளை உருட்டி திட்டவும்.

குள்ளச்சி இதுல எல்லாம் வெவரம் தான், கொஞ்சம் பார்வை மாறி-னாளே கண்டுக்கறா என்ற நினைவில் சிரித்தவன், "சரி சீக்கிரம் சாப்-பிடு" என்றான்.

அவனை முறைக்கவும் "எதுக்குடி முறைக்கற இனி பார்க்கலை போதுமா. காலைல குழந்தை வருவது மட்டும் தான் பிரச்சனைங்கற மாதிரி பேசுன இப்ப பார்த்தாலே தப்புங்கற" என்று கிறங்கிய குரலில் கேட்டான்.

"பாக்கறது தப்புன்னு சொல்லலை, இங்க பாக்கறது தப்புன்னு சொன்னேன்" என்றாள் அழுத்தமாக.

"அதெப்படிடி நீ நடு ரோட்ல வேணாலும் என் பாக்கெட்ல கைவிட்டு காசெடுக்கற, நான் பார்த்தா தப்பா? உனக்கு மட்டும் உரிமையைப் பட்டா போட்டு கொடுத்திருக்கா எனக்கு உரிமை இல்லையா?" என்றான்.

"நான் எப்ப அப்படிச் சொன்னேன் எப்படியோ பாரு என்னை இப்ப சாப்பிட விடு" என்றவள் தன் உணவைக் கவனித்தாள்.

பேருக்குக் கொரித்துக் கொண்டு, இன்னும் உல்லாசமாக அவளைப் பார்த்துக் கொண்டிருந்தான்.

அவனுடைய ஆளைத் துளைக்கும் பார்வையில் சாப்பிட முடியாமல் வெக்கத்தில் முகம் சிவந்து, கண் விழி படபடத்தது. தலையைக் குனிந்து கொண்டவள், பார்வையைப் பாரு எப்படி வெக்கமே இல்லாம பாக்கறானோ என்று நினைத்து இதழை அழுத்தக் கடித்தாள்.

அவளின் சிவந்த முகம் கடித்ததால் இரத்தச் சிவப்பாக மாறிய இதழ் தன்னைப் பார்க்க தயங்கும் விழிகள் எல்லாம் அவனை அவளிடம் இருந்து நகரவிடாமல் கட்டிப் போட்டது.

அவளின் இந்தப் பதுமையான தோற்றம் எனக்காக வந்தது என்ற நினைவு அவன் மனதைப் பட்டாம் பூச்சியாகச் சிறகடித்துப் பறக்க வைத்தது.

உடல் முழுவதும் ஜிவ்வென்று ஒரு உணர்வு இது வரை அறியாதது அவனைச் சிலிர்க்க வைத்தது.

அவளையே தாபத்துடன் பார்க்க வைத்தது அவன் விழிகள். இப்படி முழுவதும் அவள் வசமாகியிருந்தான்.

அவளும் செயலிழந்து அவனைப் பார்க்க முடியாமல் தவித்துக் கொண்டிருந்தவள். எதுக்கு இப்படிப் பாக்கற எனக்கு என்னவோ போல இருக்கு" என்று தயக்கத்துடன் சொல்லி முடிப்பதற்குள் அவளுக்கு முகம் இன்னும் இரத்தச் சிவப்பானது.

"என்னவோ போலன்னா எப்படி இருக்கு" என்று அவளிடம் மெதுவாகக் கேட்டவன். அவளுடைய சிவந்த முகத்தில் தன் பார்வையை

மேயவிட்டான்.

"சீ போ நீ ரொம்ப மோசம்" என்றவள் தலையைக் குனிந்து கொண்டாள். பிரித்வி அவளையே பார்த்துக் கொண்டிருக்க,

இருவரின் மோன நிலையையும் பக்கத்து டேபில்காரன் பேரரிடம் சண்டை போட்டு தெளிய வைத்தான்.

இருக்கற இடத்தைக் கூட மறந்து என்ன பண்றேன் என்று வெக்கமாகிப் போன பிரித்திவி, "சீக்கிரம் சாப்பிடு போகலாம்" என்றான்.

இருவரும் சாப்பிட்டு முடித்து வீடு வர இரவு பத்து மணி ஆகியிருந்தது.

ஆட்கள் எல்லாப் பையையும் பிரித்திவி அறைக்கு முன்பு வைத்து விட்டுச் செல்லவும்,

அறைக்கு வந்ததும் சம்யு குளிக்கச் சென்று விட, பிரித்திவி சம்யுக்கு வாங்கிய துணிப்பையை மற்ற பொருட்களையும் எடுத்து உள்ளே வைத்தவன், யுவராஜ் பேக்கை எடுத்துக் கொண்டு அவன் அறைக்குச் சென்றான்.

யுவராஜ் பொருப்பாகப் படித்துக் கொண்டிருந்தவன், இவனைப் பார்த்ததும் தயக்கத்துடன் எழுந்து நின்றான்.

"இந்தா யுவராஜ் உனக்கு இதெல்லாம் சரியா இருக்கான்னு பாரு சைஸ் பத்தலை, இல்லை பெருசா இருந்தா நாளைக்கு உன்னைக் கூட்டிப்போறேன் மாத்திக்கலாம்" என்றான்.

"இல்லை எனக்கு இதெல்லாம் வேண்டாம்" என்று தயங்க, பிரித்திவி முறைத்தான் உடனே வாங்கிக் கொண்டவன்.

அதைப் பார்த்துவிட்டு அதிர்ச்சியாகி "இத்தனையா" என்றான். "எதுக்கு நாலு செட் ஷு வாங்கி இருக்கீங்க ஒன்னு போதாதா? நான் ஒரு வருஷத்துக்கு ஒரு ஷு தான் வாங்குவேன் அதுக்கே அப்பா திட்டுவார்" என்றான்.

"உன் தங்கச்சி" என்றான் பிரித்திவி. "அவ நிறைய வாங்குவா எங்கப்பா அவளைக் காலேஜ்ல சேர்க்க மாட்டேன்னு சொன்னதிலிருந்து அவ குணமே மாறிப்போச்சு.

அதுவரை என்னை மாதிரி எதையும் கேட்க்க மாட்டாள் அப்பா அப்படிச் சொன்னதிலிருந்து அந்தக் கோபத்தை எந்த விதத்திலாவது அப்பாகிட்ட காட்டிகிட்டே இருப்பா,

தேவையே இல்லாம நிறைய வேணும்னு அடம்புடுச்சு வாங்கி வெச்-சுப்பா. எப்படியாவது காலேஜ்க்குப் பண்ண வேண்டிய செலவையெல்லாம் இப்படி வாங்கிக் கரைப்பா.

அப்பா வாங்கிக் கொடுக்கலைன்னு சொன்னா வீட்டுல சண்டை போட்டு நாலுநாள் பட்டினி கிடந்தாவது வாங்கிடுவா" என்று கொஞ்சம் தயக்கம் தெளிந்து சொன்னான் யுவராஜ்.

"உங்க அப்பா மேல தான் தவறு உன்னைப் படிக்க வெச்சவரு அவளையும் படிக்க வைக்கனும்ல" என்றான் பிரித்திவி மனைவிக்குச் சப்போர்ட்டாக.

"அவளைப் படிக்க வைக்காததுக்குக் காரணம் அவ அழகா இருந்-தது தான் அத்தான். ஸ்கூல்ல படிக்கும் போது அவகிட்ட பேசனுங்கறக்-காகவே என்கிட்ட பிரண்டாவாங்க நிறையப் பசங்க.

நம்ம ஊர்லயும் சில பசங்க வீட்டு வழியா அடிக்கடி போறது, கொஞ்சம் தள்ளி நின்னு வீட்டைப் பாக்கறது,

காலைல எங்க தான் இருப்பாங்களோ இவ ஸ்கூலுக்குப் போற நேரத்துல வந்துருவாங்க. அதே மாதிரி வீட்டுக்கு வர்ர நேரத்துல வந்-துருவாங்க இதை எல்லாம் பார்த்து அப்பாவுக்குப் பயம் வந்துருச்சு.

இந்தக் கிராமத்துலயே இப்படின்னா இன்னும் டவுனுக்குப் படிக்க அனுப்புனா என்னாகறது பேசாம கல்யாணம் பண்ணிக் கொடுத்தற-லாம்னு முடிவு பண்ணி படிக்க அனுப்பலை" என்றான்.

"இந்தக் குள்ளச்சிக்கு இவ்வளவு பேன்ஸ்ஸா" என்றான் சிரிப்புடன் பிரித்திவி.

யுவராஜ் புரியாமல் மலங்கமலங்க விழிக்க "உன் தங்கச்சியத் தான் சொன்னேன்" என்றான்.

பிரித்திவி குள்ளச்சி என்று சொன்னதில் யுவராஜும் சிரித்தான் "சரி இதை எல்லாம் பாரு இனி எது வேணாலும் என் கிட்ட தயங்காம கேளு" என்றவன், கொஞ்சம் பணத்தை எடுத்து அவனுடைய பர்ஷை வாங்கி அதில் வைத்துக் கொடுத்தான்.

"பணமெல்லாம் வேண்டாம்" என்று யுவராஜ் பதற ,"உன் மாதிரி காலேஜ் பசங்க எவ்வளவு செலவு பண்றாங்க, இதெல்லாம் இந்த வயசுல தான் அனுபவிக்க முடியும்.

உன் தங்கச்சியப் பார் நான் குடுக்கலைனா கூடப் பிடுங்கிட்டு போறா. நீ மட்டும் ஏன் இப்படி இருக்க. எதா இருந்தாலும் வாய்விட்டு

கேளு அப்ப தான் கிடைக்கும் இனி நான் பார்த்துக்கறேன் விடு. சாப்டியா" என்றான்.

"சாப்டேன் அத்தான் இங்கயே கொண்டு வந்து ஒருத்தர் கொடுத்துட்டுப் போனார்" என்றான் யுவராஜ்.

"சரி எதாவது வேணும்னா இந்த நெம்பருக்கு போன் பண்ணி கேளு கொண்டு வந்து தருவாங்க" என்று நெம்பர் எழுதிக் கொடுத்தவன் "போன் இருக்கா" என்று கேட்டான்.

"இருக்கு" என்று எடுத்துக் காட்ட அதைப் பார்த்தவனுக்குச் சங்கடமாகப் போனது உண்மையச் சொன்னா இவங்க அப்பா இவனுக்குத் தான் எதுவும் செய்யலை என்று தோன்ற பேசாமல் சென்று விட்டான்.

நேராக ராகுல் அறைக்குச் சென்றவன் அவனையும் அழைத்துக் கொண்டு ராஜேஷையும் அழைத்தான்.

"எங்கடா இந்த நேரத்துல" என்றார்கள் "இருவரும் வாங்கடா சொல்றேன்" என்றவன், வீட்டிற்கு உள்ளே நுழைந்ததும் இருந்த அறைக்கு அழைத்துச் சென்றான்.

அந்த அறை சுத்தமாக இருக்க "இதிலிருந்த சோபா செட் எல்லாம் எங்கடா" என்றான் ராகுல். "அதெல்லாம் லாஸ்ட் ரூமுக்கு கொண்டு போயாச்சு"

"இந்தா இந்தப் படத்தை எல்லாம் அடுக்கலாம்" என்று சாமி படத்தை எடுத்தான்.

"இதை எல்லாம் எப்படா வாங்குன" என்று வியப்புடன் கேட்டான் ராஜேஷ்.

"நான் எங்கே வாங்கினேன் பசங்களை வாங்கி வெக்கச் சொன்னேன். நல்ல வேலை காலேஜ்ல இருந்து வந்ததும் கேட்பான்னு நினைச்சேன் மறந்துடாள். காலைல கேட்டா என்ன பண்றது அதான்" என்று சொல்லிக் கொண்டே அவனும் எடுத்து அடுக்கி வைத்தான்.

"இருந்தாலும் நீ இப்படி மாறக்கூடாதுடா" என்றான் எரிச்சலுடன் ராகுல்.

அவன் "என்னடா மாறினான். அவன் பொண்டாட்டி சாமி ரூம் கேட்டாள் ரெடி பண்ணி கொடுக்கறான். பொண்ணுங்களுக்கு எது இருக்கோ இல்லையோ சாமி ரூம் இருக்கனும் எங்க வீட்ல கூட இருக்கு.

இங்க கட்டும் போது சொன்னதுக்கு வேண்டாம்ன்னு சொல்லிட்டிங்க ரெண்டு பேரும். இப்ப அவன் பொண்டாட்டி கேட்டதும் செய்யறான் இதுல என்னத்த கண்ட உனக்குத்தாண்டா பொறாமை" என்றான் ராஜேஷ்.

"அவன் சொல்லிட்டுப் போறான். யுக்தா வந்துரப் போறா நீ வேலையப் பாருடா" என்று அந்த அறை முழுவதும் ஊரில் உள்ள எல்லாச் சாமி போட்டோவையும் மாட்டினார்கள்.

எண்ணெய், திரி, விளக்கு, சூடம், சாம்பராணி வரை எல்லாம் அங்கே இருந்த மேடை மேல் இருந்தை எடுத்துக் கபோடில் வைத்தவன், "இப்ப பார்த்தா புதுசா நாம செட் பண்ணுன மாதிரி தெரியுதாடா" என்றான்.

"இல்லைடா முதல்ல இருந்தே இருக்கற மாதிரி தான் இருக்கு" என்றான் ராஜேஷ்.

"அவளைக் கண்டு எதுக்கு இவ்வளவு பயப்படுற இது சரியில்லை டா" என்றான் கோபத்துடன் ராகுல்.

"நீ ஏண்டா கோபப்படற, இது பயமில்லை என்னை நம்பி வந்திருக்கா, அவளுக்குத் தேவையானதை என்கிட்ட கேட்கறா நான் செய்யறேன் இதுல என்ன இருக்குன்னு நீ கோபப்படற என்று கூலாகவே கேட்டான் பிரித்திவி.

"அவளுக்குப் பயந்துகிட்டு செய்யற மாதிரி இருக்குடா பொய் சொல்லி மழுப்பாதே" என்று சீரினான் ராகுல்.

"சரி அப்படியே இருக்கட்டும். இப்ப அதுல என்ன பிரச்சனை அவகிட்ட என்னடா உனக்குக் காண்டு. உன் வயசுக்கு அவளைப் போட்டியா நினைக்கறையாடா எருமை மாடே" என்றான்.

"நான் ஒன்னும் அவளைப் போட்டியா நினைக்கலை" என்றான் ராகுல் முகத்தை உர் என்று வைத்துக் கொண்டு..

"ஆமா ஆமா நீ நினைக்கலை தான் நாங்க நம்பிட்டோம்" என்று சொல்லி சிரித்தான் ராஜேஷ்.

கோபத்துடன் வெளியே சென்றவனை இழுத்துப் பக்கத்தில் நிறுத்தி அவனை அணைத்துக் கொண்டான் பிரித்திவி.

"விடுடா" என்றவன் அப்படியே அமைதியாகி விட்டான். பிரித்திவி ராஜேஷைப் பார்த்து கண்ணடிக்க, அவனுக்குச் சிரிப்பு வந்தது இருவரும் அவனுக்குத் தெரியாமல் சிரித்துக் கொண்டார்கள்.

ராகுலின் பொசசிவை ஏற்கனவே அறிந்திருந்தவர்களுக்கு இது ஒன்றும் பெரிதாகப் படவில்லை.

பிரித்திவிக்குத் தான் இனி வரும் காலங்களில், இவர்கள் இரண்டு பேரையும் ஒரே இடத்தில் வைத்து எப்படிச் சமாளிக்கப் போறேனோ என்று சலிப்பு வந்தது.

இரண்டு பேருமே விட்டுக் கொடுக்காத பிடிவாதம் குணம் உள்ளவர்கள்.

ரெண்டு பேருக்கும் நான் தேவை ஆளுக்குக் கொஞ்சமா என்னைப் பிச்சு எடுக்காத வரை சந்தோஷம், என்ற நினைவுடன் மீதி இருக்கும் வேலையைப் பார்த்தான் பிரித்திவி.

11

அத்தியாயம் 11

மூன்று பேரும் சாமி அறையைத் தயார் செய்து விட்டு அவரவர் அறைக்குத் தூங்கச் சென்றார்கள். பிரித்திவி தன் அறைக்குச் செல்லும் போது, அவன் மனைவி தூங்கி இருந்தாள்.

தூங்கும் அவளைக் கொஞ்ச நேரம் கண் இமைக்காமல் பார்த்துக் கொண்டிருந்தவனுக்கு, அவளின் அழகு நிறைந்த வதனம் இரவு நேர மயக்கத்தைக் கொடுத்தது.

ஆழ்ந்த மூச்சை இழுத்து விட்டுக் கொண்டவனுக்கு, கைக்கெட்டும் தூரத்தில் அறுசுவை உணவு இருக்க, அதைச் சுவைத்துப் பார்க்க முடியாத அவஸ்தையில் நெலிந்தான்.

இதற்கு மேல் இவளைப் பார்த்துக் கொண்டிருப்பது நமக்கு நல்லதில்லை என்பதை உணர்ந்து, இரவு உடையை எடுத்துக் கொண்டு குளிக்கச் சென்றான். குளித்து விட்டு வந்தவன், மனைவிக்குப் போர்வையைப் போர்த்தி விட்டு விட்டு, அவள் அருகில் கொஞ்சம் இடைவெளி விட்டுப் படுத்துக் கொண்டான்.

ஆனால் உறக்கம் வரவில்லை. அவன் மனமோ மாலையில் நண்பர்களுக்குள் நடந்த பேச்சு வார்த்தையில் நின்றது. திடீரென்று அவன் முகத்தில் கை வந்து விழுகவும் பதறி எழுந்தவன்,

இவ வந்ததிலிருந்து என்னால் நிம்மதியா ஒரு வேலையும் பார்க்க முடியலை. என்னை டைவர்ட் பன்றதே இவ வேலையா வெச்சுருக்கா, என்று நினைத்துக் கொண்டே,

அவள் கையை விளக்கி விட அவள் காலை தூக்கி அவன் மேல் போட்டாள்.

அவள் கால் பட்டதும் பொங்கிய உணர்வுகளை அடக்கச் சிரமப்பட்டவன் திரும்பி அவள் முகத்தைப் பார்க்க,

சாந்த சொரூபமாக எனக்கு எதுவுமே தெரியாத பச்ச மண் என்பது போலத், தூங்கிக் கொண்டிருந்தாள்.

இதுவரை தனியாக இருந்த அறையில் இப்பொழுது மனைவியாக ஒருத்தி இருப்பதே அவனைக் கிளர்ச்சி கொள்ள வைக்கப் போதுமானதாக இருந்தது.

இதில் அவள் உறக்கத்தில் செய்த சேட்டையில் அவனால் அவனுடைய மனசையும் உடலையும், உணர்வுகளின் பிடியிலிருந்து வெளிக் கொண்டு வரமுடியாமல் சிரமப்பட்டான்.

இதில் அவள் கைதேர்ந்த ரவிவர்மா ஓவியம் போல, ஒட்டுமொத்த அழகையும் அள்ளிக் கொண்டு, தன் அருகே உறங்குபவளின் முகத்தையே பார்த்துக் கொண்டிருந்தான்.

இரவு தூக்கத்தைத் தொலைத்து விட்டு மலங்க மலங்க விழித்துக் கொண்டிருந்தவன், விடியர் காலை நேரத்தில் இதுக்கு மேல படுத்திருக்க முடியாது என்று உணர்ந்தவன், எழுந்து பிரஷ் பண்ணி முகம் கழுவி கொண்டு வெளியில் சென்றான்.

வேலை பார்த்துக் கொண்டிருந்த ஆட்களைப் பார்த்துக் கொண்டே, எப்போதும் ரவுண்ட்ஸ் போகும் இடத்தில் நடக்க ஆரம்பித்தான் பிரித்திவி.

அவன் நடை பயிற்சி முடித்து விட்டு தன் வீட்டிற்கு வரும் போது, அவன் மனைவி வாசலில் கோலம் போட்டுக் கொண்டிருந்தாள்.

அதைப் பார்த்தவனுக்குத் தலையை எங்காவது போய் முட்ட வைத்துக் கொள்ளலாம் போல் இருந்தது.

சுற்றிலும் பார்வையை ஓட்டிப் பார்க்க, எல்லாரும் இவளைத் தான் அதிசயத்தைப் பார்ப்பதைப் போல் பார்த்துக் கொண்டிருந்தார்கள்.

பிரித்திவி அவர்களைப் பார்ப்பதைப் பார்த்தான்,

பயத்துடன் வேக வேகமாகத் தலையைத் திரும்பிக் கொண்டார்கள்.

ஆளைப் போடும் இடத்தில் வந்து கோலத்தைப் போட்டுக் கொண்டிருக்கிறாளே!! இவளை வெச்சுக்கிட்டு நான் என்ன செய்யப் போறேனோ தெரியலையே, என்று நினைத்துக் கொண்டு அவள் அருகில் போய்

நின்றான்.

"வந்துட்டியா எங்க போனே நான் உன்னைக் காணாம இந்த வீட்-டையே ஒரு ரவுண்ட் வந்துட்டேன். வீடு அரண்மனை மாதிரி இவ்வளவு பெருசா இருக்கு. இவ்வளவு வசதியோட இருக்கற நீ அப்படி என்ன வேலை பாக்கற?

ஏன் வீட்டில் இத்தனை ஆட்கள் இருக்காங்க? எல்லாரும் ஆண்-களா இருக்காங்க ஒரு பொண்ணைக் கூடக் காணாம்.

எல்லாரும் தடிதடியா இருக்காங்க பார்க்கவே பயமா இருக்கு, எதுக்கு இத்தனை ஆட்கள்? எனக்கு என்னமோ நீ கொள்ளைக் கூட்டத் தலைவன் மாதிரி தோணுது" என்றாள்.

"என்னது கொள்ளைக் கூட்டத் தலைவனா உன்னோட கற்பனையை மூட்டை கட்டி வெச்சுட்டு வேலையப் பாரு" என்றவன், எதைக் கேட்கக் கூடாதுன்னு நினைச்சேனோ அதைச் சரியா கேட்கறாளே என்று நினைத்துக் கொண்டான்.

கோலத்தை வேகவேகமாகப் போட்டு முடித்தவள் "என் வேலை முடுஞ்சது இப்ப சொல்லு" என்றாள் அவனின் மனைவி.

அவளை ஏற இறங்கப் பார்த்தவன் விடமாட்டா போல இருக்கே என்று நினைத்துக் கொண்டு "சரி வா உள்ளே போகலாம்" என்று அவன் முன்னே செல்ல அவள் பின்னே சென்றாள்.

இவ எப்படி இவ்வளவு சீக்கிரம் எழுந்தா நல்லா தூங்குவாளே என்ற ஞாபகம் வர "நீ நல்லா தூங்கிட்டு இருந்தயே அதுக்குள்ள எப்படி எந்தி-ருச்ச உனக்கு இந்தக் கோலப் பொடி எல்லாம் எங்க கிடைச்சது" என்று அவளிடமே கேட்டான்.

"அதுவா உன்னோட மாமியாரும் என்னோட மாமியாரும் இதைக் கொடுத்து தினமும் நேரத்தில் எந்திருச்சு வாசல் தெளிச்சுக் கோலம் போட்டால் தான் இலட்சுமி வீட்டுக்கு வருவான்னு சொன்னாங்க,

அதான் இன்னைக்கு அலாரம் வெச்சு நேரத்திலே எந்திருச்சு லட்-சுமிய வீட்டுக்குக் கூப்பிட்டேன்" என்றாள்.

"லட்சுமி வந்தாளா எங்க காணாம்" என்றான் கேளியாகப் பிரித்திவி.

"அதை என்கிட்ட ஏன் கேக்கற இதை எல்லாம் சொன்ன உன் மாமியார்கிட்டயும் அம்மாகிட்டயும் கேளு" என்றாள்.

அதற்குள் அவர்கள் அறை வரவும் அந்தப் பேச்சு அதோடு நின்றது. அறைக்குள் நுழைந்தவன் அங்கிருந்த சோபாவில் அவளை அமர-

வைத்து அவனும் அமர்ந்து கொண்டான்.

"இப்ப என்ன கேக்கணுமோ கேளுடி" என்றான். "இங்க ஏன் பெண்கள் இல்லை? எதுக்கு இத்தனை பேர் இருக்காங்க?" என்றாள்.

இவகிட்ட உன்மையச் சொல்லலாமா பொய் சொல்லலாமா என்று யோசித்தவன் "நீயே போகப் போகத் தெருஞ்சுக்குவ நான் சொன்னாலும் உனக்குப் புரியாது" என்றவன்,

"எனக்குப் பெண்களை அருகில் வைத்துக் கொள்வது பிடிக்காது தேவை இல்லாம பிரச்சனை பண்ணுவாங்க" என்றான்.

அவனை முறைத்தவள் "நீ என்ன சொல்ல வர ஆண்கள் மட்டும் தான் நல்லவங்க, பெண்கள் எல்லாம் ரொம்ப மோசம். அவகளுக்குப் பிரச்சனை பண்ணுவதைத் தவிர வேற வேலையே இல்லை இதானே" என்றாள்.

"உண்மையச் சொல்லுடி நான் அப்படியா சொன்னேன். நீயா நாலு பிட்ட சேர்த்துக்கிட்டா நானா பொறுப்பு.

போடி விடிய விடிய தூங்க விடாம டார்ச்சர் பண்ணிட்டு விடிந்ததும் கேள்வியா கேட்டுக் கொள்ளாதடி" என்றான்.

அதிர்ந்து போனவள் "நான் எப்படா உன்னை டார்ச்சர் பண்ணினேன். நீ என்னை எதுவும் பண்ணாம இருந்தாலே போதும். உன் அறையில் படுக்கவே பயமா இருக்கு" என்றாள் பயபபடுவதைப் போல முகத்தை வைத்துக் கொண்டு.

"நல்லதுக்குக் காலமே இல்லைடி கையையும் காலையும் என் மேல போட்டு, என்னைக் கட்டிப்பிடிச்சுகிட்டு நீ சுகமா தூங்கிட்ட. என்னைத் தூங்க விடாம பண்ணிட்டுப் பேச்சைப் பாரு, என் நிலமைய கொஞ்சமாவது யோசித்துப் பார்த்தியா?" என்று வராத கண்ணீரை வரவழைத்தான்.

"நானா? பொய் சொல்லாதே! நான் அப்படி எல்லாம் பண்ண மாட்டேன்" என்று கண் கலங்கச் சொன்னவளைப் பார்க்க அவனுக்குப் பாவமாக இருந்தது.

"நான் பொய்யா சொல்றேன், ஏண்டி இதுக்கெல்லாம் அழுவியா? நான் தொடாம உன்னைப் பத்திரம் பண்ணிக்கறவ எதுக்குடி கல்யாணம் பண்ணி என்னைக் கொல்ற" என்றவன், "நீ கேட்ட கேள்விக்குப் பதில் வேணுமா? வேண்டாமா?" என்றான்.

அழுகையை நிறுத்திக் கொண்டவள் "வேணும் வேணும்" என்றாள்.

"நான் பிஸினெஸ் தான் பண்றேன் நமக்குன்னு நாலைந்து காலேஜ் ஷாப்பிங் மால் எல்லாம் இருக்கே, நேத்து கூட்டிப் போனேனே அந்த ஷாப்பிங் மால் கூட நம்மளோடது தான்.

என்னை நீ முழுசா நம்பலாம் நான் எந்தக் கள்ளக் கடத்தலும் பண்ணவில்லை. சரியா போய்க் குளி காலேஜ்க்கு நேரமாச்சு பாரு" என்றான்.

"தொல்ஸுக்கு போன் பண்ணிக் குடு பேசிட்டுப் போறேன்" என்றாள். இது வேறையா என்ன சொல்லப் போறாளோ சமாளிப்போம் என்று நினைத்தவன்,

பர்ஸ்னல் போனை எடுத்து தன் அம்மாவுக்குக் கால் பண்ணினான்.

அவனிடம் இருந்து பிடுங்கியவள், தொல்ஸ் என்று ஆரம்பித்து அவள் அங்கிருந்து கிளம்பியதிலிருந்து, இன்று காலையில் கோலம் போட்டது வரை பேசித் தள்ளினாள்.

ஆனால் பேச்சு வாக்கில் கூட இந்த வீட்டைப் பத்தியோ, இங்கே இருக்கும் ஆட்களைப் பத்தியோ, தன் சந்தேகத்தையோ சொல்லவில்லை.

அது அவனுக்கு அவள் மேல் இன்னும் மரியாதை கொள்ள வைக்க, அவள் பேசுவதைப் பார்த்துக் கொண்டிருந்தான்.

கொஞ்ச நேரத்தில் அவனிடம் போனைக் கொடுத்தவள் "தொல்ஸ் உன்கிட்ட பேசனுமாம்" என்று போனைக் கொடுத்து விட்டுப் போய்ப் புது பேக்கில் இரண்டு மூன்று புத்தகங்களை எடுத்து வைத்தாள்.

பிரித்திவி பேசி முடித்து விட்டு அவளிடம் வந்து "தேங்க்ஸ்டி" என்றான். "எதுக்கு" என்று கேட்டாள் அவன் மனைவி அவனைப் பார்க்காமலேயே,

"சும்மா சொல்லனும்னு தோனுச்சு" என்றான். அவனை அழுத்தமாகப் பார்த்தவள் "இங்கே ஏதோ தவறு இருப்பதாக என் மனசுக்குப் படுது ஆனா தொல்ஸ்க்கு எந்தச் சமயத்திலும் இதை எல்லாம் சொல்லி மனக்கஷ்டத்தைக் கொடுக்க மாட்டேன்.

என்னைப் படிக்க வைக்க எத்தனையோ சிரமப்பட்டா நான் எங்க அப்பா மேல உள்ள கோபத்துல ஊர்காரங்க காட்டுக்குள்ள அவங்களுக்கே தெரியாம சின்னப்பசங்களைச் சேர்த்துக்கிட்டு காயை எல்லாம் பறித்துக் கடையில வித்து விடுவேன்.

கடலையைப் பறித்துச் சுட்டு சாப்பிடுவோம். இதெல்லாம் எங்கப்பா காதுக்குப் போகனும் அவமானம் தாங்காம என்னைக் காலேஜ்ல சேர்த்து விடனும்னு பண்ணினேன். ஆனா எதுவுமே எங்கப்பாவுக்குப் போகாது, எல்லாருக்கும் காசை குடுத்து தொல்ஸ் சரி பண்ணும்.

காட்டுக்காரங்ககிட்ட எங்கப்பா கிட்ட சொல்ல வேண்டாம், எவ்வளவா இருந்தாலும் சொல்லுங்க நான் தறேன்னு சொல்லி என்னைக் காப்பாத்துவாள்.

இதெல்லாம் தெருஞ்சா எங்க அப்பா என்னை அடிப்பாங்கன்னு, தொல்ஸ் என்னை எல்லா விதத்துலயும் காப்பாத்துவாள்.

ஒரு நாளும் இங்கே நடப்பதை அவகிட்ட சொல்ல மாட்டேன். உன் மேல ரொம்பப் பாசம் வெச்சிருக்கா இதெல்லாம் தெருஞ்சா அவ நிம்மதியே போயிரும். அதுக்காகத் தான் சொல்லாம இருக்கேன்" என்றாள்.

அவளது சேட்டைகளில் வியந்து போனவன், அவள் அவனுடைய அம்மா மேல் வைத்திருந்த பாசத்தில் நெகிழ்ந்து போய் அமர்ந்திருந்தவள் கையைப் பிடித்துத் தூக்கினான்.

என்ன என்பது போல் எழுந்தவளை இறுக அணைத்துக் கொண்டான். "டேய் விடுடா விடுடா" என்று அவள் முதுகில் அடித்தாள்.

அவன் அவள் கழுத்தில் முகம் புதைத்து இதழால் ஒற்றி எடுக்க அவள் உடல் நடுங்கி சிலிர்த்தது.

ஏதோ ஒரு ஆர்வத்தில் அணைத்தவனுக்கு உணர்வுகள் விழித்துக் கொண்டு மனம் இது போதாது என்று முரண்டு பிடிக்க, அவளிடமிருந்து பிரிய முடியாமல் இன்னும் இறுக்கிக் கொண்டான்.

கொஞ்ச நேரம் அவனை முதுகில் அடித்துக் கொண்டிருந்தவள், அவன் கையில் குழைந்து அவன் இழுத்த இழுப்பிற்குச் சென்றாள்.

கொஞ்ச நேரம் அப்படியே இருந்தவன் அறிவு விழித்துக் கொள்ள, படிக்கற பெண் என்ற எண்ணம் தோன்ற அவளை விட்டு விலகியவன், அவள் முகத்தில் முத்தமிட்டான்.

சிவந்திருந்த முகமும் இதழும் அவனை இன்னும் இழுக்க அவள் இதழைப் பார்த்துக் கொண்டிருந்தவனுக்கு, தாபத்தில் அவளிடம் அத்து மீறத் தோன்றியது.

ஒரே ஒரு முத்தம் மட்டும் கொடுக்கலாம் என்று மனசு வாதிட, அவள் இதழைச் சிறை செய்தான். ஆனால் அந்த இதழ் முத்தம் இருவரையும் ஆழிப்பேரலையாக அடித்துச் செல்ல, இருவரும் வெகு நேரம்

முத்த யுத்தம் நடத்திக் கொண்டிருந்தார்கள்.

"எனக்குக் காலேஜ்க்கு நேரமாச்சுடா" என்று அவன் கையில் பாகாய் உருகிக் கொண்டே சொன்னாள்.

"போகனுமாடி லீவு போடுடி" என்று தாபத்தில் பித்தாக உளறியவனின் பின் தலை முடியைக் கொத்தாகப் பிடித்து இழுத்தவள், "லீவு போட்டுட்டு உனக்குச் சேவகம் பண்ணச் சொல்றயா என் இலச்சியம் என்னாவது" என்று சொல்லி அவனைக் கட்டிலில் பிடித்துத் தள்ளி விட்டு, குளியல் அறைக்குள் புகுந்து கொண்டாள்.

தன்னிடம் குழைந்து கிடந்தவளிடம் இந்தத் தாக்குதலை எதிர்பார்க்காதவன், கட்டிலின் ஓரத்தில் தலையில் அடிக்க "அம்மா" என்று கத்தியவன்,

"அடியேய் உனக்குக் கொஞ்சமாவது அறிவு இருக்காடி நல்ல மூடுல இருந்தவனை இப்படித் தள்ளி விட்டுட்டு போறையே, வெளில வருவ தானே இரு கவனிச்சுக்கறேன்" என்று கத்தினான்.

அதுக்கு நேர்மாறாக அவனது மனம் அவளிடம் பருகிய இதழ் முத்ததை நினைத்து வெக்கம் கொண்டது. எவ்வளவு மென்மை வெண்ணை மாதிரி இருக்காளே, என்று அவன் மனம் அவள் தொடுகைக்கு விரும்பி ஏங்கியது.

இவளுக்கு வேற படிப்பு தான் இலச்சியம்கறாளே படுச்சு என்னத்தப் பண்ணப் போறா, இப்படியே என் கூட இருந்தால் தான் என்ன என்று அவன் மனம் செல்லக் கோபம் கொண்டது.

பிரித்திவி உணர்வுப் பிடியிலிருந்து வெளிவர முடியாமல் அப்படியே கட்டிலில் கிடக்க, அவன் மனைவியோ குளித்து அவன் எடுத்துக் கொடுத்த உடையில் அழகாக வெளிவந்தவள்,

பிரம்மனின் ஸ்பெஷல் படைப்பில் சிற்ப்பம் போல் இருந்தவள், நேற்று வாங்கிய மேக்கப் செட்டின் கைங்கர்யத்தோடு இன்னும் பேரழகியாக மின்னிக் கொண்டிருந்தாள்.

பிரித்திவி கண்மூடிக்கிடந்தாலும் அவளுடைய செய்கை எல்லாம் உணர்ந்து கொண்டிருந்தான்.

ரெடியாகி அவன் முன் வந்து நின்றவள் "தூங்கிட்டயா" என்று அவனை எழுப்பினாள்.

கண்வித்தவன் அவள் அழகில்

சொக்கிப் போய் அப்படியே இழுத்து தன் மேல் போட்டு இரு கரங்களாலும் இறுக்கிக் கொண்டான்.

அவனிடமிருந்து விடுபட முடியாதவள் "எருமை மாடே தூங்கற மாதிரி நடிக்கறையா என் துணிய கசக்காதடா நான் காலேஜ் போகனும்" என்றாள்.

"நம்ம காலேஜ் தாண்டி எப்ப வேணாலும் போய்க்கலாம் உன்னை யார் கேக்கப் போறாங்க" என்றான் கிரக்கத்துடன்.

"அப்போ ஒன்னு செய்யறியா நான் காலேஜ் முடுச்ச மாதிரி டிகிரி சர்ட்டிபிகேட் கொடுக்கறையா" என்றாள்.

"படிக்காம எப்படித் தரது சும்மா அப்பப்போ போயிட்டு வாடி தறேன்" என்றான் அவள் முகத்தைத் தன் கைகளால் வருடிக் கொண்டே,

"அப்பப்போ போயிட்டு வரக்கு அது என்ன அம்மா வீடா, உன் மூளைய அடகு வெச்சுட்டியா? உனக்கெல்லாம் எவன் காலேஜ் நடத்த அனுமதி கொடுத்தான். அவன் மட்டும் என் கையில் கிடைக்கட்டும் இருக்கு கச்சேரி" என்று அவனைச் சகட்டு மேனிக்கும் திட்டினாள்.

"நீயே நான் காலேஜ் நடத்த லாயிக்கில்லைன்னு போஸ்டர் அடுச்சு ஓட்டுவ போல இருக்கு, முதல்ல கிளம்புடி காத்து வரட்டும்.

இந்தப் பொன்னுச்சாமி எப்படித் தான் இப்படி ஒரு புள்ளைய பெத்தாரோ" என்றான்.

"என்னடா எங்கப்பாவை பேர் சொல்ற அவர் எனக்கு மட்டும் தான் பொன்னுசாமி. ஒழுங்கா மரியாதையா மாமான்னு சொல்லு. நான் என்ன வேணாலும் திட்டுவேன் அதுக்காக எல்லாரும் பேசலாம்ன்னு அரத்தமில்லை புரியுதா" என்று மிரட்டியவள்.

அவனை இழுத்து எழுப்பி அவன் கையில் பேக்கைக் கொடுத்தவள் "எனக்கு லன்ச் கட்டி கொடுத்து வாசல் வரை வந்து வழியனுப்பிட்டுவா" என்றாள்.

"இருந்தாலும் உனக்கு இவ்வளவு கொழுப்பு ஆகாதுடி. நீ என்ன போருக்கா போற ஆராத்தி சுத்தி வழியனுப்ப,

காலேஜ்ல போய் அரட்டை அடுச்சுட்டு வரதுக்கு இத்தனை அக்கப் போறாடி பண்ணுவ" என்றான்.

"காலேஜ்க்குப் போறது உனக்கு அவ்வளவு சாதாரணமா தெரியுதா இதுக்காகத் தான் ஒரு வருஷத்துக்கு மேல போராடிக்கிட்டு இருக்கேன்.

உனக்கெங்கே அதோட அருமை தெரியப் போகுது. தொல்ஸ் மாதிரி எது சொன்னாலும் தலையாட்டற அம்மா கிடைச்ச திமிரில இருக்கற. உனக்கெல்லாம் எங்க அப்பா மாதிரி ஆள் வந்திருக்கனும்" என்றாள்.

"படிக்க அனுப்பல அவ்வளவு தானே இதுக்குப் போய் உங்க அப்பாவை ஏண்டி வில்லன் ரேஞ்க்கு பில்டப் கொடுக்கற பாவம்டி அவரு.

உன்கிட்ட சிக்கிட்டு நானே இந்தப் பாடு படறேன்னா அந்த மனுஷனை இன்னும் என்னவெல்லாம் பண்ணி இருப்ப.

அடுத்தவங்க காட்டுல தெரியாம காய் பறிப்பதே தவறு, இதுல காசுக்கு வேற வித்திருக்க இதெல்லாம் அசிங்கமா தெரியலையா" என்றான்.

"அதெல்லாம் பார்த்தா என் படிப்பு என்னாவது இப்ப பார்த்தியா எங்கப்பா என் தொல்லை தாங்காம கல்யாணம் பண்ணி வெச்சுட்டாங்க" என்று சாதனை செய்தவளைப் போல இல்லாத காலரை தூக்கி விட்டுச் சைகை செய்தாள்.

"ஆமா உன் சாதனையை நீ தான் மெச்சிக்கனும்டி. நம்மூர்ல இருக்கற வேற எவனுக்காவது உங்கப்பா உன்னைக் கல்யாணம் பண்ணி வெச்சிருக்கனும் அப்ப தெருஞ்சிருக்கும் உன் சாதனையின் லட்சணம்" என்றான் கேளியாக.

அவன் அப்படிச் சொன்னதும் கோபத்துடன் "அதெப்படி வேற ஒருத்தன் என்னைக் கல்யாணம் பண்ணி இருப்பானா ஓட ஓட விரட்டி இருக்க மாட்டேன்?

எனக்குப் பிடிக்காம என் கழுத்துல தாலி கட்றது அவ்வளவு ஈசின்னு நினைச்சியா" என்று பொங்குனவளைப் பார்த்தவனுக்கு மயக்கமே வரும் போல் ஆனது.

"அம்மா தாயே என்கிட்ட சாமியாடிறாதே கிளம்பி காலேஜ்க்குப் போயி அங்க இருக்கற உன்னோட படைகள்கிட்ட வெச்சுக்கோ. இப்ப காலேஜ்க்கு நேரமாச்சு வா" என்றான். அவனை முறைத்துக் கொண்டே அவன் பின்னே சென்றாள் சம்யூ.

12

அத்தியாயம் 12

பேக்கை தோளில் மாட்டிக் கொண்டு சென்ற பிரித்திவியைப் பார்த்த ராஜேஷ், "என்னடா உன்னோட பொண்டாட்டிய காலேஜ்ல விட்டுட்டு வரப் போறையா" என்றான் நக்கலாக.

இவனொருத்தன் நம்ம சூழ்நிலை புரியாம வந்துருவான் என்று எரிச்-சடைந்தவன், "இரு வந்து வெச்சுக்கறேன்" என்று சொல்லிச் சென்றான்.

"கண்ணா சாமி ரூம் இருக்கா? என்ன நேத்து பேய் முழி முழிச்சீங்க நைட்டும் எதுவும் சொல்லலை. சரி சாமி ரூம் இல்லாட்டி பரவாயில்லை வா கோவிலுக்குப் போயிட்டு வருவோம்" என்றாள்.

"என்னது நான் கோவிலுக்கு வரதா அதெல்லாம் முடியாது உனக்குச் சாமி ரூம் ரெடி பண்ணியாச்சு, போய் உருண்டு புரண்டு கும்பிட்டுட்டு வா நான் டைனிங் ஹாலில் வெய்ட் பண்றேன்" என்றான்.

அவனை முறைத்தவள் "நீ என்ன எனக்கு வாட்ச்மேனா, அங்க வெய்ட் பண்ற இங்க வெய்ட் பண்றேன்னு சொல்ற" என்று சொல்லிக் கொண்டே அவன் கையைப் பிடித்தவள் "வாடா பேசாம சும்மா சீன் கிரியேட் பண்றான்" என்று சொல்லிக் கொண்டே இழுத்துச் சென்றாள்.

அந்த ரூம் முழுவதும் சாமி போட்டோவாக ஜொலிக்க, பார்த்ததும் கண்களைக் குடை போல் விரிததவள், "சூப்பரா இருக்குடா" என்றாள் சந்தோஷமாக.

அவள் விரிந்த கண்ணைப் பார்த்தவன், அப்பா என்ன கண்ணுடா இதுக்காகவே இன்னும் நாலு சாமி ரூம் ரெடி பண்ணலாம் போலயே, என்று நினைத்துக் கொண்டிருக்க,

"அங்க என்ன பார்த்துகிட்டு இருக்க, வா வந்து சாமிக்கெல்லாம் பூ வை" என்று அந்த மேடை மேல் இருந்த கவரை எடுத்து அவன் கையில் கொடுத்தாள்.

"நான் வெக்கறதா போடி நீயே வைடி எனக்கு இதெல்லாம் தெரியாது" என்றான்.

"அப்ப தாலி கட்ட மட்டும் முன்னையே நாலு பேருக்குக் கட்டி டிரையல் பார்த்தயா?, அத மட்டும் எப்படிச் சரியா கட்டுன சுயநலம் பிடிச்சவன் இந்தா" என்று அவன் கையில் பூ கவரை திணித்தாள்.

"தாலி கட்றதும் இதுவும் ஒன்னா" என்றான் பிரித்திவி.

"இல்லை தாலி கட்றதை விடச் சாமிக்குப் பூ வெக்கறது உயர்வானது. சீக்கிரமா வை, எனக்குக் காலேஜ்க்கு லேட்டாச்சு நீ தான் கொண்டு வந்து விடனும், அதுவும் க்ளாஸ் ரூம் வரை" என்றாள் இடுப்பில் கைவைத்துக் கொண்டு.

அவளை முறைத்தவன் எப்படி எல்லாம் பிளேக் மெயில் பண்றா என்று நினைத்துக் கொண்டே சாமிக்கு பூ வைத்தான் பிரித்திவி.

"தீபம், எண்ணெய் எல்லாம் எங்கடா?" என்றாள். "அந்தக் கபோடுல தான் இருக்கும்" என்றதும் எடுத்துக் குத்து விளக்குக்கும் மற்ற சின்ன விளக்குக்கும் எண்ணெய் விட்டு திரி போட்டுத் தீபத்தை ஏற்றினாள்.

பிரித்திவியும் பூ வைத்து முடிக்கவும் "உன் பிரண்ட்ஸையும் மச்சானையும் கூப்பிடு" என்றாள்.

"அவனுக எதுக்கு" என்றான். "சாமி கும்பிடதான் சீக்கிரம் கூப்பிடு" என்றாள்.

வேறு வழியில்லாமல் இவளோட என்று முனகிக் கொண்டே வெளியில் சென்று மூன்று பேரையும் அழைத்து வந்தான்.

அவர்கள் வந்ததும் "சாமி கும்பிடுங்க" என்று சொல்லி எல்லாச் சாமிக்கும் சாம்புராணி பத்தி சூடம் எல்லாம் காட்டினாள்.

எல்லாம் முடுஞ்சு அவர்களுக்கு விபூதி கொடுத்தாள் பிரித்திவிக்குக் கொடுக்கும் போது அவளே வெச்சு விட்டு ஊதி விட்டவள் "எனக்கும் வெச்சு விடுடா" என்றாள்.

அவனும் அதைச் செய்து முடித்ததும், "நாளையிலிருந்து தினமும் இதே டைமுக்கு எல்லாரும் இங்கே இருக்கனும், தினமும் தனிதனியா கூப்பிட முடியாது சரியா" என்றவள், "வா சாப்பிட போகலாம்" என்று முன்னே நடந்தாள்.

ராகுலும் ராஜேஷும் பிரித்திவியைப் பார்த்து முறைத்துக் கொண்டி-ருக்க யுவராஜ் உள்ளுக்குள் சிரித்துக் கொண்டு வெளியில் பயந்த மாதிரி சென்றான்.

"வாங்கடா வேற வழியில்லை, அவளுக்கு இதெல்லாம் புரியற வரை சொல்றதை செஞ்சு தான் ஆகனும், இல்லைனா நம்மளை தப்பா புருஞ்-சுகிட்டு ஏடா கூடமா எதாவது பண்ணி வெச்சுருவா.

இவ என்ன பண்ணுவா என்ன செய்வான்னு ஒன்னும் புரிய மாட்-டேங்குது" என்று சொல்லி விட்டு மனைவியைத் தொடர்ந்து சென்றான்.

பிரித்திவி சமையலறைக்குச் சென்றதும் இதுவரை சமையலறைப் பக்-கம் எட்டிப் பார்க்காதவன் இப்பொழுது சென்றதால், எதாவது தப்பு பண்ணி விட்டோமோ என்று பயந்து விலகி நின்றார்கள் அனைவரும்.

"சமையல் முடுஞ்சுதா" என்று கேட்டான். "இன்னும் கொஞ்ச நேரத்-தில் எடுத்து வைக்கறோம்" என்று பரபரப்பாகச் சுழன்றார்கள்.

இவன் மனைவியோடு டேபிளில் போய் உட்கார்ந்து கொள்ளச் சமைச்சதை எல்லாம் எடுத்து வந்து வைத்தார்கள்.

அப்போது யுவராஜ் வரவும் "வா யுவராஜ் உட்கார்ந்து சாப்பிடு" என்று அவன் முன் ஒரு தட்டை வைக்க, அவன் மனைவி முகத்தில் எள்ளும் கொள்ளும் வெடிக்க "ஏன் அவனுக்குப் போட்டுத் திங்கத் தெரியாதா?" என்றாள்.

"உனக்குத் தெரியாதுன்னு தானே என்னைக் கூட்டி வந்த உன்னை விட இரண்டு வருஷம் தானே பெரியவன், அவனுக்கும் மட்டும் எப்படிப் போட்டு சாப்பிடத் தெரியும்" என்றான் பிரித்திவி.

அவள் முகத்தைத் திருப்பிக் கொள்ள "அத்தான் நானே வேற தட்டு எடுத்து வந்து போட்டுக்கறேன்" என்று வேறு எடுத்து வந்து போட்டுச் சாப்பிட்டான்.

இது என்ன இப்படி ஒரு அடம் என்று கோபம் வந்தாலும், காலேஜ் போகும் நேரத்தில் கோபப் படுத்த வேண்டாம் என்று அமைதியானான்.

அவளுக்கு டிபன் போட்டு வைக்கச் சாப்பிட்டாள். அவளுடைய டிபன் பாக்ஸை எடுத்து, மதியத்துக்குச் செய்திருந்த கலவை சாதத்தை அதில் நிறப்பி வைத்தவன், தண்ணீர் பாட்டிலிலும் தண்ணீரைப் பிடித்துப் பேக்கில் வைத்தான்.

ஊரையே நடுங்க வைக்கும் தன் அத்தான், தங்கச்சியிடம் படும் பாட்டைப் பார்த்தவன் நாமெல்லாம் இவளுக்கு எம்மாத்திரம் என்று

நினைத்தான்.

இதனால் தன் அத்தானை ரொம்பப் பிடித்துப் போனது அதுவரை அவனைப் பயத்துடன் பார்த்தவன் சிநேகமாகப் பார்க்க ஆரம்பித்தான்.

அவர்கள் இருவரும் சாப்பிட்டு முடித்ததும், அவர்களுடன் வெளியில் வந்ததும், தயாராக இருந்த கார் வந்து நின்றது. அதில் முன் பக்கம் இரண்டு பேர் இருக்க இவர்கள் இருவரும் பின் பக்கம் ஏறி அமர்ந்து கொண்டார்கள்.

அவள் அமர்ந்ததும் அவள் கையில் பேக்கை கொடுத்தவன் "யுக்தா கவனமா இரு" என்றான்.

அவங்க அப்பாவைப் போலவே அவளுடைய அழகு அவனையும் கொஞ்சம் பயம் கொள்ள வைக்க அவளிடம் எச்சரிக்கை செய்தான்.

"அதெல்லாம் நான் பார்த்துப்பேன் டாட்டா பாய் கண்ணா" என்று சொல்லி கையசைத்து விட்டுக் கிளம்பினாள்.

தன் ஆட்களிடம் கண்களால் எச்சரிக்கை செய்து அனுப்பினான் பிரித்வி.

அவள் கார் சென்ற அடுத்த நிமிஷம் அவன் முன் ஆஜரானார்கள் அவனுடைய நண்பர்கள் இருவரும்.

"டேய் நீ கல்யாணமானதிலிருந்து பக்கா குடும்பஸ்தனா மாறிட்ட எங்களையும் மாத்தறது சரியில்லை.

அந்த ரூமுக்குள்ள வந்ததும் இது நம்ம வீடு தானான்னு சந்தேகமே வருதுடா" என்று புலம்பினார்கள்.

மேலும் "காலைல காபி சாப்பிட வருவேன்னு பார்த்தோம் ஆளையே காணாம்" என்றார்கள்.

"சும்மா நீங்களா எதாவது கற்பனை பண்ணாதீங்க, நான் ஒன்னும் எனக்கு ஏத்த மாதிரி ஒரு பொண்ணைக் கல்யாணம் பண்ணிட்டு வந்து ஜாலியா இருக்கற மாதிரி பேசறீங்க.

பள்ளிக்கூடம் போற புள்ளையைப் புடுச்சுக் கல்யாணம் பண்ணி வெச்-சுருக்காங்க, அவ கூட மல்லுக் கட்டவே நேரம் சரியா இருக்கு.

இவளால நம்ம வேலை அப்படியே நிக்குது அமைச்சருக்குப் போன் போட்டு இரகசிய இடத்துக்கு வரச் சொல்லு, நான் போய்க் குளிச்சிட்டு ரெடியாகி வரேன் கிளம்பலாம்" என்றான்.

அவர்கள் இருவரும் வேலை விஷயம் என்பதால் கேளியை மறந்து அமைச்சருக்குப் போன் பேசச் சென்றார்கள்.

காலேஜ்க்குள் நுழைந்தவள் படு உற்சாகமாக உள்ளே சென்றாள். அவள் வகுப்பில் எல்லாரிடமும் முதல் நாளே நட்பாகப் பழகவும், அவளுடைய துடிப்பான பேச்சும் துருதுருன்னு இருக்கறதும் எல்லாரையும் ஈர்க்க அவளுடன் நட்பாக நிறையப் பேர் விரும்பினார்கள்.

இவளும் பாராபட்சம் பார்க்காமல் எல்லாரையும் இழுத்துப் போட்டு ஒரு பெரிய கேங் உருவாக்கிக் கொண்டாள்.

அன்று வகுப்பிற்கு வந்த லெச்சரைப் பார்த்ததும் அதிர்ந்து நின்றாள் அவரும் இவளைப் பார்த்து அப்படியே நின்று விட்டான்.

அவளைப் பார்த்ததும் கோபம் கொப்பளிக்க அதைக் காட்டாமல் மறைத்தவன் "இங்கதான் வந்து சேர்ந்திருக்கியா உன்னைக் கவனிச்சுக்கறேன்" என்றது அவன் பார்வை.

பக்கத்திலிருந்த நேத்ராவிடம் "இவர் யாருடி நேத்து வரலை" என்றாள்.

"இதென்னடி நமக்குப் பாடம் எடுக்கும் லெச்சரர் தான் பேர் சற்குணம் வேற யார் வகுப்புக்கு வருவாங்கன்னு நினைக்கற" என்றாள்.

இவன்கிட்ட படிக்கனுமா என்று முதலில் பயந்தவள் என்ன பண்ணிப் போடுவான் இத்தனை பேர் இருக்காங்களே என்று தைரியமானாள்.

சற்குணம் மனதில் ஒன்னு இவளைக் கல்யாணம் பண்ணனும், இல்லை அவள் அன்னைக்குப் பேசியதுக்கு இனிமேல் பதில் கொடுக்கனும், என்று முடிவு செய்து விட்டுப் பாடம் எடுக்க ஆரம்பித்தான்.

சம்யு பாடத்தைக் கவனித்தாலும் அவனின் பார்வை அடிக்கடி அவளைத் தீண்டி செல்வது, அவளுக்குக் கோபத்தை வரவழைத்தது.

அவன் பார்வை தன்னைத் தீண்டும் போது முறைத்துக் கொண்டே பாடத்தைக் கவனித்தாள்.

வேண்டமென்றே இடையில் இவளிடம் கேள்வி கேட்க, அவளிடம் சேட்டைகள் அதிகம் இருந்தாலும் படிப்பிள் எப்போதும் அவளுக்குக் கவனம் சிதறியதில்லை.

அவன் என்ன கேட்டாலும் தயக்கமே இல்லாமல் சொல்லி வகுப்பில் அவளுக்கு இன்னும் நல்ல பேரை பெற்றுக் கொடுத்திருந்தான் அவனையும் அறியாமல்.

வகுப்பு முடிந்து போகும் போதும் அவன் பார்வை அவளை அழுத்தப் பார்த்து விட்டுத் தான் சென்றது.

பிரித்திவி, ராஜேஷ், ராகுல் மூன்று பேரும் அமைச்சரைச் சந்திக்க இரகசிய இடத்துக்குச் சென்றார்கள்.

அவரும் வந்திருக்க "என்னாச்சுப் பிரித்திவி எதாவது அவசர வேலையா யார்ன்னு கண்டுபிடுச்சுட்டியா" என்றார் ஆர்வமாக.

"அதை நீங்க சொல்ற பதில்ல தான் இருக்கு உங்க பொருள் வரது நம்ம நாலு பேரைத் தவிர உங்க சைடு வேறு யாருக்கெல்லாம் தெரியும்?

இந்தச் சரக்கு வந்ததும் நீங்க யாரை வெச்சு பிரிச்சு எல்லா இடத்துக்கும் சப்ளை பண்ணுவீங்க?

சரக்கு யார் உங்களுக்குச் சப்ளை பண்றது? இதை எல்லாம் சொல்லுங்க. எங்க சைட் எல்லாம் செக் பண்ணி விட்டோம் வாய்ப்பில்லை. உங்க சைட்டு தான் தெரியனும்" என்றான்.

"அப்போ என் ஆளை நீ சந்தேகப் படறியா இத்தனை நாள் இல்லாம இப்ப எப்படி என் ஆட்கள் இந்த வேலையைப் பண்ணி இருப்பாங்க.

சரி உனக்குச் சந்தேகம் வந்துருச்சு சொல்றேன் கேட்டுக்கோ எல்லாம் சொல்றேன், ஆனா சரக்கு யார் அனுப்பினாங்கன்னு சொல்ல எனக்கு அனுமதி இல்லை" என்றார் அமைச்சர்.

பிரித்திவி அவரை அழுத்தமாகப் பார்த்தவன் "எங்க மேல சந்தேகப் பட்டு சொல்லக் கூடாதுன்னு நினைக்கறீங்களா?" என்றான். அவன் குரல் இறுகிப் போய் அவரை ஆழமாக ஊடுருவியது.

"அப்படி இல்லை எனக்கு மேலிடத்திலிருந்து சொல்லக் கூடாதுன்னு சொல்லி இருக்காங்க. அவங்களை மீறி நான் உன்கிட்ட சொல்ல முடியாது ஸாரி பிரித்திவி" என்றார் வருத்ததுடன் அமைச்சர்.

"சரி பரவாயில்லை மத்த தகவலை எல்லாம் சொல்லுங்க" என்று கேட்டு வாங்கிக் கொண்டு வீடு வந்து சேர்ந்தார்கள்.

வந்ததும், ராஜேஷும் ராகுலும் அமர்ந்து வாங்கி வந்த தகவலை எல்லாம் குறிப்பெடுத்துக் கொண்டிருந்தார்கள்.

"ராஜேஷ் அமைச்சர் சரக்கு யார்கிட்ட இருந்து வாங்கறார்ன்னு சொல்ல மாட்டேங்கறார்.

எனக்கு என்னவோ நம்ம கப்பலில் வந்த மாதிரி இன்னும் வேறு கப்பலிலும் வந்திருக்கலாம். இல்லை இனி வரலாம்ன்னு தோனுதுடா.

ஏன்னா இவர் சப்ளை செய்தவருக்கு மறுபடியும் சரக்கைக் கொடுக்க நம்மகிட்ட சொல்லலை, இந்தத் தொழில்ல சொன்னா சொன்ன நேரத்-

துல கொடுக்கனும்.

ஆனால் இதுவரை இதனால வேற எந்தப் பிரச்சனையும் வந்த மாதிரி தெரியலை. ஒன்னு இவர் வேற தரேன்னு சொல்லி இருந்தா அமைதியாகி இருப்பாங்க.

அப்படி இருந்தா சரக்கு இனி தான் வரும் நம்ம ஆட்களைப் போட்டுக் கவனமா கண்காணிக்கச் சொல்லு. கண்டிப்பா இந்த முறை அவங்க ஆட்கள் நேரடியா கொண்டு போய்ச் சேரவேண்டிய இடத்தில் சேர்ப்பாங்க" என்றான் பிரித்திவி.

"சரிடா அப்படிச் சரக்கு வந்தால் என்ன பண்றது நம்ம கப்பலுக்குத் தான் சரக்கு கொடுக்கனும்னு நாம கட்டாயப் படுத்த முடியாதே" என்றான் ராஜேஷ்.

"இனி கட்டாயப் படுத்துனாலும் நம்ம கப்பல்ல சரக்கு வராது, வேறு கப்பல்ல வரும். அந்தக் கப்பல் யாருது எவ்வளவு நாளா அதுல வருதுன்னு பார்க்கனும்.

துறைமுகத்தைச் சுத்தி நம்ம ஆட்கள் நிறையப் பேரை கண்காணிக்கச் சொல்லு. சின்னத் தடையமா இருந்தாலும் சொல்லச் சொல்லு, சரக்கு வந்து இறங்கினா நமக்கு உடனே தகவல் தரவேண்டும்ன்னு சொல்லிரு" என்றான் பிரித்திவி.

"சரிடா உன்னைப் புருஞ்சுக்கவே முடியலை விளக்கமா ஒன்னும் சொல்ல மாட்டே. அதைச் செய் இதைச் செய்ன்னு மட்டும் சொல்லு நாங்க எதைச் செய்யறதுன்னு தெரியாம முழிக்கறோம்" என்று முனுமுனுத்தான் ராகுல்.

அவனைப் பார்த்து முறைத்தவன் "எருமை செய்யுன்னா செஞ்சு தொலையேண்டா, என் பொண்டாட்டி மாதிரியே ஆயிரெத்தெட்டுக் கேள்வி கேட்பியா" என்று எரிந்து விழுந்தான்.

"அவ கேட்டா பதில் சொல்றைல எனக்கும் சொல்லு" என்றான் ராகுல்.

"அவளும் நீயும் ஒன்னாடா அவ தான் சின்னப் புள்ளைத் தனமா பக்குவமில்லாம உளறிட்டு திரியறானா, நீயும் ஏண்டா உயிரை வாங்கற போய் வேலையப் பாரு வந்துட்டான் போட்டி போட" என்றான் கோபத்துடன்.

அவன் ஏதோ கடுப்பில் இருக்கான் சரக்கு விஷயம் எதாவது தெரிந்திருக்குமோ என்று நினைத்துக் கொண்டு, அங்கிருந்து வெளியில்

சென்ற ராகுல், மூன்று பேருக்கும் டீ எடுத்துக் கொண்டு உள்ளே வந்-தான்.

அவன் முன் கொண்டு வந்து வைத்து விட்டு தனக்கு ஒன்னை எடுத்துக் கொண்டு ஓரமாகப் போய் அமர்ந்தவனைப் பார்த்து, "ஏன் சார் கையில் கொடுக்க மாட்டாரோ" என்றான்.

"ஏன் முன்னாடி வெச்சா நீ எடுத்துக் குடிக்க மாட்டியா? உனக்கு ஊட்டி வேற விடனுமா, பேசாம குடி எனக்குக் கோபம் வரும்" என்றான் ராகுல்.

பிரித்திவி டீயை எடுக்காமல் அப்படியே அமர்ந்திருக்க, கோபத்து-டனேயே எழுந்து வந்து எடுத்து அவன் கையில் கொடுத்தான்.

வாங்கிக் கொண்டவன் புன்னகையுடன் அதைச் சுவைத்தான். "பிரித்திவி உனக்கு எதாவது சிக்கி இருக்கா" என்றான் ராஜேஷ்.

"இன்னும் கன்பார்ம் ஆகலை கொஞ்சம் வெய்ட் பண்ணு முடுஞ்ச-தும் சொல்றேன்" என்றான்.

"சரிடா காலேஜ் போய் ஒரு வாரத்துக்கு மேல ஆகுது இன்னைக்குப் போய்ட்டு வரலாமா? இல்லை நீங்க நான் இல்லாதப்ப போனீங்களா" என்றான்.

"நாங்க ரெண்டு பேரும் ஒரு முறை போய்ட்டு வந்தோம், இனி அடுத்த வாரம் போனால் போதும்" என்றான் ராஜேஷ்.

"அப்ப சரிடா நான் போய்த் தூங்கறேன் கண்ணெல்லாம் எரியுது நைட் முழுவதும் தூக்கமே இல்லை" என்று சொல்லி விட்டு எழுந்து சோம்பல் முறித்தான் பிரித்திவி.

"புது மாப்பிள்ளை கொஞ்ச நாள் தூக்கம் கெடத்தான் செய்யும் அதை எல்லாம் பார்த்தால் முடியுமா" என்று சொல்லி ராகுல் நக்கலாகச் சிரிக்க.

"டேய் நீ என்கிட்ட உதை வாங்கப் போறன்னு நினைக்கறேன் வீணா கற்பனை பண்ணாதே.

சம்யுக்தா காதுல கேட்டா உன்னை வெச்சுச் செய்வா பார்த்துக்கோ. அவ ஒரு மாதிரி, வீணா வம்பை விலைக்கு வாங்காதே" என்றான்.

"பொண்டாட்டிக்குச் சப்போட் ம்ம்.. இருக்கட்டும் இருக்கட்டும்" என்று இழுக்க,

"உனக்குச் சொன்னால் புரியாது என்னமோ பண்ணித் தொலை" என்று சொல்லி விட்டு அவன் அறையை நோக்கிச் சென்றான்.

"ஏண்டா அவங்கிட்ட வம்பிழுக்கற சும்மா தான் இரேன்டா" என்றான் ராஜேஷ்.

"நீயும் பேசமாட்ட என்னையும் பேசவிடமாட்டே நான் என்ன தான் செய்யட்டும். இவன் பொண்டாட்டி வரக்கு முன்னாடி நம்ம கூடத்தானே அதிகம் இருப்பான் இப்ப பாரு எந்நேரமும் அவ கூடவே இருக்கான்" என்றான் ராகுல்.

"நீ என்னடா இப்படிப் பேசற கல்யாணமானா பொண்ட்டாட்டி கூடச் சுத்தாம உன் கூடவா சுத்துவான். நீ நாளைக்குக் கல்யாணம் பண்ணுனா அப்படித் தான் பண்ணுவியா?"

"உனக்கு ஏண்டா இந்தப் பொறாமை, விட்டா நீயே அவனைக் கல்யாணம் பண்ணிப்பே போல இருக்கு. அவ்வளவு என்னடா உனக்கு அவன் மேல பொசசிவ் நானேல்லாம் உன் கண்ணுக்கத் தெரியாதா நான் வேணா உன் கூடச் சுத்தட்டுமா?" என்றான் ராஜேஷ்.

அவனை முறைத்து விட்டு எழுந்து தன் அறைக்குச் சென்றான் ராகுல். இவனுக்கு என்னாச்சு என்று யோசனையுடன் துறைமுகத்தைப் பார்வையிடச் சென்றான் ராஜேஷ்.

சம்யு காலேஜ் முடுச்சு வீட்டுக்கு வரும் போது தான் எழுந்து குளிக்கச் சென்றிருந்தான் பிரித்திவி.

சம்யு பேக்கை சோபா மேல் போட்டு விட்டு பாத்ரூமுக்கு சென்றவள், அது உள் பக்கம் தாளிட்டிருக்க இங்க தான் இருக்கான் என்று நினைத்தவள், கதவை லாக் பண்ணிச் சாவியை எடுத்துக் கொண்டு சாப்பிடும் அறைக்குச் சென்றாள்.

ஆபீஸ் ரூமில் ராஜேஷும் ராகுலும் பேசிக் கொண்டிருக்க "அண்ணா பசிக்குது எனக்கு ஒருத்தியும் போய்ச் சாப்பிட என்னவோ போல இருக்கு நீங்க ரெண்டு பேரும் வாங்க கண்ணா இன்னும் தூங்கறான்" என்றாள்.

"சரி வாமா" என்று ராஜேஷ் எழுந்து வர, ராகுலையும் அழைத்தாள் அவனும் வர இருவரின் கையில் இருந்த போனை பிடுங்கி சாப்பிடற இடத்துக்கு இது எதுக்கு என்று அங்கயே வைத்தாள்.

"இல்லைமா போன் இருக்கட்டும் எதாவது அவசரம்னா வேணும்" என்றான் ராஜேஷ்.

"வீட்டுக்குள்ள என்ன அவசரம் அப்படி வேணும்னா இங்க வந்து எடுக்க எவ்வளவு நேரம் ஆகிடப் போகுது" என்றாள்.

"சரி" என்று சொல்லி போனை எடுக்காமல் அவள் பின்னே சென்றவர்கள், அவளோடு சேர்ந்து காபியும் சுண்டலும் சாப்பிட்டார்கள்.

இவள் வேண்டுமென்றே ஒவ்வொரு சுண்டலாக எடுத்து சாப்பிட்டுக் கொண்டே அவர்கள் இருவரிடமும் அவள் ஸ்கூல் படிக்கும் போது நடந்தது, அவர்கள் கிராமத்தில் நடந்தது என்று அவர்களிடம் சொல்லிக் கொண்டிருந்தாள்.

அதைக் கேட்டுச் சிரித்துக் கொண்டிருந்தார்கள் இருவரும், ஒரு மணி நேரத்துக்கு மேல் இவர்களின் அரட்டை கச்சேரி நடந்து முடிந்ததும் எழுந்து சென்றார்கள்.

ராஜேஷும் ராகுலும் ஆபீஸ் அறைக்குச் செல்ல சம்யு தன் அறைக்குச் சென்றாள்.

ஆபீஸ் அறைக்குச் சென்ற இருவரும் போன் எதாவது வந்திருக்கா என்று எடுத்துப் பார்க்க, பிரித்திவி பத்து முறைக்கு மேல் அழைத்திருப்பதைப் பார்த்து பதட்டத்துடன் அவன் அறையை நோக்கி ஓடினார்கள்.

அதற்குள் கதவை திறந்திருந்த சம்யு எதுவும் நடக்காதது போல் உள்ளே சென்றாள்.

அவளைப் பார்த்ததும் கோபம் உச்சத்திற்கு ஏற அவள் முன் சென்றவன் "எதுக்குடி என்னை உள்ள வெச்சு லாக் பண்ணுன" என்றான்.

"நீ அன்னைக்கு இப்படித் தானே பண்ணுன அதான்" என்றாள் சிரிப்புடன்.

"நீயும் நானும் பண்ணுனது ஒன்னாடி" என்று அவள் கன்னத்தில் மொத்த கோபத்தையும் சேர்த்து ஒன்று விட்டான்.

அவன் இருந்ததுக்குச் சாதாரணமா அடுச்சாளே தாங்காதவள், கோபத்தில் விட்ட அறையில் போய்ச் சோபா காலுக்குக் கீழே விழுந்தாள்.

அந்தச் சோபா முனை அவளுடைய நெற்றியில் பட்டது தான் அவளுக்கு ஞாபகம் இருந்தது, என்ன நடந்தது என்றே புரியாமல் மயங்கிச் சரிந்தாள்.

உள்ளே வந்திருந்த இருவரும் தடுக்கும் முன் இதெல்லாம் நடந்து விட, இருவரும் சம்யுவிடம் ஓடிப்போய்த் தூக்கினார்கள்.

அவள் பேச்சு மூச்சில்லாமல் கிடப்பதைப் பார்த்து "டேய் இப்படியாடா அடிப்ப" என்று கத்தியவர்கள் அவளைத் தூக்க,

அவள் நிலையை உணர்ந்தவனுக்குக் கோபமெல்லாம் பறந்து அவளுக்கு என்னாச்சோ என்ற பதற்றம் தொற்றிக் கொண்டது.

அவளிடம் ஓடியவன் அப்படியே தூக்கி மெத்தையில் படுக்க வைத்து விட்டு அவள் கண்ணத்தில் "யுக்தா யுக்தா" என்று வேகமாகத் தட்டி-னான்.

அப்பொழுது தான் தன் கை அவள் கன்னத்தில் எவ்வளவு அழுத்த-மாகப் பதிந்திருக்கு என்று தெரிந்தது. அந்தப் பிஞ்சு கன்னத்தில் இரத்த சிவப்பில் அப்படியே அவன் கை அதில் தெரிந்தது.

அவனுக்குக் கண் கலங்கிப் போக அவசரப்பட்டுடனே என்ற குற்ற உணர்ச்சி மேலோங்க, அங்கிருந்த தண்ணியை எடுத்து அவள் மேல் தெளித்தான்.

அவள் லேசாகக் கண் அசைவதை உணர்ந்தவன் "உங்க ரெண்டு பேரையும் அப்பறமா கவனிச்சுக்கறேன் வெளில போங்க" என்று இருவ-ரையும் வெளியே தள்ளி கதவை லாக் பண்ணிக் கொண்டான்.

மனைவியின் அருகில் சென்று அமர்ந்து அவளைத் தூக்கி தன் மடி-யில் போட்டுக் கொண்டு மறுபடியும் அவள் கன்னத்தைத் தட்டினான்.

இன்னும் கொஞ்சம் தண்ணிரைத் தெளித்தவன் அவள் மெல்ல கண் விழிக்க, அவளைச் சாய்த்த மாதிரி பிடித்துத் தண்ணீரை அருந்த வைத்-தான்.

முழுதாகக் கண் விழித்தவளுக்கு நடந்ததெல்லாம் ஞாபகம் வர அவனைத் தள்ளி விட்டவள் கோபத்துடன் எழுந்தாள்.

அவளை விடாமல் பிடித்துத் தன் கைக்குள் கொண்டு வந்தவன் "ஸாரிடி கோபத்துல அடுச்சுடேன்" என்றான் அவள் கண்ணத்தை வரு-டிக் கொண்டே.

தட்டி விட்டவள் அவனிடம் ஒரு வார்த்தைப் பேசவில்லை. அவன் எவ்வளவோ சமாதானப்படுத்திப் பார்த்தான் வாயே திறக்கவில்லை. அவனுக்குத் தான் அவள் பேச்சில்லாமல் எதையோ இழந்த மாதிரி ஆனது.

அடுத்த நாள் காலை வரை எவ்வளவோ செய்து பார்த்து விட்டான் எதுவும் அவளிடம் எடுபடவில்லை. அவளே எல்லாம் செய்து கொண்டு காலேஜ் கிளம்பி விட்டாள்.

அவள் சென்றதும் தான் ஆபீஸ் அறைக்குச் சென்றான் அங்கே இருவரும் சிஸ்டத்தில் ஏதோ பன்னிக் கொண்டிருக்கப் பிரித்திவி இருந்த

கோபத்தை எல்லாம் அவர்கள் மீது காட்டினான்.

"நேத்து அவ்வளவு நேரம் போன் பண்ணினேன் எங்கடா போய்த் தொலைஞ்சீங்க எல்லாம் உங்களால தான்" என்று கத்தினான்.

"சம்யு சாப்பிட அவளுக்குத் துணைக்கு வரச்சொல்லி கூட்டிட்டு போனா. போனையும் இங்கே வெச்சுட்டு வரச்சொல்லிட்டா எங்களுக்கு அப்போ புரியலை. ஏதோ விளையாட்டுக்குப் பண்ணுன பிள்ளைய இப்படியாடா போட்டு அடிப்ப பாவம் சின்னப் பொண்ணு தான,

காலைல இருந்து அவ சத்தமே இல்லாம என்னவோ போல இருக்குடா. உனக்கு எதுக்கு இவ்வளவு கோபம் வந்துச்சு" என்றார்கள் இருவரும்.

"அவளுக்குத் தான் அறிவில்லைனா, உங்க அறிவை கடன் கொடுத்துட்டீங்களாடா நாம பண்ற தொழிலுக்குக் கதவை லாக் பண்ணி வெச்சு விளையாட முடியுமா?

நான் எவ்வளவு பயந்துடேன் தெரியுமா? என்னால வெளியில வரமுடியலை உங்க யாருக்காவதோ அவளுக்கோ எதாவது ஆச்சுனா விளையாட்டு விபரீதமா ஆகியிருக்கும்.

இன்னொரு முறை இப்படிப் போன் பண்ணி எடுக்கலை உங்க ரெண்டு பேருக்கும் அன்னைக்குத் தான் கடைசி நாளா இருக்கும் ஜாக்திரதை" என்று கோபத்துடன் கத்தி விட்டுச் சென்றான்.

இரவு வரை வரவே இல்லை நைட் வந்ததும் மனைவியைப் போய்ப் பார்க்க, அவள் அப்படி ஒருவன் இருப்பதைப் போலவே ஞாபகம் இல்லாதவள் போல அவள் வேலையைப் பார்த்துக் கொண்டிருந்தாள்.

அடுத்தடுத்த நாட்களும் அவன் அவளைக் கொஞ்சுவதும் கெஞ்சுவதும் என்று அவனுக்கான மட்டும் பார்த்து விட்டான்.

சம்யு இறங்கியே வரவில்லை அவனுக்கு அவள் பழைய சம்யுக்தாவா மாறமாட்டாளா? என்று ஏக்கம் வந்தது.

அவளையே சுத்தி வந்தாலும் கண்டு கொள்ளாமல் மௌனவிரதம் இருந்தாள் சம்யு.

அதே சமயம் ராஜேஷ் ராகுலிடம் அரட்டை அடித்துக் கொண்டிருந்தாள். சாப்பிடும் போதும் அவருகளுடனேயே சென்றாள்.

பிரித்திவி எதாவது அவள் தட்டில் எடுத்து வைத்தால் அதை அப்படியே வைத்து விட்டு எழுந்து சென்றாள்.

எந்தக் கவலையும் இல்லாமல் தன் வேலையை மட்டும் பார்த்துக் கொண்டிருந்தவனுக்கு, இப்போ சம்யு பெரிய தலைவலியாக மாறி இருந்தாள்.

அவள் பேசாமல் இருந்த ஒவ்வொரு நிமிஷமும் இவனுக்கு யுகமாகக் கழிந்தது. அவளுடைய பேச்சுக்குப், பார்வைக்குக், குறும்புக்கு ஏங்கிப் போனான் பிரித்திவி.

ராஜேஷுக்கும் ராகுலுக்குமே அவனைப் பார்க்க பாவமாக இருந்தது. சம்யுவிடம் பேசினார்கள்.

"அண்ணா அவனைப் பத்தி பேசுனீங்க நான் உங்க கூடவும் பேசமாட்டேன்" என்று பிடிவாதமாகச் சொல்லி விட்டு எழுந்து சென்றாள். அவளையே பார்த்துக் கொண்டு அமர்ந்திருந்தார்கள் இருவரும்.

13

அத்தியாயம் 13

பதினைந்து நாள் கழித்துப் பிரித்திவிக்கு லாரன்ஸிடம் இருந்து போன் வந்தது.

அவனைச் சந்திக்கச் சென்றான் இருவரும் யாருக்கும் தெரியாமல், பிரித்திவியின் மருத்துவமனையில் உள்ள அண்டர்கிரவுண்டில் இருக்கும் இரகசிய அறையில் சந்தித்தார்கள்.

"பிரித்திவி நீ சந்தேகப் பட்டது சரியாப் போச்சு, அமைச்சர் தணி-காச்சலம் இன்னும் இரண்டு அமைச்சர்களோடு சேர்ந்து இரகசியக் கூட்-டம் போட்டாங்க.

தணிகாச்சலம் வேறு ஒரு ஷிப் மூலம் கொண்டு வந்த ஆயுதங்கள் எல்லாப் பக்கமும் அனுப்பிப் பிரச்சனையையும் சரி பண்ணிட்டார்.

நீ யார் மூலம் பிருச்சுக் கொடுப்பீங்க. எங்க எல்லாம் கொடுப்பீங்-கன்னு கேட்டீல்ல அதுக்கு அவர் சொன்ன தகவல் எல்லாம் பொய்.

அவர் சொன்ன ஆட்கள் எல்லாரும் நல்லவங்க அவர் இதுக்கெல்-லாம் வேறு ஆட்களைப் பயன்படுத்தறாங்க.

சரக்கு வரும் போது மட்டும் தான் அவங்க வெளியில் வருவாங்க வேலைய முடுச்சுட்ட அவங்கெல்லாம் எங்கயோ மாயமா மறைஞ்சு போயிறாங்க" என்றான்.

"சரி இப்ப டெலிவரி பண்ணுன ஆட்கள் அட்ரெஸ் எல்லாம் எங்கே கொடு இனி முழு நேரமும் அவரைக் கண்கானிப்பது மட்டும் தான் உங்க வேலை,

முரளிய கவனமா இருக்கச் சொல்லு அவங்க இடத்துல இருக்கான் சந்தேகம்ன்னு வந்துட்டா உயிரோட விடமாட்டாங்க.

அவருடைய எல்லாப் போன்கால்ஸும் என்னோட ஆபீஸ் ரூமில் நான் கேட்கனும்.

அடுத்து இன்னும் பதினைந்து நாள் கழிச்சு இதே அறையில் நாம் மீட் பண்ணுவோம். அதுவரை என்னிடம் எந்தத் தொடர்பும் வேண்டாம் சரியா.

இன்னும் அவருக்கும் மத்த அமைச்சருக்கும் இதைக் கொடுக்கற ஆள் நமக்குத் தெருஞ்சாகனும், இந்தத் தொழிலில் ஒருத்தரை அடுச்சு தான் ஒருத்தர் முன்னுக்கு வர முடியும்.

துறைமுகத்துக்கு வரும் ஒவ்வொரு கப்பலும் எங்க இருந்து வருது என்ன சரக்குக் கொண்டு வருது, எல்லாம் நமக்குத் தெரியனும் கவனமா இரு" என்று அவனுக்கு எச்சரிக்கை செய்தான்.

அவர்களுடைய தொழில் விஷயம் பேசி முடுச்சதும் அவர்கள் இரு-வர் முகத்திலும் கொஞ்சம் புன்னகை எட்டிப் பாரத்தது.

"பிரித்திவி உனக்குக் கல்யாணம் ஆயிருச்சுன்னு கேள்விப்பட்டேன்" என்றான் லாரன்ஸ்.

"நீ கேள்விப்பட்டால் அது பொய்யா இருக்குமா ஆமாம் டா அம்மா பொண்ணை ரெடிபண்ணிட்டு தான் என்னைக் கூப்பிட்டாங்க,

இந்தச் சூழ்நிலையில யாருகிட்டயும் சொல்றது நல்லதில்லைன்னு ராஜேஷ், ராகுலைக் கூடக் கூட்டிட்டுப் போகலை நான் மட்டும் தான் போனேன்.

கல்யாணம் பண்ணி அம்மாட்டயே கொஞ்ச நாள் விட்டுட்டு வரலாம்ன்னு தான் போனேன் ஆனா கூட்டி வரவேண்டிய சூழ்நிலை-யாயிருச்சு.

அவ வந்ததிலிருந்து இந்த ராகுல் பையன் என்கிட்ட சரியா கூடப் பேசரது இல்லை என்னாச்சுன்னு தெரியலை" என்றான்.

"பூனைக்குட்டி மாதிரி உன்பின்னாடியே திருஞ்சவன் தீடீர்ன்னு ஒரு ஆளைக் கூட்டி வந்தீன்னா அவனுக்குக் கடுப்பாகாதா" என்று சொல்லி சிரித்தான். பிரித்திவியும் "இருக்கும் இருக்கும்" என்று சொல்லி சிரித்-தான்.

"சரி நீ கிளம்பு லாரன்ஸ் நான் கொஞ்ச நேரம் கழிச்சுப் போறேன் கவனமா இரு" என்று அறிவுருத்தி அனுப்பி வைத்தான்.

கொஞ்ச நேரம் கழித்து மருத்துவமனையிலிருக்கும் தன் அறைக்குச் சென்றவன், அங்கே இருந்த வேலைகளை முடித்து விட்டு வீட்டிற்குக் கிளம்பினான்.

இவன் வீட்டு வாசலில் காரை நிறுத்த ராஜேஷும் ராகுலும் காரை எடுத்தவர்கள் இவனைப் பார்த்ததும் நிறுத்தி விட்டு இறங்கினார்கள்.

"எங்கடா போனே சொல்லிட்டு போகமாட்டியா" என்றான் கோபத்துடன். "ராகுல் ஹாஸ்பிடல் கணக்கெல்லாம் பாக்காம இருந்தது அதைப் பார்த்துட்டு வரேன்டா நீங்க ரெண்டு பேரும் எங்க கிளம்பிட்டீங்க" என்றான் பிரத்திவி.

"காலேஜ்க்கு போய்ட்டு வரலாம்னு கிளம்பினோம் இருபது நாளுக்கு மேலாச்சு இன்னும் போகலை அதான்" என்றான் ராஜேஷ்.

"சரி வாங்க நானும் வரேன் என் பொண்டாட்டி வீட்டுல தான் என் கிட்ட பேசமாட்டேங்குறா காலேஜ்ல அவளை வரவெச்சு பேசி சமாதானப்படுத்த பாக்கறேன்" என்று சொல்லி அவர்களோடு சென்றான்.

ராஜேஷ் டிரைவர் சீட்டில் அமர பிரித்திவி ராகுலை இழுத்துக் கொண்டு பின் சீட்டில் ஏறிக் கொண்டான்.

"விடுடா என்னை" என்று அவன் பிடியிலிருந்து விலகப் பார்த்தான். இரும்புப் பிடி போல் இருந்த அவன் கையிலிருந்து விலக முடியாமல் எரிச்சலுடன் "இது என்ன கை வலிக்குது விடுடா" என்றான்.

பிரித்திவி "வலிக்குதா நான் அழுத்திக் கூடப் பிடிக்க வில்லை உனக்கு வலிக்குதா" என்றான் அவனை முறைத்துக் கொண்டே.

"பின்ன இது என்ன கையா எங்களை விட்டுட்டு ஸ்பெஷலா என்ன தான் சாப்பிடுவியோ.

நீ மட்டும் எப்படி ஸ்ராங்கா பாடிபில்டரா இருக்க ஒரு அடிவிட்டாளே ஆள் செத்து போயிரனும் போலயே

இதுக்குன்னு ஸ்பெஷல் டிரெனிங் எடுத்தியா? பாவம் சம்யு எப்படித் தான் தாங்குனாளோ?" என்றான்.

"அதுகிடக்கட்டும் உனக்கு என் மேல என்னடா கோபம் ஏன் இப்ப எல்லாம் நீ என்கிட்ட சரியாப் பேசறது இல்லை" என்றான் பிரித்திவி.

"யாரு நாங்க சரி தான் உனக்கு எங்க எங்களைக் கண்ணுக்குத் தெரியுது உன் பொண்டாட்டிய சமாதானப் படுத்தவே நேரம் சரியா இருக்கு,

தெரியாம ஒரு அறை விட்டுட்டு அவகிட்ட நீ படறபாடு இருக்கே அப்பப்பா உன்னத் தலையால தண்ணி குடிக்க வெக்கறா இதில் நீ எங்கத்த எங்களைக் கவனிக்கறது" என்றான் ராகுல்.

"அதென்னமோ வாஸ்தவம் தான் என்னமா கோபம் வருது அவளுக்கு இதுவரை என்கிட்ட ஒரு வார்த்தை பேசலையே.

என்ன ஒரு பிடிவாதம் முடியலைடா எப்ப பழையபடி பேசுவான்னு ஏக்கமா இருக்கு. லொடலொடன்னு எந்நேரமும் எதையாவது பேசிட்டே இருப்பா,

அவளோட வாடா போடான்னு கூப்பிடறது காதுல கேட்டு வருஷக்கணகான மாதிரி பீலாகுதுடா.

எங்கம்மாட்ட தினமும் பேசறா அப்படி என்ன தான் பேசுவாங்கன்னு தெரியலை கிட்டயே இருந்தாலும் எனக்குக் காது கேக்காதுடா.

எங்கம்மாவுக்கு எப்படித் தான் காது கேட்டு இவளுக்குப் பதில் சொல்றாங்களோ தெரியலை. முன்னை எல்லாம் அம்மா கூடப் பேசக் கூடாதுன்னு நினைப்பேன், அதே மாதிரி இருப்பேன்

இப்ப இவ தினமும் பேசறா எனக்கும் பேசனும்னு இருக்கும்ல, எங்கம்மா அவன்கிட்ட கொடு பேசறேன்னு ஒரு நாளாவது சொல்றாங்களான்னு, நானும் அவ பேசற இடத்திலயே சுத்தறேன்.

இரண்டு பேரும் சேர்ந்து என்னைத் தான் சுத்த விடறாங்க கண்டுக்கவே இல்லைடா.

போற போக்கை பார்த்தா நான் மட்டும் தான் தனியா நிற்பேன் போல, இவ எனக்கு இருந்த ஒரே உறவையும் வளைச்சு போட்டுகிட்டா" என்று புலம்பியவன்,

"இன்னைக்கு எப்படியாவது பேசி சமாதானம் பண்ணிறனும் இதுக்கு மேல தாங்காது சாமி" என்றான் பிரித்திவி.

ராகுலும் ராஜேஷும் ஒருவரை ஒருவர் பார்த்துச் சிரித்துக் கொண்டவரகள் "ஏன் அடிக்கனும் இப்படி அவஸ்தை படனும்" என்றார்கள்.

"யாருக்கு தெரியும் இந்தக் காலனாவுக்கெல்லாம் இவ்வளவு கோபம் வரும் ரோஷம் இருக்கும்ன்னு" என்று சொல்லிக் கொண்டே,

வெளியில் பார்த்த பிரித்திவி "அதுக்குள்ள காலேஜ் வந்துருச்சா" என்று கேட்கவும், ராஜேஷ் காரை நிறுத்தவும் சரியாக இருந்தது.

பிரித்திவியும் ராகுலும் இறங்கினார்கள். ராஜேஷ் காரைப் பார்க் பண்ணி விட்டு வர மூவரும் உள்ளே நடந்தார்கள்.

பிரித்திவியின் கண் அந்த இடத்தை எல்லாம் நொடிப் பொழுதில் வலம் வர ஆரம்பித்தது. எங்கயாவது மனைவி தென்படுகிறாளா என்று.

அவள் இருந்தாலும் தெரியமாட்டாள் எப்படியும் தனியா இருக்க மாட்டா, நாலு பேருக்கு நடுவுல உட்காந்து நாட்டாமை பண்ணிட்டு இருப்பா என்று நினைத்துக் கொண்டான்.

அது லன்ச் டைம் என்பதால் எல்லாரும் ஆங்காங்கே மரத்து நிழலில் அமர்ந்து சாப்பிட்டுக் கொண்டிருந்தார்கள்.

அப்போது ராஜேஷ் "டேய் அங்க ஒருத்தன் தரையில் படுத்துக்கிட்டு என்னடா பண்றான். கையக் காலை ஆட்றதைப் பார்த்தால் பிட்ஸ் போல் தெரியுது வா" என்று ஓடினார்கள்.

இவர்களைப் பார்த்ததும் எல்லாரும் பயத்துடன் மிரண்டு போய்ப் பார்த்துக் கொண்டிருக்க, கிட்டே சென்றதும் தான் புரிந்தது அவர்களுக்கு,

கீழே கிடந்தவனைத் தூக்க அது யுவராஜ். அவனுக்கு அருகில் அவன் மனைவி இன்னும் நாலைந்து பேர் அமர்ந்திருந்தார்கள்.

இவனைப் பார்த்ததும் அந்தக் கூட்டம் பயத்துடன் நடுங்கிக் கொண்டே எழுந்து நின்றார்கள்.

"போச்சு இன்னைக்கு நல்லா மாட்டினோம் இதுக்குத் தான் நான் வேண்டாம்ன்னு சொன்னேன்" என்று சஞ்சய் பயத்துடன் புலம்பிக் கொண்டிருந்தான்.

"என்ன நடந்துச்சு" என்று யுவராஜைப் பார்த்துக் கோபமாகக் கேட்டான் பிரித்திவி. அவனின் பார்வையோ அங்கே இருந்த எல்லாரையும் ஊடுருவியது.

"ஒன்னுமில்லை சும்மா கீழே படுத்திருந்தேன்" என்று தன் தங்கையைக் காப்பாற்றும் பொருட்டுச் சொன்னான்.

"அப்படியா" என்று புருவத்தைச் சுருக்கியவன், மனைவியைக் கோபமாக முறைத்து விட்டு இவ தான் எதாவது பண்ணி இருப்பா.

அன்னைக்கே சொன்னால்ல காலேஜ்ல போய்க் கவனிச்சுக்கறேன்னு.

வீட்டுலயும் இவனைக் கண்டால் ஆகாது. அதுக்காக மத்தவங்க முன்னாடி இப்படியா பண்ணுவா, என்று நினைத்துக் கொண்டவன், அந்தக் கூட்டத்திலிருந்து ஒரு பெண்ணை அழைத்து, "என்ன நடந்துச்சுன்னு சொன்னால் தப்பிச்சீங்க

இல்லை எனக்கு வர்ர கோபத்துக்கு" என்று பல்லைக் கடிக்க, அதுவரை அவனிடம் பேசாத அவன் மனைவி கொஞ்சம் கூடப் பயமில்லாமல் "நானே சொல்றேன்" என்றாள்.

"நீ வாயை மூடு பேசாதடி" என்று கத்தியவன். "நீ சொல்லுமா" என்று அந்தப் பொண்ணைப் பார்த்து கேட்டான்.

"சார் சும்மா ரேக்கிங் பண்ணலாம்ன்னு இவனை நீச்சலடிக்கச் சொன்னோம் சார்" என்றாள் தயங்கி தயங்கி.

"நம்ம காலேஜ்ல அதெல்லாம் இல்லைன்னு தெரியாதா? இதென்ன புதுசா எல்லாம் பண்றீங்க" என்றான் எரிச்சலுடன்.

அந்தப் பெண்கள் முழித்துக் கொண்டிருக்க யுவராஜைப் பார்த்து, "இவங்க சொன்னா உடனே செய்வியா? உனக்குன்னு அறிவே இல்லையா? பிரின்ஸிபல் லெக்சரரிடம் கம்ளைண்ட் பண்ண வேண்டியது தானே" என்றான்.

அவன் திருதிரு என்று முழிக்க "எல்லாரும் பிரின்ஸ்பல் ரூமுக்கு போங்க வரேன்" என்றான்.

சுற்றிலும் இருப்பவர்கள் என்ன நடக்கப் போகுதோ என்று பதட்டத்துடன் இவர்களையே பார்த்துக் கொண்டிருக்க.

அவர்கள் "சார் சார் பிளீஸ் இந்த ஒரு முறை மன்னிச்சிருங்க சார் இனி இப்படிப் பண்ண மாட்டோம்" என்று கெஞ்சினார்கள்.

"அப்படி எல்லாம் விட முடியாது இதைப் பார்த்து நாளைக்கு வேற யாராவது பண்ணுவாங்க, நீங்கெல்லாம் படிக்க வந்தீங்களா இல்லை டைம்பாஸுக்கு வந்தீங்களா?

இந்தக் காலேஜ்ல இடம் கிடைக்காதான்னு எத்தனை பேர் நினைக்கறாங்க அதுக்குக் காரணம் அவங்க பிள்ளைகளோடு பாதுகாப்புக்காகத் தான்.

ஆனா இங்க என்னடான்னா புதுசா ரேக்கிங் பண்றீங்களோ உங்களை எல்லாம்" என்று கோபத்துடன் திட்டியவன் "வாங்க" என்று சொல்லி விட்டு முன்னே நடந்தான்.

அவர்கள் அனைவரும் பயத்துடன் பின்னே செல்ல யுவராஜ் மட்டும் "சார் விட்ருங்க சார் இந்த ஒரு முறை பாவம் பாதிக்கப்பட்ட நானே சொல்றேன்" என்று வாதாடிக் கொண்டே சென்றான்.

எதையும் காதில் வாங்கிக் கொள்ளாமல் அவனை முறைத்து விட்டு "இது வீட்டுல நடக்கற பிரச்சனை இல்லை யுவராஜ்

இதை இப்படியே விட்டால் மற்ற பிள்ளைகளும் பாதுகாப்பா காலேஜ் வந்துட்டுப் போக முடியாது. காலேஜ்ல ரூல்ஸ் எல்லாருக்கும் ஒன்னு தான்.

நம்ம உறவை எல்லாம் வீட்ல போய் வளர்க்கலாம், இங்கே பேசாம வரையா" என்று சொல்லி விட்டு பிரின்ஸிபில் அறைக்குச் சென்றான்.

சம்யுவுடன் மற்ற தோழிகள் கையைப் பிசைந்து கொண்டு பயத்துடன் மெதுவாக நடக்க, சம்யுவுக்கும் கொஞ்சம் பயமாகத் தான் இருந்தது. எப்படிச் சமாளிப்பது என்று நினைத்துக் கொண்டே உள்ளே சென்றாள்.

பிரித்திவியை இந்த நேரத்தில் இவ்வளவு கோபத்துடன் எதிர்பார்க்-காத பிரின்ஸிபில் பதட்டத்துடன் எழுந்து நின்றார்.

இவர்கள் அனைவரையும் பார்த்ததும் ஏதோ பிரச்சனை என்று பயந்து போனவர் பிரித்திவியைப் பார்த்து எச்சில் விழுங்கினார்.

"யுவராஜ் சொல்லு என்ன நடந்துச்சுன்னு" என்று அதிகாரத்துடன் சொன்னான் பிரித்திவி.

சம்யுவுக்கு இன்னும் பயம் தொற்றிக் கொள்ள ராஜேஷிடமும் ராகு-லிடமும் மெதுவாகச் சென்றவள், "அண்ணா நீங்க எதாவது சொல்லி இவனை இங்கே இருந்து கூட்டிப் போங்க" என்றாள்.

அவளை முறைத்த இருவரும் "எதுக்கு உன் புருஷன் எங்க மேல பாயவா, உன்னை யாரு இந்த வேலை எல்லாம் பண்ணச் சொன்னது" என்றார்கள் அவர்கள் இருவரும் மெதுவாக.

"இந்த நேரத்துல இவன் வருவான்னு யாருக்குத் தெரியும் நீங்க எதாவது பண்ணுங்க அண்ணா" என்றாள்.

சத்தத்தைக் கேட்டு திரும்பி சம்யுவை முறைத்தான் பிரித்திவி. அவள் கொஞ்சம் தள்ளி சென்று நின்று கொண்டாள்.

யுவராஜ் பாதி உண்மையும் பாதிப் பொய்யுமாக "நான் இவங்களைக் கிண்டல் பண்ணினேன் சார் அதுக்குப் பதிலா இவங்க என்னை ரேக்கிங் பண்ணினாங்க" என்றான்.

சம்யுவின் நண்பர்கள் அதிர்ந்து போனார்கள். அவர்கள் அனைவ-ருக்கும் யுவராஜை ரொம்பப் பிடித்துப் போனது. பாவம் நம்ம செய்த தவறுக்கு அவன் பாதிக்கப் படக்கூடாது என்று நினைத்தார்கள்.

அதற்கு ஒரு படி மேலே போய் நேத்ராவுக்கு அவன் மேல் காதல் பெருக "சார் நாங்க தான் தப்பு செய்தோம் யுவராஜ் மேல் எந்தத் தவறும் இல்லை" என்று சொன்னாள்.

எல்லாரும் ஆமோதிக்கப் பிரின்ஸிபலுக்கும் கோபம் வந்தது "இதுவரை இப்படி ஒரு சம்பவம் இந்தக் காலேஜ்க்குள் நடந்ததில்லை"

பிரித்திவி இருந்ததால் எதுவும் சொல்ல முடியாமல் அவனே முடிவெடுக்கட்டும் என்று நினைத்தார்.

"என்ன பண்ணலாம் சார்" என்றான் பிரித்திவி. "நீங்களே சொல்லுங்க சார்" என்றார் பிரிஸ்பில்.

"சார் இன்னையிலிருந்து ஒரு வாரம் இவங்க எல்லாரும் ஆறு மணிக்குக் காலேஜ் வந்து, எல்லா இடத்தையும் சுத்தம் பண்ணனும் அதை யுவராஜ் கண்காணிக்க வேண்டும்.

அதுமட்டுமில்லாம ஆளுக்கு ஐந்தாயிரம் ஃபைன் கட்டனும், அந்தப் பணத்தைக் கலெக்ட் பண்ணி யுவராஜ் இங்கே காலேஜ் சுத்தம் பண்ணுபவர்களுக்குப் பிரிச்சு கொடுக்கனும்" என்று உத்தரவிட்டான்.

"எல்லாரும் செய்யறோம் சார்" என்று தலையாட்டி விட்டுச் செல்ல, "யுவராஜ் இந்தத் தண்டனையைப் போர்டில் எழுதிப் போடு, பார்ப்பவர்களுக்குப் பயம் வரட்டும்" என்றான் பிரித்திவி. சரி என்று தலையாட்டினான் யுவராஜ்.

எல்லாரும் சென்றிருக்க அவன் மனைவி மட்டும் அப்படியே நின்றிருந்தாள்.

பிரின்ஸிபில் "நீ ஏன் மா நிக்கற போ அதான் சார் சொன்னாருள்ள காதுல விழலையா?" என்றார்.

அதைக் காதில் வாங்காதவள் போலப் பிரித்திவியின் அருகில் சென்றவள், அவன் பேண்ட் பாக்கெட்டில் கைவிட்டு அவன், "என்னடி பண்ற" என்று கத்த கத்த பர்ஷை எடுத்து அதிலிருந்து பணத்தை எடுத்தவள், அங்கிருந்த யுவராஜ் கையில் திணித்து விட்டு, பர்ஸை தூக்கி பிரின்ஸிபல் டேபிலில் போட்டு விட்டு கோபத்துடன் அங்கிருந்து சென்றாள்.

பிரின்ஸிபில் அதிர்ந்த முகத்துடன் "சார்" என்று இழுக்க, பிரித்திவி எல்லார் முன்பு அவள் நடந்து கொண்டது கோபத்தைக் கொடுத்தாலும், அதை விடக் கூச்சமே அதிகமாக இருந்தது.

எதா இருந்தாலும் யோசிக்காம ஒரு நிமிஷத்துல செஞ்சுட்டு போயிட்டா நான் தான் தர்மசங்கடத்துல மாட்டிக்கறேன் என்று நினைத்துக் கொண்டு, பர்ஷை எடுத்துப் பாக்கெட்டில் வைத்துக் கொண்டவன்.

"சார் அவளை எதுவும் தவறா நினைச்சறாதீங்க அவ என் பொண்டாட்டி தான் இவன் என் மச்சினன்" என்றான்.

அவருக்கு இன்னும் தூக்கி வாரிப் போட "எப்ப சார் கல்யாணம் நடந்துச்சு?" என்றார்.

"அது எதுக்கு சார் உங்களுக்கு இந்த விஷயம் யாருக்கும் தெரியவேண்டாம்" என்று அழுத்தமாகச் சொன்னவன், யுவராஜை அழைத்துக் கொண்டு வெளியில் சென்றான்.

"யுவராஜ் இந்தக் குணம் சரியில்லை கொஞ்சமாவது துணிச்சலோடு இரு உன் தங்கச்சியப் பார்த்தீல்ல கொஞ்சமாவுது பயப்படறாளா,

நீ மட்டும் ஏண்டா இப்படி இருக்க. உன் தங்கச்சி எது செய்தாலும் பொருத்துப் போகனும்னு இல்லை, அவ அப்படிச் செய்யச் சொன்னா கண்ணத்துல நாலு விட்டிருந்தீன்னா இது மாதிரி உன்னை அவமானப் படுத்துவாளா?" என்றான்.

"அவளுக்கு என் மேல ஏற்கனவே வெறுப்பு இருக்கு அத்தான். நான் பள்ளிக் கூடத்துல படிக்கும் போதெல்லாம் என் மேல எவ்வளவு பாசமா இருப்பா தெரியுமா?

அவளைக் காலேஜ் சேர்காததிலிருந்து தான் என்னை வெறுக்கறா, நான் எதாவது திட்டினா இன்னும் என் மேல வெறுப்பு வரும் பரவாயில்லை என் தங்கச்சி தானே" என்றான்.

அவனின் குணத்தை மூன்று பேருமே வியப்புடன் பார்த்தார்கள். "இப்ப கூட நீங்க பணத்தைப் பிரின்ஸிபிலிடம் கொடுக்கச் சொல்லி இருந்தால், அவ நாளைக்கு உங்ககிட்ட கேட்டு வாங்கிட்டு வந்து தந்திருப்பா இப்படிச் செய்திருக்க மாட்டா.

நீங்க என்கிட்ட கொடுக்கச் சொன்னதால் தான் உடனே பணத்தைக் கொடுத்து விட்டு போறா" என்றான்.

தங்கச்சியை அவன் புரிந்து வைத்திருந்ததை நினைத்து வியந்து போன பிரித்திவி, அவன் முதுகில் தட்டிக் கொடுத்து விட்டு, "போ" என்று அனுப்பி வைத்து விட்டு அறைக்குச் சென்றார்கள் மூன்று பேரும்.

"டேய் ஏற்கனவே உன்மேல் கோபத்துல பேசாம இருந்தா இனி எல்லாம் போச்சு போ" என்றான் ராஜேஷ்.

"அதுக்காக அவ செஞ்சதுக்கு ஆரத்தி எடுத்து வரவேற்க சொல்நீங்களா? அதெல்லாம் வீட்டுல போய்ப் பார்த்துப் போம். வந்த வேலைய

கவனிக்கலாம் வா" என்று சொன்னவன் சிஸ்டத்தின் முன் சென்று அமர்ந்தான்.

ராஜேஷும் ராகுலும் மற்ற வேலைகளைப் பார்த்தார்கள்.

14

அத்தியாயம் 14

மாலையில் வீட்டிற்கு வந்த சம்யு கோபத்துடன் செறுப்பை இங்கே ஒன்றும் அங்கே ஒன்றும் வீசி விட்டு, தன் ரூமிற்குச் சென்று கதவை அடைத்துக் கொண்டாள்.

பிரித்திவி, ராஜேஷ், ராகுல் மூன்று பேரும் காலேஜ் வேலையை முடித்து விட்டு, தங்களுடைய ஷாப்பிங் மாலுக்குச் சென்று அங்கே கணக்கு வழக்கெல்லாம் பார்த்து முடிக்க இரவு ஒன்பது ஆகியிருந்தது.

அதற்கு மேல் தான் கிளம்பி வீட்டிற்கு வந்தார்கள். அவர்கள் வீட்டிற்குள் நுழையும் போதே சம்யுவின் செருப்பு கிடந்ததைப் பார்த்ததும் பிரித்திவிக்குப் புரிந்து விட்டது, அவ கோபத்தில் இருக்கிறாள் என்று. அந்தச் செறுப்பை அதனுடைய இடத்தில் எடுத்து வைத்துவிட்டு உள்ளே சென்றான்.

பின்னாடியே வந்த ராஜேஷும் ராகுலும் "இன்னைக்கு உனக்கு இருக்குடி அவளைக் காலேஜையா சுத்தம் பண்ண விட்ட உள்ள போ" என்றார்கள்.

"டேய் கொஞ்சம் சும்மா தான் இருங்களேன்டா. நானே அவளை எப்படிச் சமாளிக்கறதுன்னு யோசிச்சுகிட்டு இருக்கேன். நீங்க வேற ஏண்டா என் உயிரை எடுக்கறீங்க" என்று சொல்லி விட்டு தன் அறைக்குச் சென்றான்.

பிரித்திவி தன் அறைக் கதவு உள் பக்கம் தாளிட்டிருப்பதைப் பார்த்தவன், "யுக்தா கதவைத் திற" என்றான். கொஞ்சம் நேரம் திறக்காமல் இருக்கவே "கதவைத் திறடி ஒரு முக்கயமான ஃபைல் எடுக்கனும்"

என்றான்.

இதுவரை நண்பர்கள் மூவருமே இப்படி லாக் பண்ண மாட்டார்கள். அது ஏன் என்று தெரியாது, மூன்று பேருக்கும் கதவைத் தட்டிக் கொண்டு உள்ளே வரும் பழக்கம் இல்லை.

அதுவும் ராகுல் நடுச்சாமத்தில் கூட எழுந்து பிரித்திவி அறைக்குச் சென்று தூங்குவான். அதனால் தாளிடாமல் சும்மா சார்த்தி விட்டு உறக்கச் செல்வார்கள்.

பிரித்திவியே திருமணத்திற்குப் பிறகு தான் கதவை தாளிடும் பழக்கம் வந்தது, அப்படி இருக்கும் போது அவனையே வெளியில் இருக்க வைத்த மனைவியை நினைத்தவனுக்கு எரிச்சலாக இருந்தது.

வந்து கதைவைத் திறந்துவிட்டு உள்ளே சென்று மெத்தையில் அமர்ந்து கொண்டாள்.

பிரித்திவி கதவை அடைத்து விட்டு உள்ளே வந்ததும், ராஜேஷும் ராகுலும் அவன் அறைக் கதவில் காதை வைத்து உள்ளே என்ன நடக்குது என்று கேட்டுக் கொண்டிருந்தார்கள்.

பிரித்திவி இரவு உடையை எடுத்துக் கொண்டு குளிக்கச் சென்றான். காலையிலிருந்து அலைந்ததில் அலுப்புத் தீரக் குளித்துக் கொண்டிருந்தான்.

ராஜேஷும் ராகுலும் ஒரு சத்தமும் கேட்காமல் "என்னடாஅவ்வளவு தானா அவள் கோபம். இந்நேரம் அவனை அடிப் பின்னியிருப்பான்னு வெளியில் வந்து விழுவான்னு நினைச்சா சே... வாடா போகலாம்" என்று அவர்கள் அறைக்குச் சென்றார்கள்.

பிரித்திவி குளித்து விட்டு வந்ததும் அவள் அமைதியாகவே இருக்க என்ன ஒன்னும் செய்யாம இருக்காளே, இது இவ குணம் இல்லையே எதுக்கு வம்பு ஒரு வாரத்துக்கு நாமளும் அமைதியாக இருந்து விட வேண்டியது தான் என்று நினைத்துக் கொண்டே உணவருந்தச் சென்றான்.

அவன் சாப்பிட்டு வந்து பார்க்கும் போதும் அவள் அதே நிலையில் இருக்க, இவன் அமைதியாகப் படுத்து விட்டான். இவள் எழுந்து அந்த அறைக்கு உள்ளே ஒரு குட்டி அறை டிரஸ் பண்ண இருந்ததில் போர்வையையும் தலையணையையும் எடுத்து போய் அங்கே படுத்து விட்டாள்.

பிரித்திவிக்கு அவள் கீழே படுப்பதில் விருப்பம் இல்லை "இங்கயே படுடி" என்றான். திரும்பி அவனைத் தீ பார்வை பார்த்து விட்டுச் சென்றாள்.

இந்த மாரியாத்தா எப்ப மலையிறங்கப் போறாளோ செஞ்சது தப்பு இதுல கோபம் வேற வருதோ.

இவ ஒருத்தி போதும் நல்லா இருக்கற என் காலேஜ் நாசம் பண்ண. இனி அடிக்கடி காலேஜ் போகனும் என்று முடிவு செய்தவன் உறங்க ஆரம்பித்தான்.

இரவு இரண்டு மணிவாக்கில் எழுந்தவள் அவளுடைய மேக்கப் செட்டை எடுத்துக் கொண்டு மெதுவாக நடந்து வெளியில் சென்றவள் ராஜேஷ் அறைக்குச் சென்றாள்.

நல்ல உறக்கத்தில் இருப்பவன் முகத்தில் மை வைத்து புருவத்திற்கும் வைத்து, பவுடர் போட்டு பொட்டு வெச்சு லிப்ஸ்டிக் போட்டு, தலையில் இருக்கும் முடியை அழுங்காமல் பிடித்து லப்பர் போட்டு அழங்கோலம் பண்ணியவள்,

அடுத்து ராகுல் அறைக்குச் சென்று அதே மாதிரி செய்து விட்டு அவர்கள் அறைக்கு வந்தவள், எல்லாத்தையும் கொண்டு போய் வைத்து விட்டுத் தங்கள் அறைக் கதவை லாக் செய்தவள்,

அவனின் அருகில் போய் நெருங்கிப் படுத்துக் கொண்டாள். அவன் கழுத்தில் முகம் புதைத்து முத்தமிட்டாள். அவன் இதுக்கு முன் செய்ததை எல்லாம் செய்தாள்.

கழுத்தில் ஏதோ ஊர்வது போல் இருக்கக் கண் விழித்தவன் தன் மனைவியை வெகு அருகில் பார்த்துத் திகைத்து விட்டான்.

"என்னடி பண்ற அதுக்குள்ள என் செல்லத்துக்குக் கோபம் போயிருச்சாடி. பதினைந்து நாளா நீ பேசாம எனக்கு எவ்வளவு கஷ்டமா இருந்துச்சு தெரியுமா?" என்றான்.

அவள் எதுவும் பேசாமல் அவனையும் மேலும் பேச விடாமல் அவனுடைய இதழைச் சிறை பிடித்தவள், அவனை விட அதிகமாகமே அவனுக்குத் திருப்பித் தந்தாள் அதில் கிறங்கிப் போனான்.

அவள் கை அவன் உடம்பில் ஊர்வலம் போக, அவன் உடம்பில் ஜிவ்வென்று ஒரு உணர்வு மின்சாரம் தாக்கியது போல் உணர்ந்தான். இது வரை இப்படி ஒரு உணர்வை அறிந்திராதவனுக்கு, அதை அறிந்து கொள்ளும் ஆர்வமும் வேகமும் வந்தது.

அவள் கொடுத்த போதையில் தங்கம் செல்லம் என்று முழு மயக்கத்தில் உளறிக் கொண்டிருந்தான்.

அவளின் செயலில் உடம்பெல்லாம் அவன் கட்டுப்பாட்டை இழந்து உணர்ச்சிப் பிடியில் தவித்துக் கொண்டிருந்தவன்,

முதல் முதலாக ஒரு பெண்ணின் முழு ஸ்பரிசத்தையும் உணர்ந்தவனுக்கு அதை அடக்கும் வழி தெரியாமல் திணரிக் கொண்டிருந்தான்.

எங்கே தன் மனைவியைக் காயப்படுத்தி விடுவோமோ என்று பயத்துடனும் கண் மூடி இதை எல்லாம் ஆழ்ந்து இரசித்துக் கொண்டிருக்கும் போது,

அவளுடைய முழு உடல் வழுவையும் சேர்த்து அவனை இறுக்கி அணைத்துக் கொண்டாள்.

அதில் மொத்தமாகத் துவண்டு போனவன் தாங்க முடியாத தாபத்துடன், அவளைத் தன் பிடிக்குள் கொண்டு வரப் பார்க்கையில், எழுந்து வேகவேகமாக டிரெஸ்ஸிங் அறைக்குச் சென்று கதவை அடைத்துக் கொண்டாள் சம்யு.

அவனுக்கு ஒரு நிமிஷம் என்ன நடந்துச்சு என்றே புரியவில்லை. உடலெல்லாம் சூடேற தவித்தவனுக்கு அப்போது தான் அவளின் சேட்டை புரிந்தது.

இவளுக்கு இப்படி விதவிதமா தண்டிக்க எப்படித் தோணுச்சு. சதிகாரி இப்ப நான் என்ன பண்ணுவேன் நல்லா டெம்ட் பண்ணிவிட்டு போயிட்டாளே ராச்சசி.

என்று கட்டில் முழுவதும் பிரண்டு பார்த்தவன்,

முடியாமல் குளியலறைக்குச் சென்று சவரைத் திறந்து நின்ற போது தான் கொஞ்சம் சூடு தணிந்தது.

தன் உடலில் தன்னால் கட்டுப் படுத்த முடியாத உணர்ச்சி ஒன்று இருப்பதையே அன்று தான் முழுவதும் அனுபவித்தான்.

வெகு நேரம் சவரின் கீழ் நின்று விட்டு வெளியில் வந்தவனுக்கு உடல் உஷ்ணம் போச்சே தவிர மன உஷ்ணம் போகவில்லை.

அவள் தன் மேல் படர்ந்தது முத்தமிட்டது, அவள் கை தொட்டுச் சென்ற இடமெல்லாம் அவன் நினைவிலிருந்து மறையாமல், அவனைச் சூடேற்றிக் கொண்டிருக்க மணியைப் பார்த்தான்.

அது நாலு என்று காட்ட எழுந்து வெளியில் சென்றான் அவன் எப்பவும் ரவுண்ட்ஸ் வரும் இடத்தில் வேகவேகமாக நடக்க ஆரம்பித்தான்.

இரண்டு மணி நேரம் அழுப்புத் தட்ட வேர்க்க விருவிருக்க நடந்த பின் தான் அவன் உடல் ஒரு கட்டுக்குள் வந்தது.

அப்படியே அங்கே இருந்த பென்சில் சாய்ந்து கொஞ்ச நேரம் அமர்ந்தவன் எழுந்து வீட்டுக்குச் சென்றான்.

இவன் வரும் போது எப்பவும் பிளாஸ்கில் காபி இருக்கும் டேபிலில் ராஜேஷ் மட்டும் அமர்ந்து காபி குடித்துக் கொண்டிருந்தான்.

அவனைப் பார்த்ததும் பக்கென்று சிரித்து விட்டான். அதே சமயம் தூக்க கழக்கத்தில் எழுந்து வந்த ராகுலைப் பார்த்து ராஜேஷ் விழுந்து விழுந்து சிரிக்க, இரண்டு பேரையும் பார்த்து சிர்த்தவன் போட்டோ எடுக்கப் போனை தேடினான் பிரித்திவி.

அப்போது தான் ரூம்ல இருப்பது ஞாபகம் வர "என்னடா பண்ணி வெச்சருக்கீங்க ரெண்டு பேரும் சின்னப் பசங்களா" என்று கேட்டு கலாய்க்க ஒன்று புரியாமல் முழித்த ராஜேஷ் வேகமாக எழுந்து கண்ணாடியில் பார்த்து அதிர்ந்து போனான்.

பின்னாடியே சென்று தன் முகத்தைப் பார்த்த ராகுலும் அதிர்ந்து போய் "இது யாருடா இப்படிப் பண்ணியது" என்று விழிக்க "டேய் இது கூடவா தெரியாம படுத்திருந்தீங்க.

அப்போ உங்க ரெண்டு பேரையும் தூங்கும் போது ரேப் பண்ணினா கூட இப்படிதான் இருப்பீங்களா" என்றான் பிரித்திவி.

"அந்தளவுக்கு உணர்வில்லாம எப்பவும் கிடக்க மாட்டோம். இதைச் செஞ்சவங்களை வேணா சாமர்த்தியசாலின்னு சொல்லு, எங்களுக்கே தெரியாம எப்படி இதை எல்லாம் செய்திருப்பாங்க.

வா போய் சிசிடி கேமராவைப் பார்க்கலாம். யாரு வீட்டுக்குள்ள வந்ததுன்னு தெருஞ்சு போயிடும்" என்றான் ராஜேஷ் கோபத்துடன்.

"போய் முதல்ல முகத்தைக் கழுவிட்டு வந்து தொலைங்கடா எருமை மாடுகளா, அப்பறம் போய்ப் பார்க்கலாம் நான் பார்த்ததை ஊரெல்லாம் பார்க்கனுமா" என்றான் பிரித்திவி.

"ஆமா உனக்கு மட்டும் ஏன் போடலை அப்ப நீதான் இதைப் போட்டதா" என்று ராஜேஷ் கேட்க அப்போது தான் அவனுக்கு உரைத்தது.

திருதிரு என்று முழித்தவன் இதை யுக்தா செய்திருப்பாளோ என்று நினைத்தவன், அவசர அவசரமா சிசிடி புட்டேஜைப் பார்க்க ஓடினான்.

அவன் பின்னால் இவர்களும் என்ன என்று புரியாமல் ஓடினார்கள்.

மானிட்டரில் ஓடவிட்டுப் பார்க்க அவன் மனைவி அன்னநடை நடந்து ராஜேஷ் ரூமுக்கும் ராகுல் ரூமுக்கும் சென்ற காட்சி தெளிவாகத் தெரிந்தது. மூன்று பேரும் அதிர்ந்து போய் அப்படியே ஒருவரை ஒருவர் பார்த்துக் கொண்டிருந்தார்கள்.

ராஜேஷ், "நீ தானடா தண்டனை கொடுத்த. எங்களை எதுக்கு டா இந்தப் பாடு படுத்தி இருக்கா. உண்மையச் சொல்லு உன்னை அவ சும்மா விட்டு வெச்சான்னு சொன்னா நாங்க நம்ப மாட்டோம் என்ன பண்ணுனா?" என்று கேட்டான்.

இரவு நடந்தது ஞாபகம் வர அவனுக்கு முகமெல்லாம் சூடேர வெக்-கத்தில் முகத்தில் சிவப்பு நன்றாகத் தெரிந்தது. அதைப் பார்த்த இருவ-ருக்கும் வியப்பாக இருக்க அவனைப் பிடித்துக் கொண்டார்கள்.

"என்ன பண்ணுனா சொல்லுடா இவளோட கோபத்தைக் காட்டுவ-தெல்லாம் வித்தியாசமா இருக்கு நாங்களும் தெருஞ்சுக்கறோம்" என்று ஆர்வமானார்கள்.

"போங்கடா அதெல்லாம் சொல்ல முடியாது" என்று சிரித்துக் கொண்டே அங்கிருந்து தப்பிக்கப் பார்த்தான்.

"நீ சொல்லாம உன்னை விட மாட்டோம்" என்று அவனை அரணா-கச் சுற்றி வலைத்துக் கொண்டார்கள் இருவரும்.

அதற்கு மேல் அவர்களிடமிருந்து தப்பிக்க வழியில்லாமல் தயக்கத்-துடன் "என்னை நல்லா சூடேத்தி விட்டுட்டு டிரஸ்ஸிங் ரூமுக்குள்ள போய் லாக் பண்ணிக்கிட்டா.

விடிய விடிய தூங்காம ஷவருக்குக் கீழே கிடந்து விட்டு நாலு மணிக்கே வெளியே நடக்கப் போயிட்டேன்"

என்றான். அதைச் சொல்வதற்குள் அவன் வெக்கப்பட்டது எல்லாம் அவர்கள் இருவருக்கும் வியப்பைக் கொடுத்தது

"நீ தாண்டா உஷாரா இருந்திருக்கனும் ஒரு நல்ல சான்ஸ கோட்டை விட்டுட்டு இப்படி நிக்கறையே உன்னை என்ன சொல்றது" என்றான் ராஜேஷ்.

"இவ எப்படி இதை எல்லாம் யோசிக்கறா செய்யறா, நமக்கெல்லாம் கோபம் வந்தா கத்தரோம் இல்லை அடிக்கறோம் இவகிட்ட இருந்து நிறையக் கத்துக்கனும்டா".

"அமைதியா வாயே பேசாம இருந்து எப்படி மூனு பேரைம் பழி-வாங்கி இருக்கா. நாமலே இந்தப் பாடுன்னா இவங்க அப்பா அண்ணா

எல்லாம் என்ன பண்ணுவாங்க" என்றான் ராகுல்.

"அவங்களை எல்லாம் எதுவும் செய்யலைடா ஊருக்காரங்க காட்டுக்குள்ள போய்க் காயைப் பருச்சு விக்கறது, கடலையைப் பருச்சு சுட்டுத் திங்கறது இதை எல்லாம் செஞ்ருக்கா.

இவங்கப்பாட்ட சொல்லுவாங்கன்னு எதிர்பார்த்துச் செய்திருக்கா. அவங்க எங்கம்மாட்ட போய்ச் சொல்லி இருக்காங்க. எங்கம்மா காசைக் கொடுத்து விஷயத்தை அவங்க அப்பாட்ட போகாம பார்த்துக்கிட்டாங்களாம்" என்றான் பிரித்திவி.

அதே கோலத்தோடு அவனிடம் ஆர்வமாகக் கதை கேட்க அமர்ந்து விட்டார்கள் இருவரும்.

"இவகிட்ட கொஞ்சம் ஜாக்கறதையாகத்தான் இருக்கனும் இனி கோபத்துல எதுவும் சொல்லிடாதே டா, உன்கூடச் சேர்ந்து எங்களையும் வெச்சு செய்வா" என்றார்கள் இருவரும்.

"இவ வந்ததிலிருந்து என்னை ரொம்பப் பாதிக்கறா கல்யாணம் பண்ணினா இப்படி எல்லாம் நடக்கும்ன்னு நான் எதிர்பார்க்களை நல்லா சுத்த விடுறா.

எப்படித் தான் இருக்கற மீதி நாள்ள இவளைச் சமாளிக்கப் போறேனோ தெரியலை.

நானுண்டு என் தொழிலுண்டுன்னு இருந்தேன் ஊரே என்ன கண்டு பயப்பட்டு ஓடறாங்க ஆனா இவ என்னை ஓட விடறா.

கொஞ்சம் கூடப் பயப்பட மாட்டேங்கறா என்னை வேலைகாரனாக்கி டிபனுக்குச் சாப்பாடு போடறதுல இருந்து, எல்லா வேலையும் வாங்கறா, என்னன்னு கேட்டா எங்க அம்மாவை காரணம் காட்டறா என்னையும் இப்படிப் புலம்ப விட்டுட்டாளே.

இப்படியே போனா என் மரியாதை எல்லாம் காத்துல போயிரும் போல" என்று மனசிலிருந்ததை எல்லாம் கொட்டினான்.

அப்போது ராஜேஷ் போன் அடிக்க எடுத்துப் பார்த்தவன், "லாரன்ஸ் எதுக்கு எனக்குப் போன் பண்றான் அதுவும் இந்த நேரத்துல" என்று சொன்னவன், ஆன் பண்ணி காதில் வைத்து "ஹலோ" என்றதும் "அவனை எங்கே" என்றான்.

"எடுத்தும் அவனை எங்கேன்னா எவன் ஒழுங்காவே பேசமாட்டியா?" என்றான். "ராஜேஷ் பிரித்திவிட்ட குடுடா உங்களுக்கெல்லாம் வயசாச்சே தவிர அறிவே இல்லை" என்று திட்டவும்.

"இரு கொடுக்கறேன் அதுக்காக அறிவில்லை அது இதுன்னு திட்டாதே" என்றான் கோபத்துடன்.

பிரித்திவி என்னாச்சு என்பது போலப் பார்த்தான் "திட்றான்டா நமக்கெல்லாம் அறிவில்லையாம் அவனுக்குத்தான் நிறைய இருக்குதாம்" என்றான் ராஜேஷ் கோபத்துடன்.

விடுடா எதாவது கோபத்துல பேசியிருப்பான் என்று சொல்லி அவனைச் சமாதானப் படுத்தி விட்டுப் போனை வாங்கிக் காதில் வைத்தவன் அதிர்ந்தான்.

15

அத்தியாயம் 15

ராஜேஷிடம் இருந்து போனை வாங்கிக் காதில் வைத்த பிரித்திவி "என்னடா காலையிலயே போன் பண்ணி அறிவில்லைங்கற ஆராய்ச்சி எல்லாம் பண்ணுவியாட்ட இருக்கே" என்றான்.

"என்ன கருமம் புடுச்ச ஸ்டேட்டஸ் வெச்சிருக்க, இதுல புரொபைல் பிச்சர் வேற உங்களை எல்லாம். போய் அதை டெலிட் பண்ணித் தொலை" என்றான்.

"என்னடா சொல்ற ஒன்னும் புரியலை இரு கூப்பிடறேன்" என்று போனை கட் பண்ணி விட்டு,

அவன் போனில் வாட்சப்பை ஓபன் பண்ணி தன்னுடைய ஸ்டேட்டஸைப் பார்த்தவன் தலையில் அடித்துக் கொண்டவன்,

அந்தப் போனை அவனிடம் கொடுத்து விட்டு வேகமாகத் தன் அறைக்கு ஓடினான்.

உள்ளே சென்றவன் மெத்தை மேல் கிடந்த தன் போனை எடுத்து ப்ரொபைலை மாத்தியவன் ஸ்டேட்டைஸை டெலிட் பண்ணினான்.

அப்போது கோபத்துடன் உள்ளே வந்த இருவரும் 'போச்சு எங்க மானம் மரியாதை எல்லாம் போச்சு ஏண்டா உன் போனைக் கூடக் கையில எடுத்துட்டு போக மாட்டியா?" என்றார்கள்.

"முதல்ல போய் இந்தக் கோலத்தைக் கலைங்கடா" என்றவன் அவன் மனைவி எங்கே என்று பார்த்தான்.

"அங்கே யாருமே இல்லை என்னாச்சு இவளைக் காணாம்" என்று சொல்லிக் கொண்டே அறை முழுவதும் தேடினான்.

அவர்கள் இருவரும் கோபத்துடனே அவரவர் அறைக்குச் சென்றார்-கள்.

எங்க போயிருப்பா என்று யோசித்தவனுக்கு அப்போது தான் ஞாப-கம் வந்தது தான் கொடுத்த தண்டனை.

காலேஜ் சுத்தம் பண்ணப் போய்ட்டாளா என்று தலையைப் பிடித்துக் கொண்டு அமர்ந்தான்.

அவனுக்கு என்ன செய்வது என்று ஒன்றும் புரியவில்லை. அவளு-டைய குறும்புத் தனம் என்னிடம் இருந்தால் கூடப் பரவாயில்லை, இவனுகளை ஏன் இப்படிப் பண்ணினா என்று கோபம் தான் வந்தது.

ஆனாலும் அவனால் அவளை நேரடியாகத் திட்ட முடியும் என்று தோன்றவில்லை.

அவளின் சேட்டைகள் தன்னிடம் மட்டுமே இருக்கும் போது இரசிக்க முடிந்தவனுக்கு அவனின் நண்பர்களிடம் காட்டும் போது இரசிக்க முடி-யவில்லை.

அவளிடம் சொல்லித் தான் புரிய வைக்க முடியும் இன்னைக்குச் சாயந்தரம் அவகிட்ட பேசனும்.

இதுக்கு மேல சண்டைய பெருசு பண்ணிட்டு போனா நமக்குத் தான் பிரச்சனை. யார் இருக்கிறாங்க இல்லைன்னு பாக்காம எல்லாத்தையும் செஞ்சு வெக்கறா என்று நினைத்துக் கொண்டு அவன் வேலையைப் பார்க்கச் சென்றான்.

அன்று காலேஜ்ல சற்குணம் கேட்ட கேள்விக்குப் பதில் சொல்லாத-தால் "படிக்கறக்கு வரீங்களோ எதுக்கு வரீங்கனே தெரிய மாட்டேங்குது.

நல்லா மேக்கப் பண்ணிக்கிட்டு வந்துர வேண்டியது எங்க உயிரை எடுக்கறக்குனே" என்று திட்டி அவளை வெளியில் போகச் சொன்னான்.

அவனை முறைத்துக் கொண்டே வெளியில் சென்றாள். இத்தனைக்-கும் அவள் தான் அந்த வகுப்பில் நல்லா படிக்கும் பெண் படிப்பில் எப்போதுமே டாப் தான்.

இந்த வாரத்தில் இது மூனாவது முறை அவளை வெளியே அனுப்-புவது அவளை வெளியில் நிறுத்தி பாடம் எடுப்பதில் அவனுக்கு அவ்-வளவு சந்தோஷம்.

ஏதோ சாதித்த மாதிரி ஆணவத்துடன் சென்றான். அவன் அந்தப் பக்கம் சென்றதும் அவளுடைய நட்பு கூட்டம் அவளைச் சுற்றிலும் வந்து சூழ்ந்து கொண்டார்கள்.

ஆனால் யாரிடமும் அவள் பேசவில்லை அமைதியாகவே இருந்-தாள் சற்குணம் தன் மேல் வஞ்சம் வைத்துச் செய்வது அவளுக்குப் புரிந்தது.

இனி அவன் வகுப்பை அட்டன் பண்ணக் கூடாது அவன் முகத்தில் விழிக்கக் கூடாது என்று முடிவெடுத்தவள் யார் கூடவும் பேச விருப்ப படவில்லை அங்கிருந்து வெளியேறி விட்டாள்.

அன்று மாலை காலேஜில் இருந்து வீட்டிற்குச் சென்றவள் யாரிடமும் பேசவில்லை அவளுடைய வேலைகளைப் பார்த்துக் கொண்டு சுருண்டு படுத்து விட்டாள்.

இரவு வீடு வந்த பிரித்திவி மனைவியைக் காணாமல் டிரஸ்ஸிங் ரூமை பார்த்தான் அது தாளிடப் பட்டிருக்கவே தட்டினான்.

அவள் திறக்கவே இல்லை இவ ஒருத்தி காலையிலிருந்து பார்க்கா-ததால் அவனுக்கு ஒரு மாதிரி இருக்கவே "கதவைத் திறடி

யுக்தா யுக்தா" என்று கத்திப் பார்த்தான் கதவு திறந்த பாடாகத் தெரியவில்லை.

என்ன பண்றது என்று யோசனையுடன் அங்கேயே நின்று கொண்-டிருந்தான் சாப்பிட அழைக்க வந்த ராஜேஷ் "வாடா சாப்பிடப் போக-லாம்" என்று அழைத்தான்.

"நீங்க போய்ச் சாப்பிடுங்கடா வறேன்" என்றான். "ஏன் என்னாச்சு ஒரு மாதிரி இருக்கற" என்றான் ராஜேஷ்.

"யுக்தா கதவைத் திறக்கலடா இவ்வளவு நேரம் தட்டிப் பார்த்தேன் அதான்" என்று தயங்கி மேற்கொண்டு பேசமுடியாமல் தவித்தான்.

"அவ சாப்பிட்டுத் தூங்கி இருப்பா வாடா நாம சாப்பிடுவோம்" என்-றான் ராகுல். "நீங்க போங்க நான் அவளைக் கூட்டிட்டு வறேன்" என்-றான் மறுபடியும்.

"சரி சீக்கிரம் வா" என்று சொல்லி விட்டு அவர்கள் சென்றதும், மறுபடியும் கதவைப் போய்த் தட்டினான் "இப்ப நீ கதவைத் திறக்க-லைனா நான் உடைச்சுடுவேன்டி" என்றான்.

சொன்னவன் கதவை ஓங்கி உதைக்க, அவள் திறந்து விட்டாள். அவளைப் பார்த்ததும் அவனுக்கு ஏதோ பத்து வருஷம் பாக்காம இருந்த காதலிய பாக்கற மாதிரி அப்படி ஒரு உணர்வு பொங்கி பிரகா-ரமெடுத்தது.

"தாபத்தில் என்னைத் துவள வைத்து

நான் அள்ளி அணைக்க ஆசை கொள்ளும் போது
நீ அள்ளி அணைத்து என்னை உனக்குள் புதைத்துக் கொண்டாய்
என் தேகமெல்லாம் சிலிர்த்துத் துடிக்கும் போது
உன் தேகத்தைக் கொண்டு அணைத்துக் கொண்டாய்
நான்கு கைகளும் சேர்ந்து புதுக் கவிதை படைக்கும் நேரத்தில்
என் இதழ்களுக்குப் புதுப் பாடம் சொல்லிக் கொடுத்தாய்
ஆண்மையின் தேடலை நான் துவங்கும் போதும்
என்னைத் தனிமையில் தவிக்க விட்டு மறைந்து விட்டாய்
உன் முத்ததின் ஈரம் கூடக் காயவில்லை
என் இதழ்கள் உன் இதழ்களைப் பிரிந்து துடிக்குதடி
நான் உன்னை அணைத்த நினைவுகள் கனவுகளாய்ப் போக
நீ என்னை அணைத்த நினைவுகள் என்னைப் பித்தம் கொள்ள வைக்குதடி
நான் உன்னை நினைக்கும் நேரமெல்லாம்
நீ சத்தமின்றிக் கொடுத்த இதழ் முத்தம்
என் உயிர் வரை ஊடுருவி என்னை வதைக்குதடி"

அவன் மனதில் கவிதை பீரிட்டு வந்தது அவளையே விழியகலாமல் பார்த்துக் கொண்டிருந்தான்.

சம்யு எதுவும் பேசாமல் போய்ச் சுருண்டு படுத்துக் கொண்டாள். அவன் முதலில் சென்று கட்டிங்பிளேடு எடுத்து வந்து லாக்கை கழட்டி வைத்து விட்டு,

அவள் அருகில் வந்தவன் அவளை அப்படியே தூக்கியவனை அவள் திமிரி அவனை அடித்து முடியைப் பிடித்து இழுத்து "விடுடா விடுடா" என்று கத்தி ஆர்பாட்டம் பண்ணினாள்.

அதை எல்லாம் முறியடித்துத் தூக்கியவன் அப்படியே அணைத்தபடி கொண்டு போய் மெத்தையில் படுக்க வைத்தவன்.

அவள் அருகில் இரு பக்கமும் இரு கைகளை வைத்து அழுத்திக் கொண்டவன் "இங்க பாருடி வீட்ல நீ என்ன வேணாலும் பண்ணு நான் கேட்டிருக்கேனா சொல்லுடி

ஆனா காலேஜ்ல நீ செஞ்சது தப்புடி. நீ உன் அண்ணனைத் தான் செய்த ஆனா பாக்கறவங்க கண்ணுக்கு அப்படியா தெரியும்.

உன்னைப் பார்த்து நாலு பேர் இது மாதிரி செய்வாங்க அதுல யாரா-வது ஒன்னு ரெண்டு அப்பாவிப் பெண் மாட்டுச்சுனா அந்தப் பொண்-

ணோட நிலமை என்னடி?

இந்தப் பிரித்திவி காலேஜ்ல பொண்ணுங்களுக்கு எப்பவும் பாதுகாப்பு இருக்கனுமே தவிர இந்தக் காலேஜால எந்தப் பொண்ணுங்களும் பாதிக்கப் படக்கூடாதுடி.

இதுல எந்தக் கெட்ட பேரு வந்தாலும் உன் புருஷனைத் தாண்டி பாதிக்கும். உன் புருஷன் முன்னாடி நின்னு பேச பயப்படறவங்க எல்லாரும் நாளைக்கு எதிர்ல நின்னு கேள்வி கேட்பாங்க.

நான் ஒன்னு கேக்கறேன் அதுக்குப் பதில் சொல்லு அப்பறம் என் மேல தப்பு இருந்தா என்னிடம் பேசாதே" என்றவன்.

"உங்க அப்பா கூடச் சண்டை போட்ட ஆனா அவரை நான் பேர் சொல்லி போது சண்டைக்கு வந்த, எங்கப்பாவ நான் தான் பேசுவேன் வேறு யாரும் பேசக் கூடாதுன்னு.

அதே மாதிரி ஊரெல்லாம் உன் புருஷனைப் பேச விடுவியாடி இதுக்குப் பதில் வேணும்" என்று சொல்லி விட்டு எழுந்து அமர்ந்து கொண்டான்.

அதுக்கு அவளால் பதில் சொல்ல முடியவில்லை. அண்ணனைப் பழிவாங்க தவறு செய்துவிட்டோமோ என்ற குற்ற உணர்ச்சியில், கண்ணீர் ஆறாகப் பெறுக அவனை அப்படியே கட்டிக் கொண்டாள்.

"ஸாரிடா நான் அப்படி யோசிக்கலை இந்த யுவராஜ் பையனை அவமானப் படுத்த நினைச்சேன். ஆனா இதைப் பார்த்து மத்தவங்க செய்வாங்க அதனால பெண்களுக்குப் பாதிப்பு வரும்ன்னு யோசிக்களைடா.

இனி இப்படிச் செய்ய மாட்டேன்" என்று அவன் கண்ணத்தில் முத்தமிட்டவள் இன்னும் அவனுக்குள் புதைந்து போனாள்.

அவனுக்கு நடந்தது எல்லாம் மறந்து ஒரு மாய உலகத்தில் சுழன்று உள்ளே இழுத்தது போல், உணர்ச்சிகளின் அழுத்தத்தைத் தாங்க முடியாமல் அவளை இன்னும் இறுக்கிக் கொண்டான்.

"யுக்தா தங்கம் நேத்து மாதிரி எனக்கு முத்தம் கொடுடி" என்று அவன் பினாத்த அவளோ வெக்கத்துடன் அவனை விட்டு விலகி,

"ஸாரி நேத்து உன்னைப் பழிவாங்க அப்படிச் செய்து விட்டேன்" என்று முகம் செந்தாமரையாகச் சிவக்க தலைகுனிந்து கொண்டே சொன்னாள்.

"ஸாரி எல்லாம் வேண்டாம் எனக்கு அது பிடிச்சிருந்துச்சுடி எப்படி இருந்துச்சு தெரியுமா" என்று அவன் அவள் காதில் வர்ணிக்க "சீ போடா" என்று வெக்கத்துடன் எழுந்து ஓடப் பார்த்தாள்.

அவள் கையை இறுக பற்றிக் கொண்டவன். அவள் இடையைப் பற்றித் தன் மேல் போட்டுக் கொண்டான்.

"எனக்குப் பசிக்குது டா காலையிலிருந்து சாப்பிடலை தெரியுமா?" என்றதும்,

தடாலென எழுந்து அமர்ந்தவன் "காலையிலிருந்தா என்னடி சொல்ற வா முதல்ல போய்ச் சாப்பிடுவோம்" என்றான்.

"நீ தான் ஊட்டி விடனும்" என்று செல்லம் கொஞ்சினாள். "பின்ன எனக்கு அதைவிட வேற என்ன வேலையிருக்கு. எந்தங்கத்துக்கு ஊட்டி விட்டுட்டு தான் மறு வேலை" என்று அவள் இதழை தன் கைகளால் வருடிக் கொண்டே சொன்னான்.

அந்த இரத்தசிவப்பான இதழ் அவன் கையில் இன்னும் சிவப்பாக அதில் மயங்கி அதையே பார்த்துக் கொண்டிருந்தான்.

அவள் அவனின் கையைத் தட்டி விட "ஏண்டி" என்றான். "என் முகத்தில் என்ன சினிமாவா ஓடுது இப்படிப் பார்த்துகிட்டு இருக்க வா சாப்பிட போகலாம்" என்றாள்.

"சினிமாவெல்லாம் எனக்கு எதுக்கு உன் அழகு முகத்தைப் பார்த்தாலே எனக்குப் பசி பறந்து போயிடும்" என்று சொல்லிக் கொண்டே அவளை அழைத்துச் சென்றான் சாப்பிடும் அறைக்கு.

ராஜேஷ் ராகுலுடன் யுவராஜும் அமர்ந்து சாப்பிட்டுக் கொண்டிருந்தார்கள்.

இவர்களைச் பார்த்ததும் "சீக்கிரமா சாப்பிட்டு இடத்தைக் காலி பண்ணலாம். இல்லைனா இவங்க அலப்பறைய தாங்க முடியாது" என்று எரிச்சலுடன் ராகுல் சொன்னான்.

"உன்னோட பொறாமைக்கு அளவே இல்லாத போச்சுடா" என்று சிரித்தான் ராஜேஷ்.

பிரித்திவி காலியாக இருந்து இருக்கையில் போய் அமரப் போக, அவனை முறைத்த சம்யு ராகுலின் அருகில் இருந்த சேரில் போய் அமர்ந்தாள்.

ஏன் முறைக்கறாள் என்று திரும்பி பார்த்தவன், யுவராஜ் அருகில் அமர்ந்திருப்பதைப் பார்த்து விட்டு, "ஏண்டி உன் அண்ணன் பக்கத்துல

கூட உட்கார மாட்டியா பாவம்டி அவன் உன் மேல எவ்வளவு பாசம் வெச்சிருக்கான் தெரியுமா?" என்றான் பிரித்திவி.

"பாசம் வெச்சிருந்தால் மட்டும் போதாது சரியான நேரத்தில் அதைக் காண்பிக்கத் தெரிய வேண்டும்.

நான் பெண் தான் ஆனால் எனக்கு ஒன்னு தந்து விட்டு அவனுக்-குத் தரலைனா எனக்குத் தந்ததைத் தூக்கி எறியத் தயங்க மாட்டேன்" என்றாள் கோபத்துடன்.

"நான் அப்படித் தூக்கி எறிய முடியாதுமா. அப்பா என்னைக் கஷ்-டப்பட்டுப் படிக்க வைக்கறார். கடைசிக் காலத்துல அவங்களை நான் நிம்மதியா உட்க்கார வெச்சு பார்த்துக்கனும்.

உன்னையும் நல்ல இடத்தில் கல்யாணம் பண்ணி கடைசி வரை நிறையச் சீர் செய்யனும், உன் பிடிவாத்துக்கு நான் படிப்பை விட்டால் நம்ம மொத்தக் குடும்பமும் பாதிக்கும் அதான் அமைதியா இருந்தேன்.

அப்பாட்டயும் எவ்வளவு முறை உனக்காகப் பேசி இருப்பேன் தெரி-யுமா? அப்பாவுக்கும் அம்மாவுக்கும் உன் அழகைப் பார்த்து ரொம்பப் பயம். எங்கே அதுவே உனக்கு ஆபத்தா முடுஞ்சுடுமோன்னு" என்று தன் பக்க ஞாயத்தைக் கிடைத்த சந்தர்ப்பதைப் பயன்படுத்திச் சொன்-னான் யுவராஜ்.

யுவராஜ் பேசட்டும் என்று அமைதியாக இருந்தான் பிரித்திவி. அவளோ அண்ணனிடம் பேசாமல் பிரித்திவியைப் பார்த்து "எனக்குத் தெரியும் கண்ணா,

பள்ளிக் கூடத்தில் படிக்கும் போது இவனுக்கு எத்தனை பிரண்டு இருந்தாங்க, யாராவது ஒருத்தர் என்னிடம் நேரடியா பேசி இருப்பாங்-களா மாட்டாங்க, என்கிட்டே பேச வந்தாலே என் பார்வையிலேயே அவர்களைத் தள்ளி நிறுத்த எனக்குத் தெரியும்.

என்ன தேவைக்கு என்கிட்ட பேச வராங்கன்னு தெரியாத அளவுக்கு அறிவில்லாதவ இல்லை.

நான் இடம் கொடுக்காம யாரும் என்னை நெருங்க முடியாது. இது-வரை எத்தனையோ பேரிடம் வம்பு வளர்த்திருக்கேன் ஆனால் உனக்குக் கொடுத்த இடத்தை யாருக்கும் கொடுத்ததில்லை.

அப்படி இருந்த என்னைப் பார்த்தால் இவங்களுக்கெல்லாம், பார்க்-கறவங்கிட்ட எல்லாம் பல்ல இளிச்சுகிட்டு பேசற பெண்ணாத் தெரியுதா?

இதுக்காகவே எப்போதும் இவங்கிட்ட பேசமாட்டேன்" என்று அதிகக் கோபத்துடன் சொல்லி விட்டு எழுந்தவளை இழுத்து அமர்த்திக் கொண்டவன், "சரி இந்தப் பேச்சை இதோடு முடியுங்க" என்று சொல்லி விட்டு,

உணவைப் போட்டு அவளுக்கு ஊட்டினான். அங்கிருந்த எல்லாருக்குமே அவளின் கோபம் ஞாயமாகப் பட்டது.

யுவராஜ் அதிர்ச்சியில் இருந்தான். அவன் இப்படி ஒரு கோணத்தில் யோசிக்க வில்லை.

அதை இவகிட்ட எப்படிப் புரிய வைப்பது என்று தெரியாமல் வேதனைப் பட்டான்.

மனைவிக்கு உணவை ஊட்டும் பிரித்திவியை வெறித்துப் பார்த்துக் கொண்டிருந்தான் ராகுல். அவனைக் கவனித்து விட்ட பிரித்திவி "இங்க வாடா" என்றான்.

அப்படியே அமர்ந்திருந்தவனைச் சேரோடு பிடித்து இழுத்து அவனுக்கும் ஊட்டி விட "இது வரை எனக்கு இப்படிப் பண்ணி இருக்கியாடா? அவளுக்கு மட்டும் செய்யற" என்றான். "ஐய்யோ முடியலையே என்னால" என்றவன்

"அவ காலையிலிருந்து சாப்பிடலை டா" என்றவனைக் கண்டு கொள்ளாமல் எழுந்து சென்று விட்டான்.

ராஜேஷ் சிரித்துக் கொண்டே "பேசாம நீ இவனையே கல்யாணம் பண்ணி இருக்கலாம்டா இனி உன் பாடு திண்டாட்டம் தான்" என்று சொல்லிக் கொண்டே எழுந்து சென்றான்.

பிரித்திவி என்ன செய்வது என்று தெரியாமல் மனைவிக்கு உணவை ஊட்டிக் கொண்டிருந்தான்.

"எதுக்கு ராகுல் அண்ணா கோவிச்சுகிட்டு போறாங்க?" என்றாள் சம்யு.

"அவனுக்கு என்கூட யாரும் நெருங்கிப் பழகக் கூடாது அவ்ன் மட்டும் தான் பேசனும் பழகனும் அந்தக் காண்டுல போறான். நான் சமாதானம் பண்ணிக்கறேன் நீ சப்பிடுடி" என்றான்.

"அண்ணாவுக்கே ஊட்டி விடுங்க. எனக்கு ஒன்னும் பிரச்சனை இல்லை நானே சாப்பிட்டுபேன். நம்ம ரூம்ல வேணாலும் வந்து படுத்துக்கச் சொல்லுங்க நானா உங்க ரெண்டு பேரோட நட்பைக் கெடுத்தேன்" என்றாள்.

"என்னது நம்ம ரூம்லயா அதெல்லாம் ஒன்னும் வேணாம். நீ பேசாம இருக்கியா, அவன் தான் அறை லூசு மாதிரி இருக்கான்னா எனக்கு வாச்சதெல்லாம் அப்படியே இருக்கே" என்று புலம்பினான்.

"நனெல்லாம் அறை லூசு இல்லை அதை உன்னோட பிரண்டு கிட்ட கேளு" என்றாள்.

அவளையே பார்த்துக் கொண்டிருந்தவன் "இவ்வளவு பேசறையேடி இந்தப் பதினைந்து நாளா ஏண்டி பேசாம டாரச்சர் பண்ணுன.

நான் அடுச்சது தப்பு தான் எத்தனை முறை உன்கிட்ட மன்னிப்புக் கேட்டேன் சரி பரவாயில்லை, அது முடுஞ்சுருச்சு இருந்தாலும் மனசாரக் கேட்கிறேன்டி என்னை மன்னுச்சுக்க உன்னை நான் அப்படி அடுச்சி-ருக்கக் கூடாது" என்றான்.

"மன்னிக்க மாட்டேன் ஆனா மறக்கப் பாக்கறேன். யம்மா என்னா அடி இது கையா? எங்காவது கோவத்துல அடுச்சறாதடா அன்னைக்கே இன்னும் கொஞ்சம் வேகம் கொடுத்திருந்தா நான் போய்ச் சேர்ந்திருப்-பேன்" என்றாள்.

"சீ என்ன பேச்சுடி பேசுற, இனி அடிக்க மாட்டேன் இப்படி எல்லாம் பேசாதே" என்றவன். அவளுக்கும் ஊட்டி முடுச்சு தானும் சாப்பிட்டு முடுச்சிருந்தான் இருவருக்கும் நேரம் போனதே தெரியாமல் பதினைந்து நாள் கழிச்சு இன்று தான் பேசித் தீர்த்தார்கள்.

16

அத்தியாயம் 16

சாப்பிட்டு முடித்துத் தங்கள் அறைக்குச் செல்லும் போது "யுக்தா எதுக்கு இப்ப அடிக்கடி வகுப்பு நடக்கும் போது நீ வெளியில் வந்து நிற்கறே" என்று கேட்டான் பிரித்திவி.

அவனை வியப்போடு பார்த்தவள் "உனக்கு யார் சொன்னா உன்னோட மச்சினனா அவனை நீ எனக்கு ஸ்பையா வெச்சிருக்கியா?" என்று கேட்டாள்.

"அது நம்மளோட காலேஜ்டி அங்க என்ன நடந்தாலும் எனக்குத் தெரியும் என் பொண்டாட்டிக்கு நடந்தா தெரியாம போயிருமா?" என்றான்.

தன் ஆட்கள் அவளைக் கண்காணிப்பதைச் சொல்லவில்லை சொன்னால் எப்படி எடுத்துக் கொள்வாளோ தெரியாது. வீணா அவளுக்கும் பயம் வரும் எதுக்கு வம்பு என்று விட்டுவிட்டான்.

"அந்தச் சர்குணம் சார் இருக்காருள்ள அவர் எப்ப பாரு என்னை வேணும்னே எதாவது சொல்லி வெளியே அனுப்பறாரு. இத்தனைக்கும் வகுப்புல நான் தான் நல்லா படிப்பேன். படிப்புல நான் எப்பவும் டாப் தான். அவர் என்னைப் பழிவாங்க இப்படிச் செய்யறார்" என்றாள்.

அவளை அழுத்தமாகப் பார்த்தவன் "அப்படி எல்லாம் பேசக்கூடாது அவர் எதுக்குடி உன்னைப் பழிவாங்கப் போறாரு, சும்மா லெக்சரரை இப்படி எல்லாம் பேசக் கூடாது சரியா" என்றான் மனைவிக்கு அறிவுரை சொல்லும் நோக்கில்.

அதற்குள் அழைப்பு வரவும் "நீ உள்ளே போடி நான் ராகுல பார்த்-துட்டு வறேன்" என்று சொல்லி விட்டு அவன் அறையை நோக்கிச் சென்றான்.

"நானும் வரேன்" என்று அவன் பின்னாடியே சென்றவள். ராகுலைப் பார்த்து "ஸாரி அண்ணா இனிமே உங்களுக்கு அப்படி மேக்கப் போட-மாட்டேன்" என்றாள் சம்யு.

பிரித்திவி அவன் தோளைக் கட்டிக் கொண்டவன் "இப்ப உனக்கு என்னடா வேணும் உன் கூடக் காலையில காபி குடிக்கனும் சாப்பிடனும் இது தானே, சரி இனிமே பண்றேன்" என்றான், அவனைச் சமாதானப் படுத்தும் நோக்கில்.

எதுவும் பேசாமல் அமர்ந்திருந்தவனைப் புரியாமல் பார்த்த அவன் மனைவி, "ஆமா இந்த அண்ணா ஏன் இன்னும் கோபமா இருக்-காங்க?" என்றாள் கணவனிடம்.

"நீ வந்ததிலிருந்து நான் இவனைக் கவனிக்காம உன்னைக் கவனிக்-கறேனாமா, அது தான் கோபப் படறான்" என்றான் பிரித்திவி.

அவர்கள் இருவரையும் கூர்ந்து பார்த்தவள், "ஓ அவனா நீ" என்-றாள் ஏற்ற இறக்கத்தோடு.

அவள் சொன்னதைக் கேட்ட இருவரும் பக்கென்று சிரித்து விட்-டார்கள். எழுந்து அவளைப் பிடிக்க வருவதற்குள் அந்த இடத்தை விட்டு ஓடிவிட்டாள்.

இருவரும் அவளைப் பிடிக்கத் துரத்த அவளோ சத்தம் போட்டுக் கொண்டே ஓடினாள்.

சத்தத்தைக் கேட்டு வெளியில் வந்த ராஜேஷ் "என்னடா" என்றான்.

"ஒன்னுமில்லைடா" என்று சொல்லிவிட்டு இருவரும் அவளைப் பிடிப்பதிலேயே குறியாக இருக்க,

ராஜேஷ் போய்க் குறுக்கால நின்று அவளை அவர்களிடம் இருந்து காப்பாற்றி விடும் வேலையைப் பார்த்தான்.

அவர்கள் இருவரையும் அவன் பிடித்துக் கொண்டு "ரூமுக்கு ஓடிரு சம்யு" என்றான்.

"தேங்க்ஸ் அண்ணா" என்று சொன்னவள் அவள் அறைக்குச் சென்று தாளிட்டுக் கொண்டாள்.

இவர்கள் இருவரும் "அவளை ஏண்டா விட்டே அவளைப் பிடிப்-பேன்னு பார்த்தா எங்களைப் பிடிக்கற நீ என்ன லூசா?" என்றான்

ராகுல்.

"முதல்ல அவளை எதுக்குத் துரத்தறீங்கன்னு சொல்லுங்க நானே பிடிச்சு தறேன்" என்றான்.

அவள் சொன்னதை ராகுல் சொல்லவும், அப்போ நான் சரியாதான் செய்திருக்கேன். எனக்கே சில சமயம் இந்த மாதிரி சந்தேகம் வருது என்றவனை,

இருவரும் போட்டு மொத்த அவர்கள் என்ன பண்றாங்கன்னு கதவைத் திறந்து கொண்டு லேசாக எட்டிப் பார்த்த சம்யு, ராஜேஷை அடிப்பதைப் பார்த்துத் தன்னைக் காப்பாற்றியதால் அடிக்கிறாங்கன்னு நினைத்தவள்,

ஓடி வந்து அவர்கள் இருவரையும் முதுகில் போட்டவள்,

"ராஜேஷ் அண்ணாவை விடுங்க" என்றாள். அவர்கள் இருவரும் திரும்பி, "வந்துட்டியா வா" என்று அவளைப் பிடித்துக் கொண்டார்கள்.

"நீ ஏன்மா வந்த" என்ற ராஜேஷ் அவளை இழுத்துத் தனக்குப் பின்னால் நிறுத்திக் கொண்டான்.

இப்படியே மாற்றி மாற்றி அடித்துக் கொண்டவர்கள், வெகுநேரம் கழித்து ரூமிற்குச் செல்லும் போது மனசு படு உற்சாகமாக இருந்தது அனைவருக்கும்.

தங்கள் அறைக்குச் சென்றதும் பிரித்திவி சம்யுக்தாவிடம் ஒரு சின்ன டாலரை எடுத்துக் காட்டி, "இது உனக்காக நான் ஆசையா பார்த்து வாங்கிட்டு வந்தேன். எங்கே உன் கழுத்தைக் காட்டுத் தாலிச்செயினில் போட்டு விடுகிறேன்" என்றான்.

"என் கழுத்துல போடறது உனக்கு அவ்வளவு ஈசின்னு நினைச்சியா அதெல்லாம் முடியாது" என்றாள்.

"தாலியே கட்டுனேன் இதைப் போடமாட்டேனா போடி" என்றான்.

"தாலி நான் கழுத்தை நீட்டி வாங்கியதால் நீ கட்டுன. இப்ப போடு பார்க்கலாம்" என்று அந்தக் கட்டிலைச் சுற்றி ஓடினாள்.

"இவளைக் கட்டினதும் போது இப்படி என்னை ஓடவிட்டு நல்லா இளைக்க வைக்கறா" என்று பொலம்பிக் கொண்டே அவளைத் துரத்தி-னான்.

அந்தக் கட்டிலைச் சுற்றி ஓடி ஆட்டம் காட்டினவளைக் கட்டில் மேல் ஏறி ஒரே தாவலில் தன் கைக்குள் கொண்டு வந்தவன்.

அவள் கழுத்தில் இருந்து தாலிச் செயினை வெளியில் எடுத்தவன் அதில் அந்த டாலரைப் போட்டு விட்டான்.

"இதை எந்தச் சூழ்நிலையிலும் கலட்டக் கூடாதுடி இது தாலியவிட முக்கியம் நான் உனக்கு ஆசையா வாங்கித் தந்தது" என்றான்.

"அதான் போட்டு விட்டுடியே இனி எப்போதும் கழட்ட மாட்டேன் போதுமா" என்றாள்.

அவளைக் கட்டிலில் பொத்தென்று போட்டவன் அவள் மேலேயே விழுந்தான்.

அவள் தள்ளிப் போக அவளைப் பிடித்துத் தன் கை வளைவிற்குள் கொண்டு வந்தவன் அவள் முகத்தில் வாசம் பிடித்தான்.

அவன் இதழால் காதுமடல்களை வருடி விட்டு அவள் உணர்வுக-ளைத் தூண்டியவன்,

கண்கள் சொருக அவனிடம் கிறங்கிக் கிடந்தவளின் பாதங்களைப் பிடித்து, அதில் முத்தமிட்டு காலை வருடிக் கொடுக்கக் கூச்சத்தில் நெலிந்தாள்.

அவனுக்கு உணர்வுகள் விழித்துக் கொள்ள அப்படியே மெத்தையில் படுத்துக் கொண்டான்.

இதுக்கு மேல் போனால் தாங்காது அவ வேற படிக்கறக்கு ரொம்பப் பிரியப்படறா என்று நினைத்தவன், அவளை இறுக அணைத்துக் கொண்டு "தூங்களாமா" என்றான்.

அவள் அவனைக் கேள்வியோடு பார்க்க "நீ தான் படிக்கனும்னு சொன்னையே" என்றான்.

"அதனால" என்றாள் வெக்கத்துடன். "படிப்ப முடி மத்ததெல்லாம் அப்பறமா பார்த்துக்கலாம்' என்றதும் அவளுக்குக் கண் கலங்கி விட்டது.

"தேங்ஸ். இப்பதாண்டா உன்னை எனக்கு ரொம்பப் பிடிக்குது" என்று அவன் சட்டையை இழுத்து அவன் இதழில் தன் இதழைப் பொருத்தி அவனைத் திக்குமுக்காட வைத்து விட்டாள்.

கிரங்கிப் போய்த் தாபத்தோடு 'நான் உன்னை அணைக்கும் போதும் முத்தமிடும் போதும் இருப்பதை விட, நீ செய்யும் போது செம போதை ஏறுதுடி தாங்கமுடியலைடி" என்றான் மயக்கத்துடன்.

அவளுக்கு முகம் வெக்கத்தில் சிவந்து போய் இதழ் கடித்து அழகாக அவனுக்குக் காட்சி தந்தாள்.

ஏற்கனவே அவள் பின்னாடி பித்தாகத் திரிபவனை இன்னும் பித்தாக்கி விட்டாள்.

அவன் அவளைத் தன் மேல் போட்டுக் கொண்டு "தூங்கு" என்று தட்டிக் கொடுத்தான்.

இருவரும் ஒருவருக்கொருவர் அணைத்தபடி உறங்கினார்கள்.

காலையில் ஐந்து மணிக்கு அலாரம் அடிக்கவும் அடித்துப்பிடித்து எழுந்தவள், போய்க் குளித்து விட்டு வந்து வாசல் தெளித்துக் கோலம் போட்டு விட்டு வந்து காலேஜ்க்கு ரெடியானாள்.

நேற்று உறங்காததிற்கும் சேர்த்து இன்று மனைவியின் கதகதப்பும் கிடைத்ததால் நல்ல உறக்கத்தில் ஆழ்ந்திருந்தான்.

ரெடியாகி வந்தவள் நமக்குத் தண்டனை கொடுத்துட்டு இவன் மட்டும் நல்லா தூங்கறான் என்று நினைத்தவள்.

அவள் வாங்கி வந்திருந்த லிப்ஸ்டிக் எல்லாம் எடுத்து ஒவ்வொரு கலராகப் போட்டு முகம் கன்னம் கழுத்து உதடு நெற்றி இப்படி ஒவ்வொரு இடமாக முத்தமிட்டவள்.

எல்லாம் எடுத்து வைத்து விட்டு அவனுடைய போனிலேயே அவனைப் போட்டோ எடுத்து வால்பேப்பராக வைத்து விட்டுச் சிரிப்புடன், கதவை நன்றாகத் திறந்து வைத்து விட்டுச் சென்றாள்.

அவள் காருக்குச் செல்லும் போது யுவராஜும் வந்திருந்தான். இவளுக்காகக் காத்திருந்தார்கள் இவள் சென்றதும் கிளம்பினார்கள்.

பிரித்திவி நன்றாக அசந்து தூங்கிக் கொண்டிருக்க, ராகுல் எழுந்து காபி குடிக்கச் சென்றவன்.

பிரித்திவி அறைக் கதவு திறந்துகிடக்க ரொம்பச் சந்தோஷப்பட்டான். எவ்வளவு நாள் ஆச்சு காலையில இப்படி இவன் ரூம் கதவத் திறந்து கிடப்பதைப் பார்த்து, என்று நினைத்துக் கொண்டு உள்ளே எட்டிப் பார்த்தான்.

அவன் மட்டும் படுத்திருப்பதைப் பார்த்து விட்டு உள்ளே சென்றவன், அவன் கோலத்தைப் பார்த்து வெக்கத்துடன் சிரித்துக் கொண்டவன், அவனை எழுப்பினான்.

எழுந்து அமர்ந்தவன் "வாடா அதுக்குள்ள விடுஞ்சிருச்சா நல்லா தூக்கம் வருதுடா" என்றான் கொட்டாவி விட்டுக் கொண்டே.

"வரும்டா வராமலா இருக்கும்" என்றவன். "வா காபி குடிக்கப் போகலாம்" என்று அழைத்தான்.

"இரு முகம் கழுவிட்டு வரேன்" என்று பாத்ருமிற்குச் சென்றவனை "வேண்டாம் டா நானெல்லாம் அப்படியே தான் வறேன்" என்றான் ராகுல்.

"நீ வருவே நாயே நானும் அப்படி வரனும்னு என்ன இருக்குது" என்றவனை "சும்மா வாடா" என்று இழுத்துக் கொண்டு சென்றான் ராகுல் .

"விடுடா விடுடா காலங்காத்தால உயிரை எடுக்கறான் யாருடா உனக்குக் கதவைத் திறந்து விட்டது. ஆமா என் பொண்டாட்டி எங்கே இரு பார்த்துட்டு வரேன்" என்று திரும்பியவனை.

"அவளுக்குத் தான் காலேஜ்க்கு ஆறு மணிக்கு வரனும்னு சொன்னியே போயிருப்பா உன்னையும் நல்லா வெச்சு செஞ்சுட்டு போயிட்டா"

"நான் இன்னைலிருந்து உன் பொண்டாட்டி கச்சிக்கு மாறிரலாம்னு இருக்கேன்!

ஏன்னா உன்னை விட அவளுக்குத் தான் மூளை கிளைகிளையா பிருஞ்சு வேலை செய்யுது" என்றான்.

"என்னடா உளர்ர அவ ஒரு அரை லூசு நீ ஒரு அரை லூசு இரண்டும் சேர்ந்தா முழு லூசா வேணா ஆவிங்க வேற ஒன்னும் செய்ய மாட்டிங்க" என்றான் பிரித்திவி.

"அப்ப எங்களால எதுவும் செய்ய முடியாதுங்கற" என்றான் ராகுல் சிரித்துக் கொண்டே "இதை வேற என் வாயால சொல்லனும்? காபிய ஊத்துடா.

கருமம் உன்னால பல்லு கூட விளக்காம காபி குடிக்கவேண்டிய தலை எழுத்து" என்று தலையில் அடித்துக் கொண்டான்.

"அதுவும் ஒரு தனி டேஸ்ட் தான்". "லாரன்ஸ் போன் பண்ணச் சொன்னான்டா வீடியோ கால் பண்ணச் சொன்னான்" என்றான் ராகுல்.

"என்கிட்ட எதுவும் சொல்லலையே" என்றான் யோசனையுடன் பிரித்திவி.

"நீ போன் பார்த்திருக்க மாட்ட இந்தா என்னோட போன்ல பேசிட்டு ரூம்ல போய்ப் பாரு ஏதோ அவசரமா சொல்லனுமாம்" என்று சொல்லி அவனே போன் பண்ணினான் .

அதே நேரம் ராஜேஷும் வந்தவன் "இது என்னடா கோலம்" என்று சிரிக்க எதைச் சொல்ற என்றான் புரியாமல் பிரித்திவி

அதுக்குள் இடையில் புகுந்த ராகுல் "அவனுக்கு வேலை என்ன எதையாவது உளர வேண்டியது வந்தமா காபி குடுச்சமான்னு இல்லாம" என்று சொல்லி முடிப்பதற்குள் லாரன்ஸ் போனை எடுத்திருந்தான்.

தூக்க கலக்கத்தில் "என்னடா" என்றான். "இந்தா பிரித்திவி" என்று மட்டும் சொல்லி விட்டு அவனிடம் கொடுத்து விட்டு, ராகுல் தள்ளிப் போய்ச் சத்தம் போட்டுச் சிரித்தான்.

ராஜேஷும் சிரிக்க அவர்கள் இருவரையும் யோசனையுடன் பார்த்துக் கொண்டே லாரன்ஸைப் பார்க்க, அவனும் சிரித்துக் கொண்டிருந்தான்.

"என்னடா நடக்குது எல்லாரும் ஏன் சிரிக்கறீங்க" என்று கேட்டவன் தீடீரென்று ஞாபகம் வர தலையைத் தொட்டுப் பார்த்தான்.

எங்கே தன் மனைவி நமக்கும் கொண்டை போட்டு விட்டாளோ என்று அங்கே எதுவும் இல்லை என்றதும். என் கூடச் சேர்ரதெல்லாம் இப்படி அரை லூசா இருக்கே என்று சலித்துக் கொண்டவன்.

"என்னடா முக்கியமான விஷயம்" என்றான். "என்ன" என்று லாரன்ஸ் திருப்பிக் கேட்கவும். "நீ தான் ஏதோ முக்கியமான விஷயம் பேசனும்னு சொன்னியமா இந்த நாய் தான் போன் போட்டுக் கொடுத்துச்சு" என்றான் பிரித்திவி.

"அப்படியா சொல்லுச்சு அந்த நாயி. அந்த நாயி பேச்சை நீ ஏன் கேட்ட?கல்யாணம் ஆனவன் ரூமை விட்டு வெளியே வரும் போது கண்ணாடியில் ஒரு முறை பார்த்துட்டு வரமாட்டியாடா?" என்றான் சிரித்துக் கொண்டே.

'எங்க பாக்க விட்டான் இழுத்துட்டு வந்துட்டான்" என்றவன் படக்கென்று அதிர்ச்சியுடன் "என்னடா சொல்ற என் முகத்துல எதாவது இருக்கா?" என்றான்.

"நீயே போய்ப் பாரு" என்றதும் தன் அறைக்குச் சென்றவன் கண்ணாடியில் பார்த்து விட்டு வெக்கமும் சிரிப்பும் அதிர்ச்சியும் போட்டி போட "இவளை நான் என்ன தான் பன்றது" என்று புலம்பினான்.

பின்னாடியே சிரித்துக் கொண்டு வந்த இருவரும் 'நேத்து தான் மிஸ் பண்ணிட்டேன்னு பார்த்தேன். பரவாயில்லை பையன் ஸ்பீடா தான் இருக்கே" என்றான் ராஜேஷ்.

"ஒரு மண்ணும் இல்லை உங்களை எல்லாம் வெச்சுகிட்டு நான் ஒரு ஆணியும் புடுங்க முடியாது. அவ வேணும்னு இப்படிப் பண்ணிட்டு

போயிருக்கா அது கூடத்தெரியலையா" என்றான் எரிச்சலுடன்.

"பொய் சொல்லாதடா‘ என்றார்கள் இருவரும். 'நாயே ரொமான்ஸ் பண்ணும் போது போய் லிப்ஸ்டிக் கலரை மாத்தி போட்டு கலர்கலராகவா ரொமான்ஸ் பண்ணுவாங்க,

அவ தான் ஒவ்வொரு இடத்துக்கும் ஒவ்வொரு கலர்ல கிஸ் பண்ணி வெச்சிருக்காளே பார்த்தா தெரியல" என்று தலையில் அடித்துக் கொண்டான் பிரித்திவி.

"அட ஆமால்ல இந்த மகராசி வந்ததும் போதும் கலகலப்புக்குப் பஞ்சமில்லை எப்ப பாரு எதையாவது செய்து வைக்கறா" என்றான் ராஜேஷ்.

"ஏண்டா இப்படிப் பண்ணும் போது உனக்கு ஒன்னுமே தெரியலையா சொறனை கெட்டவனே" என்றான் ராகுல்.

"உனக்கும் தான் அழங்காரம் பண்ணி விட்டா எதாவது தெருஞ்-சுதா? இல்லைல அப்பறம் என்னை என்ன கேள்வி வேண்டி கிடக்கு" என்றான் பிரித்திவி.

"எங்களுக்குச் செய்தது வேறை உனக்கு அப்படியா" என்றவனைப் பிடித்து இருவரையும் வெளியில் தள்ளி கதவை அடைத்தான் பிரித்திவி.

17

அத்தியாயம் 17

ராஜேஷையும் ராகுலையும் வெளியில் தள்ளிக் கதவை லாக் பண்ணியவனுக்கு, அவனுடைய இதயத் துடிப்புகள் தாறுமாறாக ஏறியது.

அவனுக்கு முகம் முழுதும் வெக்கப் புன்னகை ஒட்டிக் கொள்ள, கண்ணாடியில் மறுபடியும் அவள் முத்தமிட்ட இடத்தை எல்லாம் பார்த்தான்.

அதைப் பார்த்ததும் அவன் உடல் சூடேற அதுவே அவன் போதை கொண்டு மயங்கப் போதுமானதாக இருந்தது.

அந்த உணர்வுகளை அனுபவித்துக் கொண்டே கொஞ்ச நேரம் மிதந்தவன் உடல் பரவசமடைந்து, அவனுக்குள் இரசாயன மாற்றம் ஏற்படத் தாளமுடியாத தாபத்தில் துவண்டான்.

"இரவில் கலந்தும் கலக்காமலும் உன் அணைப்பில் கிடந்தேன்

அது தந்த கதகதப்பில் விடிந்தும் விடியாமலும் உன்னைத் தேட

நீ இல்லாத போதும் உன்னுடன் கலந்தும் கலக்காமலும் நான் தவிக்கும் படிச் செய்துவிட்டாயே?

நீ தெரியாமல் செய்யும் சின்னச் சின்னக் குறும்புகள் கூட

எனக்குப் புதுசாகத் தோன்றிப் புதுவிதமாக மோகம் கொள்ள வைக்கிறாய்!

நீ பக்கத்தில் இருந்தாலும் இல்லை என்றாலும்

என்னுடன் கலந்தாலும் கலக்கவில்லை என்றாலும் அதில் கிடைக்கும்

அத்தனை சுகத்தையும் கொஞ்சம் கூடக் குறையாமல் என்னை ஒவ்வொரு நிமிடமும் அனுபவிக்க வைக்கிறாய்டி!

மோகத்தைத் தனித்து என் தாபத்தைத் தீர்த்துக் கொள்ள உன் இலட்சியம் எனக்குத் தடையாக இருக்குதுடி!

உன் லச்சியம் நிறைவேறும் வரை நான் தாங்குவேனாடி"

கம்பீரமாக இந்த வீட்டுக்குள் சிங்கமாகத் திரிந்தவன் தனக்குள் தோன்றிய கவிதையை நினைத்துச் சிரித்துக் கொண்டான்.

"அடியேய் இது நானாடி, ஏண்டி என்னை இப்படிப் பைய்த்தியம் பிடிக்க வைக்கற. இதைக் கலைக்கவே மனசு வரமாட்டேங்குதே எப்படி நான் போய்க் குளிப்பேன்.

குளிச்சா இதுல இருக்கற உன் வாசம் போயிருமேடி" என்று புலம்பித் தள்ளினான். நிழல் போல் ஆளும் கம்பீரச் சக்கரவர்த்தி.

மனசே இல்லாமல் குளியலறைக்குள் புகுந்தவன், கொஞ்ச நேரம் ஷவருக்குக் கீழே நின்று தன் உணர்வுகளைச் சமன் செய்து கொண்டு வெளியில் வந்தான்.

அவன் ரெடியாகி வெளியில் செல்ல ராஜேஷும் ராகுலும் ஆபீஸ் அறையில் அமர்ந்திருந்தார்கள்.

இவனும் போய் அமர்ந்தான் "எங்கடா உன் முகத்துல அச்சாரத்தைக் காணாம். நான் இன்னும் இரண்டு மூனுநாளைக்கு இருக்கும்ன்னு நெனைச்சேன்" என்றான் ராகுல்.

அவனை முறைத்த பிரித்திவி "எல்லாம் உன் வேலை தான். ஊரை கூட்டி மானத்தை வாங்க உன்னையும் சம்யுக்தாவையும் அடுச்சுக்க ஆளே இல்லை" என்றவன்,

"ராஜேஷ் நாம இரண்டாவது ஆப்ரேஷன் பண்ண வேண்டி வரும்ன்னு நினைக்கறேன்.

இன்னும் கொஞ்ச நாள் அமைச்சரோட தயவு வேணும் இப்ப வரை அவங்க யாருக்கெல்லாம் கன் கொடுக்கறாங்கன்னு தான் தெருஞ்சிருக்கு.

ஆனா இன்னும் கன் வாங்கும் இடம் இரகசியமாகத் தான் வெச்சிருக்காங்க. நம்ம மேல சந்தேகம் இருப்பதால் நாம இன்னும் அந்தச் சந்தேகத்தைத் தூண்டி விடுவோம் அப்ப தான் எதையாவது செய்வாங்க" என்றான்.

"ஏன் அப்படிச் சொல்ற பிரித்திவி, நம்மளைச் சந்தேகப்படுற அளவுக்கு நாம நடந்துக்களையே, இந்த முறை யாரை" என்றான் ராஜேஷ்.

"அவரோட இரண்டாவது மகள் ரிது" என்றான் பிரித்திவி.

'என்னடா சொல்ற நாம இதுவரை இப்படிப் பண்ணியதில்லை இப்ப மட்டும் என்ன அவரையே பண்ணுவோம்" என்றான்.

"இல்லை அவருக்கு அதிர்ச்சி வைத்தியம் தேவை அவரோட பொண்ணு மேல ரொம்பப் பாசம் வெச்சிருக்காரு.

தீவிரவாதிங்க கடத்தின மாதிரி தான் பண்ணப் போறோம்" என்றான் பிரித்திவி.

இருவரும் அமைதியாகப் பார்த்துக் கொண்டிருந்தார்கள். அப்போது பிரித்திவிக்குப் போன் வரவும் எடுத்துப் பேசிக் கொண்டே வெளியில் சென்றான்.

லாரன்ஸ் போன் பண்ணியிருந்தான் "வறேன்' என்று மட்டும் சொல்லி விட்டுப் போனை வைத்தவன், உள்ளே வந்து அவர்கள் இருவருக்கும் சில வேலைகளைச் சொல்லிவிட்டுச் சென்றான்.

பிரித்திவி தன் பாதுகாவலர்கள் படை சூழ தன் மருத்துவமனைக்குச் சென்றவன், எல்லாப் பக்கமும் சுற்றி வந்தான் அவனுக்கு வணக்கம் வைத்து ஒதுங்கி வழிவிட்டார்கள்.

அவர்களுக்கு ஒரு புன்னகையைப் பரிசளித்து விட்டுக் கிரவுண்ட் ப்ளோருக்குச் சென்றவன், அவனுக்காகக் காத்திருந்த லாரன்ஸிடம் சென்றான்.

"எதுக்கு அவசரமா வரச் சொன்ன" என்று கேட்டான். "இந்த வாரம் ஒரு கப்பல் சரக்கோட வருதுடா. இன்னும் இரண்டு நாள்ள நம்ம துறைமுகத்துக்கு வந்து சேர்ந்திரும்" என்றான்.

பிரித்திவி "சரியான நேரத்துல தான் வருது. இப்ப அவரைக் கொஞ்சம் சுத்த விட்டு அவருக்கு டெலிவரி பண்றவங்களை நம்ம இடத்துக்குக் கொண்டு போயிரனும். சரி நானும் வந்துர்றேன் பார்த்துக்கலாம் விஷயம் யாருக்கும் தெரியாதுல" என்றான்.

"தெரியாது" என்றான் லாரன்ஸ். "சரி போன முறை அட்ரஸ் கொடுத்தியே அங்க நம்ம ஆட்களைக் கவனிக்கச் சொல்லு" என்றான்.

"இப்பவும் அவங்களுக்கே கொடுப்பாங்கன்னு நினைக்கறையா?" என்றான் லாரன்ஸ். அதற்கு ஒரு புன்னகையைச் சிந்தியவன் "சரி

கிளம்பு" என்று சொல்லிவிட்டு அவனும் கிளம்பினான்.

காலேஜில் லன்ச் டைமில் நேத்ரா சம்யுவிடம் "வாடி" என்று இழுத்-துச் சென்றாள்.

"எங்கடி போறோம்" என்று கேட்டுக் கொண்டே அவள் பின்னாடி செல்ல, அவள் ஒரு மரத்தடியில் அமர்ந்திருந்த யுவராஜிடம் இழுத்துப் போக "இங்க எதுக்குடி பக்கி கூட்டிட்டுப் போற" என்றாள் அண்-ணனைப் பார்த்த எரிச்சலில்.

"சொல்றேன் பேசாம வாடி" என்றவள் யுவராஜ் அருகில் சென்று "ஹாய் யுவராஜ் நான் நேத்ரா. இவ என் பிரண்ட் சம்யுக்தா" என்று அறிமுகப் படுத்திக் கொண்டாள்.

"அட பக்கி இவன்கிட்ட அறிமுகப் படுத்தி வைக்கத் தான் கூட்டி வந்தியா" என்றாள் கோபத்துடன்.

"ஏய் அப்படி எல்லாம் பேசக் கூடாது நமக்குச் சீனியர்" என்றவள், "நாங்க அன்னைக்கு உங்க குணம் தெரியாம தப்பு பண்ணிட்டோம் சாரி" என்றாள்.

யுவராஜ் இதுக்கு முன் இப்படி யாரிடமும் பேசாததால் அவனுக்குத் தயக்கமாக இருக்க, அதுவும் தங்கச்சி கூட இருக்க அவனுக்கு என்ன பேசறதுன்னே புரியாமல் விழித்தான்.

"அவளோ நீங்க அதிகம் யாருகிட்டயும் பேசமாட்டீங்களா? எப்ப பார்த்தாலும் தனியாவே இருக்கீங்க" என்று அவனிடம் இன்னும் பேச்சு வளர்த்துக் கொண்டே சென்றாள்.

"அவன் பேசுனா உனக்கு என்ன பேசலைனா உனக்கு என்னடி வந்-துச்சு. ஏண்டி நொய்நொய்ன்னு படுத்தி எடுக்கற வாடி போகலாம்.

இவனைப் பத்தி தெருஞ்சு நீ என்ன பண்ணப் போற" என்றாள் சம்யு.

"உனக்குத் தேவையில்லை எனக்குத் தேவை. கொஞ்ச நேரம் பேசாம இருக்கப் போறையா இல்லையா?" என்று அவளை அடக்கிய-வள், அவனிடம் திரும்பி புருவத்தை உயர்த்திப் பதில் வேண்டும் என்ப-தைப் போல நின்றாள் நேத்ரா.

'எனக்கு யாரிடமும் பழகுவது அவ்வளவா பிடிககாது. அப்படிப் பழகினால் அவங்களுக்காக நமக்குப் பிடிக்காததை எல்லாம் சகித்துக் கொள்ள வேண்டும். பாருங்க இப்ப உங்க பிரண்டுக்கு என்னைப் பிடிக்-காது உங்களுக்காகச் சகிச்சுகிட்டு நிக்கறாங்க" என்றான்.

அவனின் பதில் அவள் மனதை வெகுவாகத் தாக்க, "அப்படி எல்லாம் இல்லை யுவராஜ் இவளுக்கு உங்களைப் பிடிக்காம இல்லை, அன்னைக்குக் கரஸ்கிட்ட மாட்டினோம்ல அந்தக் கடுப்புல இப்படி இருக்கா.

நம்ம கரஸைக் கண்டால் யாருக்குத் தான் பயமிருக்காது. மனுஷனா அவரு, பார்க்கவே பயமா இருக்கு" என்றாள் நேத்ரா.

"ஏய் ஒழுங்கா பேசுடி பல்லத் தட்டி கைல கொடுத்துருவேன்" என்றாள் எரிச்சலுடன்.

"அவரைச் சொன்னால் உனக்கு ஏண்டி கோபம் வருது. அந்த மனுஷன சிருச்சு நான் பார்த்தது இல்லை எப்ப பாரு முகத்தை இறுக்கமா வெச்சுகிட்டு" என்றாள்.

"அவரு எதுக்கு உன்கிட்ட சிரிக்கறாரு. சிரிக்க வேண்டிவங்ககிட்டப் சிரிப்பாரு, அதுக்காகப் போரவங்க வரவங்ககிட்ட எல்லாம் சிரிக்கச் சொல்லுவ போல" என்றாள் சம்யு.

"அவர் சிரிச்சுட்டாலும்" என்று அழுத்துக் கொண்டவள் "அந்தப் பேச்சு நமக்கு எதுக்கு யுவராஜ் இனி நாம ஃபிரண்ட்ஸ்" என்று கை கொடுத்தாள்.

அவனோ எச்சிலை விழுங்கிக் கொண்டு தன் தங்கையைப் பார்த்தான். அவள் வேறு பக்கம் முகத்தைத் திருப்பிக் கொள்ள.

"அவளை எதுக்குப் பாக்கறீங்க? எதாவது சொல்வான்னா அதெல்லாம் சொல்ல மாட்டா ரொம்ப நல்ல பொண்ணு தான், கொஞ்சம் கோபம் அதிகம்" என்று அவளைத் தன்னோடு இழுத்துக் கொண்டாள்.

தன் தங்கையின் தோழி என்பதற்காக அவளுக்குக் கை கொடுத்து "ஃபிரண்ட்ஸ்" என்றான்.

"சரி நாளையிலிருந்து எங்க கூடத் தான் சாப்பிடறீங்க, இன்னும் ஒரு வாரம் கேண்டீன்ல தான் சாப்பிடனும் அங்க எங்களுக்காக வெய்ட் பண்ணுங்க" என்று சொல்லி விட்டுச் சம்யுவுடன் சென்றாள் நேத்ரா.

அவளை ஒரு மாதிரி பார்த்துக் கொண்டே சென்ற சம்யு, "இப்ப எதுக்கு அவனை நம்ம கூடக் கூட்டுச் சேர்க்கற" என்றாள் எரிச்சலுடன்.

"அது வந்து எனக்கு அவனைப் பிடிச்சிருக்குடி" என்று வெக்கப் பட்டுக் கொண்டே சொன்னவளை விளங்காமல் பார்த்து வைத்தவள்,

"நீ அவனை விரும்பறையா?" என்றாள். நேத்ரா ஆமாம் என்று தலையாட்ட அதிர்ந்து போனவள், "அவனைப் பற்றி உனக்கு என்ன

தெரியும்?" என்றாள்.

"அவனைப் பார்த்தாளே தெரியலையாடி அவர் ரொம்ப நல்லவர்" என்று அவள் புகழ இவளுக்கு இரத்தம் எகிறியது.

"கொஞ்ச நேரம் பேசாம வா" என்று சொல்லி விட்டு முன்னே வேக-வேகமாகச் சென்றாள்.

அவள் பின்னே ஓடியவள் "சம்யு உனக்குப் பிடிக்கலையா?" என்று கண்களில் நீர் திரள கேட்டவளிடம்.

"அப்படி இல்லை. உனக்குப் பிடிச்சிருந்தா எனக்கு ஓகேடி வாழப் போறது நீ தானே" என்றாள்.

அவளுக்குத் தெரியும் தன் அண்ணனை ஒரு பெண் கட்டிக் கொள்-ளக் கொடுத்து வெச்சிருக்கனும் அவ்வளவு நல்லவன் என்று.

அந்த வாய்ப்பு தன் தோழிக்குக் கிடைத்ததில் தடையேதும் சொல்ல விரும்பாமல் சம்மதம் சொன்னாள்.

அதில் சந்தோஷமடைந்த நேத்ரா அவளை அணைத்துக் கொண்-டாள், வகுப்புக்கு நேரமாக விரைந்தார்கள் இருவரும்.

மாலையில் சோர்ந்து போய் வீடு வந்து சேர்ந்தாள் சம்யு. ஆபீஸ் ரூமில் இருந்த பிரித்திவி மனைவியைப் பார்த்ததும் அவன் உணர்வுகள் எல்லாம் பொங்கி எழ, காலை நேரத்து மயக்கம் அவனின் நினைவுக-ளில் தவழ்ந்தது.

அவள் சோர்ந்து இருப்பதைப் பார்த்து விட்டு காலையில நேரத்து-லயே போனது ஞாபகம் வர, அவசரமாகச் சமையலறைக்குக் கால் பண்-ணினான்.

"சார் சின்னமாவுக்குத் தான் எடுத்துட்டு வறோம்" என்று சொன்-னார்கள் போனை வைத்தவன் எழுந்து அறைக்குச் சென்றான்.

உடையைக் கூட மாற்றாமல் அப்படியே கட்டிலில் கிடந்த மனைவி-யைப் பார்த்தவனுக்குத், தண்டனை கொடுத்திருக்கக் கூடாதோ" என்ற நினைவு வந்தது.

அதற்குள் சமையல் செய்பவர் உணவைக் கொண்டு வர அதை வாங்கிக் கொண்டு கட்டிலில் போய் அமர்ந்தான்.

மனைவியின் கையைப் பிடித்து இழுத்து "ஏண்டி ரொம்பச் சோர்ந்து போயிருக்க" என்றான். எழுந்தவள் அவன் தோளில் சாய்ந்து கொண்டு "நீ தான தண்டனை கொடுத்த,

ஐந்து மணிக்கே எழுந்துருச்சுடேன் தெரியுமா?" என்றாள் "அதுக்குத் தான் தினமும் விதவிதமா பழிவாங்கறையே" என்றான் கண்ணசைத்து.

கண்ணம் சிவக்க "நான் எதுவுமே செய்யலையே" என்றாள். "ஆமா நீ எதுவும் செய்யலை இந்த உதடு தான் என்கிட்ட வம்பு பண்ணிகிட்டே இருக்கு ஒரு நாளைக்குப் புடுச்சு கடிச்சு வெக்கப் போறேன்"

என்று அவள் உதடை வருடியவன். "இந்தா சாப்பிடு" என்று உணவை எடுத்து ஊட்டி விட்டான்.

அவன் தோளில் சாய்ந்து கொண்டே சாப்பிட்டு முடித்தாள் "இப்ப எப்படி இருக்குடி. கொஞ்சம் பெட்டறா இருந்தா போய்க் குளிச்சுட்டு வா சோர்வெல்லாம் பறந்து போயிரும்" என்றான்.

"போடா எனக்குத் தூக்கம் வருது" என்று அப்படியே கண்ணை மூடிக் கொண்டாள். அவளை அப்படியே மடியில் சாய்த்துக் கொண்டவன் தட்டிக் கொடுத்துக் கொண்டே அவள் முடி முகமெல்லாம் வருடி விடச் சுகமாக உறங்கினாள்.

அவனும் அவளுக்குத் தொல்லை தராமல் தன் போனை எடுத்து நோண்டிக் கொண்டிருந்தான்.

கோழித் தூக்கம் போட்டவள் கொஞ்ச நேரத்துலயே கண் விழித்தவள், அவன் மடியிலேயே உறங்கி விட்டதை நினைத்து உதட்டைக் கடித்துக் கொண்டு, மெல்ல எழுந்து பாத்ருமிற்குள் புகுந்து கொண்டாள்.

பிரித்திவி டேபில் மேல் இருந்த இரண்டு போனில் யுவராஜிர்க்கு வாங்கியதை எடுத்துக் கொண்டு அவன் அறைக்குச் சென்றான்.

அப்போது தான் குளித்து விட்டு வந்திருந்தவன், "அத்தான்" என்றான் "ம்" என்றவன் அவனுடைய படிப்பை பற்றி விசாரித்து விட்டுப் போனைக் கொடுத்தான்.

"இது எதுக்கு அத்தான் அதான் என்கிட்ட இருக்கே" என்றான். "காலேஜ் படிக்கற பையன் இந்தா வெச்சுக்க" என்று அவனிடம் கொடுத்து விட்டு. "உன் நம்பர் சொல்லு" என்று கேட்டு வாங்கிக் கொண்டான் பிரித்திவி.

"யுவராஜ் காலைல நேரத்துலயே காலேஜ் போறீங்க உன் தங்கச்சி அங்க வேலை செய்யச் சிரமப்படறாளா" என்றான்.

"ஆமாம் அத்தான் இது வரை வீட்ல வேலை செய்யாம இருந்தவ இப்ப காலேஜ் முழுவதும் கூட்றதுனா,

பார்க்க எனக்கே பாவமாத்தான் இருக்கு வேலை முடிக்கவே நேர-மாகிடறதால, காலைல சரியா சாப்பிட கூட முடியலை.

சாயங்காலம் காலேஜ் விட்டு வரும் போது ரொம்பச் சோர்வா வந்து கார்ல உட்காரும் போது, கஷ்டமா இருக்கு அத்தான்" என்றான்.

"வேற விஷயமா இருந்தா கூட எதாவது பண்ணலாம் காலேஜ் விஷயத்துல நான் பாவம் பார்க்கக் கூடாது. எத்தனை பெண்களோட வாழ்க்கை அந்தக் காலேஜ் நம்பி தான் இருக்கு. இன்னைக்கு நான் என் பொண்டாட்டிக்காகப் பார்த்தால் காலேஜ் நல்ல விதமா நடத்த முடியாது. சரி இன்னும் மூனு நாள் தானே இருக்கு" என்று அவனுக்கு ஆறு-தல் சொல்வது போல் தனக்குத் தானே சொல்லிக் கொண்டு அந்த அறையை விட்டு வெளியேறினான் பிரித்திவி.

18

அத்தியாயம் 18

பிரித்திவி தன் அறைக்கு வரும் போது குளித்து விட்டு வந்து தலை வாரிக் கொண்டிருந்தாள் அவன் மனைவி.

அவளின் பின்னே சென்று கட்டிக் கொண்டவன் "இப்ப ஃபிரெஷ்-ஷாயிட்டயா" என்று கேட்டபடி அவள் பின் கழுத்தில் முத்தமிட்டான்.

"கூசுதுடா" என்று சிணுங்கியவள், திரும்பி அவனை முறைத்தாள். "எதுக்குடி முறைக்கற ஞாபகப் படுத்திப் பாரு காலையில எங்கெல்லாம் முத்தம் கொடுத்துட்டுப் போன.

அங்கெல்லாம் பதிலுக்கு நான் கொடுக்க வேண்டாமா" என்றவன், அவள் இடையில் கைவிட்டு தன்னோடு சேர்த்து அணைத்துக் கொண்-டான்.

"அதுவேறடா இதுவேற விடு எனக்குப் படிக்கனும்" என்றாள் எதைச் சொன்னாள் அவன் அடங்குவானென்று தெரிந்திருந்தவள்,

"ஆமால்ல அதுவேற இருக்கா" என்று சலிப்புடன் சொன்னவன் "நீ படுச்சு என்னத்தடி பண்ணப் போற பேசாம நாம ரெண்டு பேரும் சேர்ந்து குழந்தை பெத்து வளர்ப்போமா?" என்றான் அவளிடம் குழைந்து கொண்டு.

"என்னது குழந்தையா? முதல்ல நான் பெருசாகறேன் அதுக்குப் பிறகு குழந்தையப் பத்தி பேசலாம்.

எனக்குத் தொல்லை இந்தச் சின்ன வயசுல பாட்டியாக்க விருப்ப-மில்லை" என்றாள்.

"ஆமாடி எங்கம்மாவுக்குப் பதினாறு உனக்கு எட்டு வயசு உனக்கு ஒன்னுமே தெரியாம தான் காலையில் எழுந்ததும் செம டெம்ட் ஆகற மாதிரி, கலர்கலரா முத்தம் கொடுத்துட்டு போனையா?"

என்றவன் கண்கள் சொருக, அவள் முகமெல்லாம் முத்தமிட்டபடி அவளிடம் வாக்கு வாதம் பண்ணிக் கொண்டிருந்தான்.

அவனின் செய்கையில் அவள் உடல் சிலிர்த்துக் கொள்ள, அவன் முகம் பார்க்க தயங்க அவன் அவள் இதழை தன் இதழுக்குள் முழுவதும் அடக்கியவன், உயிர் வரை உருஞ்சி எடுத்தான்.

அவள் துவண்டு கால்கள் நடுங்க உடலெல்லாம் தொய்ந்து போய் அவன் மேல் சரிந்தவள், கண் மூடி மயக்க நிலையில் "கண்ணா நான் படிக்கனும்" என்றாள்.

அவளைத் தன் கையில் மெழுகாக உருக வைத்தவன், அந்த நிலையிலும் அவளின் படிப்பு ஞாபகம் இருப்தைப் பாரத்து வியந்து போனான்.

அவள் நெற்றியில் முத்தமிட்டவன். அவளை ஆசவாசப் படுத்தி அமரவைத்து விட்டு எழுந்து சென்று, அவளுக்கு வாங்கி வந்திருந்த போனை எடுத்துக் கொடுத்தான்.

"ஐ போனா குடு பார்க்கலாம்" என்று வாங்கியவள் பிரிச்சு பார்த்து விட்டு சூப்பரா இருக்கு. சிம் போட்டுக் கொடு தொல்ஸ்க்குப் பேசலாம்" என்றாள்.

அவன் அந்தப் போனில் ஏற்கனவே வாங்கி ஆக்டிவேட் பண்ணி வைத்திருந்த சிம்மை போட்டவன், அதை ஆன் பண்ணி மெயில் ஐடி கிரியேட் பண்ணி தேவையான ஆப் எல்லாம் ஏத்திக் கொடுத்தான்.

அதை வாங்கியவள் தன் மாமியாருக்கு முதல்முதலாக அழைத்தாள். அந்தப் பக்கம் போன் எடுக்கப்படவும், வாங்கி ஸ்பீக்கரில் போட்டு விட்டு கொடுத்தான்.

"தொல்ஸ் எப்படி இருக்க?" என்றாள் சம்யு. "நான் நல்லாருக்கேன்டி நீ எப்படி இருக்கக் காலேஜ் இன்னும் இருக்கா இல்லை மூடிட்டானா?" என்றாள்.

பிரித்திவி சிரிக்க, "எதுக்குத் தொல்ஸ மூடனும்?" என்றாள் புரியாமல். "இல்லை நீ போய் இவ்வளவு நாளாச்சே இன்னுமா காலேஜ்ல எதுவும் பண்ணாம இருக்க" என்றாள் துளசி சிரித்துக் கொண்டு.

"உன்கிட்ட ஆசையா பேசினேன் பார் என்னைச் சொல்லனும், இரு உன்னையும் எல்லா மருமக மாதிரி நானும் கொடுமை பண்றேன்.

உனக்கு இரண்டு வேளை சாப்பாட்ட கட்பண்றேன்" என்றாள் கோபத்துடன் சம்யு. "நீ இருந்த ஊர்ல தாண்டி நானும் இருக்கேன், உனக்குக் காட்டுக்குள்ள திருடத் தெரியும் போது எனக்குத் திருடி திங்தத் தெரியாதா என்ன போடி போடி" என்றாள் துளசி.

பிரித்திவி கடைசில எங்காமவையும் திருட வெச்சுருவா போலையே என்று நினைத்துக் கொண்டு, அவர்கள் உரையாடலைக் கவனித்துக் கொண்டிருந்தான்.

"வரவர நீ என்னை மாதிரியே யோசிக்கற தொல்ஸ். உனக்கு அங்க தனியா இருக்கப் போரடிக்கலையா?" என்றாள் அக்கரையாக.

"அவ்வளவு பாசம் இருக்கரவ ஏன் என்னை விட்டுப் போன இங்கயே இருக்க வேண்டியது தானே.

நேத்துக் கூடப் பசங்கெல்லாம் கிணத்துக்குக் குளிக்கப் போகும் போது சம்யு இல்லாம கிணத்துல நீச்சலடிக்கறக்கு நல்லாவே இல்லைடா.

அவ இருந்தா விளையாட காட்டுல காய் பறிக்கன்னு நாள் போறதே தெரியாதுன்னு பேசிட்டுப் போனவங்க, என்னைப் பார்த்ததும் எல்லாம் இந்தக் கிழவியால வந்ததுன்னு திட்டிட்டு போறாங்கடி" என்றார்.

"அப்படியா சொன்னானுக நீ கவலைப் படாதே. நான் செமஸ்டர் லீவு வரும் அப்போ உன் கூடத்தான் இருப்பேன். நாம ரெண்டு பேரும் ஜாலியா இந்தப் பொன்னுச்சாமி வயல்ல போய்க் காய் பறிச்சு வித்துட்டு, அந்தக் காசுல சினிமா பார்க்க போகலாம்" என்றாள்.

"ஆமாண்டி அப்ப தான உங்கப்பன் ஏக்கா அவ தான் சின்னப் பொண்ணுனா நீங்களுமான்னு சொல்றதுக்கா" என்றாள் துளசி.

துளசிக்கு அவகிட்ட பேசப் பேச உறச்சாகமாக இருந்தது போனை வைக்கவே மனசில்லாமல் இருவரும் வம்பு வளர்த்துக் கொண்டிருந்தார்கள்.

பார்த்துக் கொண்டிருந்தவனுக்குத் தன் அம்மாவின் ஏக்கம் புரிந்தது. இவளை ரொம்ப மிஸ் பண்றாங்க அதான் எதையாவது சொல்லி அவளைப் பேச வைக்கறாங்க, என்று நினைத்து வருத்த பட்டான்.

இந்தச் செமஸ்டர் லீவுக்கு அனுப்பி வைக்கனும் போய் அம்மா கூடக் கொஞ்ச நாள் இருந்துட்டு வரட்டும்.

அவங்களை இங்கே அழைச்சுட்டு வரமுடியாது என்று நினைத்துக் கொண்டான்.

மனைவி தலையை ஆட்டி ஆட்டி பேசுவதையும், அந்தப் பக்கம் அவனுக்கே தெரியாத அவனுடைய அம்மாவின் இன்னொரு பக்கத்தையும், பார்த்து இரசித்துக் கொண்டிருந்தான்.

கடைசியாக "தொல்ஸ் இப்ப என்ன சமையல்?" என்றாள். "நான் எங்கடி செஞ்சேன் உங்கம்மா தான் நைட்டுக்கு ஏதோ செஞ்சு உங்கப்பாட்ட கொடுத்து விட்டிருக்கா" என்று சொல்லும் போது அதைக் கவனித்தவன், அவள் பேசியதும்

"அம்மா பேசாம இவளோட அம்மா அப்பாவையும் நம்ம வீட்டுக்கே வரச்சொல்லிருங்களே நீங்க ஒருத்தர் மட்டும் தான இருக்கீங்க" என்றான்.

"நானும் சொல்லிப் பார்த்தேன்டா உன் மாமனார் ரோசக்காரன் வரமாட்டேங்கறான் வாடகை வீட்டுல தான் இருக்கான்.

இங்கே இத்தப் பெரிய வீட்டுல நான் ஒருத்தி தாண்டா இருக்கேன், இங்க வந்து இருடான்னா கேக்க மாட்டேங்கறான்" என்றார்.

"சரிமா நாளைக்கு நம்ம வீட்டுக்கு வந்துருவார் பாருங்க" என்றவன் போனை வைத்து விட்டு, "உங்க அப்பா போன் நம்பர் சொல்லுடி" என்றான்.

அவள் திருதிருவென்று விழித்தாள் "என்னடி இப்படி முழிக்கற தெரியுமா தெரியாதா" என்றான்.

"வீட்டுல இருக்கற எனக்கு எதுக்கு அவரோட நம்பர்ன்னு ஞாபகம் வெச்சுக்களை" என்றாள்.

"நீ ஒரு அதிசயப் பிறவிடி உன்னோட வாழ்க்கை முழுவதும் எப்படிக் குப்பை கொட்டப் போறேனோ தெரியலை" என்று சொல்லி விட்டு யுவராஜ் ரூமை நோக்கிச் சென்றான்.

"கண்ணா கண்ணா" என்று பின்னாடியே வந்தவள் "நானும் எங்கப்பாட்ட பேசனும்" என்றாள்.

"நெம்பர் வாங்கிட்டு வரேன் இருடி" என்று சொல்லிவிட்டு யுவராஜ் அறைக்குச் சென்றவன், அவனிடம் நெம்பர் வாங்கிக் கொண்டு வந்தான்.

தன் அறைக்கு வந்ததும் கால் பண்ணவும் "நானும் கேட்கனும் அவுட் ஸீபீக்கர்ல் போடு" என்றாள்.

"உன் தொல்லைக்கு அளவே இல்லடி" என்று சொல்லிக் கொண்டே ஸ்பீக்கரில் போட்டான்.

ரிங் போய்ப் போனை எடுத்தவர் "ஹலோ" என்றார். "நான் பிரித்திவி பேசறேன் மாமா" என்றான் "மாப்பிள்ளை நல்லாருக்கீங்களா சம்யு எப்படி இருக்கா?" என்றார்.

"எல்லாரும் நல்லாருக்கோம் மாமா அங்க நீங்க அத்தை எல்லாம் எப்படி இருக்கீங்க?" என்றான்.

"நல்லாருக்கோம் மாப்பிள்ளை" என்றார். "மாமா எனக்கு ஒரு உதவி பண்ண முடியுமா?" என்றான்.

"செய்யுன்னு உரிமையோடு சொல்லுங்க மாப்பிள்ளை செய்யறேன் இப்படி உதவின்னெல்லாம் சொல்லாதீங்க.

என்னோட ரெண்டு குழந்தைகளையும் என் இடத்திலிருந்து நீங்க தான் பார்த்துக்கறீங்க. அப்படி இருக்கும் போது நான் நீங்க எது சொன்னாலும் செய்வேன்" என்றார் பொன்னுச்சாமி.

"அப்படியா மாமா பார்த்தா அப்படித் தெரியலையே, உங்க இடத்திலிருந்து உங்க பையனையும் பெண்ணையும் நான் பார்த்துக்கறேன்.

அதே என் இடத்திலிருந்து எங்கம்மாவை ஏன் நீங்க பார்த்துக்கலை. வயசான காலத்துல சிரமப்படறாங்கன்னு தெருஞ்சும் ஏன் நீங்க தனியா, அவங்க தனியா இருக்கீங்க.

நான் வரமுடியாது அம்மாவை இங்கே கூட்டிட்டும் வரமுடியாது அம்மாவுக்குச் சில விஷயங்கள் புரியாது. அதனால தான் நான் அவங்களை இங்கே கூட்டி வரலை.

என் கல்யாணத்துக்குப் பிறகு நீங்க இருக்கீங்க அங்க இருக்கறது மூனு பேர் எதுக்கு இரண்டு அடுப்பு வெச்சு சமையல் செய்யனும்?

என் மேல உங்களுக்கு மதிப்பும் மரியாதையும் இருக்குதுன்னா நாளைக்கே அந்த வீட்டை காலி பண்ணிட்டு நம்ம வீட்டுக்குப் போங்க,

மாபபிள்ளை வீட்ல எப்படி இருக்கறதுன்னு நினைக்காதீங்க. நானும் உங்க பொண்ணும் எப்பவாவது தான் அங்கே வருவோம்.

யுவராஜையும் படிப்பு முடுச்சு என்னோடவே வெச்சுக்கலாம்ன்னு நெனைக்கறேன். அதனால நாங்க அங்கே லீவுக்கு மட்டும் தான் வருவோம்.

நீங்க அம்மாவுக்கு ஓய்வு கொடுத்துட்டுத் தோட்டம் வீடு எல்லாம் உங்க பொருப்புல பார்த்துக்குங்க" என்றான்.

கொஞ்சம் தயக்கமாக இருந்தாலும் மருமகன் பேச்சை மீற முடியாமல் "சரி மாப்பிள்ளை நீங்க சொன்ன படியே செய்யறேன்" என்றார் .

அதற்குள் கதவு தட்டும் ஓசை கேட்க போய் "திறடி" என்றான்.

"நான் பேசனும் நீயே போய்த் திறடா" என்றாள். தலையில் அடித்-துக் கொண்டவன் "இந்தா பேசு" என்று சொல்லி விட்டு கதைவைத் திறக்கச் சென்றான்.

அவளோ

"நான் இப்ப காலேஜ்ல படிக்கறேன் பா. நான் தான் வகுப்பில் டாப்.

சிலர் மாதிரி பொண்ணுங்களைக் காலேஜிக்கு அனுப்ப மாட்டேன் என்று வரட்டுக் கௌவுரவம் பார்க்காமல், என் புருஷன் நான் காலேஜ் போக எனக்குச் சாப்பாடு ஊட்டி விட்டு, டிபனுக்குச் சாப்பாடு போட்டுக் கார் வரை வந்து வழியனுப்பி வைப்பான்" என்றாள் குத்திக் கட்டுவது போல்.

மகள் பேச அவள் பேச்சை கேட்டு ரொம்ப நாள் ஆனதால், பொன்-னுச்சாமிக்கு உறச்சாகம் பீரிட்டு வர,

"அப்படியா நீ இன்னும் ஐந்தாவது படிக்கும் போது எப்படி இருந்-தியோ அப்படியேதான் சம்யு இருக்க.

கொஞ்சம் கூட வளரவே இல்லை மாப்பிள்ளைக்கு நீ செய்யனும் உனக்கு அவரைச் செய்ய வைக்கற" என்றார்.

இப்பவும் அவர் தன்னைக் குற்றம் சொல்வதைப் பொருக்க முடியா-தவள் "நான் படிக்கறேன் அவன் செய்யறான். நான் படுச்சு முடுச்சதும் நல்லா பார்த்துப்பேன் உங்க பொண்டாட்டி மாதிரி இல்லை" என்றாள் கோபத்துடன்.

"என் பொண்டாட்டிக்கு என்ன குறைச்சல் உன்னை மாதிரி அவ ஒன்னும் புருஷனை வேலை வாங்கிட்டு உட்கார்ந்து வக்கனையா சாப்-பிடலை" என்றார் சிரித்துக் கொண்டே.

அவரின் பேச்சிலும் சிரிப்பிலும் கோபம் கண்ணை மறைக்க என்ன பேசறோம் என்பதே தெரியாமல்.

"யாரு உங்க பொண்டாட்டியா இத்தனை வருஷம் குடும்பம் நடத்தி-யும் உங்களைப் பத்தி தெரியலை. சும்மா நான் இரண்டு பிட்ட போட்ட-தும் உங்ககிட்ட சண்டைக்கு வந்தாங்க" என்றாள்.

அதிர்ந்து போனவர் "என்ன சொல்ற எப்ப சண்டைக்கு வந்தா? நீ என்ன சொன்ன?" என்றார்

"அது ஒன்னுமில்லை,

என்னைப் பொண்ணு பாக்க ஒரு உதவாக்கரை கூட்டிட்டு வந்-தீங்கள்ள, அப்ப அம்மாட்ட போய் அம்மா எனக்கு உன் அண்ணன் பையனைத்தான் பிடிச்சிருக்கு அப்பா அவர் அக்கா பையனைத்தான் கட்டனும்னு சொல்றார்.

நான் மாமா பையனைத்தான் கட்டிப்பேன்னு சொன்னதுக்கு, அந்த வீட்ல உங்கம்மாவை கட்டியே நான் படறபாடு போதும், உன்னையும் அந்தக் குழியில் தள்ள முடியாதுன்னு சொன்னார்ன்னு சொன்னேன்.

அதை அப்படியே நம்பிட்டு நான் சொல்றபடி செஞ்சாங்க இப்ப பெருமை பேசுங்க பார்க்கலாம். எப்பவும் நீங்க என் கிட்ட தோத்து தான் போவீங்க அப்பா" என்றாள்.

அதிர்ச்சியில் உச்சத்திற்குச் சென்றவர், பக்கத்தில் இருக்கும் மனை-வியிடம், "உன் பொண்ணு சொல்றது எல்லாம் உண்மையா" என்று கேட்பது இங்கே கேட்டது.

"இரு உன்னை வந்து கவனிச்சுக்கறேன்" என்றவர் மகளிடம், "சம்யு இன்னும் கொஞ்ச நாள் நான் உன்னை வீட்டில் வெச்சிருந்தேன்னு வை என் பொண்டாட்டி பையனை எல்லாம் என்னை விட்டு துரத்தி இருப்-பீல்ல.

எப்படியோ எங்க அக்கா குடும்பத்தை எங்கிட்டே இருந்து பிருச்சுட்-டியே. அப்பவும் அவன் சொன்னான் மாமா சம்யுவும் அத்தையும் ஏதோ கோல்மால் பண்றாங்கன்னு நான் தான் நம்பலை.

என் பொண்டாட்டி புள்ளைய பத்தி என்கிட்டயே சொல்றையான்னு சண்டைக்குப் போனேனே. எத்தனை முறை என்னைப் பார்க்க வந்தான். மாமா எனக்குச் சம்யுவ கட்டிக் கொடுங்கன்னு அவனைத் திட்டி அனுப்-பிட்டேன்.

இப்ப எப்படிப் போய்ப் பேசுவேன் உன் விளையாட்டுக்கு ஒரு அளவே இல்லையா சம்யு.

உன்னைப் படிக்க வைக்களீங்கறக்காக இப்படி எல்லாம் பண்ணு-வியா?" என்றார் கோபத்துடன்.

"ஆமா நல்லா படிக்காத உங்க பையன் படிக்கனும் ஸ்டேட் பஸ்ட் வந்த நான் வீட்டல குப்பை கொட்டனுமா" என்று சண்டைக்கு நின்றாள்.

"நீ எங்கே வீட்டுல குப்பை கொட்டுன ஊர் வம்பை எல்லாம் வாங்-கிட்டு வந்தது தெரியாதுன்னு நெனைச்சியா?

சின்னப் பசங்க கூடச்சேர்ந்து கிட்டு வாய்க்கால்ல கிணத்துல போய்க் குதிச்சு விளையாடியது தெரியாதுன்னு நெனைச்சியா.

எத்தனை பேர் என்னைக் கேட்டாங்க தெரியுமா? என்னய்யா பொண்ணை வளர்த்தி வெச்சிருக்க, கிணத்துலையும் வாய்க்கால்லையும் குளிச்சுக்கிட்டுத் திரியுதுன்னு பேசினாங்க தெரியுமா?

நான் உன்கிட்ட அதைப் பத்தி ஒரு வார்த்தைக் கேட்டிருப்பேனா? அவ இஷ்டப்படி படிக்க வைக்கலை, அதனால கோபத்தை இப்படி எல்லாம் காட்டறா என்று சும்மா தானே இருந்தேன்.

உன்னை எல்லாம் அடுச்சு வளர்த்தி இருக்கனும் பாப்பா" என்றார் கோபத்துடன்.

"பாப்பான்னு சொல்லாதீங்க" என்றாள் இவளும் கத்திக் கொண்டே "அப்படித் தான் சொல்வேன்" என்றார் அவரும்.

"நான் எதாவது சொல்லிருவேன் அப்பா என்னைப் பாப்பான்னு கூப்பிடாதீங்க" என்றாள் பொசு பொசு என்று மூச்சை இழுத்து விட்டுக் கொண்டு.

"அப்படித் தான் சொல்வேன் இரு உங்க அம்மாவுக்கு இருக்கு உன்னோடு சேர்நதுகிட்டு என்னையே எதிர்க்கற அளவுக்குத் துணிச்சல் வந்திருச்சு ம்ம்" என்றார் கோபத்துடன்.

அப்போது நாக்கை கடித்துக் கொண்டவள் ஐயோ போச்சு நம்மாள அம்மா மாட்டிகிட்டாங்களே.

சம்யு உனக்கு வாய் ஓவர்டி இப்ப எப்படியாவது அம்மாவைக் காப்பாத்தி ஆகனுமே என்ன பண்ணலாம் என்று யோசித்தாள்.

"அப்பா உங்களுக்கும் எனக்கும் தான் போட்டி நான் அம்மாவை யூஸ் பண்ணிக்கிட்டேன், நீங்க வேணா என் புருஷனை யூஸ் பண்ணிக்கோங்க. அம்மாவை எதுவும் சொல்லாதீங்க பாவம் அப்பா" என்றாள் இறங்கிப் போன குரலில்.

"நான் எல்லாம் உன்னை மாதிரி போட்டுக் கொடுக்கற வேலை செய்ய மாட்டேன" என்றார் அவரும் பிடிவாதத்துடன்.

"நான் ஒன்னும் போட்டு கொடுக்கலை என் ஆசையை நிறைவேத்திக்க முயற்சி செய்தேன்.

எனக்கு எதுக்கு மாப்பிள்ளை பார்த்தீங்க நான் கேட்டேனா உங்கிட்ட எனக்குக் கல்யாணம் பண்ணி வைங்கன்னு" என்றாள்.

"பின்ன கேக்கலையா நான் இவரைத்தான் கட்டிப்பேன்னு பிடிவாதம் பிடிச்சல்ல கட்டிகிட்ட,

அது ஒன்னு தான் நீ உருப்படியா செஞ்சது, உனக்கு ஜால்றா போடற மாதிரியே ஒரு மாப்பிள்ளைய கட்டிகிட்டு என்கிட்ட பெருமை பேசறையா".

"அப்படியா சரிப்பா என்னமோ பண்ணுங்க எங்க அம்மா மேல சின்னக் கீரல் விழுந்தாக் கூட, உங்க ஆசை பையன் இங்க தான இருக்கான்" என்று சொல்லி சிரித்தாள்.

அந்தப் பக்கமிருந்து எந்தச் சத்தமும் வராமல் போகவே "என்னப்பா" என்றாள். அவருக்கோ மகளின் சாமர்த்தியத்தில் வியப்பும் சிரிப்பும் ஒருங்கே வர அமைதியாக இருந்தார்.

"அப்பா அப்பா" என்று சத்தமிட இருமிக் கொண்டே "சொல்லு" என்றார். "நான் சொன்னது காதில் விழுந்துச்சா உங்க செல்லப் புத்திரன் இங்க தான் இருக்கான்" என்றாள்.

"அவன் மட்டும் என் செல்லம் இல்லையே. நீ தான் என் செல்லம் தேவையே இல்லாத எல்லாத்தையுமே தெருஞ்சே உனக்குத் தானே வாங்கித் தந்தேன்" என்றார்.

"படிப்பைத் தரலையே அப்பா" என்றாள். கண்கலங்க கண்ணீர் பெருகியது "இத்தனை கொடுத்து கொடுக்காத ஒன்னேயே ஏன் பாப்பா பேசற அப்பா செய்தால் காரணம் இருக்குமல்ல" என்றார்.

"உங்க காரணம் தான் அப்பா தப்பு. நீங்க என்னை எவ்வளவு பெரிய படிப்புப் படிக்க வெச்சிருந்தாலும், நான் உங்க பேச்சை மீறி உங்களுக்குப் பிடிக்காத ஒருத்தனை கல்யாணம் பண்ணமாட்டேன்.

படிப்பு எனக்கு முக்கியம்ன்னு தெரியற எனக்கு, அப்பா அம்மா பேச்சை மீறி காதலிக்கக் கூடாதுன்னு தெரியாதா?

படிக்கப் போனா நாலு பசங்க பின்னாடி வரத்தான் செய்வாங்க. அவங்களை எல்லாம் காதலிக்கற அளவுக்கு நான் பலகீனமானவ இல்லை அப்பா.

நம்ம குடும்பக் கஷ்டம் தெரியும் பா உங்க பையனை விட நான் அதிகமா படுச்சு உங்களையும் அம்மாவையும் சந்தோஷமா வெச்சிருந்திருப்பேன்" என்றாள் ஆதங்கத்துடன்.

"அம்மாடி தப்புப் பண்ணிட்டேன் போல இந்த அப்பாவை மன்னுச்சிருடா உன்னை விளையாட்டுப் பொண்ணுன்னு நினைச்சுடேன்" என்றார்

கண்கலங்க.

அமைதியாகப் பேசாமல் இருந்தாள் கண்களில் கண்ணீர் தாரை தாரையாகப் போனது விம்மிக் கொண்டிருந்தாள்.

பிரித்திவி "இப்பவாவது என்னை விடுவீங்களாடா" என்றான். தன் இருபக்கமும் அழுத்திப் பிடித்துக் கொண்டு விடாமல் தன் மனைவி பேசுவதை இரசித்துக் கேட்டுக் கொண்டிருந்த ராஜேஷிடம் ராகுலிடமும்.

இன்னும் அதிகமாக அழுத்திப் பிடித்துக் கொண்டார்கள் "இருடா" என்றார்கள் சிரித்துக் கொண்டே,

"சம்யு அழாதம்மா அப்பவும் உன் அண்ணன் சொன்னான் நான் தான் கேட்கல அவன் மேல கோபப் படாதமா" என்றார்.

"சரி அப்பா அம்மாவையும் நீங்க எதுவும் சொல்லக் கூடாது பாவம் பா அவங்களுக்கு எதுவும் தெரியாது" என்று டீல் பேசினாள்.

"சரிமா உனக்காக அம்மாவை எதுவும் சொல்லலை. எப்படியோ உன் பொண்ணு உன்னைக் காப்பாத்திட்டாடி" என்றார் பக்கத்தில் இருந்த மனைவியிடம்.

"மாட்டி விட்டதே அவ தான் வரட்டும் இருக்கு அவளுக்குத் துடைப்பை கட்டை பிய்யற மாதிரி சாத்தறேன்" என்றாள் சுமதி.

"அம்மா அதை நீ மிஸ் பண்ணிட்டயே இப்ப நீ அடுச்சா உன் மாப்பிள்ளை கேட்பார் தெரியுமா" என்றாள் சிரிப்புடன்.

"ம் கேட்டா உன்னோட தொல்ஸ்க்கிட்ட சொல்லி அவரையும் சாத்த சொல்றேன்" என்றார்.

"அவரை அடுச்சா நான் கேட்பேனே. எங்கே அடிக்கச் சொல்லுங்க பார்க்கலாம் கை மேல முட்டுச்சு தொல்ஸ் காலி" என்று சிலிர்த்துக் கொண்டு நின்றாள்.

"இங்க வா பேசிக்கறேன் உன்னை இப்படிப் பேச விட்டுட்டு மாப்பிள்ளை எங்கே போனார்" என்றாள்.

"அவன் என்ன அப்பா மாதிரி சும்மாவா இருக்கார். எனக்குச் சாப்பிட எதாவது சமையலறையிலிருந்து எடுத்து வரப் போயிருப்பார்" என்று சொல்லியவள் ரூமைத் திரும்பி அளவிட்டவள்

அப்படியே ஸ்தம்பித்து நின்றாள்.

19

அத்தியாயம் 19

சம்யு திரும்பி அறையைப் பார்த்தவள், ஸ்தம்பித்து நின்றாள். அவசர அவசரமாக "அப்பா நான் அப்பறமா பேசறேன்" என்று போனை வைத்-தவள்.

அவர்கள் அருகில் ஓடி வந்து "எதுக்கு அவனை இப்படிப் போட்டு அமுக்கி பிடுச்சிருக்கீங்க விடுங்க" என்று தன் கணவனைப் பிடித்துத் தூக்கினாள்.

சம்யுவிடம் கதவைத் திறப்பதாகச் சொல்லி விட்டு சென்றவன், கதவைத் திறக்க ராஜேஷும் ராகுலும் "சாப்பிட போகலாம் வா" என்-றார்கள்.

"இருங்கடா யுக்தா அவங்க அப்பாட்ட பேசிட்டு இருக்கா வரட்டும்" என்றவர்கள். அங்கே நின்று பேசிக்கொண்டிருக்க,

விஷயம் சுவாரஷ்யமாகக் காதில் விழ

பிரித்திவி "இருங்க போனை கட் பண்ணிட்டு கூட்டி வரேன்" என்று உள்ளே வர, அவர்கள் இருவரும் வந்து அவனைக் கீழே தள்ளி, இரு-பக்கமும் இரு காலைப் போட்டு அமுத்திக் கொண்டார்கள்.

அவன் வாயையும் பொத்தி விட்டார்கள் "அமைதியா இரு அவ பேசறதைக் கேட்போம்.

அவளுடைய சேட்டை எல்லாம் கேட்க நல்லாருக்கும்" என்றார்கள். "டேய் அதுக்காக அவ செஞ்சதை எல்லாம் கேட்டா மானம் மரியாதை எல்லாம் போயிடும்டா விட்டுத் தொலைங்கடா" என்றான்.

"பராவாயில்லை வேற யார் கேட்கப் போறாங்க நாங்க ரெண்டு பேரும் தான" என்றவர்கள், அவனை விடாமல் பிடித்துக் கொண்டு அவள் பேசப் பேச சிரிப்பை அடக்க முடியவில்லை.

இப்போ பிரித்திவியை விட்டவர்கள் அவ்வளவு நேரம் அடக்கி வைத்திருந்த சிரிப்பை விழுந்து விழுந்து சிரித்தார்கள்.

மனைவியின் கைப்பிடிக்குள் இருந்தவன் பின்னாடி நின்று சிரித்துக் கொண்டிருந்த யுவராஜைப் பார்த்து "நீயுமாடா நீ எப்ப வந்த" என்றான்.

"நான் சாப்பிட போக வந்தேன் அத்தான். இவங்க ரெண்டு பேரும் உங்களைக் கீழே தள்ளி அழுத்திப் பிடித்திருப்பதைப் பார்த்து என்னன்னு பார்க்கலாம்ன்னு வந்தேன்" என்றான்.

"எதுக்கு இவனை இப்படிப் பிடுச்சிருந்தீங்க" என்றாள் ராகுலிடம் ராஜேஷிடமும்.

திரும்பி பிரித்திவியைப் பார்த்து, "அவங்க பிடுச்சிருந்தா உன் கை பூப்பறிக்கப் போச்சா ரெண்டு விட்டு தள்ளி விட வேண்டியது தானே" என்று பின் சட்டையில் ஒட்டி இருந்த தூசை எல்லாம் தட்டிக் கொண்டே சொன்னாள்.

"சும்மா விளையாட்டுக்குச் செஞ்சாங்கடி. நீ எதுவும் தப்பா எடுத்துக்கிட்டு அவனுகளை எதுவும் பண்ணிடாதேடி" என்றான் கெஞ்சும் குரலில்.

பிரித்திவி சொன்னதும் தான் அவர்கள் இருவருக்கும் ஞானோதயம் வந்து வாயை கப்பென்று மூடிக் கொண்டார்கள்.

"தெரியாம சிரிச்சுட்டோமே. அவளே எப்பன்னு ரெடியா இருப்பா. இந்த நாயி சரியா ஞாபகப்படுத்துதே இவன் செய்யுங்கறானா வேண்டாங்கறானா ஒன்னும் புரியலையே உனக்கு எதாவது புரியுதா?" என்றான் ராகுல்.

"எனக்கும் ஒன்னும் புரியலை வாடா சத்தமில்லாம எஸ்ஸாயிடுவோம்" என்று அவனையும் இழுத்துக் கொண்டு ராஜேஷ் கிளம்பினான்.

"இருங்க எங்க போறீங்க ரெண்டு பேரும்" என்றாள் சம்யு. "நாம ரெண்டு பேருதான் இருக்கோமா யுவராஜ் இருந்தான்னு சொன்னானே" என்று திரும்பி பார்த்தவர்கள்,

"தங்கச்சியப் பத்தி தெருஞ்சு எப்படி எஸ்ஸாயிட்டான் பாரு" என்று முனங்கிக் கொண்டே "நாங்க எங்க ரூமுக்கு போறோம்" என்றான் ராஜேஷ்.

"எல்லாம் போகலாம் எதுக்குச் சண்டை போட்டீங்கன்னு சொல்லிட்டு போங்க" என்றாள்.

"என்னது சண்டையா? யார் போட்டாங்க?" என்றான் ராகுல் அவனை முறைத்தவள், "நீங்க மூனு பேரும் தான்" என்றாள்.

"யுக்தா சண்டை எதுவும் போடலை. நாங்க இப்படித் தான் அடிக்கடி விளையாடுவோம். நீ இப்ப புதுசா பாக்கறதால சண்டைன்னு நினைச்சுகிட்ட வா வயிரு பசிக்குது" என்று மேலும் பேச்சை வளரவிடாமல் இழுத்துக் கொண்டு சென்றான்.

பாக்க கட்டெறும்பு சைசுக்கு இருந்துகிட்டு என்ன வேலை எல்லாம் பாக்கறா அப்பா சாமி என்று பெரு மூச்சு விட்டான் பிரித்திவி.

டைனிங் ஹாலில் சிரிப்புடன் யுவராஜ் அமர்ந்திருக்க அவனைப் பார்த்து கடுப்பானவள்.

"அண்ணா நீங்க ரெண்டு பேரும் லவ் பண்ணிருக்கீங்களா?" என்றாள் சம்யு.

இரண்டு பேரும் திடுக்கிட்டவர்கள் "சத்தியமா இல்லைமா ஏன் எங்களை மட்டும் கேட்ட இதோ உன் புருஷனையும் கேட்க வேண்டியது தானே" என்றான் ராஜேஷ்.

"அவன் லவ் பண்ணியதில்லைனு தெரியும் அண்ணா அதான் உங்களைக் கேக்கறேன், உங்களுக்கும் அந்த யோகம் இல்லை போல.

ஆனா முளைச்சு மூனு இழை விடாததுக்கெல்லாம் லவ் செட்டாகுது பா, அதுவும் என்னமா கைகொடுக்கறாங்க பக்கத்துல கூடப் பொறந்தவ இருக்காளேன்னு இல்லாம செம ரொமான்ஸ் தான்" என்றாள்.

மூன்று பேரும் சட்டென்று யுவராஜைப் பார்த்தார்கள். அவன் திருதிருவென்று முழிக்க, பையன் எங்கயோ சிக்கிட்டானாட்ட இருக்கே என்று நினைத்துக் கொண்டார்கள்.

"பிளீஸ்டி சாப்பிடவாவது விடு. பாவம் இவங்கெல்லாம் சாப்பிட்டு வா நாம ரெண்டு பேரும் விடிய விடிய பேசுவோம்" என்று அவளைத் திட்டி யுவராஜை காப்பாற்றினான்.

அவன் கண்களால் அத்தானுக்கு நன்றி சொன்னான். எல்லாரும் அமைதியாகச் சாப்பிட, "ராகுல் அண்ணா" என்று சத்தமாக அழைக்க,

பிரித்திவி திரும்பி முறைக்கவும் அமைதியாகச் சாப்பிட்டாள்.

அவள் மெதுவாகச் சாப்பிடவும் மற்றவர்களைக் கண்களாலேயே எழுந்து செல்லச் சொன்னவன், அவள் பக்கம் திரும்பி அமர்ந்து

கொண்டான்.

அவள் சாப்பிட்டுக் கொண்டிருக்க அவளின் சிவந்த இதழை பார்த்துக் கொண்டிருந்தவன்.

"யுக்தா நான் காதலித்திருக்க மாட்டே

ன்னு எப்படி அவ்வளவு உறுதியாகச் சொன்ன" என்று கேட்டான்.

"அது வந்து" என்று திணறிக் கொண்டிருக்க "சரி சாப்பிட்டு முடி" என்றான்.

அவள் சிவந்த முகமே சொல்லியது ஏதோ விஷயம் இருக்கு என்று அவள் சாப்பிட்டு முடிக்கும் வரை பொருமையாக இருந்தவன், சாப்பிட்டதும் தன் அறைக்குச் சென்றார்கள்.

உள்ளே சென்றதும் போய்க் கட்டில் மேல் அமர்ந்து கொண்டான். பின்னாடி வந்த சம்யு கதவை லாக் பண்ணிவிட்டு, போனை எடுத்துக் கொண்டு போய் மெத்தையில் அமர்ந்தாள்.

"இதை அப்பறமா பாக்கலாம் முதல்ல நான் கேட்ட கேள்விக்குப் பதில் சொல்லுடி" என்றான்.

"என்ன கேட்ட" என்றாள் புரியாமல். ஆனால் கவனம் முழுவதும் போனிலேயே இருந்தது. புதுப் போன் ஆசையாகப் பார்த்துக் கொண்டிருந்தாள்.

அதை அவளிடமிருந்து பிடுங்கியவன், "நான் காதலிக்கலைன்னு எப்படி அவ்வளவு உறுதியா சொன்ன, இதுக்குப் பதில் சொல்லு போனைத் தறேன்" என்றான்.

"அவள் வெக்கத்துடன் முகம் சிவக்க அதெல்லாம் சொல்ல மாட்டேன் போடா" என்று மெத்தையில் குப்பற படுத்துக் கொண்டாள்.

"ஏய் சொல்லுடி நீ வெக்கப் படறதைப் பார்த்தா எனக்குத் தூக்கம் வராது போலவே" என்று அவளை எழுப்பி உட்கார வைத்தான்.

"விடுடா எனக்குத் தூக்கம் வருது நாளைக்குக் காலைல காலேஜ்ல போய்ச் சுத்தம் செய்யனும். உனக்கு என்ன நான் தானே கஷ்டப் படறேன் நல்ல வேளை பாத்ரூம் கழுவச் சொல்லாம போனையே அதுவரை சந்தோஷம்" என்றாள்.

"அதெல்லாம் சொல்வேணாடி பேச்சை டைவட் பண்ணாம எனக்குப் பதில் சொல்லு" என்றான் பிரித்திவி.

சொல்லாம விடமாட்டான் போலவே என்று நினைத்தவள் அவன் விழியைப் பார்த்து, "வேற பொண்ணைக் காதலிச்சவங்க பொண்டாட்டி-

கிட்ட இப்படி ஒரு தேடலைக் காட்ட மாட்டாங்க,

உனக்கு என் மேல் காதல் இல்லைனா. உன் கட்டுபாட்டை இழந்த நிலையில் இருக்கும் போதும், என் லட்சியத்தை நினைச்சு எனக்காக விட்டு கொடுக்கமாட்ட,. உன் ஆசையைத் தான் நிறைவேத்திக் கொள்ளப் பார்ப்ப.

நீ அப்படி என்கிட்ட நடந்திருந்தாலும் நான் தடுக்க மாட்டேன். எனக்குப் படிப்பு முக்கியம் தான் அதுக்காகத் தான் கல்யாணம் பண்ணிட்டேன், ஆனா சுயநலமா என் ஆசை நிறைவேறிப் போச்சுன்னு இருந்திருக்க மாட்டேன்.

உன் ஆசையை நிறைவேற அமைதியகாகத் தான் இருந்திருப்பேன்" என்றாள்.

அவளின் புரிதல் அவனுக்கு வியப்பைக் கொடுக்க அவள் விழிகள் இன்னும் தன் விழிகளோடு உறையாடிக் கொண்டிருப்பதை உணர்ந்தவன், அதில் ஆழப் புதைந்து போனான்.

"கொல்றடி, நீ வந்த பிறகு நான் நானாக இல்லைங்கறது தான் உண்மை. என்னமோ செஞ்சிட்ட என்னை, பாவம்டி நான் கொஞ்சம் பார்த்துப் பதமா பண்ணு தாங்க மாட்டேன்.

அதே மாதிரி என் நண்பர்களையும் விட்டுடி அவனுகளும் பாவம்" என்றான்.

"பார்க்கலாம் பார்க்கலாம்" என்று இழுத்தாள் "ரொம்பத்தான் பண்ணாதடி" என்று அவளை இழுத்து தன் மேல் போட்டுக் கொண்டவன் "எப்ப டி நீ படிப்ப முடிப்ப" என்றான் ஏக்கமாக.

அவளின் அழகு முகம் அவன் விழியைக் கட்டிப் போட்டது சிவந்த இதழை கையில் இழுத்தவன் அதில் லேசாக தன் இதழை ஒற்றி எடுத்தவன், "இது என்னமா வாயடிக்குது" என்றான் சிரித்துக் கொண்டே.

"விடு வலிக்குது" என்றவளை, "பேசும் போது வலிக்கலையா டி. எனக்குப் பெண்கள் கிட்ட பழக்கமில்லை, அப்படி இருந்திருந்தாலும் உன்னை மாதிரி ஒரு பெண்ணைச் சந்தித்திருப்பேனாங்கறது சந்தேகம் தான்.

நீ எல்லாம் லட்சத்துல ஒருத்தி டி. சான்ஸே இல்லை" என்றான். "நீ வந்ததிலிருந்து நான் எப்பவும் ரிலாக்ஸா டென்சன் இல்லாம என் வேலையப் பாக்கறேன்" என்றான் அவள் மூக்கை திருவி கொண்டு.

"விடுடா எப்ப பார் கைய வெச்சுட்டு சும்மாவே இருக்கறதில்லை. எனக்கு மூக்கு வலிக்காதா தூக்கம் வருது தூங்க வறீயா இல்லையா?" என்றாள் அதிகாரமாக.

"பின்ன வந்து தானே ஆகனும் வேற என்னத்தைப் பண்ணமுடியும்" என்று ஆழ்ந்து மூச்சை இழுத்து விட்டுக் கொண்டு அவளைத் தன் கைவளைவுக்குள் கொண்டு வந்து உறங்க முயன்றார்கள்.

கொஞ்ச நேரத்திலேயே இருவரும் உறக்கத்தில் ஆழ்ந்து விட்டார்கள். காலையில் மனைவி காலேஜ் சென்றதும் தான் எழுந்தான் பிரித்திவி.

முதலில் சென்று கண்ணாடியைத் தான் பார்த்தான் எதுவும் இல்லாததால் ஏமாற்றமாக உணர்ந்தான்.

"சே இவ என்ன ஒரு முத்தமாவது கொடுத்துட்டுப் போயிருக்கலாம்" என்று ஏக்கமாக நினைத்தவன் முகம் கழுவிவிட்டு காபி குடிக்கச் சென்றான்.

அவனுக்கு முன்பாகவே ராஜேஷும் ராகுலும் காபி குடித்துக் கொண்டிருந்தார்கள்.

பிரித்திவி வந்து அருகில் அமர்ந்ததும் "முன்னை எல்லாம் நீ நேரத்துல எழுந்து வாக்கிங் போவ படுக்கவே நேரமாகும்.

கல்யாணத்துக்குப் பிறகு வாக்கிங்கே போறதில்லையேடா பாரு எழுந்து வர நேரத்தை" என்றான் ராகுல்.

"ரிலாக்ஸாகத் தான் போறது. அதைத் தான் என் பொண்டாட்டி ஈசியா செஞ்சர்றாளே, அப்பறம் எதுக்குப் போகனும் நல்லா தூங்கறேன்" என்றான் பிரித்திவி.

ராஜேஷ் காபி ஊத்திக் கொடுக்க அதை வாங்கிக் கொண்ட பிரித்திவி "நீ மட்டும் நேரத்துல எழுந்தியாடா?" என்றான்.

"நான் எப்பவுமே அப்படி நீ அப்படியா நல்ல பையனாச்சே" என்றான் ராகுல். "போதும் ஐஸ் காபிய குடுச்சுட்டு போய் வேலையைப் பார்" என்றான்.

"பேசுனா உனக்குப் பொருக்காதே" என்று எழுந்தவன் தன் அறைக்குச் செல்ல கிளம்பினான்.

சென்றவன் பிரித்திவியின் பின் பக்கம் பார்த்து விட்டு அவசரமாக அவன் அருகில் வந்தவன் அவனை நன்றாகத் திருப்பினான்.

டேய் எதுக்கு என்னைய திருப்புற போய் வேலையப் பார் என்றான் காபியை அருந்திக் கொண்டே.

அதைக் கண்டு கொள்ளாத ராகுல் "நானும் என் நண்பர்கள் இருவரும் லூசுகள்" என்று சத்தமாகப் படித்தான்.

"என்னடா" என்று எழுந்தான். "பிரித்திவி உன் சட்டையைக் கழட்டிப் பார்" என்றதும் அவசரமாகச் சட்டையைக் கழட்டினான்.

அதில் தான் நானும் என் நண்பர்கள் இருவரும் லூசுகள் அதன் கீழே ரெட் கலர் லிப்ஸ்டிக்கில் இதழ் பதித்திருந்தாள்.

"நான் எழுந்ததும் செக் பண்ணிட்டு தான் வந்தேன் ஆனா பின்னாடி இப்படிப் பண்ணி வைப்பான்னு யோசிக்கவே இல்லையே" என்று மூக்கால் அழுதான்.

"இப்படி ஒரு பொண்டாட்டியைக் கல்யாணம் பண்ணி இருக்கற நீ எல்லா வகையிலும் யோசிக்கனும் டா. எதுக்கும் ரூமுக்குல் போய் வேற எங்காவது எழுதி இருக்காளான்னு பாரு" என்றான் நக்கலாக ராஜேஷ்.

வெற்று உடம்புடன் செக்கச் செவேல் என்று இருந்த அவன் உடல் அதிகக் கவர்ச்சியுடன் இருக்க, "முதல்ல சட்டையப் போடுடா பாக்கறக்கே என்னவோ போல இருக்கு" என்றான் ராகுல்.

"இவ வந்ததிலிருந்து நீங்க ரெண்டு பேரும் கூட என்னை அதிகாரம் பண்ண ஆரம்பிச்சுடீங்க, இருக்கட்டும் பார்த்துக்கறேன்" என்று சொல்லிக் கொண்டே தன் அறைக்குச் சென்றான்.

அறைக்குள் சென்றதும் சட்டையை மெத்தை மேல் போட்டவன் அதை ஆசையுடன் பார்த்து இப்ப தாண்டி நிறைவா இருக்கு.

எழுந்ததும் உன் வாசமும் நீ செய்யும் கிறுக்குத் தனமும் இல்லாமல் மனசு எதையோ இழந்த மாதிரி இருந்துச்சு.

இதைப் பார்த்ததும் எல்லாம் பறந்து போயிருச்சுடி இனி உன்னைச் சாயங்காலம் தான் பார்க்க முடியுமா, பேசாம என்னோடவே இருந்துருன்னா கேக்கறாளா.

இவ செய்யற கிறுக்கு வேலைக்கு நான் அடிமையாகிட்டேனோ என்று நினைத்துச் சிரித்துக் கொண்டான் பிரித்திவி.

20

அத்தியாயம் 20

அமைச்சர் தணிகாச்சலம் பிரித்திவிக்குப் போன் பண்ணி பதட்டத்துடன் "சீக்கிரம் வா" என்றார்.

பிரித்திவி அவரைப் பார்க்கச் சென்றான் அவருடைய பண்ணை வீட்டிற்கு.

அவர் ரொம்பக் கோபத்துடன் இருப்பது தெரிந்தது அதே சமயம் பயத்துடன் இவனைப் பார்த்ததும் "வந்துட்டியா பிரித்திவி என் இரண்டாவது பெண் ரிதுவை தீவிரவாதிகள் கடத்திட்டாங்க. என்ன பண்றதுன்னே தெரியலை எப்படியாவது இந்த விஷயம் வெளிய தெரியருக்கு முன்னாடி நீ அவளைக் காப்பாத்தி கொடுத்துரு.

எனக்கு உன் மேல நம்பிக்கை இருக்கு எனக்கு உயிர் போற நேரத்துல நீ தான் காப்பாத்தின, இப்ப என் பொண்ணையும் காப்பாத்த வேண்டியது உன் பொருப்பு" என்று பதட்டத்துடன் சொல்லிக் கொண்டிருந்தார்.

"என்ன சார் சொல்றீங்க" என்று அதிர்ச்சியானவன், "உங்களுக்கு எப்படித் தீவிரவாதி தான் கடத்தினான்னு தெரியும்" என்று கேட்டான்.

"கடத்தினவங்க கூப்பிட்டு டிமாண்ட் பண்ணினாங்க. சமீபமா புடுச்ச தீவிரவாதிய விடுதலை பண்ணச் சொல்றாங்க.

அப்படிப் பண்ணுனா உடனே என் பொண்ணை ரீலீஸ் பண்றாங்களாம்" என்றார்.

"உங்க பொண்ணு அவங்ககிட்ட தான் இருக்கான்னு கண்பார்ம் பண்ணிட்டீங்களா" என்று கேட்டான்.

"என் பொண்ணுகிட்ட பேசினேன். அதுக்குப் பிறகு தான் எனக்கு ரொம்பப் பயமா இருக்கு விஷயம் வெளியே தெரியாது. என் வீட்டு ஆளுங்களுக்குக் கூடச் சொல்லலை" என்றார் கண்ணில் கண்ணீர் மிதந்தது.

"சரி சார் உங்க பொண்ணு எங்க போனா? எந்த இடம்? என்ன வண்டில போனா? அவங்க போன் நெம்பர் எல்லாம் கொடுங்க" என்று மேலும் சில தகவல்கலைப் பெற்றுக் கொண்டு.

"முடுஞ்சவரை டிரைப் பண்றேன்" என்றான். "பிரித்திவி உன்னை நம்பி தான் இருக்கேன்" என்றார் மறுபடியும் ஒரு முறை "சரி" என்று விட்டு அவனும் வருத்தபடற மாதிரி சீன் கிரியேட் பண்ணி விட்டுச் சென்றான்.

வீட்டிற்குச் சென்றவன் ராஜேஷிடமும் ராகுலிடம் விஷயத்தைச் சொல்லி விட்டு, அவனுடைய ஆட்களைத் தொடர்பு கொண்டான்.

"தேடும் வேலைய ஆரம்பிங்க எல்லாம் பிராப்பறா பண்ணனும் எந்த வித சந்தேகமும் வரக்கூடாது சரியா.

இன்னும் இரண்டு நாளில் அவரோட பொண்ணு என்னோட கைல இருக்கனும்" என்று எப்படிச் செய்யனும் என்று சொன்னவன்.

"எல்லாத் தகவலும் எனக்கு வந்தாகனும்" என்று சொல்லி போனை வைத்தவன்.

அடுத்த நிமிஷம் லாரன்ஸ்க்குப் போன் பண்ணி "அமைச்சரை தீவி-ரமா கண்காணிங்க எதாவது முக்கியத் தகவலா இருந்தால் உடனே என்-னைக் காண்டேக்ட் பண்ணு.

நாம நாளைக்கு நைட் துறைமுகத்துல மீட் பண்ணுவோம்" என்று-சொல்லி போனை வைத்தான்.

அவன் மனசு முழுதும் அடுத்து என்ன என்று திட்டம் போடுவதி-லேயே குறியாக இருந்தது.

ராகுல் "என்ன பண்ணிட்டு இருக்க எதாவது சொல்றையா நீ பாட்-டுக்கு போற வர" என்றான்.

"சொல்றேன் டா திட்டம் போட்டபடி சரியா நடக்கட்டும். அமைச்ச-ரோட அடுத்த மூவ் என்னன்னு பார்ப்போம்" என்றான் பிரித்திவி.

"அதான் அவரோட மகளைத் தூக்கியாச்சே இனி எப்படி நம்ம மேல சந்தேகம் வரும். அப்படிச் சந்தேகம் இருந்தா உன்னைக் கண்டு பிடிக்-கச் சொல்ல மாட்டார்" என்றான் ராஜேஷ்.

"இல்லைடா ஏதோ ஒரு பொறி என் மனசுல அவரைப் பத்தி ஓடிக்கிட்டே இருக்கு.

இரு இன்னும் இரண்டு நாளில் சொல்லி விடுவேன்" என்றான். அதே மாதிரி அடுத்த நாளே லாரன்ஸ்ஸிடம் இருந்து போன் வந்தது அமைச்சர் ஒரு குறிப்பிட்ட டிடெக்டிவ் ஏஜன்ஸியை நாடி இருப்பதாக,

பிரித்திவிக்கு இப்போது எல்லாம் புரிய குரூரமாகப் புன்னைகைத்துக் கொண்டவன் "சரி நான் பார்த்துக்கறேன்" என்று சொன்னான்.

அடுத்த நாள் இரவில் மனைவி உறங்கிய பின் எழுந்து துறைமுகத்துக்குச் சென்றான் பிரித்திவி.

இவன் கார் நின்றதும் மின்னல் வேகத்தில் வந்து ஏறிக்கொண்டான் லாரன்ஸ்.

துறைமுகத்துக்குள் மாறுவேஷத்தில் கூலி வேலை செய்யும் ஆட்களோடு கலந்து இருந்த ராஜேஷும் ராகுலும், அங்கே நடப்பதை எல்லாம் வீடியோவாகப் பதிவு செய்து கொண்டிருந்தார்கள்.

கொஞ்ச நேரத்திலேயே ராஜேஷ், வண்டியும் போன் நெம்பரும் மெஸெஜ் பண்ணி விட்டான்.

அந்த வண்டி வெளியே செல்லவும் துறைமுகத்துக்குக் கொஞ்சம் தள்ளி காரில் இருந்த லாரன்ஸூம் பிரித்திவியும் அந்த வண்டியை பாலோ பண்ணிச் சென்றார்கள்.

அந்த வண்டி ஊரை எல்லாம் சுத்திக் கொண்டிருந்தது "நாம பாலோ பண்றது தெருஞ்சிருக்குமோ" என்றான் லாரன்ஸ்.

"அப்படிங்கற சரி விடு" என்று அதே இடத்தில் நின்று கொண்டார்கள். "டேய் ஏண்டா நிறுத்திட்ட, போயிருச்சு பாரு இனி எப்படிக் கண்டுபிடிக்கறது" என்று பதட்டமானான் லாரன்ஸ்.

"போயிரலாம் இருடா" என்று கொஞ்ச நேரம் கழிச்சு அந்த வண்டி எங்கே இருக்குன்னு தன் போனில் பார்த்து விட்டு தன் காரைச் செலுத்தினான் பிரித்திவி.

அந்த வண்டி ஊருக்கு வெளியில் வெகு தூரத்தில் இருந்த குவாரியில் நின்று கொண்டிருந்தது.

அந்த அர்த்த சாமத்தில் அங்கே ஆட்கள் நடமாட்டம் இருந்து கொண்டிருந்தது.

அங்கே தாங்கள் செய்ய வேண்டிய வேலையை முடித்து விட்டு வீடு வர விடிக்காலை நான்கு மணி ஆகி இருந்தது.

ராஜேஷும் ராகுலும் வீட்டில் இருக்கப் பிரித்திவிக்குப் பிரபுவிடம் இருந்து போன் வரவும் வெளியே சென்று விட்டான்.

அவன் மதியமாகத் தான் வீடு வந்தான் குளித்து விட்டு சாப்பிட்டு உறங்கியவன், மனைவி வரும் முன் எழுந்து ராஜேஷுடமும் ராகுலிட-மும் இரவு ஷாப்பிங் மாலுக்கு வரச்சொல்லி விட்டு சென்று விட்டான்.

அன்று இரவு மூன்று பேரும் அமைச்சரின் பெண் இருக்கும் இடத்தை அடைந்தார்கள்.

அவளைச் சுற்றி நான்கைந்து பேர் இருக்க அந்தக் காட்டில் ஆள் நடமாட்டத்துக்கான அறிகுறியே இல்லை.

மூன்று பேரிடமும் துப்பாக்கி இருக்க மெல்ல ஊர்ந்து சென்று அந்த இடத்தில் பதுங்கி கொண்டார்கள்.

அவர்கள் அசந்த நேரம் ஒருத்தனை காலில் சுட்டான் பிரித்திவி, அந்தக் குண்டு அவன் காலை லேசாக உராசிச் சென்றது. அதே மாதிரி அவன் இன்னும் இரண்டு பேரை தாக்க,

ராஜேஷ் ராகுல் அவர்களோடு சண்டை போட, தானாக அவர்களி-டம் ஓடி வந்து "என்னைக் காப்பாத்துங்க" என்று அவர்களைப் பிடித்துக் கொண்டாள் அமைச்சரின் மகள்.

இவர்களின் தீடீர் தாக்குதலை எதிர்பார்க்காத தீவிரவாதிகள் காலை-யும் கையைம் பிடித்துக் கொண்டு விழுந்தார்கள்.

இன்னும் இரண்டு பேர் இவர்கள் அடித்ததில் விழ மத்தவர்கள் அவர்களைத் தாக்க என்று அந்த இடமே கலவரமாகக் காட்சியளித்தது.

பிரித்திவி "டேய் நான் இவளைக் கூட்டி போறேன் இவளோட பாது-காப்பு முக்கியம் அவங்களை அடிச்சு தாக்குங்க" என்று அவளைக் கூட்டிக் கொண்டு ஓடிச்சென்றான்.

ரிது பயத்துடன் பிரித்திவியை இறுக பற்றிக் கொண்டு ஓடினாள். பிரத்திவி தூரத்தில் நிறுத்தியிருந்த தன்னுடைய வாகனத்தில் அவளை ஏற்றிக் கொண்டு சென்றான்.

ரிது அவனை நெருங்கி அணைத்துக் கொண்டவள், விழி முழுவதும் பயமே அப்பி இருந்தது.

"பயப்படாத மா. உங்க வீட்ல கொண்டு போய்ச் சேர்த்து விடுவேன்" என்று அவளுக்கு ஆறுதல் கூறிக் கொண்டே வாகனத்தில் வேகமாகச் சென்றான்.

அமைச்சர் வீட்டில் அவளைக் கொண்டு போய் விட்டதும், அமைச்சர் கண்ணீர் மல்க இவனைக் கை எடுத்துக் கும்பிட்டார்.

"பிரித்திவி இந்த உதவிய நான் எப்பவும் மறக்கமாட்டேன்" என்றார். "அப்பா" என்று அவரை அணைத்துக் கொண்டவள் கதறி அழுதாள்.

"சார் நான் மறுபடியும் வரேன். முதல்ல இவளைக் கூட்டிப்போய் ஆறுதல் சொல்லுங்க பாவம் பயந்திருக்கா" என்றான்.

அவரும் மகளை அழைத்துக் கொண்டு அவள் அறைக்குச் செல்ல, பிரித்திவி வீட்டிற்குக் கிளம்பினான்.

பிரித்திவி வீட்டிற்கு வந்து தன் அறைக்குள் நுழையும் போது, ஆழ்ந்த உறக்கத்தில் இருந்தாள் அவன் மனைவி.

இரண்டு நாளாக அவனுக்கு இருந்த அலைச்சலில் மனைவியைக் கூடச் சரியாகப் பார்க்க முடியவில்லை.

என்ன இன்னும் தூங்கறா காலேஜ்க்கு நேரமாகலையா என்று நினைத்தவன், அவளின் அருகில் போய் அமர்ந்து கொண்டு அவளையே பார்த்துக் கொண்டிருந்தான்.

அவள் முகத்தில் விழுந்த முடியை ஒதுக்கி விட்டவன், கண்ணம் முகமெல்லாம் தன் ஒற்றை விரலால் கோலம் போட்டான்.

முகம் கன்னம் என்று கீழே இறங்கி கழுத்து காது என்று அவன் கை ஊர அவளுக்குக் கூசியதில் தட்டி விட்டாள்.

அவன் சிரித்துக் கொண்டே திரும்ப அதே வேலையைப் பார்க்க அவள் தன் மேல் ஏதோ ஊருது என்று அடித்துப் பிடித்து எழுந்தாள்.

அவன் சிரிப்புடன் படுத்திருப்பதைப் பார்த்து விட்டு முறைத்தவள், "ஒரு வாரத்துக்குப் பிறகு இப்ப தான் நல்லா தூங்கிட்டு இருந்தேன் ஏண்டா எழுப்பின" என்றாள் கோபமாக.

"காலேஜ் சுத்தம் பண்ண போகலையாடி இந்நேரம் கிளம்பி இருப்பியே தூங்கிட்டயோ என்னவோன்னு எழுப்பினேன்" என்றான்.

"உன்னோட அக்கரைக்கு ரொம்ப நன்றி. விட்டா உன்னோட காலேஜ்ஜ வருஷம் முழுவதும் என்னை வெச்சே சுத்தம் பண்ணச் சொல்லுவ போல இருக்கு, ஒரு வாரம் முடுஞ்சுது ஆளை விடு" என்றாள்.

"அதுக்குள்ள ஒரு வாரம் முடுஞ்சுதா காலேஜ் போக நேரமிருக்கு வா" என்று இழுத்தவன், அவள் சுதாரிக்கும் முன்பு அவளைப் படுக்கையில் தள்ளியவன் அவனும் அவள் மேலே படர்ந்தான்.

முத்தமிட்டு தன் ஆராய்ச்சியை ஆரம்பிக்கையில் "சீசீ விடுடா காலங்கார்த்தாலே புத்திப் போகுது பாரு" என்று அவன் முதுகில் நாலு போட்டவள் அவன் நெஞ்சில் கை வைத்து தள்ளினாள்.

அசைந்தே கொடுக்காதவன் காது கழுத்து என்று தன் இதழால் வருடிச் செல்ல விடுடா என்று உணர்ச்சி கலவையில் முனகினாள்.

சத்தம் தளர்ந்து கொண்டே செல்ல, தனக்குள் சிரித்துக் கொண்டவன், அவளை இறுக அணைத்துக் கொண்டான். முத்ததால் குளிப்பாட்டி அவளிடம் சேட்டைகள் பல செய்து அவளை விடுவிக்கும் போது மணி எட்டாகியிருந்தது.

"எனக்கு நேரமாச்சு நான் எப்படிப் போறது" என்று கத்திக் கொண்டே அவசரமாகக் குளிக்கச் சென்றாள்.

பிரித்திவி மெத்தையில் படுத்துக் கொண்டு அவளின் புலம்பல்களை இரசித்துக் கொண்டிருந்தான்.

அவள்குளித்து விட்டு வந்து ரெடியாகும் வரை அப்படியே படுத்து மனைவியின் துருதுரு ஓட்டத்தையும் அவளின் புலம்பல் களையும் இரசித்துக் கொண்டிருந்தவன்,

அவளோடு பேக்கை வாங்கிக் கொண்டு டைனிங்க ஹாலுக்குச் செல்ல, 'எனக்குச் சாப்பாடு வேண்டாம் நேரமாச்சு" என்று பேக்கை பிடுங்கினாள்.

"பேசாம வாடி" என்றவன், அவள் டிபனில் சாப்பாட்டைப் போட்டவன் டிபனை ஒரு தட்டில் போட்டு அவளுக்கு ஊட்டினான்.

"வேண்டாம் நேரமாச்சு இதுக்கும் நீ எதாவது தண்டனை கொடுக்கப் பிளான் பண்றயா" என்று சந்தேகம் கேட்க.

'உனக்குத் தண்டனை கொடுத்து என் மானத்தை வாங்கிக்கத் தயாராக இல்லை" என்றவன். "நான் சொல்லிக்கறேன் சாப்பிட்டு போடி பசியோடு மதியம் வரை கிடப்பையா" என்றதும் ஞாபகம் வந்தவளாக,

"ஆமா என்கிட்ட காசில்லை" என்றவள் அவன் பர்சை எடுத்து ஐநூறு ரூபாய் எடுத்துக் கொண்டாள்.

"போதுமாடி" என்றவன், அவனுடைய ஏடிஎம் கார்டை கொடுத்து "இந்தா இதை வெச்சுக்க" என்ற நெம்பரையும் சொன்னான்.

வாங்கிக் கொண்டவள் சாப்பிட்டு முடித்துவிட்டு வெளியில் செல்ல யுவராஜ் காரில் அமர்ந்து இவளுக்காகக் காத்துக் கொண்டிருந்தான்.

காரில் பின் சீட்டில் அவனோடு சேர்ந்து அமர்ந்தவள் கையில் பேக்கை கொடுத்தவன், "மதியம் மிச்சம் வைக்காம சாப்பிடுடி" என்றான்.

"சரிடா பாய்" என்று சொல்லிவிட்டுக் காலேஜ் கிளம்பினாள்.

அவளை அனுப்பி விட்டு உள்ளே சென்றவன் ராஜேஷ் அறைக்குச் செல்ல, அங்கே தான் ராகுலும் இருந்தான்.

"என்னாச்சு எல்லாம் முடுஞ்சுதா?" என்றான். "ம்ம் எல்லாம் நாம் நினைத்தபடியே முடுஞ்சுது" என்றான் ராகுல்.

"நீ அவளைக் கொண்டு போய்ப் பத்திரமா விட்டுடியா?" என்றான் ராஜேஷ்.

"அதெல்லாம் அப்பவே விட்டாச்சு" என்று பேசிக்கொண்டிருக்கும் போது அமைச்சரிடமிருந்து போன் வந்தது,

எடுத்துப் பேசினான் "பிரித்திவி என் மகள் கொஞ்ச நாள் உன் பாதுகாப்பில் இருக்கட்டும்ன்னு நினைக்கறேன். அவளையும் அவளோட பிரண்டையும் உன் வீட்டுக்கு அனுப்பறேன்" என்றார்.

"இங்க எதுக்கு உங்க வீட்டலயே இருக்கட்டுமே" என்றான் பிரித்திவி.

"இல்லை இப்போதைக்கு உன் பாதுகாப்பில் இருப்பது தான் நல்லதுன்னு படுது. எனக்காக இதை மட்டும் பண்ணிக் கொடு பிரித்திவி" என்றதும் "சரி அனுப்புங்க" என்று சொல்லி போனை வைத்தான்.

"என்ன சொல்றார்" என்றான் ராஜேஷ். "எல்லாம் நாம நினைச்ச மாதிரி தான் நடக்குது அவரோட பொண்ணை இன்னைக்கு இங்கே அனுப்பி வைக்கிறார்" என்றான்.

அதைக் கேட்டு இருவரும், "இப்ப சம்யு இருக்கறாள்ள அதான் அனுப்பறார். இதுக்கும் எதாவது காரணம் இருக்கும்" என்றான் ராஜேஷ்.

"அது இல்லாமலா நம்மளை கண்காணிக்க அனுப்பறார் கவனமா இருங்க. எந்தப் பேச்சும் இங்கே வேண்டாம்" என்றான்.

'நம்மளை கண்காணிக்க அவரோட பொண்ணு எப்படிச் சம்மதிப்பா நாம தான காப்பாத்தி இருக்கோம்" என்றான் ராகுல்.

"அவளுக்குத் தெரியாம கூட இருக்கலாம் அதான் அவகூட ஒரு தோழி வராளே பார்க்கலாம்" என்றவன்.

தன் அறைக்குச் சென்று குளித்து விட்டு பிரபுவிற்குப் போன் பண்ணி "உங்க வேலைய ஆரம்பிங்க" என்று சொன்னான் பிரித்திவி.

"சரி நீ கவனமாக இரு" என்று எதிர்புறம் இருந்து பதில் வந்தது "ம்" என்று சொல்லி விட்டுப் போனை வைத்தவன்

வெளியே சென்றான்.

ராஜேஷும் ராகுலும் காத்துக் கொண்டிருக்க, மூன்று பேரும் சாப்பிட்டு விட்டு அவரவர் வேலையைப் பார்க்கச் சென்றார்கள்.

21

அத்தியாயம் 21

காலேஜில் ஸ்டாப் ரூமில் நிறைய ஆண் லெக்சரர்கள் இருக்க, சர்குணம் சம்யுவை அங்கே வரவழைத்திருந்தான்.

அவள் நேத்ராவையும் அழைத்துக் கொண்டு சென்றவள், எதுவும் பேசாமல் அவன் முன் சென்று நின்றாள்.

எதாவது கேக்கறாளா இன்னும் கொழுப்பு மட்டும் அடங்கவே இல்லை என்று நினைத்துக் கொண்டவன்.

சத்தமாக "மேக்கப் பண்ணிட்டு வந்துரு தினமும், எதைச் சொன்னாலும் செய்யாதே" என்றவன்.

அவருடைய பாடத்தின் பேப்பரை எடுத்து போட்டான், அதிர்ச்சியுடன் அதை எடுத்து பார்த்தாள்.

அதில் சரியாக இருந்ததையும் தவறாக அடித்து, மார்க்கை குறைத்துப் போட்டிருந்தார்.

"சார் இதெல்லாம் சரியாகத் தானே இருக்கு எதுக்கு அடித்து விட்டிருக்கீங்க?" என்றாள்.

"அப்போ நீ எழுதியது சரி நான் போட்ட மார்க் தான் தப்புன்னு சொல்றையா. நீ என்னைக்காவது வகுப்பறைக்குள்ள உட்கார்ந்து என் பாடத்தைக் கவனிச்சிருக்கியா?

உன்னை மாதிரியா எல்லாப் பொண்ணுங்களும் இருக்காங்க. பசங்க கூடப் பேசிகிட்டு சுத்த வேண்டியது, எப்ப பாரு நான் உன்னைத் தனியா பார்த்ததே இல்லை. எதாவது ஒன்னு ரெண்டு பசங்க உன் கூடத்தான் சுத்தராங்க.

இதில் சீனியர் பசங்க உன்கிட்ட ப்ரோப்போசல் பண்றாங்க லெட்டர் எழுதிக் கொடுக்கறாங்க, நீ சரியா இருந்தா இதெல்லாம் வருமா" என்று அவர் பேசிய பேச்சில் மலைத்துப் போனாள் சம்யு.

அந்த ரூமில் இருந்த மத்த லெச்சரரும் சிரிக்க அவளுக்கு அவமானமாகிப் போனது.

பல்லைக் கடித்துக் கொண்டு நின்றவளிடம், "எதுவும் பேசாதடி" என்று காதுக்குள் கெஞ்சிக் கொண்டிருந்தாள் நேத்ரா.

சர்குணம் தொடர்ந்து "ரேக்கிங் வேற செய்திருக்க உனக்கு வெக்கமா இல்லை. நீ இப்படி எல்லாம் பண்ணுவீன்னு எனக்கு ஏற்கனவே தெரியும்.

அந்தப் பையன் யுவராஜ் எவ்வளவு நல்ல பையன் தெரியுமா? காலேஜ் வந்ததிலிருந்து இருக்கற இடமே தெரியாது"

என்று அவனைப் புகழ்ந்தும் இவளை மட்டம் தட்டியும் பேசிக்கொண்டிருந்தான்.

அதில் நேத்ராவிற்கு அவ்வளவு சந்தோஷம் யுவராஜைப் பற்றி அவர் பெருமையாகச் சொன்னதும், அவளுக்கு அவரைப் பிடித்துப் போனது.

சம்யுவுக்கோ அதுவரை இருந்த பொருமை எல்லாம் கட்டுக்கடங்காமல் போக, "எப்படி நீங்க என்னை அவனோடு ஒப்பிட்டுப் பேசலாம்" என்று எதிர்த்து நின்றாள்.

அங்கே இருந்த மத்த லெச்சரர்கள் "என்னமா எதிர்த்து பேசற, இதுதான் நீ லெக்சரருக்கு கொடுக்கும் மரியாதையா?" என்றார்கள்.

"நான் சரியாகத்தான் சார் இருக்கேன். இவர் எதுக்கு இன்னொரு பையனோடு என்னை ஒப்பிடலாம்.

அவனை விட நான் நல்லா படிக்கறவ தான். எல்லாப் பாடத்திலும் நல்ல மார்க் வாங்கரவ உங்க பாடத்தில் மட்டும் குறைந்தா வாங்கியிருப்பேன்.

நான் எழுதிய பதிலில் எந்தத் தவறும் இல்லை நீங்க இதெல்லாம் வேணும்னே செய்யர மாதிரி தெரியுது. எனக்கு இதுக்குப் பதில் தெரியாம போக மாட்டேன்" என்று அவள் பொரிய,

நேத்ரா அவளைப் பிடித்து இழுத்து "இப்படி எல்லாம் பேசக் கூடாது வா போகலாம்" என்றாள்.

அவளை முறைத்தவள் "இதுநாள் வரை நீங்க என்னை வேண்டும் என்றே பழிவாங்கத் தான் வெளியில் நிக்க வெக்கறீங்க என்பது எனக்குத்

தெரியும். இருந்தாலும் பொருத்து போனேன் இனி என்னால முடியாது" என்றாள் கோபத்துடன்.

"என்ன பண்ணுவ இது உன் ஊர்ன்னு நினைச்சியா" என்று எகத்-தாலமாகப் பார்த்துச் சிரித்தான் சர்குணம்.

"எனக்குப் பதில் சொல்லாம நீங்க வெளிய போகமுடியாது சார்" என்று அங்கேயே நின்றாள் சம்யு.

"அதையும் தான் பார்க்கலாம்" என்று அவன் எழுந்து செல்ல அவள் குறுக்கே நின்றாள்.

மத்த லெக்சரர்கள் "என்னமா ரவுடித்தனம் பண்றியா பொண்ணா இலட்சணமா இரு" என்றார்கள்.

அவர்களை முறைத்து விட்டு அதே இடத்தில் அமர்ந்து கொண்டாள் சம்யு.

"நீ போமா" என்று மற்ற லெக்ரர்கள் நேத்ராவைப் போகச் சொன்-னார்கள்.

"இல்லை சார். அவளுக்குப் பதிலா நான் மன்னிப்பு கேட்டுக்கறேன். வாடி போகலாம்" என்று அவளைப் பிடித்து இழுத்தாள் பயத்துடன்.

"நீ போடி" என்று அவள் கையை உதறியவள் அவளைப் போகச்-சொன்னாள் "என்னால நீ பாதிக்கக் கூடாது கிளம்பு" என்று வற்புருத்தி அவளை அனுப்பி வைத்தாள்.

நேத்ரா நேராக யுவராஜிடம் சென்று விஷயத்தைச் சொல்லி அழு-தாள், அவனும் பதட்டத்துடன் ஸ்டாப் ரூமிற்குச் சென்றான்.

"சார் அன்னைக்கு நான் தான் தப்பு பண்ணினேன் நீங்க இவங்களை எதுவும் சொல்லாதீங்க" என்றான்.

"உன்னை யார் இங்கே வரச்சொன்னது" என்று எல்லா லெக்சரரும் எழுந்து வர,

அவன் என்ன சொல்வது என்று தெரியாமல் விழித்தான் தன் தங்-கையே இதுக்கு எதிராக இருக்கும் போது எப்படிப் பேச முடியும் என்று நினைத்து சம்யுவை பார்க்க, அவள் முகத்தைத் திருப்பிக் கொண்டாள்.

சரியாக அப்பொழுது பிரித்திவி புயலென அந்த அறைக்குள் நுழைந்தான். எல்லா லெக்சரரும் இதை எதிர்பார்க்காததால் பயத்துடன் விலகி நிற்க,

சற்குணம் நடுங்கிக் கொண்டு நின்றான். "நீ எழுந்து போமா நான் வகுப்புக்கு வந்து சொல்லித் தாரேன்" என்று சம்யுவை அங்கே இருந்து

கிளப்பப் பார்த்தான்.

இப்படி ஒரு நாளும் வராதவன் வந்ததாலும், ஏற்கனவே இவனைப் பார்த்து பயப்பட்டவர்களுக்கு இப்பொழுது என்ன நடக்குமோ என்று பீதி-யுடன் ஒருவரை ஒருவர் பார்த்துக் கொண்டிருந்தார்கள்.

எல்லாரையும் ஒரு முறை அழுத்தமாகப் பார்த்தவன், தன்னையே முறைத்து பார்த்துக் கொண்டிருக்கும் மனைவியைப் பார்த்து,

"வகுப்புக்குப் போகாம இங்க என்னடி பண்ணிட்டு இருக்க" என்-றான்.

"நீ காலேஜ் வெச்சு நடத்தர இலட்சணத்துக்கு நான் எங்க போய்ப் படிக்கறது" என்றாள்.

அவளின் இந்தப் பதிலால் எல்லாரும் அவளையே அதிர்ச்சியுடனும் பயத்துடன் பார்த்துக் கொண்டிருக்க,

"ஏன் இந்தக் காலேஜ்க்கு என்ன குறைச்சல். நீ இந்த ரூமுக்கு வந்து சரியா முக்கால் மணி நேரமாச்சு. என்ன பிரச்சனை சொல்லுடி" என்-றான்.

இதைக் கேட்ட மற்ற லெச்சரர்கள் தாங்கள் எவ்வளவு கண்காணிக்-கப்படறோம் என்பது தெரிய, அவர்களுக்கு நடுக்கம் பிடித்துக் கொண்-டது.

தேவையில்லாம இவனுக்குச் சப்போட் பண்ணி நாம மாட்டிகிட்-டோம். இந்தப் பொண்ணு என்ன கொஞ்சம் கூடப் பயமே இல்லாம இவர்கிட்ட பேசுது, என்று நினைத்து அவர்களையே பார்த்துக் கொண்-டிருந்தார்கள்.

சற்குணம் காலெல்லாம் உதற இன்னைக்கு நம்மளை எதாவது பண்-ணிருவாரோ. காலேஜ்ல நாம எதுவும் பண்ணிருக்கக் கூடாது, இவளை எல்லாம் வெளில வெச்சு என்ன செஞ்சாலும் கேட்டிருக்க ஆளில்லை, தப்பு பண்ணிட்டனே எப்படித் தப்பிப்பது என்று நினைத்துக் கொண்டி-ருந்தான்.

பிரித்திவி மறுபடியும் மனைவியைப் பார்த்து, "என்னடி நடந்துச்சு?" என்றான்.

"நான் சொன்னப்ப நீ கேட்டயாடா, சொல்லமாட்டேன் போ" என்று அவனை முறைத்துக் கொண்டு நின்றாள் சம்யு.

அவளுடை டா என்ற வார்த்தையைக் கேட்டு அங்கிருந்த அனை-வரும், உச்சகட்ட அதிர்ச்சியில் என்ன நடக்குமோ என்று பார்த்துக்

கொண்டிருக்க,

"சரிடி அப்ப ஏதோ அவசரத்துல போயிட்டேன் இப்ப சொல்லு" என்றான். அவள் அவனை முறைத்துக் கொண்டு நிற்க இவளிடம் பேச முடியாது என்று முடிவு செய்தவன் சர்குணத்தைப் பார்த்தான்.

அவன் பயத்திலும் அவளின் பதிலிலும் வெளவெளத்துப் போனவன், பயத்துடன் எச்சிலை முழுங்கினான்.

இவ என்ன இவர்கிட்டயே இப்படிப் பேசறா, என்று அவனும் அவர்-கள் இருவரின் பேச்சைக் கேட்டுக் கொண்டிருந்த மற்ற லெக்சரர்களும் விழி பிதுங்கி நின்றார்கள்.

சம்யு அவனை இஷ்டத்துக்கும் பேசுவதும், பிரித்திவி அவளிடம் குழைவதும் அவர்களுக்கு எதையோ உணர்த்த, முகமெல்லாம் பயரேகை தாருமாறாக ஓடியது.

"சொல்லு சற்குணம் என்ன நடந்தது. எதுக்கு இவ இவ்வளவு நேரம் இந்த அறையில் இருக்கிறாள்" என்றான்.

"சார் அது வந்து" என்று நாக்கு குழற நடுங்கிக் கொண்டே "இந்தப் பொண்ணு சரியாப் படிக்கறதில்லை சார் அதான் கூப்பிட்டு வார்ன் பண்-ணினேன்" என்றான் சர்குணம்.

"அப்படியாடி" என்றான் மனைவியிடம் பிரித்திவி. அப்போது இவன் வந்ததை அறிந்த பிரன்ஸிபில் அவசரமாக ஓடி வந்தார்.

"இந்தா நீயே பாரு" என்று அவனிடம் பேப்பரை துக்கிக் கொடுத்-தாள். திறந்த வாய் மூடாமல் இதை எல்லாம் பார்த்துக் கொண்டிருந்த நேத்ரா, "இங்கே என்னடி நடக்குது" என்று அவள் காதில் கேட்டாள்.

"நீ அமைதியா வேடிக்கை பார்" என்றவள், நான் எல்லாப் பாடத்-திலும் முதல் மார்க் எடுத்திருக்கேன் இவர் பாடத்தில் எடுக்கலைனா என்ன அர்த்தம்.

இவர் புரியற மாதிரியே சொல்லி தரதில்லை" என்று ப்ளேட்டை திருப்பிப் போட்டாள்.

சர்குணம் அவசர அவசரமாக "அப்படி எல்லாம் இல்லை சார். நான் தான் மாத்தி திருத்திட்டேன்" என்று பேப்பரை வாங்கி மறுபடியும் கனெக்சன் பண்ணி மார்க் போட்டுக் கொடுத்தான்.

அதை வாங்கிப் பார்த்த பிரித்திவி "நீங்க போட்டதெல்லாம் சரி இவளுக்கும் உங்களுக்கும் என்ன பிரச்சனை என்று எனக்கு உண்மையச் சொல்லுங்க.

பொய் சொன்னீங்கன்னு எனக்குத் தெருஞ்சா அவ்வளவு தான். என்னைப் பத்தி உனக்குத் தெரியுமல்ல" என்றான் அதிகாரமான குர-லில்.

அங்கிருந்தவர்கள் பிரின்ஸ்பல் முதல் கொண்டு இவன் இன்னைக்கு ஒரு செத்தான் என்று நினைத்தார்கள்.

சர்குணம் கண் சிவந்து கலங்கி பயத்துடன் உயிரைக் கையில் பிடித்-துக் கொண்டு, இவளை அவமானப் படுத்த போய் நான் மாட்டிகிட்-டேனே என்று நடுங்கிப் போனான்.

"சொல்லு சற்குணம்" என்று மறுபடியும் குரல் ஒலிக்கவே "சார் சொல்லிறேன் சார்

இந்தப் பொண்ணு மேல உள்ள கோபத்துல தான் இப்படிப் பண்ணி-னேன்" என்றான்.

விஷயத்துக்கு வா என்பதைப் போலப் பிரித்திவி பார்க்க சற்குணம் எச்சிலை விழுங்கியபடி, "சார் இவளை நான் பெண்பார்க்கப் போனேன்,

எனக்குப் பிடிச்சிருந்தது ஆனா இவ என்னை அவமானப்படுத்-திட்டா. எனக்குத் தம் அடிக்கத் தெரியுமான்னு கேட்டா,

தெரியாதுன்னு சொன்னேன். தண்ணியடிக்கத் தெரியுமான்னு கேட்டா தெரியாதுன்னு சொன்னேன். வீட்டுக்கு எத்தனை மணிக்கு வருவீன்னு கேட்டா நான் காலேஜ் முடுஞ்சதும் வீட்டுக்கு வந்துருவேன்னு சொன்-னேன்.

அதுக்கு இவ எந்தக் கெட்ட பழக்கமும் இல்லாம கல்யாணம் பண்ணி நீ என்ன பண்ணப் போற.

எனக்குக் குடிச்சுட்டு வரவனைத் தான் பிடிக்கும், தம்மடுச்சு அந்தச் சிகரெட்டில் என் மேல சூடு வெச்சா தான் புடிக்கும்.

மிட்நைட்ல வந்து இவளைத் தூங்க விடாம பெல்ட்ல அடுச்சு சித்-திரவதை செய்தால் தான் பிடிக்கும்ன்னு எல்லார் முன்னாடியும் சொல்லி அவமானப் படுத்திட்டா சார். அந்தக் கோபத்துல இப்படிப் பண்ணிட்-டேன்" என்று மென்று விழுங்கி சொல்லி முடித்தான்.

"அடிப்பாவி இப்படி எல்லாம் பேசுனியாடி" என்றான் உள்ளுக்குள் சிரித்துக் கொண்டே வெளியில் விரைப்பாக.

"ஆமாம் என்னைக் கேக்காம கல்யாண ஏற்பாடு பண்ணினாங்கள்ள அதான் இப்படிப் பண்ணினேன்" என்று வீராப்பாகப் பேசினாள்.

அவள் அருகில் சென்றவன் அவளுக்கு மட்டும் கேட்கும் படி "உனக்குச் சிகரெட் பிடுச்சு சூடு வெச்சா பிடிக்குமா?

இன்னைக்கு டிரையல் பார்க்கலாமா?" எனறான். "நான் அப்படிச் சொல்லலை சிகரெட் பிடுச்சா அதைப் பிடுங்கி அவனுக்கே சூடு வெச்சா திரில்லா இருக்குமல்ல பாரக்கவே" என்றாள் சிரித்துக் கொண்டே.

"பேச்சை மாத்தாதடி உன்னைப் பத்தி எனக்குத் தெரியாதா நீ இதை விட அதிகமாகவே பேசி இருப்ப. தினமும் பாக்கற எனக்குத் தெரியாதா" என்றான்.

"நீ என் பக்கமா அவன் பக்கமா" என்று அவள் கோபத்துடன் கேட்க, "இருடி பேசறேன் உன்னால என்னைக் கண்டு பயந்து ஓடுனவங்க எல்லாம் கிட்ட நின்னு வேடிக்கை பாக்கறாங்க" என்றவன்,

"சர்குணம் ஏதோ சின்னப் பெண் தெரியாம பண்ணிட்டா. அதுக்கு இவ்வளவு பேர் முன்னாடி அவமானப் படுத்துவீங்களா?" என்றான்.

சற்குணம் "தப்பு தான் சார்" என்று மன்னிப்பு கேட்பதற்குள்,

"யார்டா சின்னப் பெண் நானா? நீ சின்னப் பெண்ண நடத்தர மாதிரியா என்னை நடத்தர" என்றாள் அவனிடம் மெதுவாக.

அவனுக்கு உள்ளுக்குள்ளே சாரல் மழை பெய்த மாதிரி மனைவியை மையலுடன் பார்த்தவன்.

"நீ சின்னப் பெண் இல்லைனு எனக்குத் தெரியுமடி. எனக்கே போதை ஏத்துனவளாச்சே இப்ப இவங்ககிட்ட அப்படித் தானே பேசியாகனும்" என்றான் மனைவியிடம் சரசமாக.

அதில் வெக்கம் வர முகத்தைத் திருப்பிக் கொண்டாள்.

இவர்கள் இருவரின் இரகசிய உரையாடல் அங்கிருப்பவர்களை வியப்பிலும் அதிர்ச்சியிலும் ஆட்படுத்த. எதையும் கேட்க முடியாமல் அவனிடம் பேச முடியாமலும் அமைதியாக வேடிக்கை மட்டும் பார்த்துக் கொண்டிருந்தார்கள்.

"சர்குணம்" என்று அவன் அழைக்க "என்னங்க சார்" என்று அவன் அருகில் வந்தவன் பவ்வியமாகக் கைகட்டி நின்றான்.

அவனுக்கு இப்போது பிரித்திவியிடமிருந்து தப்பித்தால் போதும் என்றிருந்தது.

அதுவரை அவனுக்கு ஆதரவாகப் பேசிக் கொண்டிருந்த லெக்சரரும் இப்போது சம்பந்தம் இல்லாமல் தள்ளி நின்றார்கள்.

"சற்குணம் அவ ஏதோ விளையாட்டுத் தனமா பண்ணியிருப்பா. இதை எல்லாம் மனசுல வெச்சுகிட்டு வஞ்சம் தீர்க்க இது உங்க வீடு இல்லை.

என்னோட காலேஜ், இதுவரை பசங்க கூட எந்த ஒரு தவறும் பண்ணாம ஒழுக்கமா இருந்துட்டு போறாங்க.

ஆனா நீங்க உங்க தகுதிக்கு இப்படி நடந்திருக்கக் கூடாது. இஷ்டம் இருந்தால் காலேஜ்ல இருங்க இல்லைனா வேலைய ரிசைன் பண்ணிட்டு போய்ட்டே இருங்க சரியா.

அதுக்காகப் பெண்பிள்ளைகளை இப்படி எல்லார் முன்னாடியும் அவமானப்படுத்தி இருக்கக் கூடாது.

நான் காலேஜ்ல இல்லைனா இங்கே நடக்கறது எதுவும் எனக்குத் தெரியாதுன்னு நினைச்சீங்களா?

இவ இந்த ரூமுக்கு வந்ததும் எனக்குத் தகவல் வந்துருச்சு நான் வேற ஒரு பொண்ணா இருந்தா அப்பவே வந்திருப்பேன்.

இவளா இருக்கங்காட்டி தான் கொஞ்ச நேரம் கழிச்சு வந்தேன். இனி எதா இருந்தாலும் வகுப்பறையில் சொல்லுங்க.

இப்படித் தனியா கூப்பிட்டுச் சொல்றது மத்த சாருங்க முன்னாடி சொல்றதெல்லாம் சரிபடாது சற்குணம்"

என்று சொல்லிக் கொண்டிருக்க அவன் மனைவி கோபத்தில் பொங்கி எழுந்தவள் "என்ன நானாக இருந்ததால தான் நீ நேரம் கழிச்சு வந்தியா?

நல்லா பொண்டாட்டிய பார்த்துக்கறேடா உன்னை எல்லாம். வீட்டுக்கு போ வந்து பேசிக்கறேன்" என்றாள் கோபத்துடன்.

அவள் அவனிடம் பேசியதைக் கேட்டு எல்லாரும் பே என்று வாயைத் திறந்து பார்த்துக் கொண்டிருக்க,

"கோவிச்சுக்காதடி நீ தைரியசாலியாச்சே அதான் மெதுவா போகலாம்னு நினைச்சேன்" என்றான்.

"அத்தான் நல்லா சமாளிக்கறீங்க. எப்படி இருந்தாலும் இன்னைக்கு இருக்கு" என்று அவன் காதில் சொல்லி சிரித்தான் யுவராஜ்.

"நீ வேற ஏண்டா" என்றதும் அவன் "என்னடா சொன்னான் என்னைப் பத்தியா சொன்னான்?

இவனோட எல்லாம் என்னை ஒப்பிட்டு பேசறார் இந்தச் சார். அதான் எனக்குக் கடுப்பாச்சு இப்ப எதுக்குச் சிரிக்கறான்?" என்றாள்

பொருமிக் கொண்டே,

"இவனோட ஒப்பிட்டு பேசியதால் நீ என்னடி குறைஞ்சுட்ட எவ்வளவு அமைதியா பொருப்பா இருக்கான். நீயும் இருக்கியே சரி போ போய்ப் படிக்கற வேலையப் பாரு" என்றான்.

"அதெல்லாம் எனக்குத் தெரியும். நீ ஒன்னும் சொல்ல வேண்டாம். நீ முதல்ல வீட்டுக்கு போ. வந்து கவனிக்கிறேன்" என்று அசால்டா சொல்லி விட்டு "வாடி" என்று அதுவரை வாயைத் திறந்து கொண்டு நின்ற நேத்ராவை இழுத்துக் கொண்டு சென்றாள் சம்யு.

"சர்குணம் பார்த்து நடந்துக்குங்க. இனி இந்த மாதிரி பிரச்சனை வரக்கூடாது சரியா" என்று சொல்லி விட்டு மத்த லெக்சரரைப் பார்க்கவும்,

அவர்கள் "நாங்கெல்லாம் எதுவும் சொல்லலை சார்" என்றார்கள்.

"சரி" என்றவன் யுவராஜுடன் வெளியில் சென்றவன் மீண்டு உள்ளே வந்து, "அவ அப்படிப் பேசியதை வைத்து நீங்களா எதுவும் கற்பனை பண்ணிக்காதீங்க.

அவ என் பொண்டாட்டி தான். இவன் என் மச்சினன்" என்றான் ஏற்கனவே அவ சொன்னதில் புரிந்திருந்தவர்கள், இப்பொழுது வியப்புடன் கண்கள் விரிய "சரி" என்று தலையாட்டினார்கள்.

சற்குணத்தைப் பார்த்தான் "ஸாரி சார் அவங்களுக்குக் கல்யாணமாயிருச்சுன்னு எனக்குத் தெரியாது" என்றதும்,

"இப்ப தெருஞ்சுருச்சல்ல அவளை விட்டு தள்ளியே இருங்க. இனி நீங்க அவ வகுப்புக்குப் போக வேண்டாம் நான் மாத்த சொல்றேன் வேற வகுப்புக்குப் பாடம் எடுங்க.

அவளும் எனக்காகத் தான் உங்களைச் சும்மா விட்டிருக்கா, இல்லைனா அவளோட குணத்துக்கு உங்களை உண்டு இல்லைன்னு ஆக்கியிருப்பா.

எனக்கும் என் பொண்டாட்டிகிட்ட யார் பேசினாலும் பிடிக்காது. அதுவும் நீங்க இப்படி நடந்த பிறகும் சும்மா விட்டுட்டு போறேனா,

இது என்னோட மத்த தொழில் மாதிரி இல்லை படிப்பு சம்பந்தப்பட்டது, நீங்கள் ஒரு பாடம் சொல்லித் தரும் குரு என்பதால் இந்த முறை மன்னிச்சு விட்டேன்" என்றான் பிரித்திவி.

"இனி இப்படி நடக்காது சார்" என்றான் மற்றவர்கள் கண்களில் பயம் தெளிவாகத் தெரிந்தது.

"சற்குணம் இனி ஒரு முறை உங்க வாய்ல இருந்து என் பொண்டாட்டி பேர் கூட வரக் கூடாது. அப்படி எதாவது வந்தா உங்க உடம்புல உயிர் இருக்காது என்று சொன்னவன்

அவர்களை ஒரு முறை ஆழமாகப் பார்த்துவிட்டு, யுவராஜுடன் வெளியில் சென்றான்.

அப்பொழுது தான் மூச்சை விட்டு எல்லாரும் தொப்பென்று சேரில் அமர்ந்தார்கள்.

யாரும் சற்குணத்திடம் பேசவே பயப்பட்டார்கள். சற்குணமும் எல்லாரையும் பாவமாகப் பார்க்க எல்லாரும் விலகி நின்றார்கள்.

தன் தலைவிதியை நொந்து கொண்டவன், இவளுக்கு இப்படி ஒரு வாழ்வா. இனி இவ இருக்கற பக்கமே தலை வெச்சுப் படுக்கக் கூடாது.

இந்த முறை உயிரோடு விட்டுச் சென்றதே என் அம்மா செஞ்ச புண்ணியம். என்று காலம் கடந்த ஞானோதயத்தில் ஆழ்ந்திருந்தான் சற்குணம்.

மற்ற லெக்சரரும் இனி கவனமா இருக்கனும் இங்கே என்ன நடந்தாலும் வாட்ச் பண்றாங்க என்று பேசிக் கொண்டார்கள்.

அதில் ஒரு லெக்சரர், "எவ்வளவு பெரிய ஆள் பிரித்திவி சார் இந்தக் காலேஜ்லயே அவரைக் கண்டால் பயப்படாதவங்க இல்லை. அப்படி இருக்கும் போது அவர் மனைவிகிட்ட எப்படித் தனிஞ்சு போனார் பார்த்தியா?

அதுலயே தெரியலை அவர் மனைவி மேல எவ்வளவு பாசம் வெச்சிருக்கார்ன்னு, இன்னைக்குச் சற்குணம் தப்பிச்சதே கடவுள் செயல்.

வீட்ல இந்தப் பெண் கை தான் ஓங்கி இருக்கும் போல, அப்படிபட்ட பொண்ணு நம்மளை சும்ம விட்டதே பெருசு. இனி யாரும் அவ பக்கமே போகாதீங்க, அவரையே அந்த வாங்கு வாங்கறவளுக்கு நாம எம்மாத்திரம்" என்றார். கேட்டுக் கொண்டிருந்த மற்றவர்களும் ஆமாம் என்பது போல் தலையாட்டினார்கள்.

22

அத்தியாயம் 22

மாலை வகுப்பு முடிந்ததும் விடாமல் சம்யுவை க்ரவுண்டுக்குள் பிடித்து வைத்திருந்தாள் நேத்ரா.

மத்த பிரண்ட்ஸ் அனைவரும் செல்லும் வரை பொறுமை காத்தவள், பக்கத்தில் யாரும் இல்லை என்பதை உறுதிப்படுத்திக் கொண்டு, அவள் கழுத்திலிருந்த செயினை அவளே எதிர்பார்க்காத நேரம் வெளியில் எடுத்தாள்.

சம்யு பதட்டத்துடன், "என்னடி பண்ற" என்று கேட்கவும், "இது என்னடி ஏன்? எங்ககிட்ட உனக்குக் கல்யாணம் ஆன விஷயத்தைச் சொல்லலை.

அதைவிட கரஸ் தான் உன் கணவர்ங்கற விஷயத்தையும் மறைத்து விட்டாய்" என்றாள் கோபமாக.

"நீங்க கேக்கலை நான் சொல்லலை" என்று தோலை குழுக்கினாள் சம்யு.

"இது சரியான பதில் இல்லை சம்யு. நீ இவ்வளவு பெரிய செயின் போட்டிருக்கும் போதே சந்தேகம் வந்துச்சு, சரி உங்க ஊர்ல இப்படிப் போடறதைத்தான் விரும்புவீங்க போலன்னு நெனைச்சேன்.

கடைசியில் பார்த்தா இந்த ஊரே பார்த்து பயந்து நடுங்தறவரை உன் இஷ்டத்துக்கு வாடா போடான்னு இப்படிப் பேசற, உனக்குப் பயமாகவே இல்லையாடி" என்றாள் நேத்ரா.

புருவத்தைச் சுருக்கி யோசனையுடன், "ஊரே பயப்படுதா யாரைப் பார்த்து என் புருஷனைப் பார்த்தா உளறாதே,

இந்தக் காலேஜ் அவனோடதுங்கறாதால அவன்கிட்ட வேலை செய்-றரவங்க பயப்படாலாம். அதுவும் இந்த வேலை இல்லாட்டி வேற வேலைன்னு போகலாம், ஏன் ஒருத்தனைக் கண்டு பயப்படனும்" என்றவளுக்கு, அந்தப் பேச்சிலேயே பிரித்திவியைப் பத்தி தெரிந்து கொள்ளும் ஆர்வம் இருந்தது.

இதுவரை அவனிடம் எதுவும் கேட்டதில்லை. ஏனோ அவனே சொல்ல வேண்டும் என்று நினைத்தாள். கேட்டால் எதாவது இல்லீகளா செய்யறேன்னு சொல்லினுவானோன்னு பயமாக இருந்தது அவளுக்கு.

இப்போ தோழி இதைப் பத்தி சொல்லவும், அவளுக்குப் பிரித்திவி-யைப் பத்தி தெரிந்திருக்கு என்று நினைத்துக் கொண்டு கேட்டாள்.

"ஆமாம்டி நம்ம கரஸ்ஸப் பார்த்தாள் எல்லாருக்குமே பயம் தான். அரசியல் வாதிங்க முதல் கொண்டு அவர் சொல்படி செய்வாங்க.

அவருடைய ஆளுமையில் தான் இந்த ஊர் இருக்குது மத்தபடி எனக்கு வேற எதுவும் தெரியாது.

அவரோட காலேஜ்ல பிள்ளைகளைப் படிக்க வைத்தாள் பாதுகாப்-புன்னு, எல்லாரும் இந்தக் காலேஜ்ல சேர்க்க விரும்புவாங்க.

என்னையும் அப்படித் தான் சேர்த்தாங்க, இது வரை எந்த ஆணும் காலேஜுக்குள் பொண்ணுங்களைக் கிண்டல் கேளி பண்றது எதுவும் செய்ய மாட்டாங்க.

அவங்களுக்குப் பாதுகாப்பாகத் தான் இருப்பாங்க, காலேஜ்க்கு அடிக்கடி வந்து போவார். எந்த விஷயமாக இருந்தாலும் அவரே நேர-டியா தலையிடுவார்.

காலேஜ் பீசும் முன்னப்பின்ன கட்ட லேட்டானாலும் யாரையும் வற்-புருத்த மாட்டாங்க, இப்படி எத்தனையோ இருக்கு" என்றாள் நேத்ரா.

இவ சொல்றது எல்லாம் நல்லததானே இருக்கு அப்பறம் எதுக்கு எல்லாரும் பயப்படனும்.

எதுக்கு வீட்டில் அத்தனை ஆட்கள் இருக்காங்க, எதுக்கு அவ்வ-ளவு பெரிய வீடு அக்கம் பக்கம் கண்ணுக்கெட்டிய தூரம் வரை வேறு யாரும் இல்லை. இப்படி எத்தனையோ சந்தேகம் வந்தது சம்யுவுக்கு.

ஆனாலும் அவள் கேட்க விரும்பவில்லை. அதற்குள் யுவராஜ் அவளைக் காணாமல் வரவும்,

நேத்ரா தன்னைத்தான் பார்க்க வந்திருப்பதாக நினைத்து வெக்கத்து-டன் அவனைப் பார்த்தாள்.

"நேத்ரா உன் பிரண்ட வரச்சொல்றியா? லேட்டாச்சு" என்றான் யுவ-ராஜ். அவள் திருதிருன்னு முழித்துக் கொண்டு, "அவளை எதுக்கு நீங்க கூப்பிடறீங்க" என்றாள்.

"வீட்டுக்கு லேட்டாச்சு" என்றான் யுவராஜ். "அவனைப் போகச் சொல்லுடி எனக்குத் தெரியும்" என்றாள் சம்யு.

நேத்ரா அதிசயமாக அவர்கள் இருவரையும் பார்க்க யுவராஜ் அப்-படி நின்று கொண்டிருந்தான்.

"சரி மீதிய நாளைக்குப் பேசிக்கலாம்டி கிளம்பறேன்" என்றாள் சம்யு.

"இதையாவது சொல்லிட்டு போடி உங்க ரெண்டு பேருக்கும் என்ன உறவு, எதுக்கு ஒரு வீட்டுக்கு போறீங்க" என்றாள்.

"அதை உன் ஆளுகிட்டயே கேளு" என்று சொல்லி விட்டு முன்-னாடி நடந்தாள் சம்யு.

யுவராஜ் புருவம் சுருக்கி, "உன் ஆளா நானா இதெப்ப இருந்து எனக்கே தெரியாம" என்று நேத்ராவிடம் கேட்டான்.

நேத்ரா வெக்கத்துடன் தலை குனிந்து கொண்டவள், "அது வந்து எனக்கு உங்களைப் பிடிச்சிருக்கு, அதை அவகிட்ட சொன்னேன் அவளும் சந்தோஷப்பட்டாள். அதைத்தான் அப்படிச் சொல்லிட்டு போறா" என்றாள் என்ன சொல்வானோ என்று பயந்து கொண்டே.

"அவ சந்தோஷப்பட்டாளா சம்மதம் சொன்னாளா?" என்று ஆர்வ-முடன் கேட்டவன், அப்பொழுது தான் நேத்ராவை உற்று கவனித்தான்.

தங்கை சந்தோஷப்பட்டாள் என்றதுமே அவன் வயதுக்கே உண்டான ஆர்வம் தலை தூக்க, நேத்ராவிடம் தயக்கமின்றிப் பேசினான்.

"அவ என்னோட தங்கச்சி என் கூடக் கோபித்துக் கொண்டு பேசா-மல் இருக்கிறாள்" என்றான்.

அதிர்ந்து போனவள், "என்னது உங்க தங்கச்சியா? இன்னும் எத்-தனை அதிர்ச்சியத் தான் தருவீங்க" என்று தலையில் கைவைத்துக் கொண்டு அமர்ந்தாள் நேத்ரா.

அவளின் அந்தச் செய்கையை இரசித்துச் சிரித்தவன், "நேரமாச்சு கிளம்பலையா?" என்றான் யுவராஜ்.

மெல்ல எழுந்தவள், "நீங்க பதில் சொல்லலையே" என்றாள். தயக்-கத்துடன் அவளைக் கூர்ந்து பார்த்தவன், "இப்பவே வேணுமா?" என்-றான்.

ஆமாம் என்று தலையாட்டினாள். அவளின் வெக்கம், அதையும் மீறி ஆர்வமாகக் கேட்டது, விழியின் படபடப்பு எல்லாம் அவனைக் கட்டிப் போட, "எனக்கும் பிடிச்சிருக்கு" என்றான்.

அவள் மனம் துள்ள விழியுயர்த்தி அவனைப் பார்த்தாள். அவனும் அவளையே பார்த்துக் கொண்டிருக்க,

"என்ன டூயட் பாடி முடுச்சுட்டீங்களா?" என்ற குரல் கேட்டுத் திடுகிட்டு விழித்தார்கள் இருவரும்.

நேத்ராவோ அவளை அடிக்க விரட்டினாள். "எருமை மாடே உனக்கு இருக்கர நெஞ்சழுத்தம் யாருக்கும் இருக்காதடி.

கூடப் பொறந்தவனையே ரேக்கிங் பண்ணுவியா? அவங்ககிட்ட பேசமாட்டாயா?" என்று அவளை நாலு அடி போட்டாள்.

"அடிக்காதடி எருமை நான் எதுக்குச் சொல்லனும்" என்றாள். "உனக்குக் கொழுப்பு ரொம்ப ஜாஸ்திடி, எப்படித் தான் சமாளிக்கறாங்களோ" என்றாள் நேத்ரா.

"அதைப் பத்தி நீ கவலைப் படாத உன்னோட லவ்வுக்கு சிக்னல் கிடைச்சிருச்சு போல முகத்தில பல்பா எரியுது" என்றாள்.

அதைக் கேட்டுச் சிரித்துக் கொண்டே, அவர்களுக்குத் தனிமை கொடுத்து விட்டு காருக்குச் சென்றான் யுவராஜ்.

"அதெல்லாம் கிடைச்சிருச்சு நீ என் நாத்தானார்ங்கறது தான் பெரிய கவலையா இருக்கு, எப்படி உன்னைச் சமாளிப்பேனோ" என்று வருத்த படுவது போல் சொன்னாள் நேத்ரா.

"அதெல்லாம் நாளைக்குப் பார்த்துக்கலாம் லேட்டாச்சு காலேஜ்ல நம்மளை அடுச்சு துரத்திடப் போறாங்க, வா போகலாம்" என்று இருவரும் பேசிக் கொண்டே நடந்தார்கள்.

இவள் காரில் ஏறிக் கொள்ளவும் யுவராஜ் அவளுக்குக் கண்களால் விடை சொன்னான். நேத்ராவும் அவன் விழிகளுக்குப் பதில் சொல்லி விட்டு, அவளும் ஸ்கூட்டியை எடுத்துக் கொண்டு சென்றாள்.

வீட்டிற்குள் நுழையும் போதே அங்கே புதிதாக இரு பெண்கள் இருப்பதைப் பார்த்து வியப்புடன் அங்கயே நின்றாள் சம்யு.

ரிதுவும் அவளுடைய தோழி ரேகாவையும் அமைச்சர் அனுப்பி வைத்திருந்தார்.

அவர்கள் இருவரும் இவளைப் பார்த்து விழி விரித்து என்ன அழகா இருக்காங்க, இவங்க யாரு செம கலர்ல என்று பேசிக் கொண்டே

அவள் அருகில் வந்து, "நீங்க யாரு" என்றாள் ரிது.

"நீங்க யாரு அதைச் சொல்லுங்க அப்பறமா என்னைக் கேள்வி கேட்கலாம்" என்றாள் சம்யு.

"இவ அமைச்சர் தணிகாச்சலத்தோட பொண்ணு நான் இவளோட தோழி, கொஞ்ச நாள் இங்கே இவளோட பாதுகாப்பிற்காக அனுப்பி-னார்" என்றாள் ரேகாவே.

பாதுகாக்கவா இது என்ன போலீஸ் ஸ்டேசனா எல்லாருக்கும் பாது-காப்பு கொடுக்க, இங்க இருக்கறவங்களையே இன்னும் முழுசா எனக்-குப் புரியலை.

இந்த இலட்சணத்துல வெளியில இருந்து பாதுகாப்பு கேட்டு வந்தி-ருக்காங்க என்று நினைத்துக் கொண்டாள்.

"நீங்க யாருன்னு சொல்லவே இல்லையே" என்றாள் ரேகா. "நீங்க பாதுகாப்ப கேட்டு வந்திருக்கீங்க,

நான் பாதுகாப்பு கொடுக்க வந்திருக்கேன்" என்றாள் இடக்காக சம்யு.

திடுக்கிட்ட ரேகா, "யாருக்குப் பாதுகாப்பு கொடுக்க வந்திருக்கீங்க நீங்க அந்த அளவுக்குப் பெரிய ஆளா" என்றாள்.

"பிரித்திவியைப் பத்திரமா பார்த்துக்கச் சொல்லி அவங்க அம்மாவும் எங்க அப்பாவும் அனுப்பினாங்க" என்று சொல்லி விட்டு தன் அறைக்-குச் சென்றாள் சம்யு.

அவர்கள் இருவரும் ஒருவரை ஒருவர் பார்த்துக் கொண்டு, "என்ன இந்தப் பொண்ணு பிரித்திவி சாரைப் பார்த்துக்குமா? நம்பவே முடிய-லையே.

அப்போ இவ்வளவு நேரம் எங்க போச்சு" என்று யோசனையுடன் இருவரும் பேசிக் கொண்டிருக்க.

வெளியிலிருந்து பிரித்திவி, ராஜேஷ், ராகுல் மூன்று பேரும் வந்தார்-கள்.

இவர்கள் இருவரும் நிற்பதைப் பார்த்து, "என்னமா இரண்டு பேரும் இங்கே நிற்கறீங்க எதாவது வேணுமா?" என்றான் பிரித்திவி.

அவர்கள் இருவரும் வந்ததிலிருந்து ராகுலின் பார்வை ரித்துவை ஆர்வமுடன் வட்டமிட்டது என்றால், ராஜேஷின் பார்வை ரேகாவை ஆராய்ச்சியுடன் வட்டமிட்டது.

ரேகாவின் கட்டுக் கோப்பான உடம்பு அவளின் கூரிய பார்வை ஏதோ உளவு வேலை பார்க்க வந்த மாதிரியே அவனுக்குத் தோன்றியது, அவளையே பார்த்துக் கொண்டிருந்தான்.

ரேகாவிற்கு அவனின் பார்வைப் புரிந்தாலும் கண்டு கொள்ளாமல், "சார் ஒரு பொண்ணு வந்தா யாருன்னு கேட்டதுக்கு உங்களைப் பாது-காப்பா பார்த்துக்க வந்திருக்கேன்னு சொல்லிட்டு உள்ள போயிட்டா" என்றாள் பிரித்திவியிடம்.

பிரித்திவிக்குச் சிரிப்பு வர, "ஆமாம் அவ என்ன பாத்துக்கத் தான் வந்திருக்கா" என்றான்.

"சார் நீங்களும் பொய் சொல்லாதீங்க, பார்த்தா ஸ்கூல் படிக்கற பொண்ணாட்ட இருக்கா, அவ உங்களைப் பார்த்துக்கப் போறாளா நாங்க நம்ப மாட்டோம்" என்றாள் ரிது.

"உங்களுக்கு அவளைப் பத்தி தெரியலை, போகப் போகத் தெருஞ்-சுக்குவீங்க அவ என் பொண்டாட்டி மா" என்றான்.

"அதான் உங்க கிட்ட இருக்கற அதிகாரம் அவங்ககிட்டயும் இருக்கு செம அழகா இருக்காங்க சார்" என்றாள் ரேகா.

"சரிமா நீங்க பேசிட்டு இருங்க நான் போய் அவ என்ன பண்றான்னு பாக்கறேன்" என்று சொல்லிட்டு

தன் அறைக்குச் சென்றான்.

அவள் குளித்து விட்டு இரவு உடைக்கு மாறி இருந்தாள். டேபிளில் சமையல்காரர் வைத்திருந்த டிபனைச் சாப்பிட ஆரம்பித்தாள்.

"இப்ப தான் வந்தயா? ஏன் இவ்வளவு நேரம்" என்று கேட்டுக் கொண்டே அவள் அருகில் அமர்ந்தான் பிரித்திவி.

"நான் என்ன செய்யட்டும் நேத்ரா எருமை என்னைப் பிடுச்சுகிச்சு, அதான் லேட். நீ சாப்டியா இந்தா" என்று அவனுக்கும் ஒரு வாய் கொடுத்தாள்.

பசி இல்லை என்றாலும் மனைவியின் கையால் உணவருந்துவதை வெகுவாக விரும்பியவன், வாங்கிக் கொண்டான்.

அவனுக்கும் ஊட்டி விட்டு அவளும் சாப்பிட்டு முடித்தவள், தன் புத்தகப் பேக்கை எடுத்து மெத்தை மேல் வைத்துக் கொண்டு அமர்ந்து விட்டாள்.

"சற்குணம் எப்ப உன்ன பெண் பார்க்க வந்தான்" என்று கேட்டான் பிரித்திவி.

அவனை யோசனையுடன் பார்த்தவள், "இதை எல்லாம் எதுக்குக் கேக்கற என்று சொல்லி விட்டு,

நம்ம கல்யாணத்துக்குக் கொஞ்ச நாள் முன்ன, நான் அப்பவே தொல்ஸ்கிட்டச் சொல்லி நம்ம கல்யாணத்துக்கு ஏற்பாடு பண்ணச் சொன்னேன்.

அதுக்கப்பறம் தான் நான் பிடிவாதமா இருப்பதைத் தெரிந்து கொண்டு, கல்யாணத்திற்கான ஏற்பாட்டைப் பண்ணுனாங்க" என்றாள்.

"பயங்கற ஆளுதாண்டி நான் வேற தண்ணியடிக்க மாட்டேன், தம்-மும் கிடையாது. வேணா நைட் லேட்டா வறேன் அதுவேணா எனக்கு வரும்" என்றான்.

சம்யுவுக்குச் சிரிப்பு வந்துவிட, "நான் சும்மா அவனைத் தட்டிக் கழிக்க அப்படிச் சொன்னேன்" என்றாள்.

"அதுக்காகச் சிகரெட்டில் சூடு வெச்சா பிடிக்கும்ன்னு சொல்வியா, அதெல்லாம் அனுபவிக்கற வங்களுக்கு எவ்வளவு வலி இருக்கும் தெரி-யுமா?" என்றான்.

அவள் எதுவும் பேசாமல் அமைதியாகப் புத்தகத்தை எடுக்கவும், அவனின் பார்வை அவள் மேனியில் வலம் வந்து கொண்டிருந்தது.

"நைட்டெல்லாம் தூங்க விடாம சித்திரவதைப் பண்ணுனா பிடிக்-கும்ன்னு சொன்னையே, நான் வேணா அப்படிப் பண்ணட்டுமா? என்-றான்.

"அப்படியா? என்ன பண்ணுவ" என்று இரு கையையும் கட்டிக் கொண்டு கேட்டாள் அவள் இதழில் புன்னகை ஒட்டிக் கொண்டிருந்தது.

"அது எதுக்கு உனக்கு உன்னைத் தூங்க விடாம இருந்தா போதும்ல" என்று அவனும் பூடகமாகவே பேசினான்.

"நீ என்ன பண்ணுவேன்னு எனக்குத் தெரியும். அதே மாதிரி நான் என்னவெல்லாம் பண்ணுவேன்னு உனக்குத் தெரியும். அப்பறம் உன் இஷ்டம்" என்று தோளைக் குழுக்கிக் கொண்டாள் சம்யு.

அவள் குறும்பு பேச்சில் இருக்கும் கொஞ்ச நஞ்ச மனசும் அவள் காலடியில் விழ, சிரித்துக் கொண்டே அவளின் புத்தகப் பேக்கைத் திறந்து பார்த்தான்.

"இதை எதுக்குப் பாக்கற" என்றாள். "சும்மா தாண்டி இருக்கேன், இதையாவது அடிக்கி வைக்கறேன், நீ படி" என்று சொல்லி விட்டு அதெல்லாம் எடுத்துக் கீழே வைத்து விட்டு, சைடு ஜிப்பில் இருப்பது

எல்லாம் கொட்டினான்.

அதிலிருந்து நிறையக் காகிதங்கள் மடிப்புடன் இருக்க, இதெல்லாம் என்ன இவ்வளவு பேப்பர்ஸ், சின்னக் குழந்தை மாதிரி நோட்டில் இருக்கும் பேப்பரை எல்லாம் கிழிச்சு விளையாடுவாளோ, என்று நினைத்துப் பிரித்துப் பார்த்தவனுக்குக் கோபத்தில் முகம் சிவக்க உதடு துடிக்கக் கத்தினான் பிரித்திவி.

23

அத்தியாயம் 23

சம்யுவின் பேக்கில் இருந்த பேப்பர்ஸை எல்லாம் வேஸ்ட் பேப்பர் என்று நினைத்துக் கொண்டு பிரித்துப் பார்க்க, அதெல்லாம் ப்ரொபோசல் லட்டராகவே இருக்கக் கோபத்துடன் கத்தினான் பிரித்திவி.

"இதெல்லாம் என்னடி?" என்றான். "இதுவா பார்த்தா தெரியலையா? எல்லாம் சீனியர் அண்ணா கொடுத்தது" என்றாள்.

"அது தெரியுது எதுக்குடி வாங்குன. யார் என்ன கொடுத்தாலும் வாங்குவியா? இதுல வேற பத்திரமா ஏதோ பொக்கிஷம் போலப் பேக்ல வெச்சிருக்க" என்றான். கோபத்தில் அவனுக்குக் கண்ணெல்லாம் சிவந்து போயிருந்தது.

"அவங்க மனசு கஷ்டப்படக் கூடாதுன்னு வாங்கி வந்துடேன், ஆனா நான் ஒன்னைக் கூட இதுவரை பிரித்துப் படித்ததில்லை" என்றாள்.

"அப்பறம் எப்படி உனக்கு இது லவ் லெட்டர்ன்னு தெரியும்" என்றான் பிரித்திவி.

"அவங்க கொடுக்கும் போதே சொல்லிக் கொடுத்தது தான், அதான் பிரிச்சுப் படிக்கலை நீ எதுக்கு என்னைக் குறுக்கு விசாரணை பண்ணிட்டு இருக்க,

என்னைச் சந்தேகப் படறீயா" என்றாள், அவள் அதைக் கேட்க்கும் போதே கண்கலங்கி கண்ணீர் விழுகத் தயாராக இருந்தது.

அதைப் பார்த்ததும் அவனுக்குக் கோபமெல்லாம் பறந்து போய்ப் பதட்டத்துடன், "நான் உன்னைச் சந்தேகப் படுவேனாடி என் பொண்-

டாட்டிக்கு அவங்க லட்டர் கொடுத்ததைத் தான் தாங்க முடியலடி.

நீயே யோசிச்சு பார் எனக்கு இப்படி வந்திருந்தா உனக்கு எப்படி இருந்திருக்கும்" என்றதும்.

"உனக்கும் வந்திருக்கா ஐ ஜாலி என்று சந்தோஷத்துடன், குடு ரெண்டு பேரும் சேர்ந்து ஜாலியா படிக்கலாம்" என்றாள்.

அவளை முறைத்தான், "அப்போ நான் யாரை லவ் பண்ணாலும் உனக்குக் கவலை இல்லை அப்படித் தானே" என்றான்.

"நீ யாரையும் லவ் பண்ண மாட்டே அந்த நம்பிக்கை எனக்கு எப்பவும் இருக்கும்.

அன்னைக்குச் சொன்னேன்ல நீ என்னைத் தான் தேடுற வேறு யார்கிட்டயும் உன் மனசு போகாது" என்றாள்.

அவளின் தெளிவான பதிலில் உடல் சிலிர்த்து மனம் பறக்க அவளைப் பார்த்தான். அவனின் கண்ணில் தெரிந்த காதலில் கட்டுண்டவள் "ஆனா நீ என் மேல இந்த நம்பிக்கை வைக்கலை" என்றாள்.

"எனக்கு உன் மேல அதைவிட அதிகமாகவே நம்பிக்கை இருக்குடி. ஆனா உன் அளவு பொறுமை எனக்கு இல்லைடி, உன்கிட்ட யாரும் நெருங்கினா கோபம் தான் வருது.

இனி உன்னை நானே காலேஜ்ல கொண்டு போய் விடறேன். நான் வந்தா உன் கூட யாரும் பழகமாட்டாங்க விலகி நிற்பாங்க.

இனி எல்லாரும் உன்னை விட்டு விலகியே நிக்கட்டும் அது தான் சரியா வரும்" என்றான்.

"அப்போ நீ என்னைக் காலேஜ்ல கொண்டு வந்து விடறீயா? க்ளாஸ் ரூம் வரை வா" என்று அதையும் சாதாரணமாகவே எடுத்துக் கொண்டவளை அணைத்துக் கொண்டான்.

"நீ ஒரு அதிசயப் பிறவிடி. சான்ஸே இல்லை" என்று அவள் இதழை தாபத்துடன் சுவைத்தவன், அவள் கழுத்து வளைவில் தன் மீசையை உரசி அவளைச் சிலிர்க்க வைத்தான்.

"படிக்கனும் டா" என்றவளைத் தள்ளி விட்டவன், "நீ படுச்சு முடிக்கறக்குள்ள நான் ஒரு வழியாகிடுவேன்டி" என்று சொல்லி விட்டு அவன் எழுந்து செல்ல,

ஓடிச் சென்று பின்னாடி இருந்து அவனை அணைத்துக் கொண்டாள். "ஸாரி டா" என்று அவன் முதுகில் முகத்தைத் தேய்க்கவும்.

அவளை முன்பக்கமாக இழுத்துக் கொண்டவன், "இதுக்கெல்லாம் ஸாரி கேட்பியா? உன்னைப் பத்தி எனக்குத் தெரியும்டி.

நான் எனக்கு வேணும்னு பிடிவாதமா தொட்டிருந்தால் மறுத்திருக்க மாட்ட. நான் தான் அப்போதைய டென்சன்ல கோபப் பட்டுடேன்.

உன்னைப் பக்கத்துல வெச்சுட்டு என்னை என்னால கண்ரோல் பண்ண முடியலைடி" என்று அவளை அணைத்து முத்தமிட்டான்.

அவளும் அவனோடு ஒன்றிப் போனாள், "நீ படுச்சு முடிடி உன்னை வட்டியும் முதலுமா அப்போ கவனிச்சுக்கறேன்.

இப்ப உனக்கான டைம்" என்றான். "இல்லைடா என்னை விட உனக்குப் பத்து வயசு அதிகம் உன்னோட தேவை எனக்குப் புரியுது.

எனக்கு இதைப் பத்தி எதுவும் தெரியாது, உனக்கு வேற ஐடியா எதாவது இருந்தா சொல்லுடா இன்னும் இரண்டு மூனுவருஷம் இதுக்-காக நீ கஷ்டப் படவேண்டாம்" என்றாள் அவன் மார்பில் சாய்ந்தபடியே.

"குழந்தை கூடத் தள்ளிப் போடலாம் ஆனா உன் படிப்புக் கவனம் சிதறுமேடி"

என்றான், அவன் சொன்ன விதமே அவனுடைய ஆசையை முகம் பிரதிபலிக்க.

"அதை நான் சமாளிச்சுக்குவேன்" என்றாள் வெக்கத்துடன் சம்யு.

"அப்ப ஓகேங்கறையா" என்றான் ஆர்வத்துடன், அவளும் வெக்கத்-துடன் "ம்ம்" என்றாள்.

இறுக கட்டிக் கொண்டவன், "தேங்ஸ்டி" என்றவன், "நீ போய்ப் படி வறேன்" என்று சொல்லி விட்டு வெளியில் சென்றான்.

இரண்டு மணிநேரம் கழித்து வீட்டிற்கு வந்தவனை வழியிலேயே பிடித்துக் கொண்டான் ராஜேஷ்.

இவன் வேற நேரம் காலம் தெரியாம என்று நினைத்துக் கொண்டு "என்னடா" என்றான்.

"டேய் இங்க வந்திருக்கற ரேகாவை பார்த்தால் எனக்குச் சந்தேகமா இருக்குடா,

அந்த ரிது புள்ளை வெகுளியா தெரியுது. இவ அமைச்சரோட ஆளா இருக்கும் டா" என்றான்.

"அப்படிங்கறையா" என்று தன் முகத்தைத் தேய்த்துக் கொண்டவன், "சரி இப்ப என்ன பண்ணலாம்" என்றான்.

"இதென்னடா இப்படிக் கேட்கற அது தெரியாம தான் உன்கிட்ட சொல்ல வந்தேன்" என்றான்.

"வெய்ட் பண்ணி பார்க்கலாம் அதுவரை அவங்க முன்னாடி எதுவும் பேசாதீங்க" என்றான் பிரித்திவி.

அப்போது வந்த ராகுல் "வாங்கடா சாப்பிட போகலாம் பசிக்குது" என்றான்.

இப்ப ருமுக்குப் போனாலும் இவனுங்க வந்து தொந்தரவு பண்ணு-வாங்க, சாப்பிட்டுப் போய்விடலாம் என்று நினைத்தவன் "போய் ரிது-வையும் ரேகாவையும் கூட்டிட்டு வா" என்றான்.

ராகுல் அவர்களை அழைத்து வர சாப்பிடச் சென்றார்கள் "சம்யுவை கூப்பிடலையா" என்றான் ராகுல்.

"அவளுக்குத் தலைவலி நான் சாப்பிட்டுக் கொஞ்சம் எடுத்து போய்-கறேன்" என்று சொல்லி விட்டு அவர்களோடு பேசிக் கொண்டே உணவருந்தினான்.

ரேகாவும் ரிதுவும் பிரித்திவி இருந்ததால், கொஞ்சம் அடக்கியே வாசித்தார்கள்.

ரிதுவுக்கு ராகுலின் பார்வை ஒருவித பரவசத்தைத் தர அவனைப் பார்ப்பதும் சாப்பிடுவதுமாக இருந்தாள்.

ராஜேஷ் ரேகாவை கூர்மையாகக் கவனித்துக் கொண்டிருந்தான். நான் இருக்கும் போது நீ இங்கிருந்து எந்தத் தகவலையும் வெளியில் சொல்ல முடியாது என்று நினைத்துக் கொண்டான்.

பிரித்திவி நினைவோ எப்போ மனைவியைப் பார்ப்போம் என்பதி-லேயே இருந்தது.

இப்படி ஆளுக்கொரு நினைவில் சாப்பிட்டு முடித்தார்கள். பிரித்திவி மனைவிக்குப் டிபனை எடுத்துக் கொண்டவன், "நீங்க பேசிட்டு இருங்க நான் அவளுக்குச் சாப்பாடு கொடுத்து மாத்திரை கொடுக்கனும்" என்று சொல்லி விட்டுச் சென்றான்.

அவனையே பார்த்துக் கொண்டிருந்த இருவரும், "இவர் போய்ச் சாப்பாடு எடுத்துட்டு போறாரே நம்பவே முடியலை" என்றாள் ரேகா.

"ஏன் அவன் பொண்டாட்டிக்கு அவன் எடுத்துட்டுப் போறான் இதுல என்ன இருக்கு" என்றான் ராஜேஷ்.

"இவரோடு இமேஜ்க்கு இது செட்டாகலை அதான்" என்று இழுத்-தாள் ரேகா.

"அதெல்லாம் வெளியில இருக்கறவங்களுக்குத் தான் அவன் பொண்டாட்டிக்கு இல்லை.

அவளுக்காக அவன் என்ன வேணாலும் செய்வான். அவன் பொண்டாட்டி கிட்ட மட்டும் தான் இறங்கிப் போவான், மத்தபடி யாராவது அவனை நெருங்கினா கதம்கதம் தான்" என்றான் ராஜேஷ்.

"நெருப்பு கிட்ட யாராவது போவாங்களா" என்றாள் ரேகா. "தெரிந்தால் சரி" என்றான் ராஜேஷ்.

ராகுலைப் பார்க்க அவன் பார்வை சென்ற இடத்தைப் பார்த்து கோபத்துடன், "வாடா போகலாம்" என்று இழுத்துச் சென்றான்.

நேரா ஆபீஸ் ரூம் சென்றவன் கேமரா வழியாக அவர்கள் இருவருடைய நடவடிக்கையும் கவனித்தார்கள்.

அவர்கள் இருவரும் பேசிக் கொண்டே அந்த இடம் முழுவதும் சுத்தி வந்து விட்டுத் தங்களுக்குக் கொடுத்திருக்கும் அறைக்குச் சென்றார்கள்.

அதை எல்லாம் பார்த்து விட்டு "டேய் லூசு அவளையே அவங்க அப்பன் எதுக்கு இங்க அனுப்பி இருக்கான்னு தெரியலை. நீ அவளை சைட்டடிக்கறையா?" என்று திட்டினான் ராஜேஷ்.

"சே சே அவளைப் பார்த்தால் அப்படித் தெரியலைடா. நீ வீணா கற்பனை பண்ணாதே" என்றான் ராகுல்.

"சரி எப்படி இருந்தாலும் கொஞ்சம் விலகியே இருடா. எப்பவும் அவங்க ரெண்டு பேர் மேலயும் ஒரு கண் இருக்கட்டும்" என்று சொன்னவன் "வா போகலாம்" என்று அவரவர் அறைக்குச் சென்றார்கள்.

அறைக்குள் நுழைந்த பிரித்திவி கையில் டிபன் இருப்பதைப் பார்த்தவள், "இங்கயே எடுத்துட்டு வந்துட்டியா?" என்றாள்.

"ஆமாம் இந்தா சாப்பிடு" என்று சொல்லி விட்டுக் குளிக்கச் சென்றான்.

குளித்து விட்டு வருவதற்குள் அவள் சாப்பிட்டிருக்க மறுபடியும் ஒரு முறை கேட்டான்.

"படிப்புல கோட்டை விட்டுட மாட்டியே சாமாளிச்சுப்ப தானே. உண்மையச் சொல்லுடி இல்லைனா எனக்குக் கஷ்டமா போயிரும். ஆயுசு முழுக்கக் குற்ற உணர்ச்சியில் இருக்க வேண்டி இருக்கும்" என்றான்.

"அதெல்லாம் சாமாளிச்சுப்பேன்" என்று அவன் சட்டையைப் பிடித்து இழுத்து தன் மேல் போட்டுக் கொண்டாள்.

"எதிலயுமே நீ வேகம் தாண்டி" என்று சிரித்தவன். அவள் மேல் படர்ந்தான் கழுத்து வளைவில் முத்தமிட்டு காது மடலைக் கடித்து அவள் இதழை வன்மையாகச் சிறைபிடித்தான்.

அவன் செய்வதை எல்லாம் கொஞ்சம் கூடப் பிசிறில்லாமல் அவளும் செய்து அவனைத் தாபத்தில் துவழ விட்டாள்.

இருவரின் உணர்ச்சிப் போராட்டத்திற்கும் அன்று தீணிபோட்டு, தன் அத்தனை நாள் ஆசையை அவளிடம் தீர்த்துக் கொண்டவன், மணி-யைப் பார்க்க அது ஏழு என்று காட்ட அவனுக்கு அதிர்ச்சியாகிப் போனது.

பக்கத்தில் மனைவியைப் பார்க்க அவள் மயங்கிக் கிடக்கறாளா? தூங்கறாளா? என்று தெரியாமல் அவளை எழுப்ப.

"பிளீஸ்டா இதுக்கு மேல சத்தியமா என்னால முடிலை, என்னை விட்டுடேன்" என்ற அவள் பேச்சில் வெக்கப் பட்டு போனவன், சிரித்துக் கொண்டே உற்சாகமாக எழுந்து குளிக்கச் சென்றான்.

அவன் தயாராகி அவள் அருகில் சென்று எழுப்ப" எனக்குத் தூக்கம் வருது உடம்பெல்லாம் வலிக்குது போடா பேசாம எழுந்தனா உன்னைக் கொன்னே போடுவேன்" என்று கண்ணை மூடிக்கொண்டே சொன்னாள்.

"அப்ப காலேஜ் போகலையாடி" என்றான். "அதெல்லாம் நாளைக்-குப் போய்கறேன். இப்ப என்னால எழுந்திருக்கவே முடியலை இதுல எப்படிக் காலேஜ் போறது பசிக்குது சாப்பிட எதாவது கொடுடா" என்-றாள்.

"இருடி வறேன்" என்றவன் சமையலறைக்குப் போன் பண்ணி உணவை வரவழைத்தவன்.

"போய்ப் பல்விளக்கிட்டு வா டிபன் வந்துருச்சு" என்றான். அவள் கண் விழித்து அவனைப் பார்த்தவள் அவ்வளவு நேரம் அதிகாரம் பண்-ணியதெல்லாம் மாயமாக மறைய, வெக்கம் வந்து முகத்தில் ஒட்டிக் கொள்ள முகம் செலவ்வானமாகச் சிவந்து போனது.

அதைப் பார்த்தவனுக்கு இன்னும் கிரக்கம் கூடிக்கொள்ள, அவளி-டம் சென்றான். பாத்ரூம் செல்ல எழுந்தவள் கால்கள் இரண்டும் நடுங்க பயத்துடன் அவனைப் பார்ததாள்.

"கால் நடுங்குது. எனக்குப் பயமா இருக்கு. என்னை என்னமோ பண்ணிட்ட கால் வலிக்குது" என்று அழுதவளை அணைத்துக் கொண்டு

தூக்கிச் சென்று பாதரூமில் விட்டவன்,

ஷவரைத் திறந்து அவள் மேல் சுடு தண்ணீரை விழ வைத்தான். அவள் உடல் வலிக்கு அது இதமாக இருக்க, அப்படியே நின்று கொண்டாள்.

அவள் அப்படியே நிற்பதை பார்த்து விட்டு, அவனே அவளுக்குக் குளித்து விட்டான்.

"சரி போதும் வா ரொம்ப நேரம் தண்ணில இருக்க வேண்டாம்டி" என்றதும், "இப்படியே இருக்க நல்லாருக்குடா" என்றாள்.

"வேண்டாம்டி உனக்குக் கை கால் தானே வலிக்குது நான் வேணா அழுத்தி விடறேன் வாடி" என்று அவளைக் கெஞ்சிக் கொஞ்சி அழைத்துச் சென்றவன், உடை மாற்றித் தலையைத் துவட்டி விட்டான்.

அவள் சோர்வுடன் போய்க் கட்டிலில் படுத்தாள். அவனுக்குக் குற்ற உணர்ச்சியாகிப் போனது.

ரொம்பப் படுத்திட்டமோ பாவம் இப்படிக் கிடக்கறாளே என்று அவள் மேல் காதல் கரை புரண்டு ஓட.

உணவை எடுத்து அவளுக்கு ஊட்டி விட்டவன், அவள் அருகில் அமர்ந்து அவள் காலை பிடித்து விட்டான்.

"நீ சாப்பிடலையாடா" என்றாள் "எனக்குப் பசிக்கலைடி. நீ தூங்கு. ரொம்பக் கஷ்டப்படுத்திட்டேனா" என்றான் அவள் கையைப் பிடித்துக் கொண்டு.

அவன் விழிகளையே பார்த்துக் கொண்டிருந்தவள், "தாங்கிப்-பேன்டா" என்று சொல்லி இருகைகளையும் விரிக்க அவன் கண் கலங்க அவள் கைகளுக்குள் புகுந்து கொண்டான்.

நெஞ்சமெல்லாம் நெகிழ்ந்து போய் அவளில்லாமல் எதுவுமே இல்லை என்ற நிலையில், அவளிடமே முழுமையாகத் தன்னைக் கொடுத்தான்.

அந்த நேரத்திலும், நான் உங்க கூட இருந்து பார்த்துக்க முடியாத நிலையில் இருக்கேன். ஆனா நீங்க எனக்குத் தேவதை மாதிரி ஒரு பொண்ணைக் கொடுத்துட்டீங்க அம்மா, என்று தன் தாயை நினைத்துக் கொண்டான்.

அவளும் அவன் சந்தோஷத்தைத் தன்னோட சந்தோஷமாக உணர்ந்தாள். இருவருமே ஒருவருடைய கைகளுக்குள் ஒருவர் என்று அப்படியே கிடந்தார்கள்.

24

அத்தியாயம் 24

காலையில் எழுந்து ராஜேஷும் ராகுலும் காபி குடித்துக் கொண்டிருக்க, அங்கே வந்து அமர்ந்தார்கள் ரேகாவும் ரிதுவும்.

"என்ன நீங்க ரெண்டு பேர் மட்டும் இருக்கீங்க. பிரித்திவி சார் எங்கே?" என்றாள் ரிது.

"அவன் இன்னும் எழுந்திருக்கவே இல்லை" என்று சொல்லிக் கொண்டே ராஜேஷ் அவர்கள் இருவருக்கும் காபியை ஊற்றிக் கொடுத்தான்.

அவர்கள் அதை வாங்கிக் கொண்டு "தேங்ஸ்" சொன்னார்கள். ராஜேஷ் "நீங்க எங்க படுச்சீங்க. இப்ப என்ன பண்றீங்க?" என்று கேட்டு அவள் வாயாளயே எதாவது கரக்க முடியுமா என்று பார்த்தான்.

அவர்களும் சொல்ல அவர்களிடம் இப்ப சகஜமாகப் பேசினார்கள். நான்கு பேரும் நேரம் போவது தெரியாமல் பேசிக் கொண்டிருந்தார்கள்.

ராகுல், "ரிது உங்களைப் பாதுகாக்க ஏன் இங்கே அனுப்பினார் உங்க அப்பா. அவரிடம் இல்லாத ஆட்களா இதுல வேற நாங்க எல்லாம் ஆண்களா இருக்கோம்" என்றான்.

"பிரித்திவி சாருக்குக் கல்யாணம் ஆயிருச்சுன்னு அப்பா சொன்னார். மத்தபடி எனக்கு எதுவும் தெரியாது" என்றாள் ரிது.

"நீ என்ன படுச்சிருக்க" என்று அவளைப் பற்றிக் கேட்க முயற்சித்தான் ராகுல் "அது எதுக்கு உங்களுக்கு" என்று கேட்டு முகத்தைத் திருப்பிக் கொண்டாள் ரிது.

"எங்க பாதுகாப்பில் இருக்க நாங்க என்ன கேட்டாலும் பதில் சொல்லனும். உன் இஷ்டத்துக்கு முகத்தைத் திருப்பிட்டுப் போகக் கூடாது" என்றான் கோபமாக.

"நான் ஒன்னும் உங்க பாதுகாப்பில் இல்லை பிரித்திவி சார் பாதுகாப்பில் தான் இருக்கோம்" என்றாள்.

ராகுலுக்குக் கோபம் உச்சத்திற்கு ஏற அவளை முறைத்துக் கொண்டிருந்தான்.

அவனின் அந்த ஊடுருவும் பார்வையும் கோபமும் அவளைப் பயம் கொள்ள வைக்க, பயத்துடன் அவனைப் பார்ப்பதைத் தவிர்த்தாள்.

இதை எல்லாம் கவனித்துக் கொண்டிருந்த ரேகா ராஜேஷிடம் "எங்க பிரித்திவி சார்" என்றாள்.

"சம்யுவுக்கு உடம்பு சரியில்லைன்னு சொன்னான். என்னாச்சுன்னு தெரியலையே போய்ப் பார்த்துட்டு வரேன்" என்று எழுந்து சென்றான்.

அவன் பின்னே வால் மாதிரி மத்தவங்களும் சென்றார்கள்.

ராஜேஷ் பிரித்திவியின் அறைக் கதவைத் தட்டினான் ராகுலும் அவன் பின்னே நிற்க, ரேகாவும் ரிதுவும் இடைவெளி விட்டு நின்றார்கள்.

கதவு தட்டும் ஓசை கேட்டு மனைவியின் கதகதப்பில் படுத்துக் கொண்டிருந்தவனுக்கு எரிச்சல் வந்தது.

"யாருன்னு போய்ப் பாரு" என்று சம்யு சொல்லவும், "அதெல்லாம் ஒன்னும் வேண்டாம் அவனுகளா தான் இருக்கும், நீ பேசாம படுடி" என்றான்.

மறுபடியும் கதவு தட்டும் ஓசையும் பிரித்திவி என்று அழைக்கும் சத்தமும் கேட்டதில் எரிச்சல் அடைந்தவன், "இவனுகளை வெச்சுகிட்டு நான் நிம்மதியாகவே இருக்க முடியாது" என்று சொன்னவன்,

" நீ போர்வையப் போர்த்திப் படுடி இதோ வறேன்" என்று சொல்லிவிட்டு எழுந்து சென்றான்.

பிரித்திவி கதவைத் திறந்ததும், "இவ்வளவு நேரமாகியும் வெளியில் வராம என்ன பண்ணிட்டு இருக்க" என்றான் ராஜேஷ்.

"நேத்தே சொன்னேன்லடா அவளுக்குத் தலைவலின்னு அதான் படுத்திருக்கா. அவளை எப்படித் தனியா விட்டுட்டு வறது" என்றான் எரிச்சலுடன்.

"எங்கே தள்ளு எப்படி இருக்காளோ" என்று கதவைத் திறந்து கொண்டு உள்ளே செல்ல பார்க்க.

"எங்க போற வெளியிலயே இருடா நானே பார்த்துக்கறேன்" என்றான் கோபத்துடன் பிரித்திவி.

"இதென்னடா பிரிச்சு பேசற. எங்களுக்கும் தங்கச்சி தானே உடம்பு சரியில்லைனா பார்க்கக் கூடாதா, உன் ரூமுக்கு வர்ரக்கு எங்களுக்குப் பர்மிஷன் வேணுமா?, இதென்னடா புதுப் பழக்கம்" என்றான் ராகுல்.

இவர்கள் பேசுவதையே பார்த்துக் கொண்டு எதுவும் பேசாமல் அமைதியாக நின்றார்கள் ரேகாவும் ரிதுவும்.

ராஜேஷைப் பார்த்து அழுத்தமாக "நான் பார்த்துக்கறேன் டா நீங்க போங்க" என்றான்.

அவனை உற்றுப் பார்த்தவனுக்கு ஏதோ ஒன்று புரிந்தும் புரியாமலும் குழப்பத்துடன், "சரி வாங்க நாம போவோம்" என்று அனைவரையும் அழைத்துச் சென்றான்.

"என்னடா அவன் தான் நம்மளைப் பிரிச்சு பேசறானா, நீயும் வா போகலாம்ங்கற சம்யுவைப் பார்க்க வேண்டாமா?" என்ற ராகுலைப் பிடித்து இழுத்துக் கொண்டு சென்றான் ராஜேஷ்.

அவர்கள் சென்றதும் கதவை லாக் பண்ணிக் கொண்டவனுக்கு அப்போது தான் மூச்சு வந்தது.

"எங்கே உள்ளே வந்து விடுவாங்களோ" என்று பயந்து கொண்டிருந்தான். மனைவியைத் திரும்பிப் பார்க்க அவளோ நல்ல உறக்கத்தில் இருந்தாள்.

அதுக்குள்ள தூங்கிட்டாளா என்று நினைத்துக் கொண்டவன், விலகியிருந்த போர்வையை நன்றாகப் போர்த்தி விட்டான். கலைத்துப் போட்டிருந்த உடையை எடுத்துக் கட்டிலில் போட்டு விட்டு, லேப்டாப்பை எடுத்துக் கொண்டு தள்ளிப் போய் அமர்ந்து கொண்டான் பிரித்திவி.

அந்த நால்வரில் தெளிவான பொண்ணான ரேகா உள்ளுக்குள் நமட்டுச் சிரிப்புச் சிரித்துக் கொண்டு ராஜேஷ், ராகுலுடன் சென்றாள்.

"நீங்க உங்க ரூமுக்குப் போங்க. எனக்கு வேலையிருக்கு, பாவம் அவனும் சம்யுவுக்கு உடம்பு சரியில்லாம டென்சனில் இருக்கான்" என்றான் ராஜேஷ்.

அதைக் கேட்ட ரேகா சிரித்து விட அவளைப் பார்த்தவன், "எதுக்-குச் சிரிக்கற" என்றான்.

"இல்லை ஒரு நந்தி இருந்தாலே கஷ்டம், இந்தப் பிரித்திவி சார் எப்படி இத்தனை நந்திகளை வெச்சுச் சமாளிக்கப் போறாரோன்னு நினைச்சேன் அதான் சிரிப்பு வந்துருச்சு" என்றாள்.

"யாரை நந்தின்னு சொல்ற. எதுக்கு அப்படிச் சொன்னா" என்று புரி-யாமல் கேட்ட ராஜேஷிடம், பதில் சொல்ல சங்கடப் பட்டுக் கொண்டு, "வா நாம போகலாம்" என்று ரிதுவை அழைத்துக் கொண்டு சென்றாள் ரேகா.

ராஜேஷ் போகும் அவளையே வெறித்துப் பார்த்துக் கொண்டிருந்-தான்.

ராகுல் "ரேகா என்ன சொன்னாங்க உனக்கு எதாவது புருஞ்சுதா" என்றான்

"எனக்கும் புரியலைடா அவ ஏதோ உளறிட்டுப் போறா வா நம்ம வேலையப் பார்ப்போம்" என்று அழைத்துச் சென்றான்.

லேப்டாப்பில் அன்றைய செய்தியைப் பார்த்த பிரித்திவி திருப்தியாகச் சிரித்துக் கொண்டான்.

நகரத்தின் முக்கிய இடங்களில் போலீஸ் அதிரடி ரெய்ட் நடத்திய-தில், ஏகப்பட்ட கன்கள் பறிமுதல் செய்யப்பட்டது.

அதோடு சில ஆட்களையும் அதிரடியாகக் கைது பண்ணி விசா-ரணை நடத்திக் கொண்டிருக்கிறார்கள்.

இதில் சில முக்கியப் புள்ளிகளின் பங்கும் இருக்குமென்று தெரிகி-றது. இந்தக் 'கன்' எல்லாம் எங்கிருந்து வந்தது யாருக்கு அனுப்ப திட்-டமிட்டிருந்தார்கள், என்பது விசாரணைகுப் பின் தான் தெரியவரும்.

சமீபகாலமாக ஏகப்பட்ட நவீன ரகக் கன்கள் புழக்கத்தில் இருப்ப-தால், மும்பையைச் சுற்றிலும் பாதுகாப்புகள் தீவிரப்படுத்த பட்டுள்ளது என்ற செய்தியை மறுபடியும் முழுதாக ஒரு முறை கேட்டு விட்டு லேப்-டாப்பை க்ளோஸ் பண்ணி எடுத்து வைத்து விட்டு,

மனைவியிடம் வந்து அமர்ந்தவன் அவள் முகத்தில் விளையாடிய முடியை ஒதுக்கி விட்டு, கண்ணம் காது எல்லாம் தன் கரங்களால் வருடி விட்டான்.

அந்தக் கூச்சத்தில் சினுங்கிக் கொண்டே கண்விழித்தவள் அவனு-டைய சிரித்த முகத்தைப் பார்த்ததும், வெக்கப் பட்டு இரு கைகைளாலும்

முகத்தை மூடிக் கொண்டாள்.

"என்னடி எல்லாம் முடுஞ்சு வெக்கப் படறே" என்றான் கிண்டலாக. "சீ போடா" என்று சொல்லி திரும்பிப் படுத்துக் கொண்டாள் சம்யு.

அவள் மேல் படர்ந்தவன் அவளுடைய முகத்தில் தன் இதழால் வருடிய படியே "யுக்தா" என்றான்.

அவள் "ம்" என்று முனக "நாம ரெண்டு பேரும் வெளியே போகாம இப்படியே இருந்துடலாமா?" என்றான் தாபத்துடன்.

"இன்னைக்கே காலேஜ் போகலை உன் மச்சினன் போய்ட்டானா?" என்றாள். "ம் யுக்தா இன்னைக்குக் காலேஜ் வரலை. நீ போன்னு மெஸேஜ் அனுப்பிடேன் டி" என்றான்.

"நீ அனுப்பினா அவன் போயிருவானா? தங்கச்சிங்கற அக்கரை இருந்தால் இன்னைக்கு அவனும் லீவு போட வேண்டியது தானே, இவனெல்லாம் எப்படித் தான் என் கூடப் பிறந்தானோ" என்று புலம்பினாள்.

"இதெல்லாம் உனக்கே ஓவராத் தெரியலை. நீ காலேஜ் போகலைனா அவனும் போகக் கூடாதா. அவன் போகலைனா நீ போகாம இருப்பியா?" என்றான்.

கொஞ்சம் கூடத் தயங்காமல் "போகமாட்டேன்" என்றாள். "சரி அதை அப்பறமா பேசிக்கலாம் இப்ப கொஞ்சம் என்னைக் கவனிடி. நாளைக்கு நீ காலேஜ் போயிருவ" என்று அவளை விட்டு தள்ளி படுத்து அவளைத் தன் மேல் போட்டுக் கொண்டான்.

அதற்கு மேல் அங்கே பேச்சுக்கு இடமில்லாமல் அவர்களுடைய உலகத்தில் சஞ்சரிக்க ஆரம்பித்தார்கள்.

அமைச்சர் தணிகாச்சலம், உலகின் நெம்பர் ஒன் கன் வர்த்தகர் ஸ்டீபனிடம் உரையாடிக் கொண்டிருந்தார்.

பதட்டத்துடன் "நீயூஸ் பார்த்தயா ஸ்டீபன் நம்மளை யாரோ க்ளோஸா வாட்ச் பண்றாங்கன்னு நினைக்கறேன்,

இல்லைனா யாருக்கும் தெரியாம நாம ரகசியமா கொண்டு வந்த கன், அத்தனையும் போலீஸ் கைக்கு எப்படிப் போகும்? ஆட்களையும் புடுச்சுட்டாங்க.

இவனுகளைப் பிடிப்பது அவ்வளவு சாதாரணம் இல்லை. இவங்க எங்க இருக்காங்கன்னே யாருக்கும் தெரியாது. கன் லோடு வந்தா வருவாங்க வேலைய முடுச்சுட்டு தலைமறைவாயிருவாங்க.

எப்படி லோக்கல்ல இருந்தது தெருஞ்சு, ஒட்டு மொத்த ஆளையும் ஒரு இரவில் கைது பண்ணியிருப்பாங்க?

அவங்க எதாவது தகவல் சொன்னால் நம்ம ஒட்டு மொத்த கும்பலும் மாட்டுவோம், அதுக்குள்ள எதாவது பண்ணனும்" என்றார் அமைச்சர்.

"இப்போதைக்கு நீங்க அமைதியா இருங்க உங்க பேர் வெளியே வரக்கூடாது நான் பார்த்துக்கறேன்.

உங்களுக்கு யார் மேலயாவது சந்தேகம் இருக்கா?" என்றான் ஸ்டீபன். "எனக்குப் பிரித்திவி மேல சந்தேகம் இருந்துச்சு ஆனா இந்த முறை அவன் கப்பலில் நம்ம சரக்குக் கொண்டு வரலையே, அவனுக்கு எப்படித் தெரியும் அவனா இருக்க வாய்ப்பில்லை" என்றார்.

ஸ்டீபன் யோசனையுடன் "பிரித்திவிகிட்ட உங்களுக்கு எப்படிப் பழக்கமாச்சு?" என்று கேட்டான்.

"அது ஒரு முறை ரவுடி கும்பல் என்னைக் கடத்திட்டுப் போகப் பார்த்தாங்க, அப்போ அவங்ககிட்ட இருந்து என்னைக் காப்பாத்தியது பிரித்திவி தான்.

அவன் உயிரை பணையம் வெச்சு என் உயிரைக் காப்பாத்தினான்" என்றவர், "எப்படியோ இந்தப் பிரச்சனை சீக்கிரமா முடிந்தால் சரி.

எலெக்சன் வேற வருது இந்தச் சமயத்தில் இதில் என் பேர் அடிபட்டா என்னாவது, இன்னும் கொஞ்ச நாளைக்கு நம்ம கன் அனுப்பரதை நிறுத்தி வைக்கலாமா?" என்றார்.

"சரி நீங்க சொல்றபடியே செய்யலாம் இன்னும் பதினைந்து நாளில் ஒரு கப்பல் வரும், அதை மட்டும் நம்ம ஆட்களுக்கு அனுப்பிருங்க.

அதுக்குப் பிறகு நீங்க எலெக்சன் முடியற வரை இதுல இருந்து விலகி இருங்க, உங்க பதவி நம்ம இந்த ரகசியத் தொழிலுக்கு ரொம்ப முக்கியம்" என்றான் ஸ்டீபன்.

"இந்தச் சமயத்தில் அனுப்பினா இந்தக் கன்னும் அவங்க கைக்குப் போச்சுனா நஷ்டத்தை ஈடுகட்ட முடியாது. அதுமட்டுமில்லாம போலீஸ் இனி துறைமுகத்தை ரொம்பவே கண்கானிப்பாங்க. அதனால இதை அனுப்ப வேண்டாம் கொஞ்ச நாள் கழிச்சு நார்மல் ஆனதுக்குப் பிறகு பண்ணிக்கலாம்" என்றார் அமைச்சர்.

"சரி உங்க இஷ்டபடியே செய்வோம்" என்று சொல்லி போனை வைத்து விட்டான் ஸ்டீபன்.

தன் மகளுக்குப் போன் பண்ணி நலம் விசாரித்தார், ரிதுவும் எல்லாம் நல்லவிதமாகவே சொல்ல, நிம்மதி பெருமூச்சு விட்டார் தணிகாச்சலம்.

ராஜேஷும் ராகுலும் துறைமுகத்திற்குச் சென்று விட்டு அப்போது தான் உள்ளே வந்தார்கள்.

ரேகா ஆபீஸ் ரூம் பக்கமாக இருந்து வருவதைப் பார்த்த ராஜேஷ், புருவம் சுருக்கி யோசனையுடன் அவளையே பார்த்துக் கொண்டிருந்-தான்.

இவர்களைப் பார்த்ததும் திடுக்கிட்டவள் உடனே சுதாரித்துக் கொண்டு, "உங்களைத் தான் பார்க்க போனேன் எங்க போனீங்க" என்-றாள்.

"நீ எதுக்கு என்னைப் பார்க்க போன?" என்றான் ராஜேஷ். அவன் கேட்டதிலேயே நம்பாத பாவனை இருந்ததைப் புரிந்து கொண்ட ரேகா,

"பசிச்சுது சாப்பிட போகலாம்ன்னு உங்களையும் கூப்பிட வந்தேன்" என்றாள் தயக்கத்துடன்.

"உனக்குப் பசிச்சா நீ போய்ச் சாப்பிட வேண்டியது தானே. எதுக்கு எங்களைத் தேடுற இதுக்கு மேல இன்னொரு முறை இப்படி எங்க ஆபீஸ் ரூம் பக்கம் உன்னைப் பார்த்தேன். உங்க இரண்டு பேரையும் வந்த இடத்துக்கே திருப்பி அனுப்பிடுவேன்" என்றான் கோபத்துடன்.

"டேய் எதுக்கு இவ்வளவு கோபப் படற அவங்க சாப்பிடத்தானே கூப்பிட்டாங்க சும்மா தொட்டதுக்கு எல்லாம் கோபப் பட வேண்டியது.

நீங்க இருங்க ரேகா இன்னும் பத்து நிமிஷத்துல வந்துருவோம். நாம சேர்ந்தே சாப்பிடலாம்" என்று சொல்லி விட்டு கோபத்துடன் தன்னை முறைக்கும் நண்பனை இழுத்துக் கொண்டு சென்றான் ராகுல்.

"இப்படித் தான் பொண்ணுங்க கிட்ட பேசுவியா கொஞ்சமாவது அறிவு இருக்கா?" என்றான் ராகுல்.

"நீ எதுக்கு அவளுக்குச் சப்போர்ட் பண்ற" என்று நக்கலாகக் கேட்-டான் ராஜேஷ்.

"சப்போர்ட் எல்லாம் ஒன்னும் இல்லை சாப்பிடத்தானே கூப்பிடாங்க. நீ தான் தேவையில்லாத கற்பனையை வளர்த்துக்கறே" என்றான் ராகுல்.

"நீ போற போக்குச் சரியில்லை ராகுல் அவ அமைச்சரோட பொண்ணு. அதுவும் நம்ம பாதுகாப்பில் விட்டிருக்காங்க, இந்த விஷயம் பிரித்திவிக்குத் தெருஞ்சா அவ்வளவு தான் பார்த்து நடந்துக்க. அவ்வ-ளவு தான் சொல்வேன்" என்று சொல்லி விட்டு அவனுடைய அறைக்-

குச் சென்று விட்டான் ராஜேஷ்.

தோளை குலுக்கிக் கொண்டு அசால்டாகக் குளியல் அறைக்குள் புகுந்து கொண்டான் ராகுல்.

இருவரும் தாயாராகிச் சாப்பிட வரும் போது ரேகாவும் ரிதுவும் இவர்களுக்காகக் காத்துக் கொண்டிருந்தார்கள்.

ராகுல் அவர்களை நோக்கிச் செல்ல தலையில் அடித்துக் கொண்ட ராஜேஷ், பிரித்திவி அறையை நோக்கிச் சென்றான்.

அவன் அறைக் கதவை தட்டும் முன்பே இருவரும் சிரித்த முகமாகப் பேசிக்கொண்டு வெளியில் வந்தார்கள்.

சம்யுவைப் பார்த்ததும் "என்னமா தலைவலி பரவாயில்லையா?" என்றான்.

"எனக்குத் தலைவலி இல்லையே அண்ணா" என்று சொல்லிக் கொண்டே பிரித்திவியைப் பார்க்க அவனுடைய கண்ணசைவைப் பார்த்து.

"பயபுள்ள ஏதோ நம்மளைப் பத்தி சொல்லி வெச்சிருக்கும் போல" என்று நினைத்துக் கொண்டு.

"ஆமாம் அண்ணா இப்ப பரவாயில்லை" என்றாள், அவளை ஏற இறங்க பார்த்தவன் பிரித்திவியைப் பார்த்தான்.

அவன் விழியில் இருக்கும் கல்லத் தனத்தைப் புரிந்து கொண்டவன் சிரித்துக் கொண்டே, "சரி வாங்க" என்று சொல்லி விட்டு முன்னால் நடந்தான்.

சம்யு பிரித்திவியின் கைக்குள் தன் கையை நுழைத்து இறுக்கிப் பிடித்துக் கொண்டு நடந்தாள்.

அப்போது யுவராஜும் வர முறைத்துக் கொண்டே, "நான் தொல்ஸ்-கிட்ட பேசிட்டு வறேன்" என்று போனை எடுத்துக் கொண்டு பிரித்திவி கூப்பிட கூப்பிட ஓடிவிட்டாள்.

"ஏண்டா உங்க அண்ணன் தங்கச்சி பிரச்சனை எப்ப தான் முடியும். அவளிடம் எப்படியாவது சமாதானமா போயேண்டா" என்றான் சலிப்பு-டன்.

"அத்தான் நான் அவ கால்லயே விழுந்தாலும் மலையிரங்க மாட்டா. வேணும்னே தெரியாம பண்ணுனா மன்னிப்புக் கேட்களாம், இவ தெருஞ்சே பண்ணிட்டு இருக்கா நான் என்ன பண்ணட்டும்" என்றான் வருத்ததுடன்.

"சரி போங்க அவளைக் கூட்டிட்டு வறேன்" என்று அவர்கள் நான்கு பேரையும் அனுப்பி விட்டு மனைவியிடம் சென்றான்.

"தொல்ஸ் நீ எனக்குப் போனே பண்றதில்லை. உனக்குத் தம்பி கூட வரங்காட்டி தலையும் புரியாம காலும் புரியாம சுத்திட்டு இருக்க" என்று தன் அம்மாவிடம் வம்பு வளர்த்துக் கொண்டிருப்பவளை, ஆரம்பிச்சுட்டாளா என்ற நோக்கில் பார்த்துக் கொண்டிருந்தான்.

அவளிடமிருந்து போனைப் பிடுங்கி தன் அம்மாவிடம் நலம் விசாரித்துவிட்டு, "அம்மா கொஞ்ச நேரத்துல கூப்பிடச் சொல்றேன்" என்று சொல்லி போனை வைத்தவன்.

மனைவி முறைப்பதையும் கண்டு கொள்ளாமல் அவளை இழுத்துச் சென்றான்.

"விடுடா அவன் சாப்பிட்டு போகட்டும்" என்றவளிடம், "போதும்டி பாவம் அவன் நீ வந்ததும் எவ்வளவு வருத்தப் படறான், இனி எந்தப் பிரச்சனையாக இருந்தாலும் அதை உங்க ரெண்டு பேருக்குள்ள முடுச்சுக்குங்க.

அதை விட்டுட்டு இப்படி நாலு பேர் முன்னாடி அவனை அசிங்கப் படுத்தாதே" என்றான்.

அதற்கு மேல் எதுவும் பேசாமல் அவனுடன் சென்று சாப்பிட அமர்ந்தாள்.

எல்லாரும் சாப்பிட்டுக் கொண்டிருக்க அவளுக்கு எப்படித் தான் கண்ணுல பட்டுச்சோ, ராகுல் ரிதுவை பார்ப்பதைப் பார்த்து விட்டாள்.

"சும்மா இருப்பாளா ராஜேஷ் அண்ணா நீங்க ராகுல் அண்ணாவை விட வயசு அதிகமா குறைவா" என்றாள்.

எல்லாரும் அவளையே பார்க்க, இவ கண்ணுக்கு என்ன சிக்குச்சோ தெரியலையே யாரு பழியாடு என்ற ரீதியில், அனைவரையும் பார்த்துக் கொண்டிருந்தான் பிரித்திவி.

ராஜேஷ் இவ எதுக்கு இதைக் கேட்கறா என்ற நினைவுடன், "எங்க மூனுபேருக்கும் ஒரே வயசு தான்" என்றான்.

"அப்ப நீங்க தான் கடைசியா அச்சசோ பாவம்" என்று அவனுக்காகப் பரிதாபப் பட்டாள்.

"அவரை எதுக்குப் பாவம்கறீங்க ஏதும் உடல் நிலை சரியில்லையா" என்று அவளைப் பற்றித் தெரியாமல் ரேகா கேட்டாள்.

"அதெல்லாம் நல்லாதான் இருக்கு ஏதோ ஹார்மோன் தான் பிரச்-சனை போலத் தெரியுது" என்றாள் சம்யு.

"என்னது ஹார்மோன் பிரச்சனையா?" என்று கேட்ட ரேகா திரும்பி ராஜேஷிடம் "ஹாஸ்பிடல்ல பார்த்தீங்களா?" என்றாள் அக்கரையுடன்.

ராஜேஷ் எதுவும் புரியாமல் விழிக்க, அவளை மாதிரியே துருது-ருன்னு இருக்கும் ராகுலுக்குப் புரிந்து விட்டது அவன் அமைதியாகச் சாப்பிட்டான்.

"யுக்தா புரியற மாதிரி சொல்லுடி" என்றான் பிரித்திவி. "அதுவா இங்கே ஒரு படம் ஓடுதே பார்க்கலையா?" என்றாள்.

ராஜேஷும் பிரித்திவியும் திடுக்கிட்டு ஒருவரை ஒருவர் பார்த்துக் கொள்ள, ரேகா ஏதோ புரிவது போல் ராகுலை பார்த்தாள்.

ரிதுவுக்கு எதுவும் புரியாமல் எல்லாரையும் பார்த்துக் கொண்டிருந்-தாள்.

"ஒன்னுமில்லை மா அவ ஏதோ விளையாட்டுக்குச் சொல்றா, நீ சாப்பிடு" என்றான் ரிதுவிடம்.

அப்படியே ராகுலை முறைக்கவும் தவறவில்லை பிரித்திவின் பார்வை தன்னைத் துளைப்பதை உணர்ந்தவன், "போட்டுக் கொடுத்துட்டாளே" என்று பொருமிக் கொண்டே சாப்பிட்டான்.

எதுவுமே புரியாமல் நடப்பதை எல்லாம் வேடிக்கை பார்த்துக் கொண்டே சாப்பிட்டான் யுவராஜ்.

ரேகாவும் ரிதுவும் எதாவது நினைத்துக் கொள்வார்களோ என்று நினைத்த பிரித்திவி, மனைவியை அதற்கு மேல் பேச விடாமல்,

"இந்தா இதைச் சாப்பிடு" என்று டேஸ்டாக உள்ள உணவை அவளுக்கு எடுத்து வைப்பதும், அவள் தட்டில் காரமாக இருப்பதை "இதைச் சாப்பிடாதே" என்று தான் எடுத்துக் கொள்வதுமாக அவள் கவனத்தைத் தன் பக்கம் திருப்பி அவள் வாயை அடைத்து வைத்தான்.

சாப்பிட்டு முடித்ததும் போனை எடுத்து அம்மாவுக்குப் போன் பண்ணி பேசிவிட்டு, மனைவியிடம் கொடுத்து "ரூமுக்குப் போய்ப் பேசுடி" என்றான்.

தொல்ஸின் குரல் கேட்டதும் உற்சாகமாகப் பேசிக் கொண்டே ரூமிற்-குச் சென்று விட்டாள் சம்யு.

கொஞ்ச நேரம் ரேகாவிடமும் ரிதுவிடமும் உரையாடி விட்டு, ராகு-லையும் ராஜேஷையும் இழுத்துக் கொண்டு ஆபீஸ் ரூமிற்குச் சென்றான்

பிரித்திவி.

25

அத்தியாயம் 25

பிரித்திவியும், ராஜேஷையும் ராகுலையும், ஆபீஸ் அறைக்கு அழைத்துச் சென்றதும், "என்னடா பண்ணி வெச்சிருக்க, கொஞ்சமாவது அறிவு இருக்கா?" என்று கோபத்துடன் ராகுலைப் பார்த்துக் கத்தினான்.

"நான் என்ன செஞ்சேன்னு இவ்வளவு கோபப் படற, உன் பொண்டாட்டி சொன்னா அப்படியே நம்புவியா?" என்றான் ராகுல்.

"டேய் சம்யு குறும்புக்காரி தான் ஆனா பொய்யெல்லாம் சொல்ல மாட்டாள். நீ என்ன பண்ணுன அதைச் சொல்லு" என்றான் ராஜேஷ்.

அவனையே அழுத்தமாகப் பார்த்த பிரித்திவி, "ராகுல் உனக்கு அவளைப் பிடுச்சிருக்கா" என்றான்.

தலையைக் குனிந்து கொண்டவன், "ஸாரிடா அவ வந்ததிலிருந்து அவளைப் பார்க்கும் போது என்னையும் அறியாமல் ஒரு பரவசம் வருதுடா.

நானும் எவ்வளவோ தவிர்க்கப் பாக்கறேன் முடியலை" என்றான் தர்மசங்கடத்துடன்.

ஆழ்ந்து சுவாசித்துக் கொண்டே அங்கிருந்த சேரில் அமர்ந்தான் பிரித்திவி.

ராஜேஷ் ராகுலை முறைத்துக் கொண்டே, பிரித்திவியின் தோளில் கை வைத்தான்.

அவன் கையைப் பற்றிக் கொண்டவன், செய்வதறியாது தவித்துப் போனான்.

ராகுல் அவன் அருகில் போய் அமர்ந்து கொண்டு, "டேய் உன்னைச் சங்கடப் படுத்தறேனா" என்றான்

"அதெல்லாம் விடு. உன் வாழ்க்கைய இப்படிக் கேள்விக்குறி ஆக்கியிருக்கையே அதான் கஷ்டமா இருக்கு. நம்மளை பத்தித் தெருஞ்சா ரிது உன்னைக் கல்யாணம் பண்ணிப்பான்னு நினைக்கறையா?

வேண்டாம் டா. வேற பொண்ணைப் பார்த்து நானே கல்யாணம் பண்ணி வைக்கறேன். நமக்கு இந்தக் காதல் கத்தறிக்காய் எல்லாம் செட்டாகாதுடா" என்றான் பிரித்திவி.

"ஆமாம் டா ராகுல். பிரித்திவி சொல்ற மாதிரி கேளுடா, அவங்க அப்பாவின் உண்மை நிலை தெரியும் போது அவ உன்னை வெறுத்துருவா டா.

பொண்ணுங்களுக்கு அவங்க அப்பா தான் முதல் ஹீரோ, அப்படி இருக்கும் போது அவ உன்னை ஏத்துப்பான்னு நினைக்கறையாடா?" என்றான் ராஜேஷ்.

ராகுல் குழப்பத்துடன் "இப்ப என்னை என்னடா பண்ணச் சொல்நீங்க. இவளைப் பார்த்ததும் மனசுக்குள்ள பசை போட்ட மாதிரி ஒட்டிக் கிட்டா, என் காதல் புருஞ்சு என் கூட வரமாட்டாளா?" என்று ஏக்கமாகக் கேட்டான்.

கைதட்டிக் கொண்டே உள்ளே வந்த சம்யு "அண்ணா சூப்பர் கண்டிப்பா உங்க காதல் உண்மையா இருந்தால் எல்லாத்தையும் தூக்கிப் போட்டுட்டு உங்க பின்னாடி வருவாங்க" என்றாள்.

அதில் மகிழ்ந்து போனவன் ஆசையுடன், "உண்மையைத்தான் சொன்னையா சம்யு, இல்லை என்னைக் கலாய்ப்பதற்காகச் சொன்னையா?" என்றான் ராகுல்.

"உண்மை தான் அண்ணா பொண்ணும் நல்ல மாதிரி தான் தெரியுது. டிரைப் பண்ணுங்க" என்றவளை முறைத்தான் பிரித்திவி.

"ஏண்டி அவனை உசுப்பேத்தி விடற அவ எல்லாம் இவனுக்குச் செட்டாக மாட்டா. உனக்கு என்ன தெரியும்ன்னு இடையில வந்து பேசிட்டு இருக்க. எங்கம்மாட்ட பேசி முடுச்சுட்டியா?" என்றான்.

"என்னால யாரும் சண்டை போட்டுக்காதீங்க. இந்தப் பேச்சை இதோடு விட்ருங்க" என்றான் ராகுல்.

"ஏன் எனக்குத் தெரியாது? நீங்க எல்லாம் ஏதோ இல்லீகல் வேலை பண்றீங்கன்னு தெரியும். அப்படித் தெருஞ்சும் உன்னைப் பிடிச்சதால

தான் அமைதியா இருக்கேன். அதே மாதிரி ராகுல் அண்ணாவைப் பிடிச்சா அவளுக்கும் இதெல்லாம் பெருசா தெரியாது" என்றாள்.

"பிளீஸ்டி நம்ம பிரிச்சனை வேற அவங்க பிரிச்சனை வேறடி, உங்க அப்பா கூட அவ்வளவு சண்டை போடற நீ நான் பேர் சொன்னாதால எங்கப்பாவ எப்படி நீ பேர் சொல்லலாம்ன்னு சண்டைக்கு வந்தீல்ல.

சரி அதை விடு நான் உங்க அண்ணனை போலீஸ்ல பிடுச்சு குடுத்தா நீ என்னடி பண்ணுவ" என்றான்.

"என்ன அண்ணனை போலீஸ்ல பிடுச்சு குடுப்பியா? எங்கே செஞ்சு பாரு பாக்கலாம், அதைப் பார்த்துட்டு நான் சும்மா இருப்பேன்னு நினைச்சியா?" என்று கோபத்துடன் சண்டைக்கு நின்றாள்.

"அதான் உனக்கு உங்க அண்ணனைப் பிடிக்காதே" என்றான் பிரித்திவி.

"அது எங்களுக்குள்ள அதுக்காக அவனை என்ன வேணாலும் செய்யலாம்ன்னு அர்த்தமில்லை. அவனை என்ன செஞ்சாலும் நான் மட்டும் தான் செய்வேன். யாருக்கும் விட்டுத் தரமாட்டேன்" என்றாள் சம்யு.

"இப்ப புரியுதாடா இதைத் தான் சொல்லிட்டு இருக்கேன். நீ தேவையில்லாம எதுலயும் மாட்டிக்கறதுல எனக்கு விருப்பமில்லை" என்றான் பிரித்திவி.

ராஜேஷ் அவன் தோளைத் தட்டிக் கொடுத்தவன், "இப்ப எடுத்திருக்க முடிவு தான் சரி.

எந்த நேரம் வேணாலும் எதுவும் நடக்கலாம். இப்போதைக்கு இதை விட்டுட்டு நம்ம வேலையப் பார்ப்போம், மிஞ்சி போனால் இன்னும் இரண்டு வாரம் கூட அவ இங்க இருக்க மாட்டாள். ஏன் தேவையில்லாம ஆசையை வளர்த்துக்கற" என்றான்.

அப்போது வெளியில் நடந்து கொண்டிருந்த ரேகாவும் ரிதுவும் இவர்களைப் பார்த்து விட்டு தயக்கத்துடன் நின்றார்கள்.

எழுந்து வெளியில் சென்ற பிரித்திவி "இங்க என்ன பண்றீங்க தூங்கப் போகலையா?" என்றான்.

"இல்ல சார் சாப்பிட்டதும் தூங்க வேண்டாம்ன்னு கொஞ்சம் நடந்தோம் சார்" என்றாள் ரேகா.

அதற்குள் மற்றவர்களும் எழுந்து வர அதைக் கவனித்த பிரித்திவி, "சரிசரி போய்ப் படுங்க லேட்டாகுது" என்று சொல்லி ராஜேஷையும்

ராகுலையும் அனுப்பி விட்டு,

"நீங்க ரெண்டு பேரும் கொஞ்ச நேரம் நடந்துட்டுப் போய்த் தூங்குங்க" என்றவன் மனைவியை அழைத்துக் கொண்டு தன் அறைக்குச் சென்றான்.

அவன் மனசு முழுவதும் குழப்பமாக இருந்தது, இவனை என்ன பண்றது என்று பல்லைக் கடித்துக் கொண்டு யோசனையில் ஆழ்ந்தான்.

அருகில் படுத்திருந்த அவன் மனைவி படுத்ததும் உறங்கி விட்டாள். பிரித்திவிக்குத் தான் தூக்கம் வரவில்லை.

நள்ளிரவு நேரத்தில் எழுந்து வெளியே சென்றவன், சமையல்காரரிடம் பேசிக் கொண்டிருந்து விட்டு, விடியக் காலையில் தன் அறைக்கு வந்து சேர்ந்தான்.

அவன் வரும் போது அவன் மனைவி எழுந்து கோலப்பொடியைக் கையில் வைத்துக் கொண்டு, புத்தகத்தில் எந்தக் கோலம் போடலாம் என்று பார்த்துக் கொண்டிருந்தாள்.

இவனைப் பார்த்ததும், "வாக்கிங் போய்ட்டு அதுக்குள்ள வந்துட்டயா? என்று கேட்டுக் கொண்டே வெளியில் சென்றாள். "ம்" என்று ஒற்றைப் பதிலைச் சொல்லி விட்டு குளியல் அறைக்குள் புகுந்து கொண்டான்.

சம்யு கோலம் போடும் போது எழுந்து வந்த ரேகாவும் ரிதுவும், "நாங்களும் போட்டு பார்க்கவா?" என்றார்கள்.

'வாங்க" என்று கையில் கோலப் பொடியைக் கொடுத்து போடவும் சொல்லிக் கொடுத்தாள். அதில் மூன்று பேரும் தயக்கமில்லாமல் பேசிக்கொண்டார்கள்.

"நீ என்ன படிக்கற" என்று கேட்டவர்களுக்குப் பதில் சொல்லி, அவர்களைப் பத்தியும் கேட்டு தெரிந்து கொண்டாள்.

மூன்று பேரும் கோலம் போட்டு முடித்துவிட்டு ஜாலியாக அரட்டை அடித்துக் கொண்டு உள்ளே சென்றார்கள்.

"நான் போய்க் கிளம்பறேன் காலேஜ்க்கு நேரம் ஆச்சு, சாயங்காலம் பேசலாம்" என்று சொல்லி விட்டு, அறைக்குச் சென்றவளை ரேகா ரிது இருவருக்கும் ரொம்பவே பிடித்துப் போனது.

சம்யு ரெடியாகிக் கொண்டிருந்தாள். அவள் பின் சென்று இடுப்போடு அணைத்துக் கொண்டவன், அவள் முகத்தோடு தன் முகத்தையும் பொருத்தி கண்ணாடியில் பார்த்தான்.

"என்னடி உன் பக்கத்துல இருந்தா நான் சுமாராத்தான் தெரியறேன், இது என்னடி இவ்வளவு கலரு" என்றான்.

"என் கண்ணுக்கு நீயும் கலராத்தான் தெரியற, உன் கண்ணுல தான் அழகாத் தெரியற நரம்பு கட்டாகிப் போச்சு போல" என்றாள் கிண்டலாக.

பிரித்திவி சிரித்துக் கொண்டே, "நீ அழகாத் தெரியறையேடி" என்றவன் அவள் கண்ணத்தில் முத்தமிட, அவளும் திரும்பி அவன் கண்ணத்தில் தன் இதழைப் பதித்தாள்.

அப்படியே திரும்பியவள் அவன் இரு தோளிலும் தன் கையைப் போட்டுக் கொண்டு அவன் விழியைப் பார்த்தவள், "நான் உனக்கு ஒரு விளையாட்டு சொல்லித் தரட்டுமா?" என்றாள்.

"யாரு நீயா! போடி அதுக்கு நான் ஆளில்லை" என்றான் பிரித்திவி.

"நல்லாருக்கும் டா இங்க பாரு நாம ரெண்டு பேரும் கண்ணைப் பார்த்துக்கனும், யார் முதல்ல கண்ணச் சிமிட்டறாங்களோ அவங்க அவுட்" என்றாள்.

அவனுக்கும் ஆர்வமாக, "சரி" என்று அவளை இடுப்போடு கைப்போட்டு இழுத்துக் கொண்டவன், அவள் விழிகளுடன் தன் விழிகளைக் கலக்க விட்டான். இரண்டு பேரும் வெகு நேரம் போட்டி போட்டுக் கொண்டு கண்ணைச் சிமிட்டாமலே இருந்தார்கள்.

சம்யுவுக்குக் கண்ணில் கண்ணீர் வந்தும் விட்டுக் கொடுக்காமல் இருப்பதைப் பார்த்தவன், தானே விட்டுக் கொடுத்துக் கண்ணைச் சிமிட்டினான்.

"ஏய் நான் ஜெயிச்சுட்டேன்" என்று குதித்தாள். அவன் சிரித்துக் கொண்டு, "ஆமா உலகப் கோப்பையச் ஜெயிச்சுட்ட, லேட்டாச்சு வாடி காலேஜ் போகலாம்" என்றான்.

"நீயும் வரையா?" என்றாள் சம்யு "ஆமாம்டி இனிமேல் உன்னை எல்லாம் என்னால தனியா விட முடியாது. நானும் வருவேன்" என்றான் சின்னக் குழந்தை போல.

அப்படியா வா வா உன்னை அங்க கவனிச்சுக்கறேன் என்று மனசுல நினைத்துக் கொண்டவள், "வா போகலாம்" என்று பேக்கை எடுத்துக் கொண்டு டைனிங் ஹாலுக்குச் சென்றார்கள்.

சாப்பிட்டு விட்டுக் காலேஜ் கிளம்பும் போது, அங்கே வந்த ராகுலும் ராஜேஷும், "என்னடா நீயும் போறையா" என்று கேட்டார்கள்.

"நீ போய்க் கார்ல இருடி வரேன்" என்றவன், "நானும் அவ கூடப் போயிட்டு வறேன்டா" என்றவனை அதிசயமாகப் பார்த்தார்கள்.

"ஏண்டா அப்படிப் பாக்கறீங்க" என்றான் பிரித்திவி. "இல்லை காலேஜ்க்கு எல்லாம் வரக்கூடாது என் இமேஜ் என்னாவது என்று உன் பொண்டாட்டி சொல்லலையாடா" என்றான் ராகுல்.

"அவ சொல்வாடா அதுக்காக அப்படியே விட முடியுமா?, காலேஜ் பேக்கை எடுத்துச் சுத்தம் பண்ணி வைக்கலாம்ன்னு நேத்து எடுத்துப் பாக்கறேன், புக்கை விட லவ் லெட்டர் நிறைய இருக்குடா.

கேட்டா அண்ணா கொடுத்தாங்க அவங்க மனசு கஷ்டப்படக் கூடா-துன்னு வாங்கினேன், ஆனா பிரிச்சுப் படிக்கலைன்னு சொல்றா. அதான் நான் கூடப் போனால் எவன் லெட்டர் கொடுக்கறான்னு பாக்கறேன்" என்றான் பிரித்திவி.

ராஜேஷ் சிரித்துக் கொண்டே, "வர வர நீயும் அவளோட சேர்ந்து சின்னக் குழந்தை மாதிரி பண்றேடா" என்றான்.

"போடா உனக்கெல்லாம் என்னைப் பார்த்தால் அப்படித் தான் இருக்கும் எல்லாம் என் நேரம்" என்றவன், "நான் போயிட்டு வந்து பேசிக்கறேன்" என்று சொல்லி விட்டுக் கிளம்பினான்.

"யுக்தா நீ வா இந்தக் கார்ல போகலாம், யுவராஜ் அதுல வரட்டும்" என்றான் பிரித்திவி.

"எதுக்கு இத்தனை கார் ஒரே இடத்துக்குத் தானே போறோம் ஒரு கார் பத்தாதா" என்றவளிடம், "நீ வாடி பேசாம உனக்குப் பதில் சொல்-லியே என்னால முடியலை" என்றான்.

அவளும் பேசாமல் வந்து ஏறிக் கொண்டாள், கார் காலேஜ் நோக்கி விரைந்தது.

கார் ஆபீஸ் ரூம் முன்பு கொண்டு போய் நிறுத்தி அவன் இறங்கி-யதும், அவ்வளவு காலையில் அவனை எதிர்பார்க்காதவர்கள், தயக்கத்-துடன் அவன் அருகில் வந்து வணக்கம் வைத்து விட்டுப் போனார்கள்.

சம்யு இறங்கியவள், "என் வகுப்பு வரை வரேன்னு சொன்ன" என்-றாள். "சரி வா" என்று அவள் அருகில் வந்தவனின் கையில் பேக்கை கொடுத்தாள்.

"இதை எதுக்கு என்கிட்ட கொடுக்கற நீயே கொண்டு வாடி, எனக்-குன்னு இங்கே ஒரு இமேஜ் இருக்கு அதைக் கெடுத்துராதே" என்றான் பிரித்திவி.

"நீ இந்தப் பேக்கை தூக்கிட்டு வரலைனா, நானே லட்டர் கொடுத்த அண்ணாவுக்கு எல்லாம் போய், ப்ரப்போஸ் பண்ணுவேன் எப்படி வசதி" என்று அவனைப் பார்த்து கண்சிமிட்டினாள்.

அவனுக்கோ ஐயோ என்றிருந்தது. மனைவியைப் பற்றித் தெரிந்தவன் பேக்கை வாங்கிக் கொண்டு அவளோடு நடந்தான்.

வழியில் எல்லாரும் பிரித்திவி இவளோட பேக்கைத் தூக்கிக் கொண்டு செல்வதை வியப்போடு பார்க்க, லெக்சர்கள் வந்து வணக்கம் சொல்லி விட்டுப் போனார்கள்.

அவர்களிடம் இவளே வம்படியாக, "மிஸ் இவர் என்னோட கணவர்" என்று அறிமுகம் செய்ய அவர்கள் வாயடைத்து நின்றார்கள்.

அதுமட்டுமில்லாமல் அவளுக்குத் தெரிந்த எல்லா நண்பர்களையும் கூப்பிட்டு, "இவர் என்னோட கணவர்" என்று அறிமுகம் செய்து வைத்தாள்.

எல்லாரும் அவளை மிரட்சியுடன் பார்க்க, பிரித்திவிக்குத் தரமசங்கடமாகப் போனது. "ஏண்டி இப்படி ஊரைக் கூட்டற அவங்க உன்கிட்ட கேட்டாங்களா?" என்று பல்லைக் கடித்தான்.

"நீ அதுக்குத் தான வந்த" என்று சொல்லும் போது, உள்ளே வந்த ஒருவனைப் பார்த்து விட்டு, "அண்ணா இங்க வாங்க" என்று அழைத்தாள்.

பிரித்திவியைப் பார்த்து மிரண்டவன் தயக்கத்துடன் வரவே, "நீங்க எனக்கு லவ் லெட்டர் கொடுத்தீங்கள்ள அதை என் கணவர்கிட்ட கொடுத்துட்டேன், படுச்சுப் பார்த்தாரு எழுத்து பிழை நிறைய இருக்காம், காலேஜ் படிக்கற பையனுக்கு லவ் லெட்டர் கூட ஒழுங்கா எழுதத் தெரியாதான்னு திட்டறார்" இனிமேல் சரியா எழுதிக் கொடுங்க" என்றவள், "இவர் தான் என் கணவர்" என்றாள்.

பேய் முழி முழித்தவன், "ஸாரி சார் இனி இப்படி நடக்காது" என்று சொல்லி விட்டு ஓடிவிட்டான். பிரித்திவிக்குச் சிரிப்பு தாளவில்லை. நீ இருக்கயே என்று இடத்தை மறந்து தோளில் கைப்போட்டு தன்னோடு இழுத்துக் கொண்டான்.

அவன் முன்பு குனிந்து, "இப்ப ஓகே வா இனி யாரும் எனக்கு லெட்டர் கொடுக்க மாட்டாங்க" என்றவள், அவன் கண்ணை நேருக்கு நேராகப் பார்த்து, "ஐ லவ் யூ கண்ணா" என்றாள்.

அதில் மெய் மறந்து அப்படியே அவளைப் பார்த்துக் கொண்டு நின்றான். மனசெல்லாம் இனம்புரியாத நெகிழ்ச்சி உண்டாக, "நீ என் தங்கம்டி என் வாழ்க்கைய வளமாக்க வந்த தேவதைடி" என்றான் கொஞ்சலுடன்.

அதற்குள் நிறையப் பேர் அவர்களைப் பார்த்துக் கொண்டே கடந்து சென்றார்கள்.

சம்யு, "இது காலேஜ்" என்றதும் சிரித்துக் கொண்டவன், "வாடி" என்று அவளை வகுப்பறையில் கொண்டு வந்து விட்டான். அவள் வகுப்பு நண்பர்களுக்கு அவனைத் தன் கணவர் என்று அறிமுகம் செய்தாள்.

எல்லாரும் அவனைப் பார்த்ததும் எழுந்து நின்றார்கள். இதில் சம்யு அறிமுகப்படுத்தியதில் அதிர்ச்சியுடன் இருக்க, நேத்ரா மட்டும், "அண்ணா" என்று தயக்கத்துடன் அழைத்தாள்.

அவளிடம் மென்மையாகச் சிரித்தவன், "நீ தான் நேத்ராவா" என்றான்.

அதில் மகிழ்ந்து போனவள், "ஆமாம் அண்ணா" என்றாள். "சரிடி நான் கிளம்பறேன்" என்றவன், நேத்ராவிடமும் சொல்லி விட்டுக் கிளம்பினான்.

எல்லாரும் அவன் சென்றதும் சம்யுவைப் பிடித்துக் கொண்டார்கள். "உனக்குக் கல்யாணம் ஆகிவிட்டதா?" என்று ஆரம்பித்துக் கேள்வி மேல் கேள்வியாகக் கேட்டார்கள்.

அடுத்தக் கொஞ்ச நேரத்தில் கரஸ் வொய்ப் இவங்க தானாம் என்று, காலேஜ் முழுவதும் கொஞ்ச நேரத்தில் தெரிந்தவள் ஆகிப்போனாள் சம்யு.

பாடம் எடுக்கும் லெக்சரரிலிருந்து லெட்டர் கொடுத்தவர்கள் வரை, எல்லாரும் சம்யுவைக் கண்டு மரியாதையுடன் ஒதுங்கி இருந்தார்கள்.

அவளுக்கு அது கஷ்டமாக இருந்தாலும், தன் கணவன் இதைத்தான் விரும்புகிறான் என்று தெரிந்து அதைச் செய்தாள்.

அன்றிலிருந்து காலேஜில் அவளுக்கென்று தனி மரியாதை தான். பிரித்திவியும் தினமும் அவளைக் கொண்டு வந்து விடுவதை வழக்கமாக்கிக் கொண்டான்.

அன்று மாலை சம்யு வரும்போது வீடு முழுவதும் ரெட்ரோஸ் பலூனால் அழங்கறிக்கப் பட்டிருந்தது. இடைஇடையே மல்லிகைச் சரமும்

தொங்கி வீடு முழுவதும் நறுமணத்தோடு அழகாக இருக்க, வியப்புடன் பார்த்துக் கொண்டே உள்ளே வந்தாள்.

தீடீரென்று அவள் முன் வந்து நின்ற பிரித்திவி, அவள் கழுத்தில் பிளாட்டினம் செயின் ஒன்றை அணிவித்து அவள் விழியைப் பார்த்து, "ஐ லவ் யூ டி" என்றான்.

அவளுடைய விழிகள் விரிந்து வியப்பைக் காட்டியது. சந்தோஷத்துடன் அவன் மார்பில் சாய்ந்து கொண்டாள். சிரிப்புடன் அவளை அணைத்துக் கொண்ட போது, கேக்குடன் வந்தான் ராகுல்.

அவன் பின் மற்ற அனைவரும் வர இருவர் முன்பு வந்து நின்றவர்கள், கேக்கைக் கொடுத்துக் கட் பண்ணச் சொன்னார்கள்.

சம்யுவும் பிரித்திவியும் சந்தோஷத்தோடு கட் பண்ணினார்கள். சம்யு பிரித்திவிக்கு ஊட்டி விட்டாள், அவனும் அவளுக்கு ஊட்டி விட்டான்.

எல்லாரும் கைதட்டி ஆரவாரம் செய்தார்கள்.

பிரித்திவி மீதி இருந்த கேக்கை கட் பண்ண, சம்யு எல்லாருக்கும் ஊட்டி விட்டாள். தள்ளி நின்று கொண்டிருந்த யுவராஜ்க்கும் கொண்டு போய் ஊட்டி விட, அவன் கண்கலங்கிப் போய் அவளை அணைத்துக் கொண்டான்.

அதைப் பார்த்து பிரித்திவிக்குச் சந்தோஷமானது. இனி அவன்கிட்ட சண்டைக்குப் போகமாட்டா என்று நினைத்துக் கொண்டான்.

பிரித்திவி அவளைத் தங்கள் அறைக்கு அழைத்துச் செல்லவும், அது இதை விட அழகாக அழங்காரம் பண்ணி இருந்தது.

இருவருக்கும் அன்றைய நாள் தங்கள் வாழ்க்கையில் மறக்க முடியாததாகிப் போனது.

கணவன் மார்பிலேயே சாய்ந்து கொண்டு, "எனக்கு எவ்வளவு சந்தோஷமா இருக்கு தெரியுமா?" என்றாள்.

"எனக்கும் தாண்டி நீ காலேஜ்ல லவ் சொன்ன போது எனக்கு எப்படி இருந்துச்சுன்னு வார்த்தையால சொல்ல முடியலடி அவ்வளவு சந்தோஷப் பட்டேன், நீ எனக்குக் கிடச்ச வரம்டி" என்று அவள் இதழில் தன் இதழால் கவிதை எழுதினான்.

அன்றைய இரவில் இருவரும் காதலில் ஒருவரை ஒருவர் சலைத்தவர்கள் இல்லை என்பதை, விடியும் வரை நிருபித்துக் கொண்டிருந்தார்கள்.

விடிந்தது தெரியாமல் ஆழ்ந்த உறக்கத்திலிருந்தவர்கள் பத்து மணிக்குதான் கண் விழித்தாரகள்.

விழித்தவுடன் கண் மனைவியின் முகத்தைத் தான் தேடியது. அவளும் கண் விழித்தவள் வெக்கத்துடன் அவன் நெஞ்சில் தஞ்சமடைந்தாள்.

அவர்கள் வாழ்க்கை அதிகச் சந்தோஷத்துடன் சென்றது. நாட்கள் போவது தெரியாமல் வேகமாகச் சென்றது.

அடுத்தப் பத்து நாட்களும் இப்படியே சென்றது. அன்று தூங்கி எழுந்தவன் மனைவி குளித்துக் கொண்டிருப்பதைப் பார்த்து விட்டு யுவராஜ் அறைக்குச் சென்றான்.

அவன் அப்போது தான் எழுந்திருந்தான் "என்ன அத்தான் காலைலயே என்னைத் தேடி வந்துட்டீங்க" என்றான்.

"அதொன்னும் இல்லை யுவராஜ். நீ ஒரு மாசத்துக்கு ஹாஸ்டல்ல தங்கிக்க இன்னைக்கு உன் துணி கொஞ்சம் மட்டும் எடுத்திட்டு போ.

மத்த ஏற்பாடெல்லாம் பண்ணிடேன்" என்று அவன் கையில் கத்தைப் பணத்தைத் கொடுத்தவன் "செலவுக்கு வெச்சுக்க இந்த வீட்டுப் பக்கம் கொஞ்ச நாள் வரவேண்டாம். நான் மறுபடியும் உனக்கு விளக்கமா சொல்றேன்" என்றான்.

"சரி அத்தான் எதாவது பிரச்சனையா?" என்றான் யுவராஜ். "ஆமாம் அதை நான் பார்த்துப்பேன்" என்றான் பிரித்திவி.

"சம்யு அத்தான்" என்றான். "அவளை நான் பார்த்துபேன்" என்று சொல்லி விட்டு தன் அறைக்குச் சென்றான் பிரித்திவி.

மனைவி காலேஜ்ஜில் கொண்டு போய் விட்டுட்டு வந்தவன் நேராக ஆபீஸ் அறைக்குச் சென்றான்.

அங்கே ராகுலும் ராஜேஷும் அமர்ந்திருந்தார்கள். கொஞ்ச நேரத்தில் அழுது கொண்டே ரிதுவும் கூட ரேகாவும் வந்து சேர்ந்தார்கள்.

பிரித்திவி ரேகாவைப் பார்க்க, "சொல்லிடேன் சார் ரொம்ப அழறாங்க" என்றாள். ராஜேஷும் ராகுலும் அதிர்ந்து போய்ப் புரியாமல் பார்க்க,

பிரித்திவி "ரிது இங்க வா" என்று அழைத்துப் பக்கத்தில் இருந்த சேரில் அமரவைத்தான்.

"உனக்கு இது அதிர்ச்சியாகத்தான் இருக்கும் வேற வழி இல்லை. சொல்ல வேண்டிய நேரம் வந்துருச்சு.

இன்னும் ஒரு வாரத்தில் உங்கப்பாவை கைது பண்ணிருவாங்க. அவர் எவ்வளவு பெரிய தப்பைச் செய்துகிட்டு இருக்கார்ன்னு உனக்கு ரேகா சொல்லி இருப்பாள்.

ஆயுதக் கடத்தல் பண்ணி நம்ம நாட்டின் அமைதியையே குழைச்சுட்டார். எந்த நேரமும் அவரோட ஆட்கள் இந்த வீட்டை சூரையாடலாம். நாங்க எல்லாரும் கொஞ்ச நாள் தலைமறைவாகப் போகிறோம். எதிரி எங்கிருந்து வருவான்னு தெரியலை. நீ உங்க வீட்டுக்குப் போ" என்றான் பிரித்திவி.

"இல்லை நான் அங்க போக மாட்டேன். என்னையும் உங்களோடவே கூட்டிகிட்டு போங்க" என்று கதறி அழுதாள்.

"நாங்களே எங்க போறதுன்னு இன்னும் முடிவு பண்ணாம இருக்கோம். நீ ஏன் மா எங்களோட சிரமப்படனும்" என்றான் பிரித்திவி.

கண்ணைத் துடைத்துக் கொண்ட ரிது, "அப்போ உங்களை யாரும் தேடாத இடத்துக்கு நான் கூட்டி போறேன். எங்கப்பாவோட பீச் ஹவுஸ்க்கு யாரும் வரமாட்டாங்க.

எங்க ஃபேமிலி மட்டும் வருஷத்துக்கு ஒரு முறை விடுமுறையைக் கழிக்கப் போவோம். இப்ப நாம அங்க போகலாம் என்னை நம்பி வாங்க" என்றாள்.

ரேகாவை பார்த்தான் பிரித்திவி "போகலாம் சார்" என்றாள். ராஜேஷும் ராகுலும் வியப்புடன் "அவளை ஏண்டா கேக்கற" என்றார்கள்.

"அவ நம்மளை மாதிரி உளவுத்துறை தான் இத்தனை நாளா ரிது கூட இருக்கிறாள். அவளை நம்பளாமா வேண்டாமான்னு அவளுக்குத் தான் தெரிந்திருக்கும் அதான்" என்றதும்.

மொத்தமாக அனைவரும் அதிர்ந்து போனார்கள். "இவளை அமைச்சர் தானே அனுப்பினார்" என்றான் ராஜேஷ்.

"அமைச்சர் டிடெக்டிவ் ஏஜென்சி மூலமா நம்பிக்கையான ஆளை நம்மகிட்ட உளவு பார்க்க அனுப்பினார். நான் அந்த டிடெக்டிவ் ஏஜென்சியிடம் பேசி ரேகாவை அங்கே சேர்த்து அமைச்சரோடு அனுப்பினேன்" என்றான் பிரித்திவி.

"இதை ஏண்டா எங்ககிட்ட சொல்லலை" என்று இருவரும் அவனைக் கோபத்துடன் முறைக்க.

"அதெல்லாம் அப்பறமா உங்க கோபத்தைக் காட்டுங்க, இப்ப போய்ப் பேக் பண்ணுங்க. இன்னைக்கு நைட் எல்லாரும் தூங்கிய பிறகு கிளம்-

பறோம்" என்றான்.

"உன்னை அப்பறமா கவனிச்சுக்கறோம்" என்று சொல்லி விட்டு, அவரவர் அறைக்குச் சென்றார்கள். பிரித்திவி லாரன்ஸ்க்கு போன் பண்ணி, "உனக்கு ஒரு மாசம் லீவு அடுத்தத் தகவல் வரும் வரை உங்க ஊருக்கு போயிரு.

முரளியும் அங்கிருந்து கிளம்பிட்டான். நீயும் கவனமா இரு" என்று சொல்லி விட்டுப் போனை வைத்தான்.

மனைவியுடையது தன்னுடையது என்று எல்லாம் எடுத்து பேக் பண்ணி வைத்தான்.

அன்று மாலையில் காலேஜில் இருந்து சம்யு மட்டுமே வந்தாள் வந்ததும் பிரித்திவியிடம், "ஏன் யுவராஜ் வரலை அவன் எங்க போனான்" என்றாள்.

"நான் தாண்டி கொஞ்ச நாள் ஹாஸ்டல்ல தங்க சொன்னேன். உனக்கும் அவனுக்கும் தான் ஒத்து வரமாட்டேங்குதே.

பாவம் நீ வேற அவனைப் பார்க்கும் போதெல்லாம் கஷ்டப்படற கோபப்படற" என்றான் அவளைப் பார்த்துக் கொண்டே,

"அதுக்கு அவனை ஹாஸ்டல்ல விடுவியா? எங்க அண்ணன் தங்கச்சிக்குள்ள ஆயிரம் இருக்கும் அவனைப் பத்தி முடிவெடுக்கும் போது நீ என்கிட்ட கேட்டிருக்கனும்ல.

சொந்த தங்கச்சி வீடு இருக்கும் போது அவன் எதுக்கு ஹாஸ்டல்ல கஷ்டப்படனும் போய்க் கூட்டிட்டு வா" என்றாள் கோபத்துடன்.

"அடப் பாருடா நேத்து வரை ஆகாதவன். இன்னைக்குப் பாசம் பொங்குதோ" என்றான் கேளியாக.

"நான் சொன்னேனா எனக்குப் பாசம் இல்லைன்னு அதை நான் பார்த்துக்கறேன் போய்க் கூட்டிட்டு வா" என்றாள் பிடிவாதமாக.

"நாம டூர் போறோம்டி அதான் அவனைக் கொஞ்ச நாள் ஹாஸ்டல்ல விட்டிருக்கேன், வந்ததும் கூப்பிட்டுகலாம்" என்றான் பிரித்திவி.

"என்ன டூரா சொல்லவே இல்லை. காலேஜ் எப்படிப் போறது அவ்வளவு நாள் லீவு போட முடியுமா" என்றாள் குழப்பத்துடன்.

"அதெல்லாம் நான் பார்த்துக்கறேன் தேவையானதெல்லாம் பேக் பண்ணி இருக்கேன். வேற எதாவது வேணுமான்னு பாரு" என்று சொல்லி விட்டு வெளியில் சென்றான்.

அவர்களுக்கு நள்ளிரவு வரை ஆபீஸ் ரூமில் முக்கியமாகச் செய்ய வேண்டிய வேலை எல்லாம் பார்த்தார்கள்.

அதற்குள் சமையல்காரர் எல்லாருடைய பெட்டியையும் பின் கதவு வழியாக வாகனத்தில் கொண்டு போய் வைத்தார்.

எல்லாரையும் கூட்டி போய் வாகனத்தில் யாருக்கும் தெரியாமல் ஏற்றி விட்டார். அதற்குள் இவர்கள் மூன்று பேரும் வரவும் "தம்பி கவனம்" என்றார்.

"நான் பார்த்துகறேன். எல்லாப் பொருப்பும் உங்களோடது தான் காலேஜ் ஷாப்பிங்மால் எல்லாம் பார்த்துக்குங்க.

நீங்களும் இப்பவே கிளம்பிருங்க அமைச்சரோட ஆளுங்க போலீஸ் டிபார்ட்மெண்டிலும் இருக்காங்க. இந்நேரத்திற்குத் தகவல் போயிருக்கும். சீக்கிரமா கிளம்புங்க" என்று சொல்லி விட்டுப் போய்க் கார் டிரைவர் சீட்டில் அமர்ந்தான்.

அந்தக் கார் ஆட்கள் நாடமாட்டம் இல்லாத அமைச்சருக்கு சொந்தமான அந்தப் பீச் ஹவுஸை நோக்கிச் சென்றது. ரிதுவின் உதவியுடன் காரை செலுத்திக் கொண்டிருந்தான் பிரித்திவி.

கார் அடுத்த நாள் மதியத்திற்கு மேல் தான் அந்த இடத்தையே அடைந்தது. அதுவரை யாரும் சாப்பிட எங்கேயும் இறங்கவில்லை.

மதியம் கார் பீச் ஹவுஸில் நின்றதும், இறங்கியதும் தான் கை, கால் வலியே அனைவருக்கும் தெரிந்தது. அதை விட பசி வேறு அவர்களை வாட்டியது.

அந்த இடத்தைச் சுற்றிலும் பார்த்தப் போது தான், அங்கே வந்தது எவ்வளவு பாதுகாப்பு என்று உணர்ந்தான் பிரித்திவி.

"ரிது சாப்பிட்டிற்குத் தேவையான பொருள் இருக்கும்ன்னு சொன்ன, காய் மத்த பொருள் எல்லாம் காரில் இருக்கு. சமையல் கார தாத்தா கொண்டு வந்து வைத்திருப்பார்.

யாருக்கு இங்கே சமைக்கத் தெரியும் போய்ச் சமைங்க. நாங்க ஹெல்ப் பண்றோம்" என்றான் பிரித்திவி.

"நான் நல்லா சாப்பிடுவேனே" என்று அவன் மனைவி சொல்ல "அது தான் எனக்கே தெரியுமே" என்றான் பிரித்திவி.

"நீ டூர் தான் கூட்டிட்டு போறன்ன. இங்கே என்னத்தைப் பாக்கறது பீச்சை தவிர வேறு எதுவும் இல்லை ஆள் நடமாட்டமும் இல்லை.

என்னை எங்காவது கடத்திட்டு வந்துட்டீங்களா?. நான் இப்பவே தொல்ஸ்க்குப் போன் பண்ணனும் என் போனைக் கொடு" என்றாள்.

அங்கிருந்த எல்லாரும் சிரிக்கப் பிரித்திவி அவள் அருகில் சென்று, "உன்னைக் கடத்திட்டு வந்து நான் என்ன பண்ணப் போறேன். அதான் ஊருலயே எல்லாம் முடுஞ்சுருச்சே" என்றான் கேளியாக.

"சீ போடா" என்று அவன் நெஞ்சில் கை வைத்து தள்ளியவள், ராகுலிடம் சென்று, "ராகுல் அண்ணா அமைச்சரோட பொண்ணைக் கடத்திட்டு வந்துட்டீங்களா?" என்றாள்?

"நீ ஒருத்தி போதும் எங்களுக்குக் கடத்தல் காரன் முத்திரை குத்த. அப்படி எல்லாம் ஒன்னுமில்லை நீங்க போய்ச் சமையல் வேலையப் பாருங்க.

நான் இவகிட்ட விஷயத்தைச் சொல்லிட்டு வறேன். இல்லைனா நம்ம இருக்கற இடத்தை இவளே காட்டி கொடுத்துருவா" என்று மனைவியை அழைத்துக் கொண்டு கடல் பக்கம் சென்றான்.

"யுக்தா நாமகொஞ்ச நாள் இங்க தலைமறைவா இருக்கனும். அமைச்சரோட ஆளுங்க எந்த ரூபத்தில் வேணாலும் நம்மளைத் தாக்கலாம்" என்றான்.

"அவரோட ஆளுங்க எதுக்கு நம்மளை தாக்கப் போறாங்க" என்றாள் சம்யு. "ஏன்னா அவரும் இன்னும் இரண்டு அமைச்சரும் சேர்ந்து ஆயுதக்கடத்தல் பண்ணிட்டு இருந்தாங்க.

அதை கண்டுபிடிக்கத் தான் எங்க டிபார்ட்மெண்டில் எங்களைப் போட்டிருந்தாங்க, அவரோட எல்லா இல்லீகள் பிஸ்னெஸையும் நாங்க எங்க டிபார்ட்மெண்ட் இடம் ஒப்படைத்தாச்சு. எப்ப வேணாலும் அரஸ் பண்ணலாம் இதுக்குக் காரணம் நாங்க தான்னு தெருஞ்சா சும்மா விடுவாரா" என்றான் பிரித்திவி.

வாயைத் திறந்து அவனையே பாரத்துக் கொண்டிருந்தவள், "நீங்க எல்லாரும் என்ன வேலை பாக்குறீங்க?" என்றாள்.

"நாங்க எல்லாரும் சிபிஐ ஆபீஸர்ஸ் அதாவது (மத்திய சிறப்புப் புலனாய்வு அமைப்பு) இது வெளியில் யாருக்கும் சொல்ல மாட்டோம், ரகசியமா இருக்கும் இப்ப இந்தக் கேஸ் முடுச்சுட்டோம்.

அதான் ஒரு மாசம் லீவு, அதே சமயம் எங்க பாதுகாப்பையும் நாங்க பார்க்கனும். அமைச்சர் கைது பண்ணி இந்தப் பிரச்சனை முடுஞ்சதும் நம்ம வீட்டுக்குப் போகலாம். அது வரை யாருக்கும் போன் பண்ணக்

கூடாது.

அப்படி அமைதியா இருந்தீன்னா நானே உன்னைத் தொல்ஸ்கிட்ட கூட்டிட்டு போறேன்" என்றான்.

அதைக் கேட்டவளுக்கு மயக்கம் வராத குறையாக அவனையே பார்த்துக் கொண்டிருந்தாள்.

"என்னடி அப்படிப் பாக்கற என்னைப் பார்த்துப் பயமா இருக்கா" என்றான்.

"என்னது உன்னைப் பார்த்துப் பயமா அப்படி எல்லாம் பயப்பட மாட்டேன். நான் உன்னைக் கடத்தல் மன்னன்னு நினைச்சேன்"

என்றவளை அவன் அடிக்கக் கையை ஓங்கிக் கொண்டு துரத்த, அவள் வீட்டை நோக்கி சிரித்துக் கொண்டே ஓடினாள்.

அங்கே சமையலறையில் ரேகாவும் ராஜேஷ் மட்டும் சமைத்துக் கொண்டிருந்தார்கள்.

"எங்கடா அவனைக் காணாம்" என்றான் பிரித்திவி. "ரிது அழுதுட்டு இருந்தா இவன் ஆறுதல் சொல்றங்கற பேர்ல, கடலை போட போயி-ருக்கான்" என்றான் எரிச்சலுடன் ராஜேஷ்.

"அதுக்கு ஏண்டா இவ்வளவு கோவப்படற. நீ இங்க என்ன பண்-ணிட்டு இருக்கற அதை நாங்க கேட்டோமா" என்றான் சிரிப்புடன் பிரித்-திவி.

"டேய் வாயில நல்லா வந்துரும். நான் இவ மட்டும் சமைச்சுகிட்டு இருந்தாளேன்னு உதவி செய்ய வந்தேன்" என்றான் ராஜேஷ். ரேகா மெல்ல விழி உயர்த்தி அவனைப் பார்த்து விட்டு அமைதியானாள்.

"நானும் அதைத் தாண்டா சொன்னேன்" என்றான் பிரித்திவி சிரித்-துக் கொண்டு, "உன்னை" என்று அவனைத் துரத்தி போய் அடிக்க.

ராஜேஷை போய்ச் சம்யு தடுக்கவும், "பார்த்தீல்ல என்னை அடுச்சா. என் பொண்டாட்டி சண்டைக்கு வருவா அந்தப் பயம் இருக்கனும்" என்-றான் பிரித்திவி பெருமை பொங்க.

"அண்ணா என் புருஷனை நான் மட்டும் தான் அடிப்பேன். எத்-தனை அடி அடிக்கனும்னு சொல்லுங்க" என்றாள் சம்யு.

"அடிப்பாவி நீ எல்லாம் ஒரு பொண்டாட்டியா? உன்னை நம்புனால் என்னை அடிக்க நீயே ஆள் செட் பண்ணுவ போல" என்றான் பிரித்-திவி.

"போதும் நீங்க அரட்டை அடுச்சது. வாங்க சாப்பிடலாம் எல்லாம் ரெடியா இருக்கு எனக்குத் தெருஞ்ச வகையில் சமைச்சிருக்கேன்" என்று சொல்லி கொண்டே அங்கே வந்தாள் ரேகா.

விளையாட்டைக் கைவிட்டவர்கள் சமைச்சதை எல்லாம் எடுத்து வந்து வைத்தார்கள். ரேகா சென்று ரிதுவையும் ராகுலையும் அழைத்து வந்தாள்.

ரிதுவின் முகம் இப்பொழுது கொஞ்சம் தெளிவாக இருக்க, அதைப் பார்த்து அனைவருக்கும் சந்தோஷமாக இருந்தது.

பேசிக் கொண்டே சாப்பிட்டு முடித்தார்கள் அனைவரும்.

26

அத்தியாயம் 26

அமைச்சர் தணிகாச்சலம் புலி மாதிரி உருமிக் கொண்டிருந்தார். அவருடைய ஆட்கள் "சார் அவங்களை எல்லாப் பக்கமும் தேடிட்டோம், எங்கையும் காணாம்" என்றார்கள்.

"என்ன பண்ணுவீங்களோ தெரியாது. அவங்க எல்லாரையும் கொன்னுட்டு என் பொண்ணை என்னிடம் கொண்டு வந்து சேர்ப்பது உங்க பொருப்பு. எவ்வளவு செலவானாலும் பரவாயில்லை" என்றார் அமைச்சர் கோபத்துடன்.

"சார் அவரோட இடத்தில் எல்லாம் பாதுகாப்பு போட்டிருக்காங்க. யாரும் கிட்ட கூடப் போக முடியாது, ஆனா அவங்க யாரும் எங்க போனாங்கன்னு யாருக்குமே தெரியலை.

அங்கே வேலை செய்தவங்க கூட அவங்க ஆட்கள் தான், நாம போய் விசாருச்சாலே நம்மளையும் உள்ள தூக்கி வெச்சு விசாரிக்க ஆரம்பிச்சுருவாங்க" என்றான் பயத்துடன் ஒரு அடியாள்.

அப்போது அமைச்சருக்கு ஸ்டீபனிடம் இருந்து போன் வரவும் எடுத்துப் பேசினார்.

ஸ்டீபன் அவரைப் பயங்கரமாகச் சத்தம் போட்டவன், "எனக்கு ஆரம்பத்துல இருந்து பிரித்திவி மேல சந்தேகம் தான் நீங்க தான் அவன் நல்லவன் நம்பிக்கையானவன்னு சொன்னீங்க,

இப்ப உங்க நம்பிக்கை என்னாச்சு மொத்தமா மாட்டிகிட்டோம். நீங்க போலீஸ் கைல சிக்கிராதீங்க.

என்னைப் பத்தி பிரச்சனை இல்லை நானு வேறு நாட்ல போய்ப் பதுங்கிக்குவேன், கொஞ்ச நாள் கழிச்சு மறுபடியும் வந்துருவேன்.

நீங்க மாட்டுனா மொத்தமா ஊத்தி மூடனும், எப்படியாவது யாரும் கண்டுபிடிக்க முடியாத இடத்துக்குப் போயிருங்க யாரையும் நம்பாதீங்க" என்றான்.

அமைச்சருக்கும் டென்ஷன் ஆனது, "பிரித்திவி இப்படி ஒரு துரோ-கத்தைச் செய்வான் என்று எதிர்பார்க்கவில்லை. அவனைச் சும்மா விட-மாட்டேன் என் மொத்த அரசியல் வாழ்க்கையையும் முடுச்சுட்டான். அவனுக்கு என் கையால தான் சாவு" என்று வெறிக் கொண்டு பேசி-னார்.

"அதை அப்புறமா பார்த்துக்கலாம் நீங்க முதல்ல தப்பிக்கும் வழியப் பாருங்க, நம்ம நெட்வொர்க்கைக் காட்டி கொடுத்தறாதீங்க" என்று சொல்லி போனை வைத்தான் ஸ்டீபன்.

வேறு ஒரு அமைச்சர் வந்து "அவனுகளை அப்பறமா பார்த்துக்க-லாம். முதல்ல நாம பாதுகாப்பான இடத்துக்குப் போகனும். வா கிளம்-பலாம்" என்று தணிகாச்சலத்தோடு சேர்ந்து மூன்று அமைச்சர்களும் தலைமறைவானார்கள்.

போலீஸ் படை அமைச்சர்களைத் தேடி அவர்களுக்குச் சொந்தமான எல்லா இடத்திலயும் தேடுதல் வேட்டை நடத்தினார்கள்.

அவர் எங்கே இருக்கிறார் என்று யாருக்கும் தெரியவில்லை. அவரைப் பிடிப்பது அவர்களுக்கு ஒரு பெரிய சவாலாக இருக்கவும், மீண்டும் பிரித்திவியை நாடினார்கள்.

உயர் ஆபீஸர் பிரபு பிரித்திவிக்குப் போன் பண்ணி தணிகாச்சலம் தலைமறைவானதைச் எங்கே தேடியும் கிடைக்காததையும் சொல்லவும், "சார் நான் வரேன்" என்று சொல்லி போனை வைத்தான்.

மனைவியிடம் மற்றவர்களிடமும் "நான் போய்ட்டு நாளைக்கு வந்து-ருவேன் பத்திரமா இருங்க" என்றான் பிரித்திவி.

"நானும் தான் உன்கூட வருவேன்" என்று அவன் மனைவி அடம்-பிடிக்க, "நான் வந்ததும் நாம ஊருக்கு போகலாம்,

இப்ப இவங்க கூட ஒரு நாள் மட்டும் இருடி, பிளீஸ் போயே ஆகனும்" என்று கெஞ்சிக் கொண்டிருந்தான் மனைவியிடம்.

அவளுக்குக் கண்கலங்கியது "சீக்கிரமா வந்துருவியா?" என்று அழுத்தி இருமுறை கேட்டு விட்டே அனுப்பினாள்.

"நீ தனியா போக வேணாம் நானும் வரேன்" என்று ராஜேஷ் சொல்லவும், "வேண்டாம்டா இங்க மூணு பொம்பளைப் பிள்ளைங்க இருக்காங்க, நீயும் ராகுலும் அவங்களைப் பார்த்துக்குங்க.

எந்த ஆபத்து வந்தாலும் துப்பாக்கி யுஸ் பண்ணுங்க. கையில அடிக்கறேன்னு கிட்ட போய் ரிஸ்க் எடுக்காதீங்க" என்று அறிவுரை சொல்லி விட்டுக் கிளம்பினான் பிரித்திவி.

அமைச்சர் தணிகாச்சலமும் இரண்டு அமைச்சர்களுடன் யாரையும் நம்பாமல், அவரே காரைச் செலுத்தி பாதுகாப்பான இடத்திற்குச் சென்று பதுங்கினார்கள்.

அவர் பயங்கறக் கோபத்தில் தன்னால் எதையும் செய்யமுடியாத நிலையில் கொண்டு வந்து நிறுத்தி இருப்பதை, காலம் கடந்து புரிந்து தலையில் அடித்துக் கொண்டார்.

தணிகாச்சலம் "இப்ப இருக்கற இந்த இடம் நமக்குப் பாதுகாப்பு தானே" என்று பயத்துடன் கேட்டார் ஒரு அமைச்சர்.

"ஆமாம் இங்கே யாரும் வரமுடியாது" என்று சொல்லி முடிக்கும் போது வெளியில் சத்தம் கேட்டது. எல்லார் முகமும் வெளிறிப் போக யார் என்ற எண்ணத்துடன் பார்த்துக் கொண்டிருக்கும் போதே, அதிரடியாக வீட்டிற்குள் நுழைந்து அனைவரையும் அந்த நள்ளிரவு நேரத்தில் கைது பண்ணினார்கள்.

கடைசியாக உள்ள வந்து பிரித்திவி "என்ன அமைச்சரே நீங்க எங்க போனாலும் எங்களால கண்டு பிடிக்க முடியும்" என்று சொல்லிக் கொண்டே அவர் அருகில் சென்றவன்,

அவர் அனிந்திருந்த செயினின் டாளரைக் கழட்டி அதிலிருந்து ஜிபிஎஸ் சிப்பை காண்பித்தான்.

அதிரிந்து போனவர், "இதை எப்ப என் கழுத்துல மாட்டுன" என்று உச்சகட்ட அதிரிச்சியில் கேட்க்க,

"அது ரொம்ப நாள் ஆச்சு, நாம ஒரு நாள் பார்ட்டி கொண்டாடுனமே அந்த அன்னைக்கு உங்களுக்கு நிறைய ஊத்திக் கொடுத்து மாட்டி விட்டேன்" என்றான்.

"போலீஸ்காரன் புத்திய காண்பிச்சுடீங்கள்ள இந்த அரசியல்வாதி புத்தி காட்டறேன் பாருங்க" என்று சீரவும்.

அங்கிருந்த போலீஸ்காரர் "அதுக்கெல்லாம் வாய்ப்பே தரமாட்டோம். நீங்க இருக்கற இடமும் தெரியாது" என்று சொல்லி. விட்டு அவர்களை

அழைத்துச் சென்றார்.

"என் பொண்ணை என்னடா பண்ணுன" என்று கத்திக் கொண்டே சென்றார் அமைச்சர்.

அடுத்த நாள் காலை பேப்பரில் அமைச்சரின் ஊழல்கள் அனைத்தும் வெளிச்சத்துக்கு வந்தது.

ஆப்பிரிக்காவில் இருக்கும் ஸ்டீபனை இன்டர்நேஷனல் கொள்ளக்-காரன் என்று அறிவித்து அவனைப் பிடிக்கும் பொருப்பை அனைத்து நாடுகளும் ஏற்றுக் கொண்டது.

உயர் அதிகாரி பிரித்திவியையும் அவனுடைய டீமையும் பாராட்டி ஒரு மாதம் லீவில் அவனை அனுப்பி வைத்தார்.

எல்லாம் முடித்து பீச் ஹவுஸ் வரும் போது அவன் மனைவி சாப்-பிடாமல் எல்லாரையும் படுத்தி எடுத்துக் கொண்டிருந்தாள்.

"நீங்கெல்லாம் பாதுகாப்பா இருந்துட்டு என் புருஷனை மட்டும் தனியா அனுப்பி இருக்கீங்க, நீங்கெல்லாம் ஒரு பிரண்டா" என்று சத்த-மிட்டுக் கொண்டிருந்தவளை உள்ளே வந்த பிரித்திவி, அப்படியே தூக்-கிக் கொண்டு அறைக்குச் சென்றான்.

அவனைப் பார்த்ததும் முகமெல்லாம் பூவாய் மலர "வந்துட்டியா" என்று அவன் கழுத்தில் கையைச் சுற்றி அணைத்துக் கொண்டாள்.

"சொல்லிட்டு தாண்டி போனேன் அதுக்குள்ள இந்த வாய். என்ன பேச்சு பேசுது" என்று அவள் இதழைத் தன் இதழ் கொண்டு அணைத்து அவளுக்கு மோகத்தீயை மூட்டினான்.

இன்னும் அவனுடன் ஒன்றிப் போனவள் "எனக்குப் பயமா இருந்-துச்சு உன்னைப் பார்க்கனும் போலவே இருந்துச்சு தெரியுமா?" என்றாள்.

"எனக்கும் தாண்டி அப்படி இருந்துச்சு அதுக்காகச் செய்யற வேலையை முழுசா முடிக்காம வரமுடியுமா? இனி ஒரு மாசம நம்ம ஊரில் ஜாலியா என்ஜாய் பண்ணலாம் சரியா" என்றான்.

"அப்போ என் படிப்பு?" என்று கேட்டாள். "அதெல்லாம் படிக்களாம் எப்ப வேணாலும். உனக்கு ஒரு வாக்குருதி தரேன் நமக்கு உன் படிப்பு முடுஞ்சு தான் குழந்தை சரியா" என்றான்.

"அப்போ நீ ஜாலியா இன்னும் நாலைஞ்சு வருஷம் மாப்பிள்ளை கணக்கா சுத்தரக்குத் திட்டம் போடறையா?, யாராவது ஏன் குழந்தை இல்லைன்னு கேட்டா என் பொண்டாட்டி படிச்சு முடுச்சா தான் குழந்-தைன்னு, என் மேல் பழி போடருக்கா" என்றாள்.

"எப்படிப் பேசினாலும் கேட் போட்டா எப்படி டீ" என்று கேட்டுக் கொண்டே அவனின் கை அவள் உடலில் அத்து மீறியது.

அவளும் கணவனின் ஆசைக்கு உடன்பட்டு அவனுடைய மோகத் தீயை அணைத்துக் கொண்டிருந்தாள்.

அவளைத் தன் இஷ்டத்திற்கு வளைத்து அவளைத் தாபத்துடன் நுகர, அவளின் பினாத்தல் ஒலி மட்டும் கிரக்கத்துடன் கேட்டது அங்கே.

இருவரும் ஒருவரை மிஞ்சி ஒருவர் ஆச்சி செய்து கொண்டிருந்தார்கள். கலைத்துப் போய் அப்படியே கட்டிலில் கிடந்தார்கள்.

இருவரும் வெளியில் வரும் போது அங்கே யாரும் இல்லை எல்லாம் கடலுக்குச் சென்றிருந்தார்கள்.

"சாப்பிட்டு நாமலும் கடலுக்குப் போகலாம் வா" என்றவன், அவனே சாப்பாடு போட்டு வர இருவரும் சாப்பிட்டு முடித்தார்கள்.

"அவ்வளவு தூரம் என்னால நடக்க முடியாது தூக்கிட்டு போ" என்று செல்லம் கொஞ்சிய மனைவியை, தூக்கிக் கொண்டு கடற்கரைக்குச் சென்றான் பிரித்திவி.

அங்கே பெண்கள் இருவரும் தண்ணீரில் விளையாட ராகுலும் ராஜேஷும் ஓரமாக அமர்ந்து வேடிக்கை பார்த்துக் கொண்டிருந்தார்கள்.

அவர்கள் அருகில் கொண்டு போய் மனைவியை விட்டவன், "போய் அவங்களோட நீயும் விளையாடு" என்று சொல்லிவிட்டு தன் நண்பர்களுடன் வந்து அமர்ந்து கொண்டான்.

சம்யுவைப் பார்த்ததும் ரேகாவும் ரிதுவும் கள்ளச் சிரிப்புடன் "வா வா" என்று தங்களோடு இழுத்துப் போனார்கள்.

"டேய் நாம இனி கிளம்பலாம் எந்தப் பயமும் இல்லை. ரேகா அவங்க வீட்டுக்குப் போயிருவா ரிது" என்றான் பிரித்திவி.

"ரிது என்கூட வரப் போறா. என் வீட்டில் சொல்லிட்டேன்டா" என்றான் ராகுல். "இது எப்போ நடந்தது" என்றான் வியப்புடன் பிரித்திவி.

"நேத்து தான் பேசினேன்டா. அவளைக் கல்யாணம் பண்ணிக்கறேன்னு கேட்டேன், கொஞ்சம் யோசிச்சாங்க அப்பறம் சம்மதம் சொல்லிட்டா" என்றான் சந்தோஷமாக.

ராகுலைக் கட்டிக் கொண்டவன் "சந்தோஷம் டா. இனி நம்மளைத் தொந்தரவு பண்ண மாட்டான்" என்றான் ராஜேஷிடம்.

"ஆமாம்" என்று சிரித்த ராஜேஷ், "போன வேலை எல்லாம் ஈசியா முடுஞ்சுதா?" என்றான். "எல்லாம் முடுஞ்சுது டா கொஞ்ச நாள் இந்த

டென்ஷன் இல்லாம இருக்கனும்" என்றான்.

மூன்று பேரும் வெகு நேரம் பேசிக் கொண்டிருந்தார்கள். பெண்கள் மூன்று பேரும் தொப்பையாக நனைந்து வர,

"சரி சீக்கிரம் வீட்டுக்குப் போகலாம் வாங்க. இப்படியே இருந்தா காய்ச்சல் வந்துரும்" என்றான் பிரித்திவி.

மூன்று பேரும் நடக்க முடியாமல் நடக்க, முதலில் ராகுல் ரிதுவை தூக்கிக் கொண்டு முன்னாடி நடந்தான்.

அவள் வெக்கப்பட்டுக் கொண்டே "வேண்டாம்" என்ற சத்தம் தான் கேட்டது. பிரித்திவி ரேகாவுக்காகத் தயங்கி நடந்தான்

"அண்ணா நடக்க முடிலை. ரேகாவை தூக்கட்டு வாங்க கால் வலிக்குது எனக்கு" என்றாள் ராஜேஷிடம்.

அதிர்ந்து போனார்கள் முவரும். "உனக்குக் கால் வலிச்சா எதுக்கு நான் ரேகாவை தூக்குனும்" என்றான் யோசனையுடன் ராஜேஷ்.

"நீங்க அவங்களைத் தூக்கினால் தான், நான் பிரித்திவியைத் தூக்கச் சொல்ல முடியும்" என்று இடுப்பில் கை வைத்துக் கொண்டு நிற்க சங்கடத்துடன் விழித்தான் ராஜேஷ்.

ரேகாவுக்கு வெக்கத்தில் முகம் சிவந்து கடலைப் பார்ப்பது போல் வேடிக்கை பார்த்தாள்.

ராஜேஷ் பிரித்திவியைப் பார்க்க அவன் கண்ணசைக்க ரேகாவை தூக்கிக் கொண்டான். அவள் முகம் அதிரச்சியில் உறைந்து போய் வெக்கத்தில் சிவந்து, அவனைப் பார்க்க முடியாமல் கையைக் கொண்டு முகத்தை மூடிக்கொண்டாள்.

அவள் எதுவும் சொல்லாதது ராஜேஷுக்குள் பல ஹார்மோன்கள் ஒன்றாகப் படை எடுத்து, அவனைத் தாக்கி, அவனை நிலை குழைய வைத்து அவனுக்குள்ளும் காதல் பயிரைத் தூவி சென்றது.

பின்னாடி மனைவியைத் தூக்கிச் சென்றவன், "எப்படி டீ இவ்வளவு சீக்கிரமா அவங்க ரெண்டு பேரையும் ஜோடி சேர்த்து விட்ட, உனக்கு இந்த வேலை தான் நல்லா வரும் போல" என்றான் கிண்டலாக.

"அதுவா ரேகா சமைச்சா அங்கே ராஜேஷ் அண்ணா இருப்பாரு, அவ வெளியே போனா அவரும் போவாரு, அவ சோபாவில் உட்கார்ந்தா அவளுக்குப் பக்கத்தில் சேரில் உட்கார்ந்து இருப்பாரு.

இதை ரெண்டு பேருமே கவனிச்ச மாதிரி தெரியலை. இல்லை எதார்த்தமா நடந்துச்சான்னு தெரியலை, சரி ஒரு பிட்ட கொழுத்தி

போடுவோம்.

எதாவது இருந்தா பத்திக்கும் இல்லைனா நமத்து போயிரும்ன்னு கணக்குப் போட்டேன். அது என்னடான்னா பயங்கரமா பத்திக்குச்சு" என்று சொல்லி சிரித்த மனைவியின் கண்ணத்தைக் கடித்தவன், "செல்லத்துக்கு எம்புட்டு அறிவுடி" என்றான்.

"யாரோ ஒருத்தருக்காவது அதிகமா வேணும். அதான் எனக்கு அதிகமா கடவுள் கொடுத்திருக்கார்" என்றாள்.

"அப்படியா" என்று அவள் இடையில் கையை வேகமாக அழுத்தினான் அவள் கூச்சம் தாங்காமல் அவனோடு சாய்ந்து கொண்டாள்.

அறைக்கு வந்ததும் குளிக்கச் சென்றாள் சம்யு. "நானும் வருவேன்" என்று அடம்பிடித்து அவளோடு சேர்ந்து ஜலக்கிரீடை பண்ணி முடித்து ஹாலுக்கு வர, சமையல் வேலை நடந்து கொண்டிருந்தது.

இவர்களும் அவங்களோடு ஐக்கியமாகப் பேசிச் சிரித்துக் கொண்டே சமையலை முடித்தார்கள்.

எல்லாரும் சாப்பிட்டு விட்டு படுக்க இரவு வெகு நேரமானது.

அடுத்த நாள் சாவகாசமாக எழுந்தவர்கள், சமைச்சு சாப்பிட்டு முடித்து விட்டு அந்த இடத்தைச் சுத்திப் பார்க்க கிளம்பினார்கள்.

அந்தக் காட்டுக்குள் தென்னை மரம் தோட்டமாகத் தெரிய, பின் பக்கம் நீச்சல் குளமும் இருந்தது.

"இந்த இடம் அருமையா இருக்கு ரிது" என்றார்கள். "அனைவரும் நீச்சலடிக்கலாமா?" என்றாள் சம்யு. "வேண்டாம் நேத்தே தண்ணில நனைஞ்சுட்ட, இன்னைக்கும் இந்தப் பழைய தண்ணில நீச்சலடிச்ச காய்ச்சல் வந்துரும்.

வா அப்படியே காலாற நடந்துட்டு வருவோம்" என்று அவர்கள் இருவரும் கலண்டு கொண்டார்கள்.

ரிதுவும் ராகுலும் தனியாக ஒருபக்கம் செல்ல, ராஜேஷும் ரேகாவும் தனித்து விடப்பட்டார்கள்.

தயக்கத்துடன் அவனைப் பார்த்தவள், மெதுவாக நடக்க அவனும் கூட நடந்தான்.

கொஞ்ச நேரம் நடந்ததும் அவள் கையைப் பற்றியவன் தயக்கத்துடன், "உனக்கு என்ன பிடுச்சிருக்கா?" என்றான்.

அவளும் வெக்கத்துடன் தலையாட்ட "எனக்கும் உன்னைப் பிடிச்சிருக்கு, நீ எப்ப எங்க டீமோட சேர்ந்த" என்று இருவரும் ஒருவரை

ஒருவர் பேசி தெரிந்து கொண்டார்கள்.

மூன்று ஜோடியும் மாலை வரை சுத்தி கலைத்துப் போய், கடற்கரையில் வந்து விழுந்து அப்படியே படுத்துக் கொண்டார்கள்.

அடுத்த நாள் கிளம்ப வேண்டும் என்ற நிலையில் ராஜேஷும் ராகுலும், "பிரித்திவி இன்னும் ஒரு வாரம் வேற எங்காவது டூர் பிளான் பண்ணுவோம்டா. அப்பறமா வீட்டுக்குப் போவோம்" என்றார்கள்.

எல்லாரும் படு உற்சாகமாக அடுத்தப் பத்துநாள் இஷ்டம் போலச் சுத்தினார்கள். அதில் ரேகாவுக்கும் ராஜேஷுக்கும் ரொம்பவே நெருக்கமானார்கள்.

டூர் முடுஞ்சு எல்லாரும் விடை பெரும் போது, "சீக்கிரம் கல்யாணத்துக்கு அழைப்பு வைப்போம் இல்லை போன் பண்ணி சொல்வோம் வந்துரனும்" என்று இரு ஜோடியும் சொல்லி விட்டுச் சென்றார்கள்.

பிரித்திவியும் சம்யுவும் தங்கள் கிராமத்தை நோக்கி பயணமானார்கள், சம்யு "தொல்ஸைப் பார்ப்பேன், அப்பா அம்மாவை பார்ப்பேன், என் நண்பர்களைப் பார்ப்பேன்" என்று வழி எங்கும் உழறிக் கொண்டே சென்றாள்.

பிரித்திவி சின்னச் சிரிப்புடன் அதை ரசித்துக் கொண்டே சென்றான்.

27

அத்தியாயம் 27

கார் பிரித்திவியின் கிராமத்து வீட்டை அடைந்ததும், கேட்டின் முன் நிறுத்தி விட்டு மனைவியைப் பார்க்க நல்ல உறக்கத்தில் இருந்தாள் சம்யு.

வாட்ச்சைப் பார்க்க அது மூன்றைக் காட்டியது. அவனே இறங்கிச் சென்று கதவைத் தட்டினான்.

பொன்னுசாமி தான் தூக்க கழக்கத்தில் வந்து திறந்தவர் மருமகனைப் பார்த்தும், தூக்கமெல்லாம் ஓடிப்போகச் சந்தோஷத்துடன், "மாப்பிள்ளை இப்ப தான் வரீங்களா?" என்று கதவை நன்றாகத் திறந்தார்.

"ஆமாம் மாமா" என்றவன் காரை உள்ளே கொண்டு வந்து நிறுத்தினான். பொன்னுசாமியே கேட்டை லாக் பண்ணியவர், "அக்கா வை எழுப்பறேன்" என்று உள்ளே செல்லப் பார்க்க, "வேண்டாம் மாமா நல்லாத் தூங்குவாங்க காலைல பேசிக்கலாம்" என்றவன் காரைத் திறந்து மனைவியைத் தூக்கிக் கொண்டான்.

"மாப்பிள்ளை அவளை எதுக்குத் தூக்கறீங்க எழுப்பி விடுங்க" என்று எழுப்ப வந்தவரை தடுத்தவன், "மாமா காலைல பார்க்கலாம்" என்று சொல்லி விட்டு மனைவியைத் தூக்கிக் கொண்டு தன் அறைக்குச் சென்று, கதவை அடைத்துக் கொண்டான்.

சம்யுவை கட்டிலில் படுக்க வைத்து விட்டு இளகுவாக வேறு உடை அணிந்து கொண்டவன், அவளை அணைத்துக் கொண்டு படுத்தான்.

வெகு நேரம் இவன் ஒருத்தனே கார் ஓட்டியதால் கலைத்துப் போயிருந்தவனுக்குச் சீக்கிரமே நித்ராதேவி ஆட்கொண்டு விட்டாள்.

காலையில் எழுந்ததும் பொன்னுசாமி "அக்கா மாப்பிள்ளையும் சம்-யுவும் வந்திருக்காங்க" என்றதும் "எப்ப வந்தாங்க? என்னை எழுப்பி இருக்கலாம்ல" என்றார் துளசி.

"நான் எழுப்பறேன்னு தான் அக்கா சொன்னேன், மாப்பிள்ளை தான் வேண்டாம்ன்னு சொல்லிட்டார்" என்று சொல்லிக் கொண்டே, மனைவி கொண்டு வந்து கொடுத்த காபியை வாங்கிக் கொண்டார்.

துளசி அம்மாவுக்கும் காபியைக் கொடுத்தவள் "எத்தனை மணிக்-குங்க வந்தாங்க?" என்றாள் சுமதி.

அவர்கள் பேசிக் கொண்டிருக்கும் போதே மேலிருந்து இறங்கி வந்-தான் பிரித்திவி.

அம்மாவைப் பார்த்தும் சந்தோஷத்துடன், "எப்படி அம்மா இருக்-கீங்க?" என்று கேட்டு அவரை அணைத்துக் கொண்டான்.

மாமானார் மாமியாரையும் விசாரித்தான், "அதெல்லாம் இருக்கட்டும் என் மருமகள் எங்கே?" என்றார் துளசி.

"அவ இன்னும் தூங்கிட்டு இருக்கா அம்மா. நைட் டிராவலிங்கால அவ சரியாகவே தூங்கலை" என்றவன். "இருங்க போய் எழுப்பிப் பார்க்-கறேன்" என்று சொல்லி விட்டு மேலே சென்றான்.

அறைக்குச் சென்றவன் மனைவியின் அருகில் அமர்ந்து, முகத்தில் உறவாடிக் கொண்டிருந்த முடியை ஒதுக்கி விட்டு விட்டு, அவளுடைய பால் வண்ண முகத்தைப் பார்த்துக் கொண்டிருந்தான்.

தூக்கத்திலும் அவனுடைய தொடுகையையும் பார்வையையும் உணர்ந்தவள், சிணுங்கிக் கொண்டே "என்னடா" என்று அவன் மடிக்குத் தாவி படுத்துக் கொண்டாள்.

சிரித்துக் கொண்டவன் தட்டிக் கொடுக்கவும், வாகாக அவனுடைய இடுப்பைச் சுற்றி கையைப் போட்டுக் கொண்டு சுகமாக உறக்கத்தைத் தொடர்ந்தாள்.

கொஞ்ச நேரம் விட்டவன் மெல்ல அவளுடைய காதை வருட தட்டி விட்டாள். கையை அவள் முகத்துக்குக் கொண்டு போகக் கையைப் பற்-றித் தன் நெஞ்சோடு சேர்த்து அணைத்துக் கொண்டு, சிரித்துக் கொண்டு கண் விழிக்காமல் இருந்தாள்.

"ஏய் முழிச்சுகிட்டு தான் இருக்கியா அம்மா உன்னைப் பார்க்-கனும்னு கேட்டாங்க" என்றதும் பட்டென்று கண்விழித்தவள்.

"நம்ம வீட்லயா இருக்கோம்" என்று சுற்றிலும் பார்வையை ஓட்டி-யவள், இது பிரித்திவி அறை என்பதைப் பார்த்ததும் வேகமாக எழுந்து வெளியில் ஓடப் பார்த்தாள்.

அவளை இழுத்து பிடித்து உடையைச் சரி செய்து விட்டவன் "இப்ப போ" என்று சொல்லி விட்டு அவள் பின்னாடியே சென்றான்.

ஒடுன வேகத்தில் "தொல்ஸ்" என்று கட்டிக் கொண்டாள். சத்தம் கேட்டு சுமதி வர அவளை விட்டு "அம்மா" என்று அவறைக் கட்டிக் கொண்டாள்.

சுமதிக்கு மகளைப் பார்த்தும் பூரிப்பில் ஆனந்த கண்ணீர் வந்தது. உடம்பு போட்டு இன்னும் நிறம் கூடி புஸ்டியாகப் பாரக்க இன்னும் அழகு கூடி வந்திருந்தாள்.

"தொல்ஸ் நான் வந்ததும் எழுப்பி இருக்கலாம்ல" என்று கேட்டு மறுபடியும் அவளிடம் வந்து தோளில் சாய்ந்து கொள்ள,

"எனக்கே இப்ப தான் உங்க அப்பா சொன்னான்" என்றாள் துளசி. திரும்பி அப்பாவைப் பார்க்க அவரும் மகளைத் தான் பார்த்துக் கொண்-டிருந்தார்.

"அப்பா எப்படி இருக்கீங்க? நான் இல்லாம நிம்மதியா இருப்பீங்க போல உடம்பெல்லாம் போட்டிருக்கு" என்றாள் கேளியாக.

"உனக்கும் தான் போட்டிருக்கு. ஆனா பாவம் மாப்பிள்ளை தான் இளைச்சு தெரியறார்" என்றார்.

திரும்பி பிரித்திவியைப் பார்ததவள், இவன் எங்கே இளைச்சு இருக்-கான். இந்த அப்பாவுக்குக் கண்ணு சரியாகத் தெரியலை.

அதான் நல்லா வளர்ந்து ஆளையே தூக்கி சாப்பிடற மாதிரி இருக்-கான். இவனைப் போய் இப்படிச் சொல்றார் என்று நினைத்துக் கொண்-டிருக்கும் போது.

"காலேஜ் போகலையாடி அதுக்குள்ள செமஸ்டர் லீவு விட்டுடாங்-களா?" என்றாள் துளசி.

"அவங்க விடாட்டி என்ன? உன் பையன் விட்டுடான். தொல்ஸ் நாங்க ஜாலியா டூர் போய்ட்டு இங்கே வந்தோம்" என்று அங்கு நடந்தது காலேஜ்ஜில் நடந்தது எல்லாம் வாய்கிழிய பேசிக் கொண்டிருந்தாள்.

கேட்டுக் கொண்டிருந்த துளசிக்கு அவ்வளவு சந்தோஷமாக இருந்-தது. மருமகளும் தன் மகனும் சந்தோஷமாக வாழறாங்க, சம்யு எங்கே போனாலும் அவங்களைச் சந்தோஷமா வெச்சுக்குவா என்று நினைத்துக்

கொண்டாள்.

சுமதி சமைச்சு முடுச்சு சாப்பிட அழைக்க, "குளிச்சுட்டு வரேன்" என்று குளிச்சுட்டு இருவரும் வரவும் சுமதியே பரிமாறினாள்.

பிரித்திவி, துளசி, சம்யு, பொன்னுசாமி நான்கு பேரும் சாப்பிட்டுக் கொண்டிருக்கும் போது,

"அம்மா இன்னும் கொஞ்ச நாள் மட்டும் கஷ்டப் பட்டா போதும். உன் மகன் ஒரு மருமகளை ரெடிபண்ணிட்டான்" என்றாள்.

பொன்னுசாமி கோபமாக "என்னது அவன் படிக்கப் போனானா இல்லை இதுக்குப் போனானா" என்றதும், "நீங்க தான் அவன் உத்தம புத்திரன். எதுவும் பண்ண மாட்டான் நான் தான் ஓடிப்போவேன்னு நினைச்சீங்கள்ள" என்றாள்.

"ஏய் சும்மா இரேன்டி" என்ற பிரித்திவி, "அப்படி எல்லாம் இல்லை மாமா. அவ நல்ல பொண்ணு தான். அவன் பார்க்கலை உங்க பொண்ணுக்குத் தான் அவ பிரண்டு, இவ தான் எங்க குடும்பத்துக்கு இந்தப் பொண்ணு ஏத்தவளா இருப்பான்னு பார்த்தாள்" என்றான்.

அடப்பாவி நான் எப்படா அப்படிச் சொன்னேன், உன் மச்சினனைக் காப்பாத்த என்னை மாட்டி விடறையா? என்று நினைத்துக் கொண்டு அவனைப் பார்க்க.

"வேண்டாம்டி பாவம்" என்பது போல் வாய்யசைக்க அமைதியானாள்.

"மாப்பிள்ளை அப்படியே இருக்கட்டும் படிக்கற வயசுல இதெல்லாம் தேவையா? இதுக்குத் தான் பெத்தவங்க புள்ளைங்களைப் படிக்க அனுப்ப பயப்படறாங்க" என்றார் கோபத்துடன் பொன்னுசாமி.

"மாமா அவன் பார்க்கவே இல்லை நீங்க அவனை எதுவும் சொல்லிறாதீங்க, எல்லாம் உங்க பொண்ணு ஏற்பாடு. உங்களால முடுஞ்சா அவகிட்ட பேசுங்க" என்று அவளைக் கோர்த்து விட்டான்.

மனைவியிடம் திரும்பி, "பிளீஸ்டி அவனுக்குப் பேசக்கூடத் தெரியாது, நீ தான் உங்க அப்பாவை நல்லா சமாளிப்பையே அவனைக் காப்பாத்தி விட்ருடி பாவம் எனக்காக" என்றான்.

கணவனின் கெஞ்சல் அவளை அண்ணனுக்காகப் பேச வைக்க, "அப்பா நான் தான் பார்த்தேன் என் கூடப் படிக்கற பொண்ணு தான், நீங்க என்னைத் தான் மாப்பிள்ளை தேடக் கூடாதுன்னு சொன்னீங்க. நம்ம வீட்டுக்கு ஒரு பொண்ணைத் தேடக் கூடாதுன்னு சொல்லையே.

அதனால் நான் சொல்ற பொண்ணு தான் நம்ம வீட்டு மருமகள்" என்று சட்டமாகப் பேசிய மகளைப் பார்த்தவர், "உன் வாய் மட்டும் குறையவே இல்லை சம்யு" என்றார்.

"அது குறையாட்டி போகுது வெச்சு வாழறவன் தான் அதுக்கெல்லாம் கவலைப்படனும், உங்களுக்கென்ன வந்தச்சு. என் பிரண்டை மருமகளாக்குவீங்களா? வேற பொண்ணைப் பார்ப்பீங்களா?

வேற பொண்ணைப் பார்த்தால் எத்தனை பொண் வந்தாலும் எனக்குப் பண்ணுன மாதிரி துரத்தி விட்ருவேன். உங்க பையனுக்கு இந்த ஜென்மத்தில் கல்யாணம் பண்ண முடியாது" என்று புருவத்தை உயர்த்திச் சொல்லவும்,

எல்லாருக்கும் சிரிப்பு வந்து விட்டது. "சரி சரி உன் இஷ்டம்" என்றார் மகளிடம். "அப்படி வாங்க வழிக்கு" என்று கணவனைப் பார்க்க, அவன் அவளைப் பார்த்துக் கண்ணடித்துச் சிரித்தான்.

சாப்பிட்டு முடித்ததும், "வாடி" என்று இழுத்துக் கொண்டு தோட்டத்திற்குச் சென்றான்.

பம்பு செட்டிற்கு அழைத்துச் சென்றவன், மோட்டாரைப் போட்டு விட்டு, வந்து தொட்டி மேல் ஏறி அமர்ந்து கொண்டான்.

"வாடி நீயும்" என்று மனைவியைப் பிடித்து இழுத்தான். அவளும் மேலே ஏறி அமர்ந்து கொண்டவள், "இப்ப எதுக்கு இங்க கூட்டி வந்த" என்றாள்.

"இதெல்லாம் என்னோட கனவுடி. நான் பிளஸ்டூ படிக்கும் போது நான் லவ் பண்ற பொண்ணை இங்கே கூட்டி வரனும், இன்னும் நிறையக் கற்பனை பண்ணி வெச்சிருந்தேன்" என்றான் சந்தோஷத்துடன்.

"என்னது ஸ்கூல் படிக்கும் போதா? நீயெல்லாம் பிஞ்சிலேயே பழுத்தவன்டா" என்று அவன் மேல் தண்ணீரை வாரி இறைத்தாள்.

அவளைத் தண்ணிக்குள் தள்ளி விட்டவன் அவனும் குதித்தான். "யாருடி பிஞ்சிலே பழுத்தது. என் பொண்டாட்டி கூட இப்படி இருக்கனும்னு ஆசைபட்டா அது தப்பா" என்று அவளை அணைத்து இதழ் பதித்தான்.

"டேய் விடுடா நீ வரவர சரியில்லை" என்று மேலே எழுந்திருக்கப் பார்த்தவளைத் தண்ணிக்குள் இழுக்க,

தூரத்தில் வந்த பொன்னுசாமி பார்த்து விட்டு, அன்று வேலைக்கு வந்த ஆட்களிடம் இரண்டு நாளைக்கு லீவு சொல்லி விட்டு வீட்டிற்குச்

சென்றார்.

இரண்டு பேரும் மதியம் வரை தண்ணீரில் ஆடிவிட்டு, அப்படியே அவளை அங்கிருந்த மோட்டார் அறைக்குத் தூக்கி சென்றான்.

அவள் உடையைக் கலட்டி தரச் சொல்லி கொண்டு போய்க் காய-வைத்தவன், தன் உடைகளையும் காயவைத்து விட்டு மனைவியிடம் தன் ஆசைகளைத் தீர்த்துக் கொள்ளச் சென்றான்.

இருவரும் வெகுநேரம் வெளியில் வராமல் ரூமுக்குள்ளயே இருந்-தார்கள். "மாப்பிள்ளை சாப்பாடு வெச்சிருக்கேன்" என்று சொல்லிவிட்டு சென்ற மாமனாரின் குரல் கேட்டு அவனுக்கு வெக்கமாகிப் போக,

"உங்கப்பாவை யாருடி சாப்பாடு கொண்டு வரச்சொன்னது, பசிச்சா போய்ச் சாப்டுக்க மாட்டோமா" என்றான்.

"போய் எடுத்துட்டு வா பசிக்குது டா" என்று சிணுங்கினாள் அவன் மனைவி. தலையில் அடித்துக் கொண்டு போய் எடுத்து வந்தவன் சாப்-பிட எடுத்து வைத்தான். மீன் சிக்கன் என்று வகைவகையாகச் செய்து அனுப்பியிருந்தார்.

அதைப் பார்த்ததும் பிரித்திவிக்கும் பசியைத் தூண்ட, இருவரும் வயிரு முட்ட சாப்பிட்டு முடித்தவர்கள், கண் சொருக போய் உடைய எடுத்து வந்து போட்டுக் கொண்டு அங்கயே படுத்துக் கொண்டார்கள்.

இருவரும் மாலை வரை நல்ல தூக்கத்தில் இருந்தார்கள். மாலையில் இடிச்சத்தம் பலமாகக் கேட்கவும் திடுகிட்டு எழுந்தவன், தன் மேல் படுத்-திறுந்த மனைவியைக் கீழே படுக்க வைத்து விட்டு வெளியே சென்று பார்த்தான்.

வானம் இருண்டு கொண்டு, மழை கொட்டுவதற்குத் தயாராக இருக்க, உள்ளே வந்து மனைவியை எழுப்பி விட்டான்.

"இன்னும் கொஞ்ச நேரம் தூங்கறேனே" என்றவளை, "வீட்ல போய்த் தூங்கலாம் மழை வர்ர மாதிரி இருக்கு" என்றான்.

எழுந்து சென்றவள் வானத்தைப் பார்த்ததும் "சீக்கிரம் வா மழை வந்துரும் அதுக்குள்ள வீட்டுக்குப் போக முடியுமா?" என்று இருவரும் வேகவேகமாக வீட்டிற்குச் சென்றடைந்ததும் மழை கொட்ட தொடங்கி-யது.

"கண்ணா காபி கொண்டு வரச்சொல்லட்டுமா?" என்று துளசி கேட்-கவும், சுமதி ரெடியாகக் கொண்டு வந்து கொடுத்தார்.

அவனுக்குத் தன் மாமனாரைப் பார்க்க சங்கடமாக இருந்தது அறைக்குச் செல்ல பார்க்கையில்,

"கண்ணா நாளைக்குக் குலதெய்வ கோவிலுக்குப் போகனும் நம்ம ஊர் கோவிலிலும் அபிஷேகம் வெச்சிருக்கோம்" என்றார் துளசி.

"சரிமா" என்று சொல்லி விட்டு அவன் அறைக்குச் செல்ல, சம்யு அங்கயே அரட்டை அடிக்க அமர்ந்து கொண்டாள்.

சுமதி "யுவராஜை வரச்சொல்லுங்க அவனையும் பார்த்து எத்தனை நாள் ஆச்சு" என்றாள்.

"அப்படியே உங்க மருமகளையும் வரச்சொல்லட்டுமா?" என்றாள் சம்யு "ஏய் நீ சொல்றது உண்மையாடி?" என்று நம்பாமல் சுமதி கேட்க.

"பாரு தொல்ஸ் என்னை நம்ப மாட்டேங்குறாங்க" என்றாள் "சரி நீ போன் பண்ணி ரெண்டு பேரையும் வரச்சொல்லுடி" என்றார் துளசி.

உடனே அவளே போன் பண்ணினாள் யுவராஜ் எடுத்ததும் "நேத்ராவையும் கூட்டிகிட்டு வா காலைல வீட்ல இருக்கனும்" என்றாள்.

"சம்யு என்ன சொல்ற இப்ப நியும் அத்தானும் எங்க இருக்கீங்க? எதுக்கு நேத்ராவை கூட்டிகிட்டு வரனும்" என்று அடுக்கடுக்காய் கேள்வி கேட்க,

"நான் நம்ம ஊர்ல இருக்கேன். நாளைக்குக் குலதெய்வ கோவிலுக்குப் போறோம். அப்பா உன்னையும் நேத்ராவையும் வரச்சொன்னாங்க" என்றாள்.

அதிர்ந்து போனவன், "அவருக்கு எப்படித் தெரியும். நீ மாட்டி விட்டயா" என்றான். இருந்தாலும் அவனுக்குத் தங்கச்சி பேசியதில் அவ்வளவு சந்தோஷம்.

"உனக்காகச் சொல்லலை. நேத்ரா நல்ல பொண்ணு அவளுக்காகச் சொன்னேன்" என்றவள், "சீக்கிரம் வா" என்று விட்டுத் துளசியிடம் நேத்ராவுடன் அவனுக்கு எப்படிப் பழக்கமாச்சு, என்று சொல்லிக் கொண்டு அப்படியே அவர் மடியிலேயே படுத்துக் கொண்டாள்.

இரவு உணவு வரை மாமியாரும் மருமகளும் அப்படி என்ன தான் பேசினார்களோ, கிட்டே இருந்த பொன்னுசாமி கூடக் காதைத் தீட்டிக் கொண்டு கேட்டு பார்த்தார் ஒன்னும் விழவில்லை.

இரவு உணவுக்காகக் கீழே வந்தவன் மனைவியும் அம்மாவும் பேசிக் கொண்டிருப்பதையும், மாமனார் அவர்களையே பார்த்துக் கொண்டிருப்பதையும் பார்த்தவன்,

"மாமா என்ன கேட்டாலும் அவங்க ரெண்டு பேரும் பேசறது ஒரு வார்த்தைக் கூடக் கேக்காது. நான் இதெல்லாம் எவ்வளவோ பார்த்துட்டேன்" என்று சொல்லிக் கொண்டே அவர் அருகில் வந்து அமர்ந்தான்.

"ஆமாம் மாப்பிள்ளை அப்ப இருந்து பேசறாங்க என்னன்னு தான் தெரிய மாட்டேங்குது அவங்களுக்கு மட்டும் எப்படிக் கேக்கும்" என்றார்.

"தெரியலை மாமா" என்றவன், "போதும்டி மீதிய நாளைக்கு வெச்சுக்கோ" என்றான் தன்னைக் கண்டு கொள்ளாமல் இருப்பதைப் பார்த்து.

"அதெல்லாம் எத்தனை நாள் பேசினாலும் எங்களுக்குக் குறையாது. நீ வேணா உன் மாமனார்ட்ட பேசிப் பாரு" என்றாள் அவன் மனைவி.

அவர்கிட்ட நான் என்ன பேசறது என்று முழித்தவனை, சுமதி வந்து சாப்பிட அழைத்துக் காப்பாற்றி விட்டாள்.

இரவு உணவை முடித்துக் கொண்டு அவரவர் அறைக்குச் சென்றவர்கள், காலையில் நேரத்திலேயே எழுந்து கோவிலுக்குப் புறப்பட்டார்கள்.

யுவராஜும் நேத்ராவும் வந்திருந்தார்கள், நேத்ராவைப் பார்த்ததும் கட்டிக் கொண்டவள், "எப்புடி" என்றாள். அவளிடம் ஏதோ சொல்ல வந்தவள்,

பிரித்திவியைப் பார்த்ததும் அப்படியே அவள் பின்னே மறைந்தாள்.

"ஏய் எதுக்கு இப்ப பதுங்கற என் புருஷனைப் பார்த்தாள் உனக்குச் சிங்கம் புலி மாதிரி தெரியுதா" என்று சண்டைக்குப் போனாள் சம்யு.

இவளும் பயப்பட மாட்டா யாராவது பயந்தாலும் விடமாட்டா என்று நினைத்துக் கொண்டு காருக்குச் சென்றான் பிரித்திவி.

அடுத்து பேச கூட நேரமில்லாமல் கோவிலில் பொங்கள் வைத்து பூஜை முடித்து வீடு வர இரவு ஆகிவிட்டது. கலைத்துப் போய் வந்தவர்கள் சீக்கிரமே உறங்கி விட்டார்கள்.

நேத்ராவை அனைவருக்கும் பிடித்திருந்தது. அடுத்த நாள் உள்ளூர் கோவிலில் பூஜை முடித்து விட்டு, பக்கத்தில் இருந்த கோவிலுக்கும் சென்று வந்தார்கள்.

யுவராஜ்ஜும் நேத்ராவும் காலேஜ்க்குக் கிளம்பினார்கள். பிரித்திவி யுவராஜிடம், "ஹாஸ்டல் எல்லாம் வசதியா இருக்கா" என்று கேட்டுக் கொண்டவன், அவனுக்குப் பணத்தையும் கொடுத்தான்.

"அன்னைக்குக் கொடுத்ததே இருக்கு இன்னும் எதுக்கு வேண்டாம் அத்தான்" என்றான் யுவராஜ். "தேவைப்படும் வெச்சுக்கடா" என்று

அவன் பாக்கெட்டில் வைத்து விட்டான்.

இருவரும் கொஞ்ச நேரம் பேசிக் கொண்டிருந்தார்கள். "அத்தான் நீங்க சிபிஐ ஆபீசரா" என்று கேட்டான் யுவராஜ்.

"ஆமாம் உனக்கு யார் சொன்னது" என்று கேட்டான் பிரித்திவி. "நேத்ரா தான் சொன்னாள் அவகிட்ட சம்யு சொல்லி இருப்பா போல இருக்கு" என்றான்.

"அதான உன் தங்கச்சி அவ தோழிகிட்ட சொல்லாம இருப்பாளா?" என்றவன், "சரி கிளம்புங்க" என்றான்.

சம்யுவும் பிரித்திவியும் அங்கயே இருபது நாளுக்கு மேல் இருந்தார்கள்.

இடையில் ராகுல், ரிது கல்யாணத்துக்குப் போய் வந்தார்கள். அன்று ரேகா ராஜேஷ் இவர்கள் இருவரும் வெகு நேரம் பேசிக் கொண்டிருந்து விட்டு வீடு வந்தார்கள்.

இரண்டு முறை மனைவியோடு கல்லூரிக்கும் ஷாப்பிங் மாலுக்கும் சென்று, கணக்குகளை எல்லாம் பார்த்து விட்டு வந்தான்.

அன்று அவனுடைய உயர் அதிகாரியிடம் இருந்து போன் வரவும் எடுத்து பேசிவிட்டு வைத்தான்.

அவன் மனைவி பேக்கை எடுத்து துணியைப் பேக் பண்ண, "எதுக்குடி பேக் பண்ற" என்றான்.

"அதான் அடுத்த ஹனிமூன் போகப் போறமே இந்த முறை யாரை உளவு பார்க்க போறோம்" என்றாள்.

"உளவு பார்க்கப் போறதை ஹனிமூன் போற மாதிரி எஞ்சாய் பண்ண உன்னால தாண்டி முடியும்.

இருந்தாலும் என் பொண்டாட்டி இவ்வளவு பிரிலியண்டா இருக்கக் கூடாது" என்று அவளைத் தூக்கிக் கொண்டவன், முத்தமிட்டு இறக்கி விட்டான் சிரித்துக் கொண்டே.

இருவரும் போன் பண்ணி ராஜேஷ், ராகுல், ரேகா, ரிது அனைவரிடமும் பேசினார்கள். அடுத்த ஆப்ரேஷனை சொன்னவன், "எப்ப வரீங்க?" என்றான்.

"இதோ கிளம்பிடோம்" என்றார்கள் இருவரும். "ராஜேஷ் உங்க வீட்ல ரேகாவைப் பத்தி சொன்னையா?" என்று கேட்டான் பிரித்திவி.

"சொல்லிட்டேன்டா ஆனா கல்யாணத்தை மட்டும் தள்ளி வெச்சிருக்கேன். இன்னும் ஒரு வருஷம் காதலிச்சு அதுக்குப் பிறகு தான் கல்-

யாணம்" என்றான்.

"டேய் இவங்க சொல்ற ஐடியா நல்லாருக்கு நாமளும் காதலிக்கலாம் டா" என்றாள் சம்யு.

"இப்ப மட்டும் என்னடி பண்ணிட்டு இருக்கோம். அதைத் தான பண்ணிட்டு இருக்கோம். இதுல புதுசா எப்படிக் காதலிக்கறது" என்றான் பிரித்திவி சிரிப்புடன்.

"இரு" என்றவள், "அண்ணா எப்படிக் காதலிக்கறது" என்று ராஜேஷிடம் கேட்டாள் சம்யு. பிரித்திவி தலையில் அடித்துக் கொள்ள ராகுலும் ரிதுவும் சிரித்தார்கள்.

ராஜேஷ், "அதை உன் புருஷன் கிட்ட இருந்து தான் நானும் ராகுலுமே கத்துக்கிட்டோம், அவனையே கேளு" என்றான்.

"பாருங்களேன் உங்களுக்குச் சொல்லித் தந்தவன் எனக்குச் சொல்லித் தரலை" என்றவளை தூக்கிக் கொண்டவன், "நான் அப்பறமா கூப்பிடறேன் டா" என்று, "அவள் விடுடா விடுடா" என்று கத்தக் கத்த போனைக் கட் பண்ணி விட்டு, அவளைக் கொண்டு போய் மெத்தையில் போட்டான்.

அவள் அருகிலேயே படுத்துக் கொண்டவன், "நான் சொல்லித் தரட்டுமா?" என்று அவன் பேசப் பேச இவள் வெக்கத்துடன் இருகைகளைக் கொண்டு காதைப் பொத்திக் கொண்டாள்.

அவள் கையை விலக்கி விட்டவன், "ஏண்டி சொல்லித் தரவேண்டாமா?" என்றதும், "நீ ஒரு ஆணியும் புடுங்க வேண்டாம் என்னை விடு" என்றவளை, தனக்குள் அடக்கிக் கொண்டான் அந்தக் காதல் மன்னன்.

அங்கே பேச்சு சத்ததிற்கு இடமில்லாமல் காதல் மொழி மட்டும் கவிதைப் பாடிக் கொண்டிருந்தது.

அடுத்த நாளே துளசி, சுமதி பொன்னுச்சாமி மூன்று பேரிடமும் சொல்லி விட்டு, அவர்கள் அடுத்தப் பயணத்தை நோக்கிச் சென்றார்கள். நாமும் அவர்களை வழியனுப்பி வைத்து விட்டு அவர்களிடமிருந்து விடைபெருவோம்.

இதுவரை அவர்களோடு பயணித்த அனைவருக்கும் நன்றிகள் பல.

வாசகர்கள் அனைவருக்கும் பணிவான வணக்கங்கள். இது அமேசான் பென்டூ பப்ளிஷ் போட்டிக் கதை என்பதால், உங்களுக்கு இந்தக் கதை பிடித்திருந்தால், அமேசான் கிண்டிலிலேயே உங்களுடைய ஸ்டார்

ரேட்டிங்கையும் கமெண்ட்ஸ்ஸையும் பதிவு பண்ணுமாறு கேட்டுக் கொள்கிறேன்

அன்புடனும் நட்புடனும்
கவிதா அன்புசெல்வன்

FCW - #0123 - 061026 - C0 - 203/127/16 - PB - 9798888052563 - Matt Lamination